व्हॉट वेंट राँग अँड व्हाय

I0641586

किरण बेदी

अनुवाद
लीना सोहोनी

मेहता पब्लिशिंग हाऊस

- *या पुस्तकातील लेखकाची मते, घटना, वर्णने ही त्या लेखकाची असून त्याच्याशी प्रकाशक सहमत असतीलच असे नाही.*

WHAT WENT WRONG AND WHY by KIRAN BEDI

Copyright © Kiran Bedi 2012

Translated into Marathi Language by Leena Sohoni

व्हॉट वेंट रॉंग अँड व्हाय / माहितीपर

अनुवाद : लीना सोहोनी
तेजोनिधी प्लॉट नं. ५, स्नेहनगर, बिबवेवाडी कोंढवा रोड,
बिबवेवाडी, पुणे - ४११०३७.
✆ ०२०-२४२७४६७० / Email : leena.n.sohoni@gmail.com

मराठी अनुवाद व प्रकाशनाचे हक्क मेहता पब्लिशिंग हाऊस, पुणे ३०.

प्रकाशक : सुनील अनिल मेहता, मेहता पब्लिशिंग हाऊस,
१९४१, माडीवाले कॉलनी, सदाशिव पेठ, पुणे – ४११०३०.

मुखपृष्ठ : मेहता पब्लिशिंग हाऊस

प्रकाशनकाल: ऑगस्ट, २००२ / मे, २००४ / एप्रिल, २००८ /
नोव्हेंबर, २००९ / जानेवारी, २०१२ /
सुधारित सहावी आवृत्ती : मे, २०१६

P Book ISBN 9788177664706

E Books available on : play.google.com/store/books
m.dailyhunt.in/Ebooks/marathi

पुस्तकाविषयी...

समाजातील अनेक दुर्दैवी व्यक्तींच्या आयुष्यात घडलेल्या कहाण्यांचं त्यांनी त्यांच्याच तोंडून केलेलं प्रत्यक्ष वर्णन, म्हणजे हे पुस्तक! हे सर्वच अनुभव या व्यक्तींनी कोणताही आडपडदा न ठेवता सांगितल्यामुळे ते सच्चे आहेत, मर्मभेदी आहेत, काळजाला हात घालणारे आणि वाचकाला विचारप्रवृत्त करणारे आहेत. हे अनुभव ऐकल्यानंतर तुम्हाला उठून काहीतरी कृती करावीशी नक्कीच वाटेल.

समाजातील काही अत्याचारग्रस्त व्यक्तींनी एकत्र येऊन, स्वत:चे अनुभव जगापुढे मांडण्याचं साहस केलं आहे. या व्यक्तींनी त्यांच्या दैनंदिन आयुष्यात जे अनन्वित अत्याचार सहन केले, जो छळ सोसला त्याचं वर्णन खरोखर वाचकाच्या हृदयाला पीळ पाडणारं आहे.

आपल्या सध्याच्या समाजात किती दारुण दु:ख आणि वेदना भरलेल्या आहेत यावर हे पुस्तक प्रकाशझोत टाकतं. कौटुंबिक समस्या, स्त्रियांचे प्रश्न, पोलिसांनी सामान्य नागरिकांवर केलेले अत्याचार, व्यसनाधीनता, बालगुन्हेगारी अशा विविध पैलूंचं दर्शन आपल्याला यातून घडतं.

परंतु हे काही सर्वस्वी निराशावादी चित्र नाही; आशेला अजून जागा आहे. लेखिकेनं आपल्या विस्तृत आणि वैविध्यपूर्ण अनुभवांवरून असं स्पष्ट केलं आहे की, समाजातील अत्याचारग्रस्त व्यक्तींना मदत करणाऱ्या संस्थांची माहिती जर समाजातील सर्व स्तरांपर्यंत व्यवस्थित पोचली, तर अशा अत्याचारग्रस्त व्यक्तींना तातडीनं मदत मिळू शकते. या पुस्तकात ज्या दुर्दैवी व्यक्तींच्या कहाण्या आहेत, त्यातील जवळपास सर्वच व्यक्तींना लेखिकेने चालवलेल्या दोन बिगरसरकारी, सेवाभावी संस्थांतर्फे मदत मिळालेली आहे. या संस्था म्हणजेच 'नवज्योती इंडिया व्हिजन फाउंडेशन' आणि 'इंडिया व्हिजन फाउंडेशन'. या संस्था अशा संकटग्रस्तांना केवळ मदतच करत नाहीत तर त्यांचं पुनर्वसन करून, त्यांना पुढील आयुष्य सन्मानानं जगण्यासही साहाय्य करतात.

हे पुस्तक म्हणजे आजच्या समाजासमोर धरलेला आरसाच आहे.

प्रस्तावना

माझ्या भारतीय पोलीस सेवेतील नोकरीच्या काळात, तसंच त्यानंतरसुद्धा माझ्या एक गोष्ट लक्षात आलेली आहे. पोलीस सेवेतील अनेक कर्मचाऱ्यांच्या आणि अधिकारीवर्गाच्या मनात सामान्य जनतेविषयी अनुकंपा, सहवेदना नाही. जनता जेव्हा आपले प्रश्न घेऊन पोलिसांकडे धाव घेते तेव्हा ते संवेदनाशून्य, निर्दयी, उद्दाम आणि कधीकधी तर अपमानास्पद वागणूक देतात; त्यामुळेच आज सामान्य जनतेचा पोलिसांवरचा विश्वास उडालेला आहे. सामान्य माणसांच्या मनात पोलिसांविषयी तिटकारा निर्माण झालेला आहे. पोलिसांनी सर्वसामान्यांविषयी मानवतावादी दृष्टिकोन ठेवून काम करावं, या तत्त्वाचं मी आय पी एस अधिकारी म्हणून कार्यरत असताना सतत पालन केलं. हे तत्त्व जर सेवेत असणाऱ्या स्त्री-पुरुषांनी अंगी बाणवलं, तर सद्य परिस्थिती बदलून खूप सुधारणा घडून येईल.

पोलिसांचं काम आणखी परिणामकारक होण्यासाठी त्यांची राजकारण्यांच्या आणि नोकरशहांच्या तावडीतून सुटका व्हायला हवी. खरं तर आपल्या देशात गेल्या कित्येक वर्षांत पोलीस सेवेत काहीच सुधारणा करण्यात आलेल्या नाहीत. २००६ मध्ये सुप्रीम कोर्टाने या बाबतीत मार्गदर्शक तत्त्वं घालून दिलेली आहेत. राजकारण्यांनी आणि सरकारी कचेऱ्यांतील 'बाबू' मंडळींनी ही तत्त्वं लवकरात लवकर अमलात आणली, तर बरं होईल.

आयुष्यात अगदी लहान वयापासून मला समाजातील दीन-दुबळ्यांविषयी, दु:खितांविषयी सहानुभूती वाटत आलेली आहे. त्या भावनेतूनच या पुस्तकाचा जन्म झाला. सर्वांनाच समान आणि न्यायपूर्ण वागणूक मिळावी या माझ्या मताचीही त्याला जोड मिळाली. गेल्या अनेक दशकांमध्ये समाजातील विविध स्तरांमधील पीडित, दु:खित व्यक्तींशी माझा खूप जवळून संबंध आला. अशा काही व्यक्तींनी त्यांना आयुष्यात भोगाव्या लागलेल्या व्यथा-वेदनांचा उच्चार करण्याचं, त्या समाजापुढे मांडण्याचं साहस करावं, यासाठीच मी या पुस्तकाचा प्रपंच मांडण्याचं ठरवलं. ते काम पूर्ण होईपर्यंत मला झोप लागणं शक्य

नव्हतं. या पुस्तकातून विविध कैफियती मांडण्यामागे समाजाची सहानुभूती किंवा दया मिळवणं हा उद्देश नसून इतरांना सावध करणं हा आहे. खरं तर पुढचा बळी जाण्यापासून वाचवणं, हे माझ्या आयुष्याचं ध्येय आहे.

या पुस्तकाद्वारे आपल्या पूर्वायुष्यात घडलेल्या हकिकती मांडण्याचं धाडस ज्या व्यक्तींनी केलं, त्या व्यक्ती तसं करण्यास राजीखुशीनं तयार झाल्या आहेत. त्यातील अनेकजण पोलिसांच्या छळवणुकीचे शिकार झाल्याचेही प्रसंग यात आहेत. यातील अनेक व्यक्तींचा भूतकाळ संदिग्ध आणि संशयास्पद आहे. या सर्व लोकांनी आपल्या आयुष्यात काय चुकलं, कुठे चुकलं याचा ऊहापोह करत असताना त्यात स्वत:च्या हातून घडलेल्या चुकांविषयीसुद्धा मोकळेपणानं सांगितलं आहे. कधीतरी आपण निरुपाय होऊन परिस्थितीला कसे शरण गेलो, हेही स्पष्ट केलं आहे. या सर्व लोकांनी माझ्यावर विश्वास ठेवला, त्याबद्दल मी त्यांची ऋणी आहे. या पुस्तकात तुम्हाला खऱ्याखुऱ्या लोकांच्या आयुष्यात घडलेल्या, खऱ्याखुऱ्या कहाण्या वाचायला मिळतील. यात नानाविध प्रकारचे लोक आहेत. कौटुंबिक हिंसाचाराला आणि पोलिसांच्या अत्याचाराला बळी पडलेली माणसं, व्यसनाधीन व्यक्ती, गुन्हेगार आणि बालगुन्हेगारही आहेत.

आपल्या समोर समाजात हे असे अत्याचार जागोजागी घडत असताना ते उघड्या डोळ्यांनी नुसते पाहायचे आणि त्यावर काहीच कारवाई न करता नुसतं गप्प राहायचं, हा माझा स्वभावच नाही; त्यामुळेच व्यसनांच्या गर्तेत सापडलेले अभागी जीव आणि समाजाच्या अत्याचाराला बळी पडलेले लोक अशा सर्वांच्या मदतीसाठी एक संस्था स्थापन करण्याचं मी ठरवलं. त्यातूनच १९८८ साली 'नवज्योती' ही संस्था अस्तित्वात आली. संस्थेच्या स्थापनेनंतर आजपर्यंत हजारो लोकांना मदत करण्यात आली आहे. भारतातील अतिदक्षता असलेल्या कारागृहाची म्हणजेच तिहार तुरुंगाची इन्स्पेक्टर जनरल (प्रिझन्स) म्हणून काम बघत असताना माझा अत्यंत उलट्या काळजाच्या, निढावलेल्या गुन्हेगार स्त्री व पुरुष कैद्यांशी परिचय झाला. त्यांना पाहिल्यावर माझ्या मनाला एकाच चिंतेनं ग्रासलं होतं : हे गुन्हेगार जेव्हा शिक्षा भोगून इथून बाहेर पडतील तेव्हा त्यांना नोकरी कोण देणार? ते त्यांच्या स्वत:च्या आणि त्यांच्या कुटुंबीयांच्या उदरनिर्वाहाची सोय कशी करणार? हे लोक जेव्हा तुरुंगात शिक्षा भोगत असतात तेव्हा त्यांच्या कुटुंबाची, मुलाबाळांची देखभाल कोण करतं? याच विचारातून १९९४ साली मी 'इंडिया व्हिजन फाउंडेशन' या संस्थेची स्थापना केली. तुरुंगातून शिक्षा भोगून सुटून बाहेर पडणाऱ्या व्यक्तींचं पुनर्वसन त्याचप्रमाणे ज्या बालकांचे आई-वडील शिक्षा भोगत असतील अशा मुलांचं पालन पोषण, संगोपन आणि शिक्षण अशी उद्दिष्टं संस्था स्थापन करताना डोळ्यांसमोर होती.

कायदा बनवणारे, कायद्याची अंमलबजावणी करणारे, अधिकारपदांवरील व्यक्ती यांची आणि एकंदरीतच सर्व समाजाची सद्सद्विवेक बुद्धी या पुस्तकामुळे जागृत झाली तर या सगळ्यातून काहीतरी मिळवलं, असं मी समजेन.

अखेर ज्या व्यक्ती, संस्था आणि गटांच्या पाठिंब्यामुळे आणि मदतीमुळे हे पुस्तक पूर्ण होऊ शकलं त्या सर्वांची मी ऋणी आहे. मला खालील व्यक्तींचे आभार मानायचे आहेत.

ज्या माझ्या माता-पित्यांनी माझ्या व्यक्तिमत्त्वाला आकार दिला त्यांची मी ऋणी आहे. विशेषत: माझ्या आईची; तिच्या अस्तित्वाची उणीव मला क्षणोक्षणी भासते.

'नवज्योती' आणि 'इंडिया व्हिजन फाउंडेशन' या संस्थेत काम करणारे माझे सर्व सहकारी, समुपदेशक, डॉक्टर्स आणि अध्यापक या सर्वांनीच या पुस्तकासाठी लागणारी सर्व माहिती मला पुरवली, त्याबद्दल त्यांचे मनापासून आभार!

व्यसनमुक्त रुग्ण, सजा भोगून आलेले गुन्हेगार आणि त्यांच्या कुटुंबीयांच्या पुनर्वसनाच्या कामी 'नवज्योती' आणि 'इंडिया व्हिजन फाउंडेशन'ची मदत करणाऱ्या सर्व सेवाभावी संस्थांची मी ऋणी आहे. तुरुंगातून मुक्त होऊन आलेले गुन्हेगार आणि त्यांचे कुटुंबीय यांच्याबद्दलची तपशीलवार माहिती आम्हाला पुरवणाऱ्या, इंडिया व्हिजन फाउंडेशनच्या 'क्राइम होम चिल्ड्रन्स प्रोजेक्ट' या प्रकल्पाच्या सर्व सदस्यांचे मी आभार मानते.

माझे प्रकाशक (हे हाऊस पब्लिशर्स, इंडिया) विशेषत: या प्रकाशन संस्थेचे मुख्य कार्यकारी अधिकारी आणि व्यवस्थापकीय संचालक अशोक चोप्रा, संपादक के.जे. रविंदर, निर्मिती व्यवस्थापक राकेश कुमार या सर्वांनी या पुस्तकाच्या उत्कृष्ट, कलात्मक मांडणीसाठी मेहनत घेतली. तसंच एश्ना रॉय यांनी या पुस्तकाचं सुंदर मुखपृष्ठ तयार केलं. या सर्वांचीच मी ऋणी आहे.

— किरण बेदी

अनुक्रमणिका

भाग : १ कौटुंबिक हिंसाचार / १

भाग : १

कौटुंबिक हिंसाचार

स्लीपिंग विथ् द एनिमी : एका 'अर्धांगी' ची व्यथा

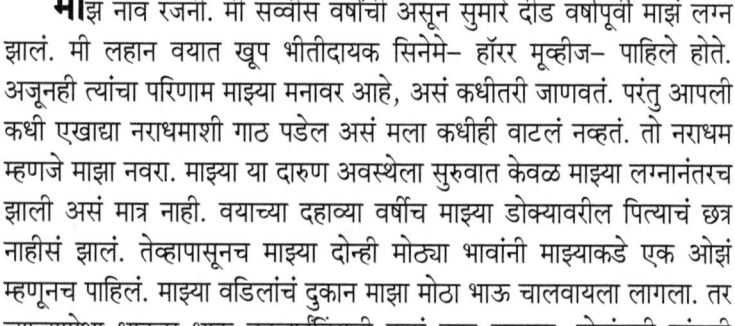

माझं नाव रजनी. मी सव्वीस वर्षांची असून सुमारे दीड वर्षापूर्वी माझं लग्न झालं. मी लहान वयात खूप भीतीदायक सिनेमे– हॉरर मूव्हीज– पाहिले होते. अजूनही त्यांचा परिणाम माझ्या मनावर आहे, असं कधीतरी जाणवतं. परंतु आपली कधी एखाद्या नराधमाशी गाठ पडेल असं मला कधीही वाटलं नव्हतं. तो नराधम म्हणजे माझा नवरा. माझ्या या दारुण अवस्थेला सुरुवात केवळ माझ्या लग्नानंतरच झाली असं मात्र नाही. वयाच्या दहाव्या वर्षीच माझ्या डोक्यावरील पित्याचं छत्र नाहीसं झालं. तेव्हापासूनच माझ्या दोन्ही मोठ्या भावांनी माझ्याकडे एक ओझं म्हणूनच पाहिलं. माझ्या वडिलांचं दुकान माझा मोठा भाऊ चालवायला लागला. तर त्याच्यापेक्षा धाकटा भाऊ बुकबाईंडिंगची कामं करू लागला. दोघांनाही चांगली मिळकत होती व आयुष्य सुखात चाललं होतं. परंतु दोघाही भावांच्या बायकांच्या डोळ्यांत मी खुपत होते. त्या माझ्या रागराग करत. त्यांना माझा इतका राग का येई, हे मात्र मी आजतागायत समजू शकले नाही.

माझी आई हे सारं मूकपणे पाहत असे. त्या दोघांच्यात भांडणं होत– पण ती काही एक बोलत नसे. मी घरात सर्वांत धाकटी, त्यामुळे स्वाभाविकच मी वडिलांची खूप लाडकी होते. माझ्या भावांमध्ये आणि माझ्यात बरंच अंतर होतं. त्यामुळे त्यांना मी नेहमी लहान मूलच वाटे. माझं शिक्षण आठवीपर्यंत सुरळीत चालू राहिलं, पण पुढे मात्र ते थांबलं. मी खूप शिकावं अशी खरं तर माझ्या वडिलांची इच्छा होती. पण मला मात्र शिकण्यात स्वारस्य नव्हतं. त्यापेक्षा घरीच राहून आईला कामात मदत करण्यातच मला गोडी वाटे. माझे आई-वडीलही फारसे शिकलेले नव्हते, त्यामुळे त्यांना या गोष्टीचं विशेष काही वाटलं नाही. माझ्या वडिलांच्या निधनानंतर कुटुंबाच्या पालनपोषणाची जबाबदारी माझ्या भावांवर येऊन पडली. त्या दोघांचंही आयुष्य आजवर अगदी निवांतपणे गेलं होतं. आता अचानक ही नवीन जबाबदारी

शिरावर येऊन पडल्यावर त्यांना ते कठीण जाऊ लागलं. हे कमी होतं की काय म्हणून त्यांच्या बायकांनी कलह निर्माण करण्यास सुरुवात केली. त्यामुळे घरातील वातावरण बिघडून गेलं. घरातील माणसांचे एकमेकांशी असलेले संबंध तणावपूर्ण झाले. त्यामागचं एक महत्त्वाचं कारण म्हणजे मी तारुण्याच्या उंबरठ्यावर उभी होते. माझं लग्न करण्याची वेळ जवळ आली होती. मुद्दा असा होता की, माझं लग्न ठरवणार कोण आणि लग्नाच्या खर्चाची जबाबदारी उचलणार कोण? माझ्याच कुटुंबातील लोक माझ्याकडे एक वस्तू म्हणून पाहत होते, हा विचार खूप अस्वस्थ करणारा होता. पण या बाबतीत काहीही बोलण्याचा मला अधिकार नव्हता. मी नुसतीच रडत बसे व स्वतःला दूषण देत बसे. मला मनातून वाटायचं, या सगळ्या परिस्थितीला आपणच जबाबदार आहोत, कारण आपण एक स्त्री आहोत. एक दिवस असाच माझ्यावरून वादविवाद चालला होता. तो इतका विकोपाला गेला की त्यातून फार मोठं भांडण पेटलं. आता आपण जर हस्तक्षेप केला नाही, तर यांच्यात मारामारी जुंपेल, असं मला वाटलं. पण मी तरी काय करणार? ते दोघं इतके बलाढ्य होते आणि मी इतकी लहान. त्यांची आपापसात शिवीगाळ चालूच होती. आता मी काय करावं बरं? मी आजूबाजूला नजर टाकली, पण माझ्या मदतीला धावून येऊ शकेल असं आसपास तरी कोणीच नव्हतं. घरात नुसता सावळा गोंधळ होता. जणू काही घराच्या भिंती कोलमडून पडत होत्या. पंखे सावकाश फिरत होते. स्टोव्हवरील पातेल्यात काहीतरी उकळत होतं.. कुत्री भुंकत होती.. एक मिनिट.. नक्की काय बरं घडलं? पातेल्यात पाणी उकळत होतं. जोराने वाफ बाहेर पडत होती. मी जवळ जाऊन माझ्या ओढणीने ते पातेलं घट्ट पकडून खाली उतरवू लागले.. मी वेदनेने विव्हळले.. पण काय होतंय ते कोणाच्याच लक्षात आलं नाही. मी अजून एकदाच मोठ्यांदा किंकाळी मारली व पुढे काय घडलं ते मला काहीही आठवलं नाही. मला शुद्ध आली ती हॉस्पिटलमध्येच. मी फार वाईट रीतीने भाजले होते. माझ्या पोटावरची व मांड्यांवरची कातडी भाजून लोंबत होती. मी वेदनांनी विव्हळत होते. मधूनच अतिरिक्त वेदनांनी माझी शुद्ध हरपे व काही वेळाने पुन्हा मला जाग येई, नंतर परत शुद्ध हरपे. मी हळूहळू बरी होत होते. मला जगायचं होतं.

यथावकाश नातेवाइकांच्या ओळखीने माझं लग्न ठरलं. मुलगा एका मिठाईच्या दुकानात नोकरीला होता. त्याला सहा भाऊ होते. त्या सर्वांचं एकत्र कुटुंब होतं. लग्नाआधी माझ्या सासरच्या माणसांना या भाजण्याच्या अपघाताविषयी तसंच माझ्या शरीरावरील व्रणांविषयी पूर्ण कल्पना देण्यात आली होती. निदान माझ्या घरच्यांनी मला तसं सांगितलं होतं. त्यामुळे आता मी सुखी जीवनाची स्वप्नं पाहू लागले होते. माझं चंद्राशी लग्न झालं. अगदी यथासांग, विधीपूर्वक. परंतु माझ्या अंगावरचे भाजल्याचे व्रण त्याच्या दृष्टीस पडताच त्याचं डोकं भडकलं. माझ्या सुखी

आयुष्याच्या गाड्याला खीळ बसली. तो माझा येता-जाता पाणउतारा करू लागला. अर्थात चारचौघांच्या समोर मात्र नव्हे. बाकी एरवी आयुष्य तसं ठीक चालू होतं. एवढंच की चंद्रा माझ्याकडे संपूर्णपणे दुर्लक्ष करत होता.

परंतु मी मात्र त्याचं मन वळवण्याचा सर्वतोपरी प्रयत्न करत होते. अखेर तो ताळ्यावर आला व जरासा बरा वागू लागला. माझ्याबरोबर जेवायला बसू लागला. मला वाटलं, ही लढाई आपण जिंकली. पण ते खरं नव्हतं, एक दिवस त्याने माझ्याशी विकृत लैंगिक चाळे करून आपली वासनापूर्ती करण्याची इच्छा प्रदर्शित केली. मला धक्काच बसला. मी त्या गोष्टीला नकार देताच तो संतापला व त्याने माझ्यावर जबरदस्ती केली. आजकाल सगळेच असं करतात, जगात सगळीकडेच हे असलं सर्रास चालतं असं त्याचं म्हणणं होतं. कदाचित तसं असेलही, पण असलं गलिच्छ, विकृत वागणं मला सहन होणं शक्यच नव्हतं. मी ते मान्य करू शकत नव्हते. मी माझ्या माहेरच्या माणसांना फोन करून बोलावून घेतलं. काही दिवसांनी त्यांनी मला परत सासरी पोचवलं. परत एकदा मला पलंगावरून ढकलून पाडण्यात आलं. माझी माहेरी रवानगी झाली. परत एकदा मला सासरी पाठवण्यात आलं. हे असं दुष्टचक्र काही महिने चालू होतं. पण तरीसुद्धा कसा कोण जाणे.. पण माझ्या अंगावरील भाजल्याच्या व्रणांचा उघड उल्लेख कोणीही करत नव्हतं, कदाचित चंद्राने त्याविषयी कोणाला काही सांगितलेलं नसावं.

पण एक दिवस माझ्या नणंदेच्या नजरेला ते डाग पडले. त्या दिवसानंतर चंद्राचं व माझं कोणत्याही गोष्टीवरून पटलं नाही की, त्याबद्दल मला एकटीला दोषी ठरवण्यात येऊ लागलं. कुटुंबात सलोख्याने सर्वांनी मिळून-मिसळून कसं रहावं हे हिला समजत नाही, असा पूर्वी सर्वांचा माझ्यावर आरोप असे, पण आता तर 'या अशा अपूर्ण स्त्रीबरोबर तू कसा काय राहतोस?' अशी ते माझ्या नवऱ्याची संभावना करू लागले. परिस्थिती आणखी चिघळत चालली होती. आता माझ्या माहेरच्यांनी हस्तक्षेप केला. त्यांनी मला घरी परत नेलं, पण मला माझ्या नवऱ्याबरोबर का राहायचं नव्हतं, याचं खरंखुरं कारण काही मी माझ्या घरच्यांना सांगू शकत नव्हते. मला एकत्र कुटुंबात गुण्यागोविंदाने मिळून-मिसळून राहण्याची माहिती नव्हती, असं मुळीच नव्हतं, पण माझ्या नवऱ्याच्या लैंगिक विकृतीला सहन करण्याची ताकद माझ्यात नव्हती. आम्हां दोघांनाही परस्परांविषयी यत्किंचित सुद्धा प्रेम वाटत नव्हतं.

आता मात्र मी समुपदेशकाच्या आधारावर सुरक्षित आहे. माझ्या कुटुंबियांनी माझ्या नवऱ्याविरुद्ध न्यायालयात खटला दाखल केला आहे. पण या सगळ्यामध्ये दोष केवळ माझ्या नवऱ्याचा व सासरच्या माणसांचाच आहे का? आणि तसं जर नसेल, तर मग हा दोष कुणाकुणाचा आहे?

('इंडिया व्हिजन फौंडेशन' या बिगरसरकारी सेवाभावी संस्थेनं कौटुंबिक सल्ला

केंद्रं स्थापन केलेली आहेत. या केंद्रांमधील समुपदेशकांकडे अशी अनेक माणसं येतात, मूकपणे इतरांकडून होणारे अत्याचार सहन करत जगत असतात. अशा लोकांना योग्य तो सल्ला दिला जातो, त्यांना प्रोत्साहन देण्यात येतं व त्यांनी गमावलेला त्यांचा आत्मविश्वास त्यांना परत मिळवून देण्यात येतो. मग ती माणसं हळूहळू आपलं मन मोकळं करतात व आपल्या भूतकाळातील हकिकत सांगतात. वर देण्यात आलेली केस एका दृष्टीने प्रातिनिधिक स्वरूपाची आहे. अशा तऱ्हेच्या यातना भोगणाऱ्या लक्षावधी स्त्रिया आजही आपल्या समाजात आहेत. त्या पुरुषी अहंकाराला रोज बळी पडत असतात. ही कहाणी सुद्धा अशाच एका समुपदेशकाच्या मार्फत उपलब्ध झाली.)

कुठं चुकलं?

- अनेक पुरुष माणसं नसतात, तर ते हिंस्त्र पशू असतात. आपली वासनापूर्ती करण्यासाठी ते स्त्रियांशी पशुतुल्य व्यवहार करतात.
- अशिक्षित व आर्थिकदृष्ट्या परावलंबी असलेल्या स्त्रीला तिचे कुटुंबीय एक ओझं मानतात.
- लग्नाच्या बाबतीतील संभाव्य धोके तरुण मुलींना आधी समजून येत नाहीत व जेव्हा ते समजून येतात तेव्हा फार उशीर झालेला असतो.

मुकी बिचारी कुणीही हाका,
अशी मेंढरं....

या कहाणीतील विमला जेव्हा लेखिकेला भेटली तेव्हा ती बोलू शकत नव्हती. २१ वर्षांची ही सुंदर मुलगी मनानं अक्षरशः उद्ध्वस्त झाली होती. ती शून्य नजरेनं आकाशाकडे एकटक पाहात बसली होती. जे काही बोलायचं होतं, ते तिची आईच बोलत होती. मधेच कधीतरी विमला एखादा शब्द उच्चारत होती. पण तिचं बोलणं सुस्पष्ट नव्हतं. ''केवळ काही महिन्यांपूर्वी आमचं घर विमलेच्या खळाळून हसण्याने कसं भरलेलं होतं''– विमलेची आई सांगत होती. ''मग पुढे तिचं लग्न झालं. तशी ती हळुवार बोलायची, पण बोलकी होती.)

मी विमलाची आई. माझं नाव सुशीला. मी गृहिणी आहे. मी चाळिशी ओलांडली असून मला सात मुलं आहेत. विमला सर्वांत मोठी असून तिच्या पाठचे तीन भाऊ व तीन बहिणी आहेत. माझे पती बस-ड्रायव्हर आहेत. आमच्या एवढ्या मोठ्या प्रपंचाचं त्यांच्या पगारात कसंबसं भागतं. आमचं स्वतःचं छोटंसं घर आहे. आमच्या जातीत स्त्रिया पैसे मिळवण्यासाठी घराबाहेर पडणं हे चांगलं लक्षण मानलं जात नाही. शिवाय आमच्यामध्ये जातीबाहेर लग्नंही होत नाहीत. विमला जेव्हा पाच वर्षांची होती, तेव्हा ती आजारी पडली. ती त्यातून बरी झाली, परंतु तिच्या स्नायूंना दुर्बलता आली. अजूनही ती कमजोरच आहे, परंतु त्या गोष्टीची तिला लहानपणापासून सवय झाली आहे. या वर्षी माझ्या मोठ्या मुली विमला व कमला या दोघींना लग्नाच्या मागण्या आल्या. आमची आर्थिक स्थिती यथातथाच असल्यामुळे आम्हाला तर ते वरदानच वाटलं. आम्ही लग्नाला लगेच तयार झालो. आम्ही आमच्या मुलींना ज्या घरात देत होतो, त्या घराण्यांची पार्श्वभूमी जाणून घ्यावी, जरा विचारपूस करावी हेही आमच्या ध्यानात आलं नाही. विमला व कमला आपापल्या सासरी गेल्या. आमच्यावरची थोडी जबाबदारी तरी हलकी झाली या विचारानं आम्ही आमच्या इतर मुलांच्या भविष्याविषयी विचार करू लागलो. त्या दोघींच्याही लग्नात आम्ही

आमच्या परिस्थितीच्या मानानं खूप जास्त, अगदी आटोक्याबाहेर हुंडा दिलेला होता. आमच्या परंपरेनुसार! त्यामुळे आता तरी आमच्या मुली सुखात राहतील, अशी आमची समजूत होती.

काही महिन्यांनंतर विमला घरी भेटायला आली. आपल्या सासरची माणसं आपल्याला वाईट वागवत असल्याची तिची तक्रार होती. तिला परत जाण्याची इच्छा नव्हती. "तुझं आता लग्न झालंय, तू आता सासरीच राहायला हवंस," अशी मी तिची समजूत घालण्याचा प्रयत्न केला. तिने लहानसहान गोष्टींचा उगीच बाऊ करता कामा नये, जरा समजुतीने घ्यायला हवं, जुळवून घेण्याचा प्रयत्न करायला हवा, असं मी तिला सांगितलं. भारतीय परंपरेविषयी मी तिला मोठं भाषण दिल्यावर ती गप्प झाली. तिच्या सासरच्या मंडळींच्या ज्या काही मागण्या होत्या त्या पूर्ण करण्याचा आम्ही आमच्या परीनं जास्तीत जास्त प्रयत्न केला. कारण कितीही झालं तरी शरीरानं अधू असलेल्या माझ्या मुलीला स्वखुषीनं पत्करलं होतं. मी प्रत्येक सणाला त्यांच्या घरी भेटवस्तू पाठवत असे. सगळं कसं सुरळीत चालू होतं. पण एक दिवस माझ्या जे काही कानावर आलं ते ऐकून मात्र माझ्या पायाखालची जमीन सरकली. मी माझ्या काही नातेवाइकांना बरोबर घेऊन विमलेच्या सासरी जायचं आणि काय प्रकार आहे त्याची समक्षच भेटून शहानिशा करायचा असं ठरवलं. त्या वेळी माझा नवरा कामानिमित्त परगावी गेला होता. मी व माझे नातेवाईक विमलेच्या घरी पोचलो, तेव्हा आम्हाला जे काही दृश्य पाहायला मिळालं, त्यानं आमचा आमच्या डोळ्यांवर विश्वास बसेना. बाहेरील व्हरांड्यात एका कॉटवर विमला मुटकुळं करून पडून होती. ती इतकी क्षीण दिसत होती की, जणू काही हाडांचा सापळाच. तिच्या अंगावर फाटकी-तुटकी चिरगुटं होती. तिने अंथरुणात व कपड्यातच घाण केलेली होती. तिची अवस्था बघवत नव्हती. तिला तातडीनं डॉक्टरांकडे नेण्याचा मी आग्रह धरला. पण विमलेचा पती व सासरा हे दोघंही त्या वेळी घरी नसल्यानं तिच्या सासूनं आम्हाला तसं करण्याची परवानगी दिली नाही. इतकंच नव्हे तर तिनं व तिच्या दोघी अविवाहित मुलींनी आम्हाला शिवीगाळ करण्यास सुरुवात केली.

आमच्या बरोबर आलेले नातेवाईक तसेच गोळा झालेले शेजारीपाजारी यांच्या मदतीनं आम्ही विमलाला तेथून घेऊन आलो व तिच्यावर वैद्यकीय उपचार सुरू केले. विमलेला एकही अक्षर बोलता येत नव्हतं. ते पाहून मला धक्का बसला. ती बोलण्याचा प्रयत्न निश्चितच करत होती, पण ती बोलू शकत नव्हती. तिचं स्वरयंत्र कामच करत नव्हतं. कोणीतरी अनेक दिवस जाणीवपूर्वक तिचा आवाज कायमचा शांत करण्याचे प्रयत्न केले असावेत, असं डॉक्टरांनी सांगितलं. त्यानंतर मात्र योग्य वैद्यकीय उपचार व औषधपाणी घेतल्यावर तिची प्रकृती हळूहळू सुधारली. पण

तरीसुद्धा तिनं आम्हाला काही एक सांगितलं नाही. खाणाखुणा करून सुद्धा नाही. आता ती तसं मधूनमधून थोडं फार बोलू लागली होती. पण घडलेल्या घटनांविषयी मात्र ती तोंडातून एक अक्षरही काढायला तयार नव्हती. विमला अजून आमच्याच घरी होती. पण अजूनही तिचा पती अथवा सासरचं कोणीही तिला भेटायला, तिला परत न्यायला आलं नव्हतं. या गोष्टीचं मला नवलच वाटत होतं. मला त्यांचा इतका राग आला होता की, मी स्वत:हून त्यांच्याशी संपर्क साधण्याचा थोडासुद्धा प्रयत्न केला नाही. परंतु मनोमन माझी सुद्धा हीच इच्छा होती की, आपल्या मुलीनं सासरी परत जावं. स्वत:च्या घरी राहावं. जरा तडजोड करावी लागली, तर ती करावी. तशी लहानसहान तडजोड तर प्रत्येकालाच करावी लागते. परंतु आपल्या देशात असं मानतात की, मुलगी एकदा सासरी गेली की मरेपर्यंत तिनं तिथंच राहिलं पाहिजे. आपल्या नशिबात जे काही वाढून ठेवलं असेल, ते तिनं भोगलं पाहिजे, घरासाठी खस्ता खाल्ल्या पाहिजेत आणि मुलांना जन्म दिला पाहिजे.

एक दिवस विमला स्नानासाठी गेली होती. तिनं मला हाक मारली. ती टॉवेल न्यायला विसरली होती. मी टॉवेल घेऊन बाथरूमच्या दारापाशी गेले. दार थोडंसं उघडं होतं. फटीतून मी जे काही दृश्य पाहिलं, ते धक्कादायक होतं. तिच्या संपूर्ण शरीरावर मारहाण केल्याचे मोठमोठे वळ होते. पाशवी अत्याचाराच्या खुणा होत्या. मी तिला जवळ घेतलं. ती गळ्यात पडून हमसाहमशी रडू लागली. त्यानंतर मी तिला कोणत्याही परिस्थितीत सासरी परत पाठवणार नाही असं तिनं माझ्याकडून वचन घेतलं आणि मगच तिच्या भूतकाळातील सर्व भयानक हकिकती मला सांगितल्या. विमलेनं लग्नात पुरेसा हुंडा न आणल्याबद्दल घरातील सर्वजण तिला अत्यंत वाईट वागवत असत. तिला घरी अर्धपोटी ठेवण्यात येई व घरातील प्रत्येकजण तिला मारहाण करे. तिने मार खात असताना तोंडातून आवाज काढू नये म्हणून ते तिच्या तोंडात बोळा खुपसत. तिची सासू तिचे हात-पाय धरून ठेवे व मग इतरजण तिला काठ्यांनी मारत व तापलेल्या चिमट्यानं डाग देत. विमलेनं आपल्या आईकडे राहत्या घरासाठी (प्लॉट) जागा तसंच दुचाकी (स्कूटर) ची मागणी करावी असे त्यांचं म्हणणं होतं.

त्यांच्या मागण्या वाढतच चालल्या होत्या व विमलावर होणाऱ्या अत्याचारांचं प्रमाणही तसंच वाढत होतं. त्यानंतर विमलेच्या नवऱ्यानं वेगळीच मागणी सुरू केली– तू मला सोडून जा आणि तुझ्या वयात आलेल्या बहिणीचं माझ्याशी लग्न झालं पाहिजे', असं त्याचं म्हणणं होतं. विमलेच्या अंगात प्रतिकार करण्याची ताकदच उरली नव्हती. आपल्या सासरच्या माणसांनी आपल्याला फक्त घरी राहू द्यावं आणि आपल्या दुर्दैवाची कहाणी आपल्या माहेरच्या माणसांच्या कानावर जाऊ नये, एवढीच तिची इच्छा होती. आम्ही जेव्हा तिची सुटका करायला गेलो, त्या

सुमाराला तर रोजच तिच्या सासरची माणसं तिला जिवे मारायची धमकी देत असत. आणि आम्ही त्या वेळी तिथे पोहोचलो नसतो, तर न जाणो त्यांनी कदाचित आपली धमकी खरीसुद्धा केली असती.

दिल्ली पोलिसखात्याच्या 'क्राईम अगेन्स्ट विमेन' या विभागातील अधिकाऱ्यांचा सध्या मी पिच्छा पुरवते आहे. प्रत्येक वेळी नवनवीन घडामोडी होत आहेत. विमलासाठी हा लढा मला दिलाच पाहिजे. तिला आधार देण्यासाठी मलाच कुणाच्यातरी आधाराची गरज आहे. सध्या मला केवळ एकाच ठिकाणाहून मदत मिळते आहे व ती म्हणजे नवज्योती या बिगरसरकारी संस्थेकडून. ही सेवाभावी संस्था पीडितांना साहाय्य करत असते.

कुठं चुकलं?

- लग्नानंतर मुली निराधार होतात. विवाह झाला की त्यांना मातापित्यांचं घर परकं होतं आणि सासरची माणसे त्यांचा स्वीकार करत नाहीत.

- कधी कधी स्त्रियाच स्त्रियांच्या शत्रू बनतात.

- ज्या विवाहित मुलींचा विवाहानंतर सासरच्या माणसांकडून छळ करण्यात येतो, त्या मुलींना जर माहेरचा, मातापित्यांचा काहीही आधार नसेल, तर त्या अमानुष क्रौर्याला बळी पडतात.

स्त्रीविरुद्ध स्त्री

माझं नाव फरीदा आणि माझ्या नवऱ्याचं नाव फिरोज. त्याचा खाटकाचा व्यवसाय आहे. मी माझ्या भावंडांमध्ये सगळ्यात मोठी. मला दोन धाकटे भाऊ आणि एक धाकटी बहीण आहे. माझे वडील सायकल-रिक्षा चालवतात. माझी आई गृहिणी आहे. माझ्या आजोबांनी आमच्यासाठी थोडीफार संपत्ती ठेवली होती, त्यातून आम्ही स्वत:साठी एक लहानसं घर खरेदी केलं.

मला सातवीतच शाळा सोडून द्यावी लागली कारण तेव्हा माझी आई आजारी पडल्यामुळे घरकामाची सगळी जबाबदारी माझ्याच खांद्यावर येऊन पडली. आम्ही घरात इतकी माणसं होतो की, आमच्या वडिलांच्या तुटपुंज्या पगारात आमचं कसंबसंच भागत असे; पण आमच्यावर उपाशी राहण्याची वेळ कधी आली नाही. अजूनही ते अपार कष्ट करून संसाराचा गाडा हाकतात. माझी इतर भावंडं नियमितपणे शाळा शिकतील, याची ते काळजी घेतात.

मी शाळा सोडल्यानंतर जास्तीतजास्त वेळ माझ्या आईबरोबर घालवू लागले आणि तिला घरकामात मदत करू लागले. मी फावल्या वेळात माझ्या मैत्रिणींबरोबर भटकत असे. 'शिक्षण घेतल्याने माणसाला काय बरं वाटत असेल?' असा विचार माझ्या मनात यायचा. मी सदोदित माझ्याच तंद्रीत हरवलेली असे. बघताबघता मी तारुण्याच्या उंबरठ्यावर कधी येऊन पोचले, हे माझं मलाच कळलं नाही.

मी अनेकदा मांसमच्छी आणण्यासाठी जवळच्या एका खाटकाच्या दुकानात जात असे. तिथेच माझी फिरोजशी गाठ पडली. तो दिसायला देखणा होता. माझ्यापेक्षा वयाने थोडासा मोठा होता. मी त्यावेळी सोळा वर्षांची होते. मी फिरोजमध्ये कशी गुंतत गेले हे काही आता आठवत नाही.

फिरोजला माझ्याशी लग्न करायचं होतं. काही दिवसांनी त्याच्या आणि माझ्या घरच्यांना आम्हा दोघांविषयी कळलं; पण त्या सर्वांचाच आमच्या लग्नाला विरोध होता. आम्हा दोघांचाही धर्म जरी एक असला तरी फिरोज हिंदुस्थानी मुस्लिम होता

तर मी बंगाली मुस्लिम होते. आमच्या दोघांच्याही आई-वडिलांच्या नजरेत आमची साधी मैत्री असणंसुद्धा निषिद्ध होतं. एकमेकांशी लग्न करण्याचा तर प्रश्नच नव्हता.

फिरोजचे वडील वारले होते. त्याच्या आईला मी मुळीच पसंत नव्हते; पण अखेर फिरोजने कसंबसं तिचं मन वळवलं. त्याला पळून जाऊन लग्न करणं नामंजूर होतं. 'मी तुझ्या आई-वडिलांना या लग्नासाठी राजी करेन', असं तो म्हणायचा. तो अनेकदा आमच्या घरी माझ्या आई-वडिलांचं मन वळवायला आला; पण प्रत्येक वेळा त्यांनी त्याला हाकलून दिलं. मग त्याने आमच्या भागात राहणाऱ्या पन्नास प्रतिष्ठित, वयस्कर लोकांना गोळा केलं. त्यांना बरोबर घेऊन तो माझ्या आई-वडिलांना भेटायला आला. त्या सर्वांनी माझ्या आई-वडिलांची समजूत घातली : "मुलगा सभ्य आहे, तो तुमच्या मुलीला सुखात ठेवेल, त्याचं स्वत:चं घर आहे, स्वत:चा व्यवसाय आहे. याहून आणखी काय पाहिजे तुम्हाला? आणि शिवाय जर काही बिनसलंच, तर सगळं व्यवस्थित निभावून न्यायला आम्ही आहोतच!" असा युक्तिवाद करून अखेर त्या सर्वांनी माझ्या आई-वडिलांचं मन वळवलं. आता आपलं आपल्या प्रियकराशी लग्न होणार आहे, यावर माझा तर विश्वासच बसेना.

माझ्या आई-वडिलांनी सर्व रीतीभातीचं व्यवस्थित पालन करून माझं लग्न लावून दिलं. त्यांनी लग्नात सर्वांचा यथास्थित मानपान केला. भेटवस्तू दिल्या. हे आमच्या घरचं पहिलंच लग्न होतं; त्यामुळे आपल्या मुलीची स्वप्नं पूर्ण करण्यासाठी त्यांनी ऐपतीबाहेर खर्च केला.

लग्नानंतर माझं आयुष्य पूर्णपणे बदलून गेलं. मी घरच्या सर्वांचं, विशेषत: माझ्या सासूचं मन राखण्याचा आटोकाट प्रयत्न करत होते; पण कितीही केलं तरी ते त्यांच्या पसंतीला उतरत नव्हतं. फिरोजच्या दोन लहान बहिणींचा तसेच त्याच्या म्हाताऱ्या मावशीचा मला सांभाळ करावा लागे. त्याची मावशी आमच्याकडेच राहायची. ती स्वभावाने फार दुष्ट होती आणि तिने माझ्याविरुद्ध घरातल्या सगळ्यांचे कान भरले होते. मी माहेराहून पुरेसा हुंडा न आणल्याबद्दल घरचे लोक मला सतत टोमणे मारत. अर्थात हे सगळं माझ्या नवऱ्याच्या माघारी चालत असे. आपल्या गैरहजेरीत घरात काय चालतं याची त्याला मुळीच कल्पना नव्हती आणि मीही एक कर्तव्यदक्ष पत्नी होते; त्यामुळे तो दिवसभर काम करून थकूनभागून घरी परतल्यावर मी कधीच त्याच्यापाशी घरच्यांच्या चहाड्या करून त्याला त्रास देत नसे. कधीतरी ही परिस्थिती बदलेल आणि मी त्याच्या घरच्यांचं मन जिंकेन, अशी मला आशा वाटायची.

काही दिवसांनी फिरोजला खरी परिस्थिती कळली. घरात काय घडतं हे कळताच तो प्रचंड संतापला. त्याने घरातील सर्वांवर यथेच्छ तोंडसुख घेतलं. हे जे काही घडत होतं, ते मला मुळीच आवडलं नाही. माझ्या दृष्टीने मात्र जे काही झालं,

ते बरंच झालं. निदान आता तरी ही माणसं यातून धडा शिकतील, असं मला वाटलं; पण तसं काहीच घडलं नाही. आता माझा नवरा रोजच घरी येऊन घरच्या माणसांना शिवीगाळ करू लागला. त्यानंतर त्याच्या घरच्यांनी माझं माहेरी जाणं-येणं बंद करून टाकलं. मला ते घराबाहेर पडूच द्यायचे नाहीत. कुणाशीही संबंध ठेवू द्यायचे नाहीत. ते माझा अपमान करायचे आणि फिरोज त्यांचा अपमान करायचा. एकंदर सर्व परिस्थितीचा मला राग यायचा. कधीतरी फिरोज माझ्यावरही राग काढायचा. माझा अपमान करायचा; पण राग शांत झाल्यावर तो माझी माफीसुद्धा मागायचा. खरं तर त्याला माझी क्षमायाचना करण्याची काहीच गरज नव्हती. मी त्याला लगेचच माफ केलेलं असायचं. अशीच दोन वर्षं गेली.

पण त्यानंतर परिस्थिती अधिकच चिघळली. त्यानंतर मात्र मला 'नवज्योती' नामक बिगरसरकारी सेवाभावी संस्थेने चालवलेल्या कौटुंबिक सल्ला केंद्राच्या सल्लागारांची मदत घ्यावी लागली. त्यांनी आमच्यात समझोता घडवून आणला. त्यानंतर मी आणि फिरोजने वेगळं बिऱ्हाड केलं. आम्ही परत एकदा सुखाने संसार करू लागलो.

त्यानंतर काही काळ फिरोजची त्याच्या कुटुंबीयांशी गाठभेट होऊ शकली नाही; पण काही दिवसांनंतर तो त्यांना भेटला आणि त्यानंतर तो पूर्णपणे बदलला. मी त्याचं घर तोडलं, त्याच्यात आणि त्याच्या कुटुंबीयांमध्ये फूट पाडली, असं तो म्हणू लागला. ते ऐकून मला धक्काच बसला. कधीतरी तो दारू पिऊन यायचा आणि मग माझ्यावर राग काढायचा. मला आता फारच काळजी वाटू लागली होती. कारण मला दिवस गेले होते.

या अशा परिस्थितीतच मी आमच्या मुलीला जन्म दिला. आता तरी सर्व काही ठीक होईल, अशी मी मनोमन आशा करत होते; पण परिस्थिती मुळीच बदलली नाही.

एक दिवस फिरोजने मला त्याच्या आवडीचं जेवण बनवण्यास सांगितलं. मी आनंदाने स्वयंपाक केला; पण जरा वेळातच तो भडकला आणि आमच्यात भांडण जुंपलं. रागाच्या भरात मी स्वयंपाकघरात जाऊन स्वत:च्या अंगावर रॉकेल ओतून घेतलं आणि स्वत:ला जाळून घेण्याची धमकी दिली. फिरोज घाबरून गेला. त्याने घाईघाईने सर्व काडेपेट्या लपवून ठेवल्या. काही तासांनंतर तो परत आला. त्याला भूक लागली होती. ''तुझा राग शांत झाला असेल तर जेवण गरम करून मला वाढ,'' असं तो म्हणाला. मी त्याच्याकडे काडेपेटी मागितली. त्याने ती मला दिली. मी स्टोव्हच्या जवळ जाऊन काडी पेटवताच भडका उडाला आणि माझ्या कपड्यांनी पेट घेतला.

या क्षणी या पुस्तकाचं शब्दांकन करणाऱ्या लेखक/संशोधकाच्या एक गोष्ट लक्षात आली. हे सर्व निवेदन चालू असताना त्या स्त्रीचा नवरा दाराआडून सर्व काही

ऐकत उभा होता. आपल्याविरुद्ध ती काही सांगत तर नाही ना, याची तो खात्री करून घेत होता. तो काळजीत असावा.

कुठं चुकलं?

- लग्नानंतर मुली निराधार होतात. विवाह झाला की त्यांना मातापित्यांचं घर परकं होतं आणि सासरची माणसे त्यांचा स्वीकार करत नाहीत.

- आपला संसार जर सुरळीत चालू नसेल तर आपण त्यातून सरळ बाहेर पडावं या गोष्टीवर बऱ्याचशा भारतीय स्त्रियांचा विश्वास नसतो.

- एखादी स्त्री जर जन्मभर एखाद्या पुरुषावर अवलंबून असेल तर तिचा सहज बळी जातो.

- एकत्र कुटुंबात राहणाऱ्या स्त्रिया घरात नवीन आलेल्या सुनेची घुसमट करतात. तरुण जोडप्याला परस्परांना समजून घेण्यासाठी आवश्यक तो वेळसुद्धा त्या देत नाहीत.

निर्घृण कृत्य

माझं नाव बलदेव. मी २६ वर्षांचा आहे. मला एक मोठी बहीण आहे. आम्ही भावंडं अगदी लहान असताना आमची आई वारली. त्यावेळी आम्ही उत्तर प्रदेशात असलेल्या आमच्या गावी राहत होतो. आमच्याकडे पुरेशी जमीन होती. त्यातून मिळणाऱ्या उत्पन्नावर आमच्या कुटुंबाचं व्यवस्थित भागत होतं. आठव्या इयत्तेपर्यंत मी वर्गातला पहिला क्रमांक कधी सोडला नाही; पण त्यानंतर आमच्या वडिलांनी पुनर्विवाह केला आणि आमच्या आयुष्याला ग्रहण लागलं. त्यांना कदाचित असं वाटलं असेल की, आपण दुसरं लग्न केल्यावर आईच्या प्रेमाला पारख्या झालेल्या आपल्या मुलांना परत ते प्रेम, ती माया मिळेल आणि आमचं आयुष्य सुखी होईल; पण आमच्या सावत्र आईने आमचा छळ करण्यास सुरुवात केली आणि आमच्या आयुष्यात दुर्दैवाचे दशावतार सुरू झाले.

मी आजपर्यंत माझ्या वडिलांसमोर कधी ब्रसुद्धा काढू शकलेलो नाही. ते कडक शिस्तीचे भोक्ते आहेत. त्यांना जर कधी राग आलाच तर तो सगळा ते माझ्यावर काढतात. मला त्यांच्या हातून खाल्लेल्या माराची आठवण झाली की, आजही अंगावर काटा येतो. म्हणूनच त्यांच्या समोर कशाबद्दलच तक्रार करण्याची माझी कधी हिंमत झाली नाही. आमच्या सावत्र आईविषयी तक्रार करणं तर दूरच!

हळूहळू माझं अभ्यासातलं लक्ष उडालं. माझ्या परीक्षेच्या निकालावर त्याचा परिणाम दिसू लागला. मी जास्तीतजास्त वेळ घराबाहेर, माझ्या मित्रांच्या संगतीत काढू लागलो. काही दिवसांतच मला वाईट संगत लागली. मला दारू आणि सिगारेटचं व्यसन जडलं. सुरुवातीला मी त्या व्यसनांच्या आहारी न जाण्याचा आटोकाट प्रयत्न केला; पण हळूहळू त्या व्यसनांनी माझा ताबा घेतला.

सिनेमाला जायचं, मुलींची छेड काढायची, उनाडक्या करायच्या आणि शाळा बुडवायची या गोष्टी आता आमच्यासाठी नित्याच्याच होऊन गेल्या. ही गोष्ट माझ्या वडिलांना कधीच समजली नाही किंबहुना माझं काय चाललंय, हे समजून घेण्याचा

त्यांनी कधी प्रयत्नच केला नाही; पण ज्या दिवशी त्यांना सत्य परिस्थिती समजली, त्याच दिवशी मध्यरात्री मी घरातून पळ काढला.

मी दिल्लीला पळून आलो आणि आमच्याच एका नातेवाइकाच्या घरी मुक्काम ठोकला. तो व्यवसायाने प्लंबर होता. त्यावेळी मी केवळ पंधरा वर्षांचा होतो. मी त्याच्याकडून सगळं काम व्यवस्थित शिकून घेतलं आणि काही दिवसांतच मला एकट्याने काम करता येऊ लागलं; पण काही दिवसांतच मला पुन्हा वाईट संगत लागली. त्यानंतर माझ्या त्या नातेवाइकाने बळजबरीने मला आमच्या गावी आणून घरी पोचवलं. तिथे काही दिवस सुरळीत गेले. त्यानंतर पुन्हा मी माझ्या शाळेतल्या जुन्या मित्रांच्या संपर्कात आलो आणि परत एकदा आम्ही आमचे जुने धंदे सुरू झाले. हे असं काही वर्षं चालू होतं.

काही दिवसांतच माझ्या उपद्व्यापांविषयी सगळ्यांना कळलं. माझ्या वडिलांच्याही ते कानावर आलं. मग यावर उपाय म्हणून माझ्या वडिलांनी शेजारच्या गावातल्या एका मुलीशी माझं लग्न ठरवलं. मी खूप विरोध केला; पण त्यांनी काहीही ऐकलं नाही. लग्नानंतर मी सुधारेन असं त्यांना वाटत होतं. आता माझं लग्न अगदी जवळ येऊन ठेपलं होतं; पण अजून मी माझ्या होणाऱ्या पत्नीला साधं पाहिलंसुद्धा नव्हतं. मी कितीतरी विनवण्या केल्या; पण रीतीरिवाज, परंपरा अशी कारणं देण्यात येऊन माझ्या त्या धुडकावून लावण्यात आल्या. जिच्याबरोबर उर्वरित आयुष्य घालवायचं, त्या सहधर्मचारिणीला मी साधं भेटूसुद्धा शकत नव्हतो. अखेर आमचं लग्न होऊन तीन दिवस झाल्यावर ती माझ्या नजरेस पडली. मला त्या मुलीविषयी काहीच वाटेना. मला तिच्याशी काहीही देणं-घेणं नसल्याचं मी गोड शब्दांत माझ्या वडिलांच्या कानावर घातलं. ''तुम्ही तिच्या बाबतीत जे हवं ते करा,'' असंही मी त्यांना सांगितलं. मला ती मुलगी मुळीच आवडली नव्हती. मी तसं स्पष्ट बोलूनही दाखवलं. मी दिल्लीला परतलो. ती मुलगी तिच्या आई-वडिलांच्या घरीच 'गौना सोहळा' कधी होतो (महाराष्ट्रात पूर्वीच्या काळी गर्भदानाचा विधी असे, तशा प्रकारचा उत्तर प्रदेशातील कार्यक्रम) याची वाट बघत होती. म्हणजे तिला औपचारिकरीत्या पतीबरोबर सहजीवनास सुरुवात करता आली असती; पण असलं काहीही न होऊ देण्याचा मी तर पणच केला होता.

दिल्लीत आल्यावर मी प्लंबरचं काम सुरू केलं. परत एकदा माझी दिल्लीतल्या मित्रांशी गाठभेट झाली आणि आम्ही पुन्हा एकदा पूर्वीसारखं वागण्यास सुरुवात केली. रोज संध्याकाळी कामानंतर भेटून आम्ही एकत्र दारू प्यायचो. त्या दारूच्या धुंदीत मी किती लोकांची मनं दुखावली असतील, याला तर काही सुमारच नाही.

जे काही घडलं, ते सगळं दारूच्या अमलाखाली घडलं. माझ्या मित्राने एक गुप्त योजना आखली होती. ती पार पाडण्यासाठी मी त्याला मदत केली. त्याने मला

त्या बेताचे काही तपशील सांगितले नाहीत. त्याने मला फक्त इतकंच सांगितलं की, त्या बेतानुसार मी कुणाचा तरी जीव घ्यायचा होता. सुरुवातीला मी ते साफ धुडकावून लावलं पण नंतर मी त्याला मदत करण्यास राजी झालो; पण मी हा खून का करायचा, यामागचं कारण त्याने मला सांगावं, अशी जबरदस्ती मी त्याच्यावर करू शकलो नाही. मी गेली इतकी वर्षं तुरुंगात खितपत काढली आहेत; पण अजूनसुद्धा मला ते कारण माहीतच नाही. माझ्या त्या मित्राला मात्र कधीच अटक झाली नाही. खरं तर पोलिसांना त्याचा ठावठिकाणा व्यवस्थित माहीत होता. पुढे तर तो स्वतःच सरकारी नोकर बनला; त्यामुळे त्याने कायद्याला कसा गुंगारा दिला असेल, हे मी तुम्हाला सांगण्याची गरज नाही.

मला त्याने एका स्त्रीचा भोसकून खून करण्यास सांगितलं होतं. माझ्याबरोबर दोन साथीदारही होते. आम्ही तिघं तिच्या घरी गेलो. ठरलेल्या बेतानुसार मी तिच्या घरात शिरून तिला दोन-चार वेळा भोसकलं. त्यानंतर मी मागे वळलो तर मागे प्रचंड मोठा आरडाओरडा, गडबडगोंधळ चालू झाला होता. माझा साथीदार त्या स्त्रीच्या सात वर्षांच्या मुलीला सुऱ्याने भोसकून मारण्याचा प्रयत्न करत होता. मी त्याच्या अंगावर जोरात ओरडून त्याला थांबायला सांगितलं. माझ्या पोटात ढवळू लागलं आणि मला वाटतं तेव्हाच माझी दारूची नशा खाडकन उतरली; पण एव्हाना फार उशीर झाला होता. ती स्त्री मरण पावली होती. तिची मुलगी मरणाच्या दारात उभी होती. पोलिसांना चुकवण्यासाठी मी तिथून धूम ठोकली. दिल्लीच्या पोलिसांनी आख्खं शहर पिंजून काढलं. त्यांनी माझा कसून तपास केला; पण मी काही त्यांच्या हाती लागलो नाही. अखेर मी माझ्या गावी आलो; पण तिथे माझ्या हातून घडलेल्या गुन्ह्याची बित्तंबातमी माझ्या वडिलांना लागली. मग मी कोर्टासमोर शरण यावं असा त्यांनी आग्रह धरला. मला पोलिसांनी त्याच दिवशी दिल्लीला नेलं.

दिल्लीच्या तिहार जेलमध्ये मी संतापाने नुसता धुमसत होतो; पण तिथल्या इन्स्पेक्टर जनरल ऑफ प्रिझन्स स्वतः माझ्याशी बोलल्या. माझं राहिलेलं शिक्षण पूर्ण करण्याचा त्यांनी मला सल्ला दिला. तेव्हा कुठे मला स्वतःची जाणीव झाली. स्वतःमध्ये बदल घडवून आणण्याची मनात इच्छा निर्माण झाली. एक दिवस एका मीटिंगच्या वेळी त्यांनी आम्हा सर्व कैद्यांना खूप हसवलं. आम्ही जोरजोरात हसू लागल्यावर त्या म्हणाल्या. "तुम्ही खूश आहात का?'' आम्ही त्यावर मोठ्यांदा 'हो' असं उत्तर दिल्यावर त्या म्हणाल्या, 'पण तुमच्या कृत्यांमुळे बाहेरच्या जगात अनेक माणसं दुःखी आहेत, याची तुम्हाला कल्पना आहे का?' त्यांचे ते शब्द ऐकून इतरांना काय वाटलं, ते मला माहीत नाही, पण माझ्या डोळ्यांसमोर मात्र त्या सात वर्षांच्या मुलीचा चेहरा आला. माझ्यामुळे ती आपल्या आईला गमावून बसली होती. त्यानंतर मला माझ्या स्वतःच्या आईची आठवण झाली. तिच्या मृत्यूमुळे

माझ्या आयुष्यात न भरून येणारी हानी झाली होती. कदाचित आत्ता माझी आई जिवंत असती, तर मी कुणीतरी वेगळाच असतो.

मी तिहारमध्ये शैक्षणिक वर्गांना हजेरी लावण्यास सुरुवात केली. मी तुरुंगात असतानाच पदवी प्राप्त केली. मी कॉम्प्युटरचं शिक्षण घेऊन तिहारच्या ॲडमिनिस्ट्रेशनमध्ये काम करू लागलो. मी विपश्यना केली, तेव्हापासून माझं पूर्ण आयुष्य बदलून गेलं. ज्या माझ्या मित्रामुळे मी हे पाप करण्यास उद्युक्त झालो, त्याच्याविषयी आता माझ्या मनात काहीच राग उरलेला नाही. त्याने मला ते का करायला लावलं, ते मला अजूनही माहीत नाही; पण मी मात्र आयुष्यात माझं सर्व काही हरवून बसलो आहे. माझी पत्नी, माझा परिवार, माझा पैसा; पण तरीही माझ्या मनात आशा जीवित होती. (मी माझं आयुष्य नव्याने निर्माण करू शकेन अशी आशा) त्यावेळी ज्या इन्स्पेक्टर जनरल ऑफ प्रिझन्स होत्या, त्यांनीच ही आशा माझ्या मनात जागृत केली. त्यांनीच सुरू केलेल्या 'इंडिया व्हिजन फाउंडेशन' या संस्थेने मला आधार दिला आहे आणि एक नवा भविष्यकाळही दिला आहे.

कुठं चुकलं?

- जी मुलं आईच्या प्रेमाला पारखी होतात, ती ते प्रेम इतरत्र शोधू पाहतात आणि तसं करत असताना ती वाहवत जाण्याचा धोका असतो.

- जे वडील आपल्या मुलांशी सुसंवाद प्रस्थापित करू शकत नाहीत त्यांची मुलं वाईट संगतीला लागतात.

- वाईट संगतीमुळे मुलांच्या हातून गुन्हे घडतात आणि त्याचे परिणाम महाभयंकर असतात.

गरिबी आणि अज्ञान

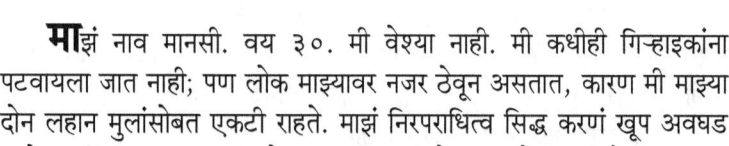

माझं नाव मानसी. वय ३०. मी वेश्या नाही. मी कधीही गिऱ्हाइकांना पटवायला जात नाही; पण लोक माझ्यावर नजर ठेवून असतात, कारण मी माझ्या दोन लहान मुलांसोबत एकटी राहते. माझं निरपराधित्व सिद्ध करणं खूप अवघड आहे याची मला कल्पना आहे; पण मी एक गोष्ट शपथेवर सांगते, या अशा प्रकारच्या कोणत्याही भानगडीत मी गुंतलेली नाही.

माझ्या शेजारी अशोक याने माझी तुरुंगातून जामिनावर सुटका केली. खरंतर त्याला माझ्या दोन लहान मुलांची दया आली. म्हणून त्याने हे केलं. मी दोन महिने तुरुंगात खितपत काढले आणि माझा गुन्हा काय, तर तुरुंगात असलेल्या माझ्या नवऱ्याची सुटका व्हावी म्हणून मी बाँडवर अंगठा उठवला होता आणि आता हा माझा शेजारी अशोक माझ्याकडे भलत्यासलत्या मागण्या करतो आहे. मी जर त्याचं म्हणणं मानलं नाही, तर त्याचे परिणाम फार भयंकर होतील, अशी धमकी तो मला देत आहे. आता याला ब्लॅकमेल म्हणायचं की नाही, ते काही मला माहीत नाही; पण मला एक गोष्ट नक्की माहीत आहे. माझी कोर्टात पुढची सुनावणी जेव्हा असेल, त्या वेळी तो माझा पाठिंबा काढून घेईल. जामीन मागे घेईल आणि मग मला पुन्हा एकदा तुरुंगात जावं लागेल. परत एकदा माझी मुलं निराधार होतील. पुन्हा एकदा त्यांचे आई-बाप दोघंही एकाच वेळी गजाआड असतील.

माझा जन्म अत्यंत गरीब घरात झाला. घरात माझ्या आधीची सहा मुलं होती. त्यांचा भार कुटुंबावर होताच. माझे वडील वेठबिगारी कामगार होते. ते खूप काबाडकष्ट करायचे; पण तरीही आमच्या कुटुंबाच्या आर्थिक गरजा ते पुऱ्या करू शकत नव्हते. त्या काळात रोजच्या जेवणाची सोय कुठून, कशी करायची हा आमच्या घरच्यांपुढचा मुख्य प्रश्न असे. रात्र घालवण्यासाठी कुठे आसरा मिळतो का, हाही प्रश्न असायचा. अशाच परिस्थितीमध्ये मला माझ्या लग्नाचीही तयारी करायची होती. वयाच्या चौदाव्या वर्षीच माझं लग्न ठरवण्यात आलं होतं.

माझा नवरा विजय याच्या घरची परिस्थितीसुद्धा आमच्यासारखीच होती. आमचं लग्न अत्यंत साधेपणाने, कोणत्याही थाटामाटाशिवाय पार पडलं. विजय उत्तर प्रदेशामध्ये एका बांधकामाच्या ठिकाणी मजूर होता. त्याची पुढे कधी ना कधीतरी गवंडी बनण्याची इच्छा होती. तो खूप कष्ट करायचा; पण तरीही पोटापाण्यापुरतं कमावणंसुद्धा त्याला जमत नव्हतं; त्यामुळे गाव सोडून नशीब काढायला त्याने दिल्लीला जाण्याचा निर्णय घेतला.

पण दिल्लीला येऊनसुद्धा परिस्थितीमध्ये काही फारसा बदल झाला नाही. आम्हाला रस्त्यावरच राहण्याची पाळी आली. आम्ही उदरनिर्वाहासाठी एक छोटं दुकान टाकून घरगुती वापराच्या वस्तू विकण्यास सुरुवात केली. रात्र झाली की आम्ही विकण्यासाठी मांडलेला माल ताडपत्रीने झाकून ठेवायचो आणि तिथे जवळच झोपायचो. एक प्लॅस्टिकचं छप्पर हाच आमचा आसरा होता. आमचा माल चोरीला जाईल, आमच्यावर दरोडेखोर हल्ला करू शकतील याची आम्हाला कल्पना होती. त्या भीतीच्या छायेत जगत असतानाच मला मुलगा झाला. (त्यानंतर काही काळाने आम्हाला मुलगीसुद्धा झाली.) थोड्याच दिवसांत पोलिसांनी आम्हाला तिथून हाकलून लावलं. आमचं जग आमच्या डोळ्यांसमोर कोसळलं.

आम्हाला आमच्या भविष्याची चिंता वाटत होती. आमच्या बरोबर अशाच प्रकारे हकालपट्टी झालेले आणखी काही निर्वासित होते. मग आम्ही सगळेच एका झोपडपट्टीत राहायला आलो. ती झोपडपट्टी बरीच मोठी होती. एक वसाहतच होती म्हणा ना. तिथली परिस्थिती नरकसदृश होती. मुख्य म्हणजे तिथे राहणं अत्यंत धोकादायक होतं; पण ही गोष्ट आम्हाला नंतर कळली. त्या ठिकाणी येऊन आम्ही जेव्हा मुक्काम ठोकला, तेव्हा पुढे आपल्या नशिबात काय वाढून ठेवलंय, याची आम्हाला सुतराम कल्पना नव्हती.

काही दिवसांतच विजयमध्ये काही बदल घडून येत असल्याचं माझ्या लक्षात आलं. पूर्वी ज्या प्रकारच्या लोकांशी संबंध ठेवणं आम्ही टाळायचो, अशा लोकांची त्याला संगत लागली. आजकाल तो दारू पिऊ लागला होता. रात्री-बेरात्री घराबाहेर भटकायचा, उशिरा घरी यायचा. पुढे त्याने चोऱ्या-माऱ्या करण्यास सुरुवात केली आणि अगदी थोड्याच दिवसांत तो एक सराईत चोर बनला; पण त्याने अगदी काही दिवसांपूर्वीपर्यंत मला त्याच्या या उद्योगांविषयी थांगपत्ताही लागू दिलेला नव्हता. आमच्या आजूबाजूचं वातावरणच खराब होतं. विजय काही दिवसांतच एक कुप्रसिद्ध गुन्हेगार बनला. त्याने काहीतरी लटपट खटपट करून एक जुनी ऑटोरिक्षा विकत घेतली होती. तो दिवसा ती रिक्षा चालवायचा, त्यातून पैसेही बरे मिळत होते. निदान पोटाला अन्न मिळत होतं. पुढे जेव्हा माझ्या मुलांना शाळेत घालण्याची वेळ आली, तेव्हापर्यंत आमची परिस्थिती खूपच खालावली होती. जवळपास शाळाच नव्हती,

हे काही वेगळं सांगायला नको. तशा बिगरसरकारी सेवाभावी संस्थांनी चालवलेल्या काही शाळा थोड्या दूर अंतरावर होत्या हे जरी खरं असलं, तरी त्यावेळी घरातली चूल पेटती ठेवण्यासाठी धडपड करणं हे जास्त महत्त्वाचं होतं. माझी मुलं तर सदासर्वदा अर्धपोटीच असायची; त्यामुळे त्यांना शाळेत घालण्याचा प्रश्नच नव्हता.

आम्ही माझ्या मुलाला एका चहाच्या दुकानात नोकरीला लावलं. इकडे विजयचं घराबाहेर राहणं फारच वाढलं होतं. एकदा एका दरोडेखोरीच्या प्रकरणात त्याला अटक झाली. त्या खटल्यात नक्की काय घडलं याचे तपशील खरं तर मला अजूनसुद्धा ठाऊक नाहीत; पण विजयच्याच सांगण्यावरून त्याची जामिनावर सुटका व्हावी म्हणून माझ्याजवळ असलेले थोडे फार दागिने गहाण टाकून मी पैशांची सोय केली. मग ते पैसे घेऊन मी एका वकिलाकडे गेले. माझ्या नवऱ्याच्या सुटकेसाठी त्याच्या मदतीने मी कोर्टाकडे पैसे जमा करून पावती घेतली. त्यानंतर विजयला सोडण्यात आलं; पण एकदा कोर्टाच्या बाहेर पडल्यावर विजयच्या वकिलाने मला बोलावून घेतलं. त्या पैशांविषयी लवकरच कोर्टाकडून चौकशी होऊ शकते, त्यामुळे आगामी काही दिवस तरी मी घरापासून दूरच राहिलेलं बरं, असं त्या वकिलाचं म्हणणं पडलं. मी त्याविषयी त्याच्या मागे बराच लकडा लावल्यावर मला त्याने जी पैशांची डिपॉझिट रिसीट दिली ती बनावट होती, असं त्याने कबूल केलं.

त्यानंतर तीन महिन्यांनी मला अटक झाली. अर्थातच त्यामुळे माझ्या नवऱ्याचा जामीन रद्द झाला. आम्हा दोघांचीही तुरुंगात रवानगी झाली. त्याला तुरुंगात टाकण्यात आलं, ते त्याने केलेल्या गुन्ह्यामुळे आणि मी? मला लिहिता-वाचता येत नसल्यामुळे चुकून एका बनावट पावतीवर मी माझा अंगठा उठवून बसले होते; त्यामुळे मला तुरुंगाची वाट धरावी लागली. खरी कागदपत्रं कोणती आणि खोटी कोणती, हे मला कसं कळणार?

माझ्या मुलांना घरात एकटंच राहावं लागायचं. मला त्यांची काळजी वाटायची, विशेषत: माझ्या मुलीची कारण ती खूप सुंदर, निरागस आणि भोळी आहे. तिचा कुणीही गैरफायदा घेऊ शकेल, ही भीती माझ्या मनात सतत घर करून असायची. माझी ही भीती रास्तच होती. हे सिद्ध झालं. माझी सुटका झाल्यानंतर ते सत्य मला समजलं. आमच्या शेजाऱ्यांपैकीच काही लोकांनी तिला दोन रुपयांच्या नोटेचं आमिष दाखवून घरी बोलावून घेऊन तिच्यावर बलात्कार केला होता. एकदा नव्हे, अनेकदा. मग मी सरळ पोलीस चौकीत जाऊन माझ्या मुलीकडून समजलेल्या माहितीच्या आधारे तिच्यावर अत्याचार करणाऱ्या माणसांची नावं सांगून त्यांच्याविरुद्ध तक्रार नोंदवण्याचा प्रयत्न केला; पण पोलिसांनी माझ्यावर किंवा माझ्या मुलीवर विश्वास ठेवायला नकार दिला. अखेर दैवगतीला शरण जाण्यावाचून माझ्यापुढे काहीच उपाय नव्हता. तिच्यावर बलात्कार करणाऱ्या त्या नराधमांचं आणि त्या पोलिसांचं

काय साटंलोटं होतं, देव जाणे! अखेर आमचा शेजारी अशोक माझ्या मदतीला धावून आला; पण आज त्याचीच मला सर्वात जास्त भीती वाटते आहे.

झोपडपट्टी हा तर गुन्हेगारांसाठी त्याच प्रमाणे गरीब रहिवाशांना धाकदपटशा दाखवून त्यांचा छळ करणाऱ्या गणवेशधारी माणसांसाठी स्वर्गच असतो; पण माझ्यासारख्या हजारो व्यक्तींसाठी ती एक नरकसदृश जागा असते. खरं तर शहरातल्या अनेक पोलीस चौक्या मी जवळून पाहिल्या आहेत. अनेक वेळा पोलीस चौकीतील बरेचसे पोलीस दारू पिऊन येतात. ते बेजबाबदार, उलट्या काळजाचे, भ्रष्ट आणि लाचखोर तर असतातच, पण नीतीमूल्यांशीही त्यांना काही देणं-घेणं नसतं.

मी इतकं सारं भोगलंय, सहन केलंय, तरीसुद्धा मी हार मानणार नाही. मी इथेच राहायचं ठरवलंय. मी भारत सोडून कुठेही जाऊ शकत नाही. माझं या देशावर नितांत प्रेम आहे; पण एका गोष्टीचं फार नवल वाटतं. आज मी उपाशी, अर्धपोटी असून माझ्या मुलावर पूर्णपणे अवलंबून आहे. काही दिवसांपूर्वी माझ्या नवऱ्याला त्याने केलेल्या गुन्ह्यांबद्दल सहा वर्षांच्या तुरुंगवासाची शिक्षा झाली. ईश्वराने माझं एक मागणं मान्य केलं असावं. तुरुंगवास भोगत असलेल्या कैद्यांच्या मुलांसाठी काम करणारी 'इंडिया व्हिजन फाउंडेशन' ही सेवाभावी संस्था माझ्या मुलीच्या मदतीला धावून आली. ही संस्था अशा मुलांच्या शिक्षणाचं आणि पुनर्वसनाचं काम करते. आता ती एका निवासी शाळेत आहे. तिचा भविष्यकाळ माझ्यापेक्षा नक्कीच वेगळा आहे. निदान आपल्या समाजात राहात असलेल्या गिधाडांपासून सध्या तरी ती लांब आहे; पण मी मला स्वत:ला त्यांच्यापासून किती काळ वाचवू शकेन?

कुठं चुकलं?

- गरिबी हे सर्वात मोठं कारण आहे. ती असहाय, निरागस लोकांचा बळी घेते.
- गरिबीमुळे माणसं समाजात राहात असणाऱ्या इतर माणसांच्या अत्याचारांना बळी पडतात.
- झोपडपट्ट्यांमध्ये गुन्हेगारीचा सुळसुळाट होतो. खरंतर झोपडपट्ट्यांकडे जास्त काळजीपूर्वक लक्ष देण्यात आलं पाहिजे, परंतु त्याऐवजी तिकडे दुर्लक्षच केलं जातं.

संकट कधी एकट्यानं येत नाही

आम्ही चार भावंडं आहोत. माझं नाव पप्पू– मी सर्वांत मोठा. माझं वय सुमारे चौदा वर्षं असेल. मी भाजीमंडईत हमाली करतो. मला मिळणाऱ्या पैशात माझं, आणि माझ्या कुटुंबियांचं, माझ्या भावंडांचं भागत नाही. माझ्या दोन बहिणी दहा आणि नऊ वर्षांच्या, तर माझा भाऊ सात वर्षांचा आहे. केवळ तीन महिन्यांच्या अवधीत आमचे आई आणि वडील वारले. माझ्या डोळ्यांसमोर ते दोघेही भाजून गेले. पोलिसांच्या फाईलमध्ये करण्यात आलेल्या नोंदीनुसार त्या दोघांचा मृत्यू स्टोव्हचा भडका उडाल्यामुळे झाला. पण प्रत्यक्षात तसं घडलं नव्हतं, हे आम्हाला माहीत आहे. त्या दोघांचाही खून करण्यात आला. आम्ही मूळचे बिहारमधील, परिस्थितीनं अत्यंत गरीब... काही वर्षांपूर्वी दिल्लीला येऊन स्थायिक झालो.

माझे वडील दारूच्या व्यसनाच्या आहारी गेलेले होते. ते दिवसच्या दिवस काहीही काम न करता घरी बसत. संपूर्ण प्रपंचाचा भार आमच्या गरीब आईच्या शिरावर येऊन पडला होता. ती अनेक घरांमध्ये धुणंभांड्यांची कामं करायची. ती आमची खूप काळजी घेई, आमच्यावर मायेचा वर्षाव करी. पण आयुष्यभर असं प्रेम तिला मात्र कधीच नाही मिळालं. आम्ही कोणीही शाळेला गेलो नाही. आमची तेवढी ऐपतच नव्हती. आमच्या वडिलांना या गोष्टीची काहीच पर्वा नव्हती. आम्हाला शाळेत पाठवण्याचा खर्च आईला झेपणं शक्य नव्हतं. आयुष्यभर सतत तिने माझ्या वडिलांनी केलेली मारहाण सहन केली. ते आईकडे चांगलंचुंगलं खायला मागत आणि दारूसाठी पैसा मागत. त्यांच्या मागण्या पुऱ्या करणं तिला शक्य होत नसे. मग ती आपली काही एक न बोलता मुकाट्यानं त्यांचा मार खायची. हळूहळू ही मारहाण वाढतच गेली. आता मुकाट्यानं उघड्या डोळ्यांनी ते पाहणं आम्हालाही अशक्य होऊ लागलं होतं. पण आम्ही त्याबद्दल काहीच करू शकत नव्हतो. ती मारहाण संपली की आम्ही भावंडं आईच्या अवतीभवती बसायचो आणि रडायचो.

सुमारे दोन वर्षांपूर्वी आमच्या आईची किमतीलाल नामक एका माणसाशी

ओळख झाली. आमच्या आसपासच्या परिसरात त्याचा चांगलाच दबदबा आहे. काही दिवसांनी त्याने आमच्या घरी ये-जा करण्यास सुरुवात केली. आमची आईसुद्धा नियमितपणे त्याच्या घरी जात असे, हे मला कळलं होतं. तो आमच्या पलीकडे थोड्याच अंतरावर राहत असे– तो आणि त्याची बायको असे दोघेच राहत. त्यांना मूलबाळ नव्हतं. तो वयानं सुमारे पंचेचाळीशीचा असेल. मला वाटतं– तो आणि माझी आई परस्परांच्या प्रेमात पडले होते. त्यांचं प्रेमप्रकरण चांगलंच दृढ झालं होतं. थोड्याच दिवसांत माझ्या वडिलांना त्याचा सुगावा लागला. त्यांनी या गोष्टीला कडाडून विरोध केला. आता माझ्या आईवर आग पाखडण्यासाठी त्यांना आणखी एक कारण मिळालं. हे सगळं आता आम्हा सर्वांच्याच सहनशक्तीच्या पलीकडचं होत चाललं होतं. मी जवळच्या भाजीमंडईत काम पकडलेलं असल्यामुळे दिवसभर मी घराबाहेरच असे. त्यामुळे प्रत्यक्ष मला काही घरात घडत असणारे प्रसंग डोळ्याने पाहावे लागत नसत, पण माझ्या भावंडांकडून मला तेथे काय काय भयंकर गोष्टी घडत होत्या ते कळत होतं. दिवसभर काम करून मी सायंकाळी घरी परतलो की मला दिवसभर घडलेल्या गोष्टींचा वृत्तान्त मिळे. कधीतरी माझे वडील सुधारतील व हे असं वागणं बंद करतील की नाही?– असं मला वाटे. आणि तसंच घडलं. एक दिवस नेहमीप्रमाणे मी कामावरून घरी परतलो तर आमच्या झोपडीसमोर शेजारपाजारच्या लोकांचा घोळका जमला होता. माझ्या दोघी बहिणी रडत होत्या. माझा धाकटा भाऊ मात्र जवळ मातीत खेळत होता. त्याला काय घडलंय, त्याची काहीएक कल्पना नव्हती. मला असं सांगण्यात आलं की घरी स्वयंपाक चालू असताना स्टोव्हचा भडका उडाला होता व त्यात माझे वडील गंभीररीत्या भाजले होते. पण आजूबाजूला लोकांची कुजबूज सुरू होती. ते काही वेगळंच बोलत होते– किमतीलालने म्हणे, माझ्या आईशी संगमनत करून त्या दोघांनी मिळून माझ्या वडिलांना पेटवलं होतं.

मला काय करावं ते सुचेना. मी तसाच हॉस्पिटलकडे पळत सुटलो. माझ्या वडिलांना तेथे नेण्यात आलं होतं. ते पूर्णपणे भाजले होते. त्यांना बोटही हलवता येत नव्हतं. पण नंतर मला असं समजलं की, त्यांनी पोलिसांना दिलेल्या जबानीत ही गोष्ट अपघाताने घडल्याचं सांगितलं होतं. थोड्याच वेळानंतर त्यांचं निधन झालं. आमच्या वडिलांवर अंतिम संस्कार करण्यात आले. त्यांचे दिवस वगैरे पार पडल्यानंतर अगदी थोड्याच दिवसांनी आमच्या आईने आम्हाला किमतीलालच्या घरी आणलं. सुरुवातीला तो आणि त्याची बायको आमच्याशी खूप चांगलं वागले, पण नंतर किमतीलालने आपले खरे रंग दाखवण्यास सुरुवात केली. तो आम्हाला धमकावत असे व आम्ही जर काही कुरकूर केली तर त्याची शिक्षा म्हणून आम्हाला तो उपाशी ठेवत असे. माझ्या आईनं या प्रकाराबद्दल नाराजी व्यक्त केली की तो

तिलाही रागावे. माझ्या आईला धक्का बसला होता. हे असं काही घडेल, असं तिला वाटलं नव्हतं. निदान आपल्या मुलांची तरी इथे नीट काळजी घेतली जाईल, अशी तिची अपेक्षा होती. आम्हाला किमतीलालनं चांगली वागणूक द्यावी, असा ती त्याच्याकडे हट्ट करू लागली. ते ऐकून किमतीलाल संतापत असे. एक दिवस त्यानं तिला जबरदस्त मारहाण केली. ती वेदनांनी विव्हळू लागली. आम्ही असहायपणे ते पाहत होतो. मी या गोष्टीचा त्याला जाब विचारताच त्यानं मला घराबाहेर काढलं. आमच्या मोकळ्या पडलेल्या झोपडीत जाऊन मी झोपलो. हे हळूहळू नित्याचंच झालं. माझ्या नशिबी रोजच एकटं झोपणं आलं. मी दिवसभर काम करून थकूनभागून घरी येत असे व घरी आल्यावर मला जेवायला न देता उपाशीच ठेवण्यात येत असे. हे पाहून माझ्या आईच्या अंगाचा तिळपापड होई. आपल्या मुलांना सुख मिळावं अशी तिची इच्छा होती व त्यासाठी ती अक्षरश: जिवाचं रान करत होती. आम्हाला जे मिळायला हवं ते मिळत नाही असं पाहून ती अतिशय संतापली. सुरुवातीच्या काळात आई किमतीलालच्या विनवण्या करे व आपल्या मागण्या त्याच्यापुढे ठेवे. पण तो तिच्याकडे लक्षच देत नसे. कधीतरी तिच्या या वागण्यामुळे तो इतका क्षुब्ध होई की तो आम्हाला कामाला जुंपायचा. आम्ही त्याला 'पपा' म्हणायचं, असं आम्हाला सांगण्यात आलं होतं, पण खरं तर त्याची ती योग्यताही नव्हती.

तो मध्यरात्रीचा सुमार होता. मी आमच्या जुन्या घरी झोपलो होतो. आमच्या नव्या घरी फार मोठा तंटा झाला होता. माझ्या बहिणींना दुसऱ्या मजल्यावरील एका खोलीत कोंडून ठेवण्यात आलं होतं. माझ्या भावाला इतक्या रात्री घराबाहेरच्या पायरीवर बसवून ठेवलं होतं. मला जेव्हा हे सगळं कळलं, तेव्हा फार उशीर झाला होता. माझ्या आईला हॉस्पिटलमध्ये नेण्यात आलं होतं. आजूबाजूला लोकांची कुजबूज चाललेली माझ्या कानावर आली. परत एकदा मी हॉस्पिटलकडे धावलो. तेथे पाहिलं, तर पोलिस माझ्या आईची जबानी घेत होते. तिने पण परत तेच सांगितलं. ती अपघाताने भाजली होती. ती खोटं बोलत होती, हे मला माहीत होतं. किमतीलाल शेजारीच उभा होता. त्याचा चेहरा चिंताग्रस्त दिसत होता. नंतर थोड्या वेळानं तो खोलीच्या बाहेर पडला तेव्हा त्याचा चेहरा निश्चिंत दिसत होता. काही क्षणांनंतर आमची आई आम्हाला सोडून गेली.

आता आमचा काका आमची काळजी घेण्यासाठी आला आहे. 'नवज्योती' नामक एका बिगरसरकारी सेवाभावी संस्थेनं चालवलेल्या कौटुंबिक सल्लाकेंद्राशी तो संपर्क साधून आहे. आमच्यासारख्या अनाथ मुलांना मदत करणाऱ्या काही संस्था आहेत, त्यांच्यापैकी कुठे आमची सोय होते का, याचे प्रयत्न चालू आहेत. फक्त आमच्या काकानं आम्हाला जाऊ दिलं पाहिजे.

कुठं चुकलं?

- दारूच्या व्यसनामुळे गरिबीची तीव्रता अधिकाधिक प्रमाणात जाणवू लागते.
- दारू आणि गरिबी यांमुळे स्त्रिया व मुलांचा बळी घेतला जातो.
- निराधार अजाण बायका व मुलांचा समाजात सहजगत्या गैरफायदा घेतला जातो.

दुर्दैवाचे दशावतार

माझं नाव सीमा भाटिया. [नाव बदललं आहे] मी एका दुकानदाराची मुलगी. माझी आई घरबसल्या व्यवसाय करून पैसे मिळवत असे. माझ्या वडिलांच्या निधनानंतर माझ्या आईच्या व्यवसायावर त्याचा परिणाम झाला. तिचा आधारच गेला. तिला मार्गदर्शन करायला कोणी उरलं नाही. आर्थिक नुकसानीमुळे तिला आपला व्यवसायसुद्धा बंद करावा लागला. बऱ्याच लोकांनी तिला फसवलं. आमच्याकडे जी काही किडूकमिडूक शिल्लक होती त्यावरच आमच्या कुटुंबाची गुजराण चालू राहिली. तिनं आता आमचं पोट भरण्यासाठी लोकांचे कपडे शिवण्यास सुरुवात केली. आम्ही एकूण सहा बहिणी, त्यांतली मी सर्वांत धाकटी.

त्यात मी नवव्या इयत्तेत शाळा सोडून दिल्यामुळे तिच्या चिंतेत अधिकच भर पडली. माझ्या वडिलांच्या मृत्यूनंतर माझं अभ्यासात लक्ष लागेना. माझी आई रोज माझी काळजी करायची, पण ती काय करणार? कुठे जाणार? माझ्या आईची ही हताश, निराश मन:स्थिती पाहून तिच्या एका मैत्रिणीनं तिला नवज्योती कौटुंबिक सल्ला केंद्रामध्ये जाऊन भेटण्याचा सल्ला दिला. तिने तसं केलं व तिचं मन जरा शांत झालं. दरम्यानच्या काळात आमच्या आईनं स्वत:जवळची जी काही पुंजी होती, ती खर्च करून आमची सर्वांची लग्नं लावून दिली. मी शाळा सोडून घरी बसले होते, त्यामुळे तिनं माझं लग्न तिच्या पसंतीच्या माणसाशी लावून दिलं. तो अलाहाबादच्या जवळ राहात होता. मी त्या वेळी केवळ चौदा वर्षांची होते, तर आईने माझ्यासाठी निवडलेला वर माझ्या दुप्पट वयाचा होता.

लग्नानंतर काही दिवसांतच माझ्या असं लक्षात आलं की, मी पतीच्या घरी सुरक्षित नव्हते. माझा पती रोज संध्याकाळी दारू पिऊन घरी येई व मला मारहाण करी. मला मारण्यासाठी त्याला कोणतंही निमित्त पुरे. मग मी घरातून पळून जायचं ठरवलं. लवकरच मला तशी संधी चालून आली. अलाहाबादमध्ये एक लग्न होतं. त्या लग्नाला जाण्यासाठी म्हणून मी घरातून जी निघाले ते सरळ दिल्लीच्या गाडीत बसले. मी घरी पोचल्यावर

आईला सांगितलं– 'मी घर सोडून आले आहे.' पण लगेच माझ्या मागोमाग माझा पती व त्याचा भाऊ तेथे आले. माझ्या आईची सुद्धा मला घरी ठेवून घेण्याची इच्छाच नव्हती, त्यामुळे तिने मला त्यांच्याबरोबर परत पाठवून दिलं. मी अक्षरशः निराधार होते. माझं ऐकून घेणारं कोणी नव्हतं. माझ्या सुरक्षिततेची काळजी कोणालाही नव्हती. जणू काही मी जिवंत माणूस नसून एक वस्तू होते, माझ्या नवऱ्याची खाजगी मालमत्ता होते, माझ्यावर कोणतेही अत्याचार करण्याची त्याला मुभा होती. माझ्या पतीचं घर म्हणजे तुरुंग होता. मी त्यातील कैदी होते. मुलं जन्माला घालण्याचे जणू मी मशीन होते. मला दोन वर्षांच्या कालावधीत दोन मुली झाल्या. अलीकडे कितीही मारहाण झाली तरी मी ती निमूटपणे सहन करत असे, त्यामुळे मला माझ्या आईला भेटायची जाण्याची परवानगी मिळाली. आईच्या घरी पोचल्यावर मात्र माझ्या संयमाचा बांध फुटला व मी हमसाहमशी रडू लागले. 'मला आता मारहाण सहन होत नाही, तेव्हा कृपा करून मला परत तिकडं पाठवू नकोस,' अशा मी आईच्या विनवण्या केल्या. आता माझी आई 'नवज्योती' या संस्थेत शिक्षिका म्हणून कामाला लागली होती. आता मला घरी ठेवून घेण्यास तिची हरकत नव्हती. तिथे गेल्यावर माझ्या एक गोष्ट लक्षात आली– मला परत एकदा दिवस गेले होते. मला धक्का बसला. मला तिसरा महिना चालू होता. मला माहेरी ठेवून घेण्यास आईची जरी तयारी असली, तरी मी गर्भपात करून घ्यावा असं तिचं म्हणणं होतं. मी दवाखान्यात तपासणी करून घेण्यासाठी गेले. तेथील डॉक्टरांनी माझ्या पोटात मुलाचा गर्भ असल्याची बातमी दिली. मला आता गर्भपात करून घ्यायचा नव्हता. मग मी बाळंतपणासाठी पतीच्या घरी परत जायचं ठरवलं. माझ्या बाळंतपणाचा खर्च नाहीतरी त्यानेच करायला हवा होता. मी कालांतराने मुलाला जन्म दिला. ही बातमी माझ्या आईला कोणीही कळवली नाही. एक दिवस सहजच माझ्या आईचा आमच्या घरी फोन आला. तेव्हा माझ्या दिराने बोलता बोलता तिला ही बातमी दिली.

मला सुटकेची पहिली संधी मिळताच मी माझ्या पतीच्या घरातून निसटले. माझ्या तीनही मुलांना घेऊन मी आले. आता माझ्या आईने स्वसंरक्षणासाठी स्थानिक पोलिसांशी संपर्क साधला. त्यानंतर ती मला नवज्योतीच्या कौटुंबिक सल्ला केंद्रात घेऊन गेली. त्यांनी माझं म्हणणं पूर्णपणे ऐकून घेतलं व नंतर माझ्या पतीलाही बोलावून घेतलं. तो त्यानुसार दिल्लीला आला खरा, पण त्यानं स्वतःची चूक मात्र मुळीच मान्य केली नाही. 'तुम्हाला तुमच्या मुलांचा ताबा घ्यायचा आहे का?' असा प्रश्न करताच त्यानं 'नाही' म्हणून सांगितलं. तसेच त्यांच्या पालनपोषणासाठी काहीही पैसा देणार नाही, असंही सांगितलं. माझ्या दोघी मुलींची खरं तर आपल्या वडिलांबरोबर जायची इच्छा होती, पण तो त्यांना चुकवून निसटला.

ही एवढी हकीकत सीमाने समुपदेशकाला सांगितली. परंतु त्यापुढील एकाही

बैठकीला ती उपस्थित राहिली नाही. तिच्या आईकडून आम्हांला असं कळलं की, ती शेजारच्या एका तरुणाबरोबर पळून गेली होती. गेले काही दिवस सीमाचं त्या तरुणाबरोबर प्रेमप्रकरण चालू होतं. परंतु तो तरुण परजातीचा असल्याने सीमाच्या आईला ते पसंत नव्हतं. सीमा स्वत: पळून तर गेलीच होती, पण तिनं आपली तीनही मुलं आईकडेच ठेवली होती. सीमाची एक दिवस वाट पाहून अखेर चिंतित होऊन सीमाच्या आईनं सीमाच्या पतीला कळवलं. पण त्यांच्याकडून काहीच उत्तर आलं नाही. त्यांतील दोन लहान मुलं एखाद्या चांगल्या घरात दत्तक म्हणून देता येतील का, अशी चौकशी करण्यासाठी ती दुसऱ्या दिवशी समुपदेशकाकडे आली. एका मुलाहून अधिक मुलांचा सांभाळ करणं तिला शक्य नव्हतं. नशिबानं समुपदेशक अंजू सक्सेना यांनी एका चांगल्या कुटुंबात दोन मुलांची व्यवस्था लावली व मुलं सुरक्षित वातावरणात वाढू लागली. सीमानं घरातून पळून जाण्यापूर्वी एक गोष्ट आईच्या कानावर घातली होती– आपल्या मुलांना, विशेषत: सहा वर्षांच्या मुलीला आपल्या नव्या मित्राकडे नेण्याची सीमाची तयारी नव्हती. तिला त्याचा भरवसा वाटत नव्हता. सीमा पूर्णपणे बदलली आहे, बंडखोर झाली आहे व तिला आपल्या भूतकाळाचे सर्व पाश तोडायचे आहेत, असं तिच्या आईनं आम्हाला सांगितलं.

कुठं चुकलं?

- फार मोठं कुटुंब असलं व त्यांना पुष्कळ मुली असल्या तर त्याचा आईवडिलांवर अतिरिक्त ताण पडतो.
- दारूमुळे पुरुष हा बेजबाबदार पिता आणि हिंसाचारी पती होतो.
- आपल्या मुलींच्या जबाबदारीतून लवकर मुक्त होण्यासाठी पालक मुलींचं लहान वयात लग्न करून टाकतात. पण पुष्कळदा ही गोष्ट त्यांच्यावरच उलटते.
- भारतातील आईवडिलांवर मुलींची जन्मभराची जबाबदारी असते.
- ज्या स्त्रिया असुरक्षित असतात त्यांना पुरुष हे आपलं एकमेव आश्रयस्थान वाटतं. मग त्यांच्या पतीचं घर किती का असुरक्षित असेना.

विस्कटला संसाराचा सारीपाट

माझं नाव कुलबीर कौर. मी अठ्ठावीस वर्षांची आहे. मी आठव्या इयत्तेत असतानाच शाळा सोडली. मला अभ्यासात काहीच रस नव्हता. माझे वडील दिल्ली विद्युत बोर्डात नोकरीला होते. ते आता निवृत्त झाले आहेत. माझं लग्न बरंच उशिरा झालं, कारण काही झालं तरी जातीतच लग्न करायचं, असा माझ्या आईवडिलांचा कटाक्ष होता. माझ्या सासरच्या मंडळींनी काहीही मागणी केली नव्हती. पण माझ्या आईवडिलांनी आपण होऊन मला बरंच काही दिलं होतं. माझे सासरे दिल्ली येथे पोलिस अधिकारी होते. ते आता निवृत्त झाले आहेत. त्यांचा नक्की हुद्दा कोणता, ते मात्र मला माहीत नाही.

लग्नानंतरचे पहिले तीन महिने मी अतिशय सुखात होते. माझ्या पतीचं व माझं खूपच चांगलं पटत असे. माझ्या नणंदेला जादूटोणा वगैरे गोष्टींमध्ये रस होता. माझ्या पतीने मला याची कल्पना दिली. माझा मोठा दीर घरीच राहत असे, पण तो काहीही कामधंदा करत नसे. तो हळूहळू मी केलेल्या प्रत्येक गोष्टीत खोड काढू लागला. ते वाढतच चाललं. एक दिवस मी व माझा पती कॅनॉट प्लेसमध्ये गेलो होतो. आम्हाला परतण्यास उशीर झाला. आम्ही घरी पोचल्यावर माझ्या दिराने त्याबद्दल शिवीगाळ करण्यास सुरुवात केली. आम्ही दोघांनी त्याच्याकडे दुर्लक्ष केलं आणि न जेवताच झोपी गेलो. त्या प्रसंगानंतर माझ्या दिराने माझ्याशी संभाषण बंद केलं. 'हिला घरातून हाकलून दिलं पाहिजे', असं तो सारखं म्हणायचा. त्याबद्दल माझ्या सासऱ्यांनी एकदा माझ्या दिराची चांगली कानउघाडणी केली, पण त्याचा काहीही उपयोग झाला नाही. पण त्यानं माझ्या नवऱ्याचं कान भरणं चालूच ठेवलं. माझा पती जेव्हा माझ्याशी खूप चांगला वागत होता, तेव्हा त्यानं अनेकदा मला सांगितलं होतं– 'मला कॉम्प्युटर सेंटर चालू करायचं आहे, त्यासाठी तुझ्या माहेरहून तीन लाख रुपये आण.' मी त्यावर त्याला सांगितलं होतं– 'माझ्या आईवडिलांची तेवढी ऐपतच नाही.' पण तरीही त्याचा तो आग्रह चालूच राहिला. मग मी माझ्या काकांकडून एक लाख रुपये कर्जाऊ आणले. त्याने त्या पैशांचं काय

केलं, ते मला कधीच कळलं नाही. मी जर कधी त्याबद्दल चौकशी केलीच तर तो म्हणे– 'त्याच्याशी तुला काय करायचंय?'

हळूहळू माझ्या पतीवर घरातल्या लोकांच्या बोलण्याचा परिणाम होऊ लागला. आम्हा पंजाब्यांचा 'लोरी' हा एक अत्यंत महत्त्वाचा सण असतो. या 'लोरी'च्या दिवशी आमच्या घरी मटण शिजवण्यात आलं होतं. 'शाकाहारी पदार्थ हे मांसाहारी पदार्थांपासून लांब ठेवण्यात यावेत' असं मी माझ्या दिराला फक्त सुचवलं. झालं! त्याला संतापानं बेभान होण्यास तेवढं कारण पुरलं. तो इतका संतापला की माझा पती ऑफिसातून घरी आल्यावर त्याने त्याचे कान फुंकले. त्यानं माझ्या पतीच्या मनात काय काय भरवून दिलं, देव जाणे! आता माझा पतीसुद्धा मला घरातून हाकलून देण्याची धमकी देऊ लागला. त्याच संध्याकाळी त्याच्या मित्रमंडळींपैकी कोणाचं तरी लग्न होतं. मी त्याच्याबरोबर जाणार होते. त्याऐवजी त्यानं आपल्या भावाला नेलं. माझ्या पतीने माझ्याबरोबर बोलणंही बंद करून टाकलं. एक दिवस माझ्या भावाची बायको आमच्या घरी सहजच आली होती. तेव्हा परत जाताना तिनं मलाही बरोबर घेऊन जावं, असं त्यानं तिला सुचवलं. पण तिनं त्या गोष्टीला नकार दिला. त्यानंतर त्यानं स्वतःच मला माहेरी पोचवलं आणि १५ दिवसांनी आणायला येतो, असं सांगून निघून गेला. पण तो आलाच नाही. मी त्याला अधूनमधून फोन करत असे. दरम्यान मी गर्भवती असल्याचं माझ्या लक्षात आलं. मी त्याला फोन करून ती बातमी सांगितली. त्यावर तो म्हणाला, 'हे खोटं आहे. हे होऊ शकत नाही.' माझ्या नणंदेचाही माझ्यावर विश्वास बसेना.

त्यानंतर माझा पती आला व मला वैद्यकीय तपासणीसाठी घेऊन गेला. मला खरोखरच दिवस गेले होते, हे त्यातून सिद्ध झालं. त्यावर तो म्हणू लागला– 'तू एकतर गर्भपात तरी करून घे, नाहीतर मला घटस्फोट दे.' मला त्या दोन्ही गोष्टी मान्य नव्हत्या. तो मला माहेरी सोडून निघून गेला. काही दिवसांनी परत आला व त्यानं मला घेऊन गुरुद्वाराला जाण्यासाठी माझ्या आईची परवानगी मागितली. तिनं तशी परवानगी दिली. पण तो मला एका स्त्रीरोगतज्ज्ञांकडे घेऊन गेला. तेथे त्यानं डॉक्टरांना माझा गर्भपात करण्याची विनंती केली. डॉक्टरांनी ती अमान्य केली. मग तो परत मला माहेरी सोडून निघून गेला व त्यानंतर त्यानं मला एकदा सुद्धा फोन केला नाही. मी सारखी त्याला फोन करत होते.

१३ एप्रिल– बैसाखीच्या दिवशी त्यानं फोन केला व 'मी तुला घरी न्यायला येतोय' असं सांगितलं. पण तो स्वतः आलाच नाही, त्यानं दुसऱ्याच कोणाला तरी मला घेऊन येण्यासाठी पाठवलं. मी माझ्या सासरी पोचताच, मी माझ्या पतीची क्षमा मागावी असं मला सांगण्यात आलं. मी क्षमा कशाबद्दल मागायची– हे मात्र मला कळेना. मी तरीही त्याची क्षमा मागितली. अजूनही मी गर्भपात करून घेतलाच पाहिजे, हा त्याचा हट्ट कायमच होता. मी अजूनही त्या गोष्टीला तयार नव्हते.

त्यानंतरचे पाच दिवस तो माझ्याशी फार चांगलं वागला व परत मी स्त्रीरोगतज्ज्ञांकडे यावं यासाठी माझं मन वळवण्यास सुरुवात केली. मी नकार देताच त्याने लागोपाठ माझ्या तोंडात ठेवून दिल्या. मग घाबरून मी त्याच्याबरोबर डॉक्टरांकडे गेले. 'तुझी या गर्भपाताला मान्यता आहे का?' असं डॉक्टरांनी विचारताच मी ठामपणे 'नाही' असं सांगितलं. डॉक्टरांनी आम्हांला परत पाठवून दिलं. आम्ही परत येत असताना आपली स्कूटर रस्त्याच्या मधोमध उभी करून माझ्या पतीनं मला बळजबरीनं खाली उतरवलं. मग मी तशीच पुढे चालत राहिले. तो परत माघारी फिरला व त्याने मला चपराक मारून जबरदस्तीने परत आपल्या स्कूटरवर बसण्यास भाग पाडलं. आम्ही घरी आलो. त्याने आमच्या लग्नाच्या फोटोंचा अल्बम घेऊन तो फाडण्यास सुरुवात केली. माझे सासरे मध्ये पडले व त्यांनी त्याला थांबवलं.

दुसऱ्या दिवशी परत त्यानं मला त्याच डॉक्टरांकडे नेलं. 'मी जे काही सांगेन, ते केलं पाहिजे,' अशी त्यानं मला धमकी दिली. मी त्या डॉक्टरीणबाईंना गुपचूप एक चिमटा काढला व माझ्या नवऱ्याचे काही ऐकू नका असं खुणेनं सांगितलं. 'हिचा गर्भपात करता येणार नाही, कारण ही अत्यंत अशक्त आहे,' असं त्यांनी माझ्या पतीला सांगून आम्हांला घरी पाठवलं. आम्ही घरी आल्यावर त्यानं मला मारहाण सुरू केली व ढकलून पाडलं. मी भिंतीवर आपटले. माझ्या डोक्याला दुखापत झाली, खोक पडली व त्यातून रक्त वाहू लागलं. माझ्या मदतीला कोणीच धावून आलं नाही. मी माझ्या आईवडिलांना काहीही कळवलं नाही. एका आठवड्यानंतर त्यानं मला परत त्याच हॉस्पिटलमध्ये नेलं. 'फक्त वैद्यकीय तपासणी करायची आहे, बाकी काही नाही,' असं सांगून, माझ्या अशक्तपणावर उपाय म्हणून त्याच डॉक्टरीणबाईंनी मला इंजेक्शन दिलं. निदान मला तसं सांगण्यात आलं.

ते इंजेक्शन दिल्यानंतर पुढचं मला काहीही आठवत नाही. मला दवाखान्यात नेलं तेव्हा सकाळचे अकरा वाजले होते आणि मला शुद्ध आली तेव्हा सायंकाळचे पाच. मी शुद्धीवर आल्यानंतर मला घरी पाठवण्यात आलं. मला चालताही येत नव्हतं. माझा तोल जात होता. डोकं गरगरत होतं. आम्ही घरी पोचल्यावर माझा पती माझ्या दिराला म्हणाला– 'त्या सगळ्याचा पंधराशे रुपये खर्च झाला.' त्यावर तो म्हणाला, 'खरं तर हे सगळं सातशे रुपयातच व्हायला हवं होतं.' माझी नणंद म्हणाली, 'आता आपला मार्ग मोकळा झाला.' त्यानंतर मी उठून बाथरूमला गेले आणि काय घडलं ते माझ्या लक्षात आलं.

माझ्या आईच्या कानावर ही गोष्ट पडताच तिनं मला घरी परत आणण्याचा निर्णय घेतला. ज्या नातेवाइकांच्या मध्यस्थीनं हे लग्न ठरवण्यात आलं होतं, त्यांनाच तिनं मला परत आणण्याची विनंती केली. मला माहेरी परत जाण्यापूर्वी माझ्या दैनंदिन गरजेच्या वस्तू, कपडे इत्यादी सुद्धा सासरच्या माणसांनी घेऊ दिलं नाही. त्यानंतर

माझ्या भावांनी 'विमेन्स क्राईम सेल'कडे अर्ज दाखल केला. मला पोलिस अधिकारी स्त्रीनं विचारलं, 'तुझी काय इच्छा आहे?' त्यावर मी तिला सांगितलं, 'माझी पतीच्या घरी परत जाण्याची इच्छा आहे.' तिनं तसं करण्याची तयारी दाखवली. मला त्यानुसार सासरी पाठवण्यात आलं, पण कोणत्याही कागदपत्रांवर तशी लेखी नोंद न करताच. त्याविषयी मी त्या पोलिस अधिकारी स्त्रीला विचारताच ती म्हणाली, 'तुला घरी जाण्यात रस आहे की कागदपत्रांच्या नोंदीमध्ये?' मी सासरी २२ दिवस राहिले. त्यानंतर एकदा मी माझ्या पतीबरोबर कौटुंबिक सल्ला केंद्राकडे निघाले असता त्याने मला स्कूटरवर आपल्यामागे बसवलं, पण 'स्कूटरच्या हँडलला मुळीच धरायचं नाही' असं सांगितलं. मग आम्ही चाललो असता त्याने मुद्दाम स्कूटर वेडीवाकडी, खड्ड्यातून चालवली व एकदा जोराचा धक्का बसून मी रस्त्यात पडले. माझ्या नाकातून व कानातून रक्त वाहू लागलं. त्याने मला दवाखान्यात नेलं, परंतु ही पोलिस केस असल्याचं सांगून डॉक्टरांनी माझ्यावर उपचार करण्याचं नाकारलं. मग त्याने मला सफदरजंग हॉस्पिटलमध्ये नेलं. तेथील अतिदक्षता विभागात मी दोन दिवस होते. आता माझ्या पतीने माझ्याकडे घटस्फोटाची मागणी केली. त्याने मला हॉस्पिटलमध्ये एकटीला सोडून दिलं. माझी आई तेथे मला न्यायला आली. 'मला माझ्या पतीच्या घरी जाऊ दे' अशी तिला मी विनंती केली, पण आता मात्र तिनं माझं ऐकलं नाही.

सध्या माझी केस पोलिसांकडे असून माझा पती अटकपूर्व जामीन मिळवण्याचा प्रयत्न करत आहे. मला अजूनही असंच वाटतं– मला माझ्या पतीच्या घरी जायला मिळेल, कारण मी रोज गुरुद्वारात जाऊन प्रार्थना करते व माझा आतला आवाज मला हेच सांगतो.

कुठं चुकलं?

- आपल्या निरपराध व मूर्ख पत्नीशी पुरुष ज्या दुष्टपणे वागतात व त्यांच्यावर जे अत्याचार करतात ती आपल्या समाजातील खरोखर एक शरमेची गोष्ट आहे.
- आपण आपल्या मुलींना अशा पद्धतीने वाढवतो की, त्या जणू काही पुरुषांच्या हातचं बाहुलं आहेत, भुकेल्या पुरुषांचं खाद्य आहेत व ही सुद्धा तेवढीच शरमेची गोष्ट आहे.
- कायद्याची अंमलबजावणी करणाऱ्या संस्था अशा प्रकारच्या केसेसमध्ये दुष्टपणे वागतात, ही एक अत्यंत लांछनास्पद गोष्ट आहे.

हे लग्न की पोरखेळ?

माझं नाव शमीमा आहे, पण सगळे मला माझ्या 'निशा' या टोपणनावानंच हाक मारतात. माझा जन्म दिल्ली येथे झाला. मला माझं नेमकं वय किती ते माहीत नाही, पण माझ्या 'खाला' च्या (मामीच्या) म्हणण्याप्रमाणे मी अठरा वर्षांची आहे. मी खूप लहान असताना माझ्या आईचं एका अपघातात निधन झालं. आम्ही दोन बहिणी. त्यांतील मी मोठी. माझे वडील स्वभावाने अत्यंत दुष्ट होते व ते आमच्या आईला नेहमी मारहाण करीत असत. एक दिवस माझ्या वडिलांनी माझ्या आईला माझ्या आणि माझ्या बहिणीच्या खर्चासाठी लागणारे पैसे देणं बंद करून टाकलं. मग माझ्या आईने मजुरीची कामं करण्यास सुरुवात केली. तिने आम्हांला सरकारी शाळेत दाखल केलं. एक दिवस माझी आई मजुरीचं काम करत असताना अचानक एक भिंत कोसळली व माझी आई त्याखाली सापडून जागच्या जागी मरण पावली.

आमच्या आयुष्याच्या नवीन पर्वाला यानंतर सुरुवात झाली, कारण आम्हां दोघी बहिणींचा सांभाळ करायला माझे वडील तयार नव्हते. माझी आई हयात असतानाच त्यांचं एका दुसऱ्या स्त्रीशी प्रेमप्रकरण चालू होतं आणि त्यांना आता तिच्याशी लग्न करायचं होतं. माझ्या मामाने आम्हाला दोघींना बिहारमधील मोहम्मदपूर येथील किशनगंज येथे असलेल्या त्याच्या घरी नेलं. माझ्या आईचं अपघाती निधन झाल्याबद्दल त्या कंपनीनं नुकसानभरपाई म्हणून जे काही पैसे दिले तेही मामालाच मिळाले. आम्ही आमच्या मामाकडे सुखात होतो, पण एक दिवस आमच्या घराला कुणीतरी आग लावली. मग मामाने आम्हांला आमच्या आजोळी पाठवलं. आमचं आजोळ खेड्यात होतं. आमची आजी काम करायची. आम्ही दोघी घरीच असायचो. नंतर आम्हाला दिल्लीला नेण्यात आलं व दिल्लीतील उत्तमनगरमध्ये आम्ही आमच्या धाकट्या मामाकडे राहू लागलो.

आम्ही दोघी– मी व माझी बहीण लोकांच्या घरी धुणं-भांड्यांची कामं करू लागलो. आम्हा दोघींना जो काही पगार मिळे तो सगळा आमची खाला (मामी)

काढून घेत असे. आम्हाला हातखर्चासाठी दोघींनाही प्रत्येकी पन्नास रुपये ती देत असे. त्यानंतर सुमारे दीड वर्षापूर्वी अचानक एक दिवस माझ्या खालानं माझ्यासाठी एक मुलगा पाहिला. तो लग्नाचा होता व मला योग्य होता, असं तिचं म्हणणं होतं. माझ्या भावी सासरची माणसं मला बघायला आली. आम्ही दोघांनी– मी व माझ्या पतीनं– परस्परांना पसंत केलं. त्याचं-माझं लग्न झालं. माझा पती अल् हुसेन रिक्षाचालक होता. तो माझ्यापेक्षा वयाने फार मोठा होता– तो सुमारे पंचेचाळीस वर्षांचा होता. माझ्या मामानं व खालानं मला बराच हुंडा दिला होता. भांडीकुंडी दिली. चांदीची पाजेब (साखळी) दिली व सोन्याची नथनी सुद्धा दिली. त्याशिवाय ३५०० रुपयांचा एक टेपरेकॉर्डर दिला. मी माझ्या पतीच्या घरी आले. माझे सासरे व दीर सुद्धा आमच्याबरोबर राहत असत. माझ्या बहिणीला आता हैद्राबादला पाठवण्यात आलं– एका मोठ्या घरी काम करण्यासाठी! तिचा सगळा पगार दिल्लीला माझ्या खालाच्या पत्त्यावर पाठवण्यात येतो.

आमच्या लग्नाच्या पहिल्याच रात्री माझ्या पतीनं मला मारहाण केली. तो माझ्यावर बळजबरी करू लागल्यावर मी खूप घाबरले आणि त्याला नकार दिला. त्यावर तो संतप्त झाला व त्यानं मला मारलं. मला घरातून बाहेर जाण्यास परवानगी नव्हती, त्यामुळे मला तेथे गुदमरल्यासारखे होई. मी कोणत्याही नातेवाइकांना भेटायला जात नसे. मी माझ्या पतीला शरीरसंबंधाला नकार देत राहिले त्यामुळे तो मला रोजच मारहाण करू लागला. मला आता फार भीती वाटू लागली. याच सुमाराला माझा मामा गावाकडे जायला निघाला होता, असं मला कळलं. माझा पती मला त्याच्याकडे घेऊन गेला. 'मला केवळ एक रात्र खालाबरोबर राहू द्या.' अशा मी खूप विनवण्या केल्या, पण माझ्या पतीनं ते मान्य केलं नाही. त्याने तिथेच मला मुस्काडीत ठेवून दिली. मी त्याला काही बोलले नाही, पण मी अत्यंत दुखावली गेले होते व भयभीत झाले होते. माझा पती माझ्याशी कसा गैरवर्तणूक करतो, ते मी खालाला सांगितलं. मग ती माझ्या पतीला रागावली. माझा पती संतप्त झाला व त्याने परत मला चपराक मारली. हे मात्र आता सहन करण्याच्या पलीकडचं होतं, त्यामुळे मीही त्याला चपराक मारली. त्या रात्री आम्ही दोघं आमच्या मामाच्याच घरी राहिलो, पण दुसऱ्या दिवशी सकाळी मी तेथून पळून गेले. मी अशोक विहारमध्ये राहत असलेल्या दिदीच्या घरी गेले. एकदा याच दिदीने मला मारहाण होत असल्याचं पाहून माझी सुटका केली होती. तिनं मला 'शक्ती-शालिनी' येथे पाठवलं. मी तेथे एक महिना होते. त्यानंतर तेथून मला पीतम पुरा तेथे असलेल्या 'विमेन्स क्राईम सेल'मध्ये पाठवण्यात आलं. त्यांनी माझी रवानगी जहांगीर पुरी येथील 'प्रयास जुव्हेनाईल होम'मध्ये केली. परंतु मला तेथे ठेवून घेणं त्यांना शक्य नव्हतं, कारण तेथे फक्त मुलगेच होते. मग मला तेथून 'वाय. डब्लू. सी. ए' येथे

पाठवण्यात आलं. 'प्रयास' या संस्थेच्या हस्तक्षेपामुळे मला माझ्या पतीकडून घटस्फोट मिळाला, माझ्या घटस्फोटाचे सर्व कागदपत्रं प्रयास या संस्थेकडेच आहेत. मी 'वाय. डब्ल्यू. सी. ए' येथे एक महिना राहिले. परंतु तेथे माझ्या असं लक्षात आलं की, जेवणखाण व इतर अनेक बाबतीत तेथे राहणाऱ्या व्यक्तींना अन्यायकारक वागणूक मिळत होती. त्यात 'वाय. डब्ल्यू. सी. ए.' चे नियम बदलण्यात आले. आता येथून पुढे एका व्यक्तीला पंधरा दिवसांहून अधिक काळ तेथे ठेवण्यात येणार नव्हतं. मग त्यांनी मला परत 'प्रयास' येथे पाठवून दिलं. मी तेथून मात्र पळ काढला. वाय. डब्ल्यू. सी. ए. येथे मला एक मैत्रीण भेटली होती. तिच्याबरोबर मी 'नवज्योती' मध्ये गेले. तेथील समुपदेशक डॉ. अंजू यांनी एका घरी माझी व्यवस्था केली. तेथे राहून मी त्यांच्या घरची कामं करू लागले. परंतु मी जास्त काळ तेथेही राहणार नाही, कारण तेथील मालकिणीची मुलगी मला मारते. मी डॉक्टर अंजू यांना ही गोष्ट कळवली आहे व त्या माझी इतरत्र कुठं सोय होते का याच खटपटीत आहेत. मला वाटतं, लग्नामुळे स्त्रीचं आयुष्य पूर्णपणे नासून जातं– माझंही नासून गेलं आहे!

कुठं चुकलं?

- ज्या मुलांना आई नसते, ती मुलं कायमची अनाथ होतात.
- दुष्ट वडील, नवरे, काका-मामा आणि आत्या-मावशा या लहान मुलींचा एखाद्या वस्तूसारखा वापर करतात– वस्तू, जी वापरली आणि फेकून दिली!

दारूचे दुष्परिणाम

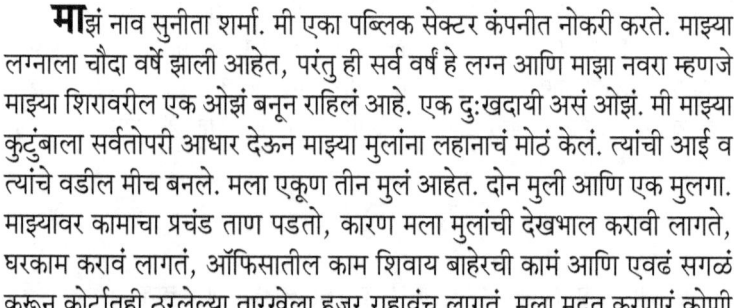

माझं नाव सुनीता शर्मा. मी एका पब्लिक सेक्टर कंपनीत नोकरी करते. माझ्या लग्नाला चौदा वर्षे झाली आहेत, परंतु ही सर्व वर्षं हे लग्न आणि माझा नवरा म्हणजे माझ्या शिरावरील एक ओझं बनून राहिलं आहे. एक दु:खदायी असं ओझं. मी माझ्या कुटुंबाला सर्वतोपरी आधार देऊन माझ्या मुलांना लहानाचं मोठं केलं. त्यांची आई व त्यांचे वडील मीच बनले. मला एकूण तीन मुलं आहेत. दोन मुली आणि एक मुलगा. माझ्यावर कामाचा प्रचंड ताण पडतो, कारण मला मुलांची देखभाल करावी लागते, घरकाम करावं लागतं, ऑफिसातील काम शिवाय बाहेरची कामं आणि एवढं सगळं करून कोर्टातही ठरलेल्या तारखेला हजर राहावंच लागतं. मला मदत करणारं कोणी सुद्धा नाही.

माझा पती दारूच्या व्यसनाच्या आहारी गेलेला आहे. आमचं जेव्हा लग्न झालं, तेव्हा तो एवढी दारू पीत नसे. परंतु काही काळाने त्याला हे व्यसन जडलं. माझ्या पतीला इंडियन एअरलाईन्समध्ये नोकरी होती. पण माझ्या मुलीच्या जन्माच्या वेळी माझी प्रकृती बिघडल्यामुळे त्याला नियमितपणे कामावर जाता आलं नाही. त्याचे कामात वारंवार खाडे होऊ लागले. त्यामुळे त्याला कामावरून निलंबित करण्यात आलं व त्याच्यावर खटला चालविण्यात आला. कालांतराने त्याची नोकरी गेली. आपली नोकरी जाऊ नये म्हणून काही माणसांना पैसे चारावे लागतील, असं सांगून त्याने माझ्याकडून पाच हजार रुपये मागून घेतले. पण ते कारण खोटंच होतं, हे नंतर माझ्या लक्षात आलं. पुढे तर माझे दागिने चोरण्यास त्याने सुरुवात केली. त्याविषयी विचारणा करताच तो सपशेल कानावर हात ठेवत असे. एकदा त्याने स्वत:च्या जबाबदारीवर कॉलेजच्या विद्यार्थ्यांची सहल आयोजित केली होती. पण त्या विद्यार्थ्यांचे पैसे हडप करून त्याने ते दारूवर उडवले. परतण्यापूर्वी त्या विद्यार्थ्यांचे पैसे चेकने फेडून टाकावे लागतील नाहीतर पोलीस अटक करतील असं सांगून त्याने माझ्याकडून चेक लिहून घेतला. पैशासाठी तो माझ्याजवळ वेगवेगळ्या बतावण्या करत असे.

एका अनुभवावरून शहाणं न होता त्याने परत एकदा कॉलेजची सहल आयोजित केली. विद्यार्थ्यांकडून त्या सहलीचे पैसे अगोदर जमा केले व ते सगळे दारूपायी खर्च करून टाकले. परंतु दुर्दैवाने ती सहल रद्द झाली व विद्यार्थी स्वत:चे पैसे परत मागू लागले. आपण ते पैसे नक्की परत करू असं आश्वासन तो त्यांना देत राहिला. परंतु अर्थातच तो ते पैसे परत कसे करणार होता? परत एकदा त्याने माझ्याकडे मदतीची याचना केली. मग मी माझ्या ऑफिसातून कर्जाऊ पैसे काढून त्याचे ते पैसे फेडण्यास मदत केली.

त्याला कशाचीही खंत नव्हती, इतका तो बेजबाबदार होता. त्यानं माझ्या किमती साड्या, दागिने, घरातील लोकरी कपडे, पुस्तकं व आमच्या मुलांचे कपडेसुद्धा विकून टाकले. एवढंच नव्हे, तर मला माझ्या ऑफिसातून बक्षीस म्हणून मिळालेले पुरस्कार व स्मृतिचिन्हं सुद्धा त्यानं विकली. आम्ही घरात नसलो की तो स्वत:च्याच घरात चोऱ्यामाऱ्या करून सर्व पैसा दारूवर खर्च करत असे. घरातील जे काही सामानसुमान, विजेचे दिवे, कुलपे–हाताला लागेल ती कोणतीही गोष्ट तो या दारूपायी विकून येत असे.

एवढंच काय– त्याने दारूसाठी आपल्या स्वत:च्या स्कूटरची स्टेपनी सुद्धा विकून टाकली होती. कधी कधी तो घरी येऊन आपली स्कूटर पोलिसांनी ताब्यात घेतल्याची बतावणी करून ती सोडवून आणण्यासाठी शंभर रुपयांची मागणी करायचा. कशाही मार्गांनी, खोटारडेपणा करून घरच्यांना लुबाडून जगायचं–या गोष्टीची त्याला सवय झाली होती. त्याच्या या वागण्याचा माझ्यावर सतत प्रचंड शारीरिक व मानसिक ताण होता. एवढंच काय– तो आपल्या मुलांवर हात उचलायला सुद्धा कमी करत नसे. "मी घरातील कोणती गोष्ट चोरून विकली आहे हे तुम्ही आईला जाऊन सांगितलंत, तर बघाच–" अशा धमक्या तो त्यांना द्यायचा. मुलं तरी सुद्धा मला सारं काही सांगायची. मग तो त्यांना मारायचा. पुढे पुढे या माराचा मुलांनी धसका घेतला व आपल्या वडिलांविषयी ती माझ्यापाशी ब्रसुद्धा काढेनाशी झाली.

आता त्याला केवळ दारूचंच व्यसन होतं की त्याबरोबर आणखीही कोणत्या अमली पदार्थाचं व्यसन जडलं होतं हे कळण्यास काही मार्ग नाही. परंतु त्याच्यापाशी सतत हातभट्टीच्या दारूच्या थैल्या मुबलक प्रमाणात असत. एक दिवस खुद्द त्याच्या आईलाच त्याच्या खिशात काही औषधाच्या गोळ्या सापडल्या, असं तिनंच मला सांगितलं. त्याला दुसरं कोणतं व्यसन होतं की नाही आणि जर असलंच तर ते कशाचं होतं, याची मला कल्पना नाही. पण दुसरं कसलंतरी व्यसन नक्की असावं, असं वाटतं. त्याने माझं घर तर पूर्ण रिकामं करून टाकलं आहे. माझ्या मुलांसाठी एक सुद्धा गोष्ट शिल्लक उरलेली नाही. त्याचा भाऊ आणि त्याच्या आई-वडिलांनी त्याच्याशी भाषण बंद करून टाकलं आहे. त्याच्याशी सर्वांनी संबंध तोडला आहे. त्याच्या एकाही नातेवाइकाने त्याच्याशी येणं-जाणं ठेवलेलं नाही. त्याला कोणीही मान देत नाही.

आदराने वागवत नाही. एवढंच काय, पण त्याचा त्याच्या आईशी सुद्धा काही संबंध उरलेला नाही. कारण पैशासाठी तिला सुद्धा त्याने पुष्कळ त्रास दिला आहे.

तो दारूच्या व्यसनाच्या पूर्णपणे आहारी गेलेला आहे. तो सकाळ उजाडली की जो मद्यपानास सुरुवात करायचा तो रात्र झाली की मगच थांबायचा व मग अक्षरश: मेल्यासारखा झोपायचा. दारूची नशा उतरली की घरातून उठून बाहेर जायचा ते पुन्हा दारू पिऊन यायचा. हे तर नित्याचंच झालं होतं. परंतु ही दारूची सवय स्वत:ला लागली असल्याचा ठपका मात्र तो खुशाल माझ्यावर ठेवायचा. हे कसं काय–ते मात्र मला कधीच समजलं नाही.

माझा नवरा सदोदित मला माझ्या चुका दाखवून द्यायचा व मला माझं वागणं सुधारायला सांगायचा. घरात शांतता राहावी म्हणून मी त्याला दारू पिण्यासाठी रोज पैसे देत असे. हे त्याच्या अंगवळणी पडून गेलं होतं. घरात पाहुणे आले तरी त्यांच्या समोर सुद्धा हे असं वागताना त्याला काहीही शरम वाटत नसे.

मी खूप सहन केलं, पण तरी धीर सोडला नाही. कदाचित त्यामुळेच पण माझी एका अशाच माणसाशी ओळख झाली. हा माणूसही एके काळी अगदी माझ्या नवऱ्यासारखाच होता, पण आता तो पूर्णपणे व्यसनमुक्त झालेला होता. त्यानेच मला 'नवज्योती'विषयी सांगितलं. मी तातडीने त्या केंद्रात गेले. माझ्या नवऱ्यानेही तेथे जाऊन व्यसनमुक्तीचे उपचार घ्यावेत यासाठी मी त्याचं मन वळवलं. कसा कोण जाणे, पण तो तयार झाला. त्यानंतर तेथील समुपदेशक आणि डॉक्टर्स यांनी त्याचा ताबा घेतला.

मी इतकी वर्षं माझ्या नवऱ्याचं हे असलं वागणं सहन करण्यामागचं एक मोठं कारण म्हणजे मला पाठच्या दोन बहिणी होत्या. त्यांची अजून लग्नं व्हायची होती. माझ्यामुळे त्यांचं लग्न होण्यात काही अडचण येऊ नये अशी माझी इच्छा होती. एका विवाहित भारतीय स्त्रीची ही तपस्या नक्की फळाला येईल अशी माझी खात्री आहे.

कुठं चुकलं?

- कधीतरी शांतता राखण्यासाठी म्हणून आपण आपल्या घरात राक्षस निर्माण करतो.
- लोकलज्जेस्तव, समाजनिंदेच्या भयापोटी आपण नरकयातना भोगत राहतो.
- सहनशीलतेचा अतिरेक झाला की त्याचे परिणाम महाभयंकर होतात.

मुलगी झाली हो... चूक कुणाची?

माझं नाव अनिता. मी सत्तावीस वर्षांची असून दोन लहान मुलींची आई आहे. माझी एक मुलगी तीन, तर दुसरी मुलगी एक वर्षाची आहे. मी माझ्या आईवडिलांसोबत नेहरूनगर झोपडपट्टीत राहते. माझ्या नवऱ्याने व सासरच्या माणसांनी मला टाकलं आहे.

सुमारे पाच वर्षांपूर्वी माझं लग्न झालं. आमचं लग्न मोठ्या माणसांनी ठरवून झालं होतं. माझ्या आई-वडिलांनी लग्नात व्यवस्थित हुंडा दिला होता. पण तरीही माझी सासू मात्र खूश नव्हती. माझा नवरा एका इलेक्ट्रिकच्या दुकानात कामाला आहे. माझ्या सासूची भाजीची गाडी आहे. ती भाजी व इतर खाद्यपदार्थ तेथे विक्रीला ठेवते. माझा नवरा रोज सकाळी भाजी आणायला भाजीमंडईत जातो.

माझ्या नवऱ्याचं वागणं पहिल्यापासूनच अत्यंत विक्षिप्त, तुटक होतं. मला त्याचा सहवास हवासा वाटे, पण तो मात्र अत्यंत उदासीनता दाखवे. माझ्याच पुढाकारामुळे क्वचित घडून आलेल्या शरीरसंबंधातून मला दिवस राहिले. माझे दिवस भरत आल्यावर माझ्या नवऱ्याने मला माहेरी पाठवून दिलं. मी मात्र तेथे केवळ एक आठवडा राहिले व त्यानंतर नवऱ्याकडे हट्ट करून सासरी परत आले. ज्या दिवशी मी घरी परतले त्याच दिवशी रात्री मला कळा सुरू झाल्या. मला डॉक्टरकडे घेऊन जा अशी मी वारंवार विनवण्या करूनसुद्धा मला माझ्या नवऱ्याने अथवा सासूने डॉक्टरांकडे नेलंच नाही. माझ्या सासूने एका बाईला बोलावून आणलं. ती सुईण होती की नाही, कोण जाणे. मी एका मुलीला जन्म दिला. माझ्या सासूने बाळाला अंघोळ वगैरे घालून स्वच्छ केलं. पण माझ्याकडे मात्र संपूर्णपणे दुर्लक्ष केलं. माझी पुरी दैना झाली. मी जमिनीवर पडून होते. मुलीला जन्म दिल्याबद्दल माझी सासू शिव्याशाप देत होती. माझ्या नवऱ्याने आमच्या मुलीचं नावं ठेवलं –लक्ष्मी.

माझ्या आयुष्यातील दुःखं वाढतच चालली होती. मला वरच्या मजल्यावरील एका खोलीत हलवण्यात आलं. या खोलीला छतच नव्हतं. त्यानंतर एक महिन्याच्या

आत मला व माझ्या बाळाला त्यांनी घराबाहेर काढलं व माहेरी पाठवून दिलं. त्यानंतरच्या सहा महिन्यात माझा नवरा फक्त एकदा येऊन भेटून गेला. मी अगदीच कुचकामाची आहे, माझा काहीही उपयोग नाही व मला स्वत:च्या पोटापाण्याचे पैसे सुद्धा मिळवता येत नाहीत– असे टोमणे मला पूर्वी घरी राहत असताना माझ्या सासूकडून वारंवार ऐकावे लागत असत. मी आता काम शोधू लागले. एका कपडे बनवण्याच्या कारखान्यात मला काम मिळालं. त्या वेळी माझी मुलगी केवळ एक वर्षाची होती. माझ्या आईने कुरकुर करत का होईना, पण तिला सांभाळायला सुरुवात केली.

ही गोष्ट माझ्या नवऱ्याच्या कानावर पडली. मी आता स्वावलंबी झाले आहे, घराबाहेर पडू लागले आहे ही गोष्ट त्याला आवडली नाही. तो स्वत:च्या बरोबर दहा-पंधरा लोकांना घेऊन माझ्या वडिलांच्या व भावाच्या कामाच्या ठिकाणी जायचा आणि त्यांनी पैशाची हाव सुटल्यामुळेच मला नोकरीला लावलं असल्याचा आरोप त्यांच्यावर करायचा. माझ्या नवऱ्याच्या कटकटीला कंटाळून माझ्या आई-वडिलांनी मला नवऱ्याकडे पाठवून दिलं. तेथे गेल्यानंतर काही आठवड्यांतच मला परत दिवस राहिले. आता या खेपेला मी अल्ट्रासाऊंड पद्धतीने निदान करून घ्यावं आणि मुलाचा गर्भ असेल तरच तो ठेवावा, परंतु मुलीचा गर्भ असेल तर तो पाडावा असं सुचवण्यात आलं. परंतु प्रत्यक्षात माझी अशा पद्धतीची तपासणी कोणी करून घेतली नाही व मी स्वत:हून सुद्धा ती केली नाही. साधारण चार महिन्यांनंतर मला परत एकदा माहेरी पाठवण्यात आलं. परत एकदा मला घेऊन जाण्याचं वचन माझ्या नवऱ्यानं पाळलं नाही. परंतु माझ्या सासरच्या एका नातेवाइकांचं लग्न होतं, त्यामुळे चारचौघात दाखवण्यासाठी मला नेण्यात आलं. आता मात्र मी माहेरी परत जाण्यास साफ नकार दिला. आता माझे दिवस भरत आले होते. मला परत एकदा मुलगी झाली. ते पाहून माझा नवरा निघून गेला. माझी सासू आपल्या मैत्रिणीबरोबर मला दवाखान्यात भेटायला आली. मला मुलगी झाल्याबद्दल तिने बरीच शिवीगाळ केली. मी बाळाला घेऊन घरी परतले. आता हिला काही झालं तरी शिक्षा करायचीच– असा जणू घरच्यांनी विडाच उचलला होता. परत एकदा त्यांनी मला घरातून हाकलून दिलं.

दरम्यान 'नवज्योती'नं चालवलेल्या कौटुंबिक सल्ला केंद्राविषयी माझ्या कानावर आलं. श्रीनिवासपूर बस्ती विकास केंद्रामध्ये हे असून हे सेंट्रल सोशल वेल्फेअर बोर्ड आणि सवेरा असोसिएशन यांच्या मदतीने चालतं. मी तेथे जाऊन डॉ. रूबी गुप्ता या समुपदेशिकेला भेटले. मी दहावी पास असल्यामुळे त्यांनी मला मदत तर केलीच, पण नवज्योतीने झोपडपट्टीत चालवलेल्या एका 'गल्लीतील शाळेत' शिक्षिकेचं काम दिलं.

कुठं चुकलं?

- परावलंबी स्त्रीची पाठवणी केली जाते, स्वीकार केला जातो, तिच्यावर अधिकार गाजवला जातो, तिला ठेवलं जातं, नाहीतर हाकलून दिलं जातं.

- भारतीय स्त्री मुलाला जन्म देते का मुलीला यावरूनच तिचं महत्त्व अजूनही ठरतं.

- स्त्रियाच स्त्रियांच्या शत्रू बनतात.

सासू न तू वैरिणी...

मी एकोणतीस वर्षांची स्त्री आहे. मी अवघ्या सोळा वर्षांची असताना माझ्याहून दहा वर्षांनी मोठ्या असणाऱ्या माणसाशी माझं लग्न झालं. तो इलेक्ट्रिशियन होता. मी प्रकृतीच्या कारणाने तसेच पुरेशा पैशाअभावी पाचव्या इयत्तेतच शाळा सोडली.

लग्नानंतर एक गोष्ट माझ्या लक्षात आली, ती म्हणजे माझ्या नवऱ्याला माझ्याविषयी काहीही स्वारस्य नव्हतं. उलट तो मला मारहाण करे. घरात माझं संरक्षण करणारं कोणी सुद्धा नव्हतं. माझ्या नवऱ्याचं माझ्या जावेशीच प्रकरण चालू होतं हे मला नंतर समजलं. माझ्या लग्नाला चार महिने झाले होते. मी त्याच्या त्या प्रकरणाला थोडासा विरोध करताच त्याने सरळ मला माहेरी पाठवून दिलं. मी रंगाने काळी असल्याचं निमित्त सांगून! मग माझे नातेवाईक मधे पडले व त्यांनी मध्यस्थी करून मला परत एकदा सासरी पोचवलं. तेथे माझे हाल चालूच होते. एकदा माझे वडील मला भेटायला माझ्या सासरी आले. ते निघून गेल्यानंतर त्यांनी आमच्या घरच्या मौल्यवान चीजवस्तू चोरल्याचा आरोप माझ्या सासरच्या मंडळींनी त्यांच्यावर केला. ते ऐकून माझे वडील संतप्त झाले. त्यांनी माझ्या सासरच्या माणसांचे पैसे फेडण्यासाठी कर्ज तर काढलंच, पण मला घरी परत बोलावून घेतलं. मी एक वर्षभर माझ्या आई-वडिलांपाशी राहिले. पण ते माझ्या दुसऱ्या लग्नाचे बेत ठरवत होते. मला ते मंजूर नव्हतं. मग मी माझ्या आई-वडिलांच्या मर्जीविरुद्ध माझ्या सासरी परत गेले. त्यांनी मला घरात घेतलं नाही. माझा छळ परत सुरू झाला. आता मला त्यांनी गोठ्यात गाईगुरांबरोबर ठेवलं. एक दिवस माझा स्वतःवरचा ताबा सुटला व माझं माझ्या जावेशी कडाक्याचं भांडण झालं. ''तुम्हाला जर तुमच्या दिरामध्ये रस होता तर तुम्ही त्याचं माझ्याशी लग्न का होऊ दिलं?'' असं मी तिला सरळ विचारलं. आमची दोघींची खडाजंगी जुंपली. पण माझ्या सासू-सासऱ्यांनी मात्र तिचीच बाजू घेतली. मी माझ्या जावेशी हे जे भांडण केलं त्याचे दुष्परिणाम थोड्याच दिवसांत दिसून आले. एक दिवस माझी सासू व जाऊ अचानक माझ्या जवळ

आल्या व त्यांनी माझ्या अंगावर केरोसीन ओतून मला पेटवून दिले. काही तासांतच माझं पूर्ण शरीर भल्या मोठ्या फोडांनी भरून गेलं.

एक दिवस माझ्या दिरानं मला डोक्याला तेल लावून देण्यास तसेच पाय चेपण्यास सांगितलं. त्या गोष्टीला मी नकार देताच त्याने माझ्या अंगावर हात टाकला आणि माझ्याशी अतिप्रसंग केला. मी कितीही तक्रार केली तरी कोणाला त्याचं काहीच वाटत नसे. पण तरीही मी माझ्या नवऱ्यापाशी असा हट्ट धरला की, 'मला तुम्ही तुमच्या कामाच्या ठिकाणी घेऊन जात जा.' तो अजूनही मला मारहाण करीतच असे, पण निदान आता आमचं पती-पत्नीचं वैवाहिक जीवन तरी सुरू झालं. त्यानंतर मला मुलगी झाली. माझं घर सोडून माहेरी जाणं, परत नवऱ्याकडे येणं, त्याने छळ केला की परत घर सोडून जाणं असं पुढील दोन वर्षं चालूच होतं.

त्यानंतर मला आणखी एक मुलगी झाली, पण ती लगेच वारली. माझी सासू मला भेटायला आली. "तुला जर अशा सारख्या मुलीच होत राहिल्या, तर मी माझ्या मुलाचं दुसरं लग्न लावून देईन," असं तिनं मला धमकावलं. मी संसाराच्या खर्चाचा थोडातरी हातभार उचलावा व त्यासाठी नोकरी धरावी असं एक दिवस माझ्या नवऱ्यानं सुचवलं. त्याने पैशासाठी मला शरीरविक्रयाच्या धंद्याला लावलं. मी आता त्याचं घर सोडून वेगळं घर भाड्याने घेतलं आणि वेश्याव्यवसाय सुरू केला, पण काही दिवसांत माझ्या नवऱ्याने मला जबरदस्तीने स्वतःच्या घरात आणून ठेवलं. त्यानंतर मला मुलगा झाला. आता माझ्या नवऱ्याने एक नवंच कपट-कारस्थान रचलं होतं. त्याने माझं एकतर अपहरण झाल्याचा बनाव घडवून आणायचा किंवा माझा काटा कायमचा काढायचा, असा बेत आखला होता. ही गोष्ट माझ्या लक्षात येताच मी घर सोडून पळाले व परत एकदा वेश्याव्यवसाय सुरू केला. मला चांगले पैसे मिळू लागले. मी चार पैसे गाठीला सुद्धा बांधले. एव्हाना मला एक मित्र मिळाला होता. तो पूर्वी माझ्या नवऱ्याचाच मित्र होता. त्याला एकदा त्याने गिऱ्हाईक म्हणून आणलं व माझी आणि त्याची ओळख करून दिली. माझी शेजारीणही माझ्याप्रमाणेच वेश्याव्यवसाय करत असे. ती माझ्या मित्राच्या प्रेमात पडली व त्याला पळवून नेण्याचा तिने घाट घातला. त्याने तिला नकार दिल्यावर तिने रागाच्या भरात, दारूच्या नशेत विहिरीत उडी घेतली. तिचा बुडून अंत तर झालाच, पण मरण्यापूर्वी सूडबुद्धीने तिने माझ्यावर व माझ्या मित्रावर त्या गोष्टीचा ठपका ठेवला. परिणामी मला वीस महिने तुरुंगवासाची शिक्षा झाली. मी जेव्हा तुरुंगात होते तेव्हा 'इंडिया व्हिजन फौंडेशन' या संस्थेने माझ्या मुलीच्या शिक्षणाची जबाबदारी उचलली. मिस कामिनी गोगिया यांनी चालवलेल्या 'क्राईम होम चिल्ड्रन प्रोजेक्ट' नामक उपक्रमाच्या अंतर्गत त्यांनी तिची देखभाल केली. नुकतीच सबळ पुराव्याअभावी माझी सुटका झाली आहे. मी 'नवज्योती'चा दरवाजा आता मदतीसाठी ठोठावत आहे.

कुठं चुकलं?

- पुरेशी चौकशी न करता वडीलधाऱ्यांनी मुलीचं लग्न लावून दिलं, तर तिचं जीवन धोक्यात येऊ शकतं.

- घरच्यांनी छळ केल्यानंतर त्याविरुद्ध आवाज उठवण्याऐवजी जर कुणी स्त्री मुकाट्याने तो छळ सोसत राहिली, तर तो छळ कमी न होता, उलट वाढतोच.

- अशिक्षित तरुणींना जर कोणाचा आधार नसेल तर त्या वेश्याव्यवसायाची शिकार होतात.

ही स्त्री कोणाच्या मालकीची?

मी एकवीस वर्षांची स्त्री आहे. मी केवळ चौदा वर्षांची असताना माझं लग्न करून देण्यात आलं. मी नऊ वर्षांची होते तेव्हाच माझ्या वडिलांचं अपघाती निधन झालं. आम्ही एकंदर पाच भावंडं. माझ्या वडिलांचं अपघाती निधन झाल्याबद्दल आम्हाला जी नुकसानभरपाई मिळाली त्यातूनच आम्ही ज्या घरात भाडेकरू म्हणून राहत होतो, त्या भाड्याची थकबाकी भरली. माझे वडील वारल्यानंतर माझ्या आईची माझं लवकरात लवकर लग्न करून देण्याची इच्छा होती. पंजाबात आमचे काही नातेवाईक होते. आमचे एक काका विधुर होते. आम्हाला त्यांच्याकडे पाठवण्यात आलं. अशीच एकदा मी या काकांच्या घरी असताना तेथे एक मुलगा मला बघण्यासाठी आला. हा मुलगा एका डेअरीत कामाला होता. त्या कुटुंबाच्या मालकीच्या काही म्हशी सुद्धा होत्या. माझं त्या मुलाशी लग्न लावण्यात आलं. तो माझ्याहून फक्त चार वर्षांनी मोठा होता. लग्नानंतर मला एक गोष्ट कळून चुकली ती म्हणजे तो मुलगा काहीही कामधंदा करत नसे व त्यांच्या मालकीची एकही गोष्ट नव्हती. तो काही काम न करता दिवसभर घरी तर राहायचाच, पण त्या जोडीला अमली पदार्थांचं सेवनही करायचा. त्याला एक चमत्कारिक सवय होती. तो कबुतरे विकत घ्यायचा व मग ती उडवायचा. मी जर त्याला बाहेर जाऊन काम शोधायला सांगितलं, तर तो मला शिवीगाळ करायचा व मारायचा. त्याला आळसात रिकामा वेळ घालवण्याची सवय लागली होती. त्या सर्वांवर कळस करणारी एक धक्कादायक गोष्ट मला समजली, ती म्हणजे त्याच्या वडिलांचे आणि माझ्या स्वतःच्या आईचे प्रेमसंबंध होते. ती जेव्हा कधी मला भेटण्यासाठी म्हणून आमच्या घरी यायची तेव्हा त्यातील बराच वेळ ती माझ्या सासऱ्यांच्या खोलीतच असायची. दार बंद केलेलं असायचं. माझा नवरा या गोष्टीवरून मला खूप टोचून बोलायचा. त्याचं म्हणणं होतं– माझ्या आईचं व त्याच्या वडिलांचं हे प्रकरण फार पूर्वीपासून, आमच्या लग्नाच्या आधीपासून चालू होतं व तिला राजरोसपणे या घरात येता यावं यासाठीच

आमचं लग्न लावून देण्यात आलं होतं. मी या घरची सून होण्याचं आणखी एक कारण होतं. माझ्या सासऱ्यांनी माझ्या आईला पुरतं मूर्ख बनवून आमचं खेड्यातलं स्वत:च्या मालकीचं लहानसं घर विकायला भाग पाडलं होतं. त्यामुळे कोणत्या तरी मार्गाने त्या झालेल्या नुकसानाची भरपाई करण्यासाठी माझ्या आईनं हा मार्ग शोधला होता.

पण या घरात नवऱ्याकडून मला एवढी मारहाण होत होती की आता तेथे राहणं मला अशक्य होऊन बसलं होतं. मला दिल्लीला माझ्या आईच्या घरी नेण्यात आलं तेव्हा मला दिवस राहिले होते. नुकते दोन आठवडेच झाले होते. मी गर्भपात करून न घेता हा गर्भ तसाच राहू द्यावा असं माझ्या आईचं म्हणणं होतं. कदाचित मूल झाल्यामुळे तरी मी माझ्या नवऱ्याकडे परत जाईन. परंतु माझा नवरा दिल्लीला आला व त्याने मला सरळ लेखी कळवलं की त्याला मला सांभाळण्याचा खर्च परवडत नाही व मला जर मूल झालंच तर त्याचाही खर्च तो करू शकणार नाही.

मी अवघी पंधरा वर्षांची, तशात गर्भवती. अशाही अवस्थेत माझ्या आईने माझ्या दुसऱ्या लग्नासाठी प्रयत्न सुरू केले. केवळ काही महिन्यांतच तिला एक स्थळ मिळालं. हा मुलगा एका मोटर दुरुस्तीच्या वर्कशॉपमध्ये कामाला असल्याचं कळलं होतं. पण लग्नानंतर समजलं– हा सुद्धा बेकारच होता व कामधंदा वगैरे काही करत नसे. त्याच्या वडिलांनी जरी त्याला चार पैसे कमवून आणण्यास सांगितले, तरी तो त्यांच्याशी भांडायचा. माझ्या या नवऱ्याचे वडील सुद्धा दुसऱ्या एका स्त्रीबरोबर लग्नाशिवाय राहत होते. त्यामुळे त्यांच्यापुढे तिचंही काही चालत नसे. आता अजून एक निरुपयोगी नवरा माझ्या गळ्यात पडला होता. दरम्यान मला मुलगा झाला होता. हे बाळ केवळ दोन महिन्यांचं असतानाच माझ्या नवऱ्याने कायदेशीरपणे ते त्याच्या बहिणीला देऊन टाकलं. "त्या बाळाचा खर्च मला परवडत नाही,'' असं त्याने मला सांगितलं, बाळाला दुसरीकडे नेण्यात आलं. या कारणावरून आमच्यात रोज भांडणं होऊ लागली. माझा नवरा मला रोज मारहाण करू लागला. मी आईकडे परत गेले. मी अजून वयाने तशी लहानच होते. आईने परत मला आमच्या काकांच्या घरी नेलं, म्हणजे माझ्या पहिल्या नवऱ्याच्या गावी. त्याच गावात माझी मावशी– माझ्या आईची बहीण– राहत असे. मला तिच्या घरी पाठवण्यात आलं. तिचा स्वत:चा मुलगा सतरा वर्षांचा होता तर मी एकोणीस वर्षांची. तरी सुद्धा तिने त्याचं व माझं लग्न लावून देण्याची तयारी दाखवली. घरच्या घरीच वडीलधाऱ्यांच्या संमतीने आमचं लग्न लावून देण्यात आलं– माझ्या स्वत:च्या मावसभावाशी. हे माझं तिसरं लग्न.

तोही काहीही कामधंदा करत नसे. तो वयाने इतका लहान होता की, घरात त्याच्या आईचंच राज्य चालायचं. मला तर घरातील नोकराणीप्रमाणे वागवण्यात

येत होतं. त्यात माझी सासू माझ्या आईच्या चारित्र्यावरून तिची निंदानालस्ती करू लागली. मी माझी मुलगी कोणाला तरी देऊन टाकावी म्हणजेच माझं हे लग्न टिकेल, असं तिचं म्हणणं होतं. मला ते मान्य नव्हतं. त्यामुळे मी माझी कर्णफुलं गहाण टाकून ३०० रुपये मिळवले व दिल्लीला निघून आले. माझ्या आईने माझा पाठलाग केला. दिल्लीत मला माझ्या दुसऱ्या नवऱ्याचा भाऊ भेटला. मी जरी कायदेशीरपणे फारकतीच्या कागदपत्रांवर सही केलेली असली तरीही मी त्यांच्या घरी परत यावं, असं त्याचं म्हणणं पडलं, मी माझ्या दुसऱ्या नवऱ्याकडे परत जाणं माझ्या आईला नामंजूर होतं. मी माझी मुलगी तिच्याकडे ठेवली तरच ती या गोष्टीला परवानगी देण्यास तयार होती. मग मी तसं केलं आणि गेले. मला आता चौथं लग्न नको होतं.

आता मी माझ्या दुसऱ्या नवऱ्याकडे असते. तो अजूनही काहीही कामधंदा करत नाही. तो अत्यंत संशयी स्वभावाचा आहे. माझ्या मनात माझ्या दिराविषयी प्रेमभावना असल्याचा त्याला संशय आहे व त्या कारणावरून तो मला नेहमी मारतो. माझा दीर मला आवडत असावा, असा त्याला संशय वाटतो. मी माझ्या दिराला कधी जेवायला जरी वाढलं, तरी त्यावरूनही नवरा मला मारतो. माझी नणंद कधीतरी आमच्या मुलाला घेऊन आमच्याकडे भेटायला येते तेव्हा माझा मुलगा मला पाहायला मिळतो. कधीतरी माझी मुलगी मला बाजारात दिसते.

माझ्या सासूनेच मला 'नवज्योती' मध्ये आणलं, कारण माझं तिसरं लग्न झालेलं आहे आणि तरी मी माझ्या दुसऱ्या नवऱ्याकडे परत आले आहे, त्यामुळे आमच्यावर कदाचित पोलिस केस होईल, अशी भीती तिला वाटत असते.

कुठं चुकलं?

- प्रत्येक अशिक्षित व गरीब मुलगी जन्मभर एक ओझं होऊन राहते– तिच्या स्वत:वरच!
- काही मुलींचा जन्मच मुळी पुरुषांशी लग्न करून त्यांची पत्नी होऊन राहण्यासाठी असतो.
- त्या मुलींची जबाबदारी घेण्याची त्यांच्या नवऱ्याची पात्रता तरी असते की नाही, हा मुद्दाच अलाहिदा. पत्नी ही पतीची मालमत्ता असते. तो तिचा मालक असतो.

समाजव्यवस्थेपोटी निपजलेले... अनाथ

मी एकतीस वर्षांची तरुणी आहे. एकंदर आठ भावंडांमधील मी सगळ्यात धाकटी. माझं आठव्या इयत्तेपर्यंत शिक्षण झालं आहे. माझ्या वडिलांना श्वसनाचा त्रास होता व त्यातच अगदी तरुण वयात त्यांचा अंत झाला. माझ्या सगळ्या बहिणींची लग्नं झाली, तेव्हा त्यांना मुद्दामच गरिबाघरी देण्यात आलं, म्हणजे हुंड्याचा प्रश्न यायला नको. माझं लग्न वयाच्या सोळाव्या वर्षी करून देण्यात आलं. माझा नवरा तर अजून शाळेतच होता. त्याला नोकरी-धंदा काही नव्हता. त्यामुळे काहीच हुंडा द्यावा लागला नाही. आमच्या लग्नाच्या पहिल्याच रात्री माझ्या नवऱ्याने माझा अव्हेर केला. याची दोन कारणं होती. एकतर लग्नात त्याने मोटरसायकल आणि फ्रीजची मागणी केली होती, ती पूर्ण करण्यात आली नव्हती. लग्नाची बोलणी जेव्हा करण्यात आली त्या वेळीच ह्या दोन्ही गोष्टी देणं शक्य नसल्याचं माझ्या वडिलांनी स्पष्ट शब्दांत सांगितलं होतं. दुसरं कारण म्हणजे त्याचे माझ्या जावेशी आधीपासूनच संबंध होते. पण ही गोष्ट माझ्या नंतर लक्षात आली. अनेकदा माझी जाऊ माझ्या नवऱ्याच्या बिछान्यात त्याच्या जवळ झोपलेली मी स्वत: पाहिली. पुढे तर तिला त्याच्यापासून दोन मुले सुद्धा झाली.

माझ्या नवऱ्याने माझा पत्नी म्हणून स्वीकार केला नसल्याची गोष्ट मी माझ्या सासऱ्यांच्या कानावर घातली. त्यावर ते उत्तरले : ''त्याने तुझा स्वीकार केला नाही तर नाही! काळजी कशाला करतेस? मी आहे ना.'' मी माझ्या नवऱ्यापाशी त्यांच्याविषयी तक्रार केली. पण त्यानं या कानानं ऐकून त्या कानानं सोडून दिलं. मी माझ्या सासूपाशी तक्रार केली. पण तिनंही त्याची यत्किंचितही दखल घेतली नाही. मला कायम घरातील नोकराणीसारखं वागवण्यात येत असे. मी दिवसभर नुसतं काम करायची, पण सर्वजण माझा तिटकारा करत. मी माझ्या आईला गाऱ्हाणं सांगून पाहिलं. पण तिचं म्हणणं पडलं– ''मी स्वत:च माझ्या मुलांवर अवलंबून आहे.''

माझा नवरा कामाच्या शोधात शहराकडे जाई. एकदा त्याच्या मागे लागून मीही त्याच्यासोबत गेले. आमच्या ओळखीच्या लोकांनी आम्हाला राहण्यासाठी एक खोली दिली. तिथे पुरेसा एकांत होता. पण अगदी क्वचित अगदी थोडे प्रसंग वगळता तो माझ्याशी शरीरसंबंध ठेवणं टाळत असे. ज्या काही थोड्या वेळा त्याने आपला पतीचा अधिकार माझ्यावर गाजवला, तेव्हा सुद्धा एखाद्या पशूप्रमाणे तो माझ्या अंगावर तुटून पडत असे. माझे हात दोरीनं खाटेला बांधून ठेवून तो माझ्यावर बलात्कार करायचा. आम्ही ज्यांच्या घरी राहत होतो, त्या लोकांकडून– हे लोक ठाकूर होते– मला असं समजलं, की, माझ्या नवऱ्याचे आणखी बऱ्याच स्त्रियांशी संबंध होते.

शहरातून आम्ही परत खेड्यात परतलो. माझ्या नवऱ्याच्या घरी एक दिवस रात्रीच्या वेळी मी झोपले असताना माझ्या सासऱ्यांनी माझ्याशी असभ्य वर्तन करण्याचा प्रयत्न केला. मी माझ्या सासूजवळ तक्रार केली. या प्रकरणावरून घरात बरंच वादंग माजलं. माझ्या सासऱ्याने आपल्या मुलाच्या गळ्याची शपथ घेऊन परत असं वर्तन करणार नाही, असं वचन दिलं. पण हे वचन त्यांनी केवळ सहाच दिवसांनंतर मोडलं. माझ्या सासूच्या डोळ्यात मोतीबिंदू झाल्याने तिला अलीकडे काही दिसत नसे. मी आता कुठेच सुरक्षित नव्हते. मग मी शहरात परत गेले. त्या ठाकुरांच्या घरी कामवाली म्हणून राहण्यासाठी! नंतर तिथं मला समजलं, माझे सासरे बरेच आजारी होते. मग कर्तव्य पार पाडण्यासाठी मी सासरी परत आले. त्यांच्या औषधपाण्यासाठी मी उधार उसनवार करून थोडे पैसेही आणले. परंतु त्यांचं काही दिवसांतच निधन झालं. त्यानंतर मलाही घरातून हाकलून देण्यात आलं.

मी स्थानिक पोलिस चौकीत गेले. त्यांनी मला परत पाठवून दिलं. मी त्यांच्या वरिष्ठांकडे गेले. पण तेथेही माझं कुणीच ऐकून घेतलं नाही. मग मी एका वकिलाकडे गेले. त्याने नुसता पोटगीचा अर्ज दाखल करण्यासाठी माझ्याकडून भक्कम फी वसूल केली. एकूण चार तारखा पडल्या तरीही माझ्या नवऱ्याच्या बाजूनं कोणी कोर्टात तोंडही दाखवलेलं नाही की समन्सचं उत्तरसुद्धा दिलेलं नाही. अखेर मी गाव सोडून दिल्लीस येण्याचं ठरवलं आणि नवज्योतीमध्ये येऊन दाखल झाले. माझ्या नवऱ्याला व त्याच्या घरच्यांना शिक्षा व्हावी, अशी माझी इच्छा आहे. तसेच माझ्या चरितार्थासाठी थोडाफार खर्च तरी त्यांच्याकडून मला मिळाला पाहिजे. मग मी कुठेही राहत असले तरी!

(या मुलीची 'ऑल इंडिया विमेन्स कॉन्फरन्स' मध्ये तात्पुरती राहण्याची सोय करण्यात आली आहे व सध्या ती नवज्योतीच्या कौटुंबिक सल्ला केंद्रामध्ये सल्ल्यासाठी जात आहे.)

कुठं चुकलं?

- ज्या मुलीच्या सासरी ती सुरक्षित नसेल ती मुलगी अक्षरश: बेघरच असते.

- कोर्टकचेरी व न्यायनिवाड्यासाठी जो खर्च करावा लागतो तो गोरगरीब आणि दुर्बल व्यक्तींच्या कुवतीबाहेरचा असतो.

हे तर लांडगेच...

मी पंचावन्न वर्षांची स्त्री आहे. माझं एका अत्यंत उच्चविद्याविभूषित माणसाशी लग्न झालं. मी स्वत: शिक्षणशास्त्र विषयाची द्विपदवीधर आहे. माझी आईसुद्धा अत्यंत सुशिक्षित होती. ती स्वत:च्या काळाच्या फार पुढे होती. जेव्हा स्त्रिया महाविद्यालयात पाऊलसुद्धा घालत नव्हत्या त्या काळात माझ्या आईनं पदव्युत्तर शिक्षण पूर्ण केलं होतं. माझी सर्व भावंडं अत्यंत सुस्थितीत आहेत. लग्नानंतर मी शहरात राहू लागले. मला दोन मुलं झाली. एक मुलगा व एक मुलगी. माझा पती 'उच्चविद्याविभूषित' आहे खरा, पण माझ्या दृष्टीने मात्र तो अशिक्षितच आहे. लग्नानंतरची तीस वर्षं त्याने मला एखाद्या गुलामासारखं वागवलं आहे. माझ्या आयुष्यात एक दिवस असा उजाडला नसेल, जेव्हा माझ्या पतीनं मायेनं माझी विचारपूस केली असेल. माझं लग्न होऊन मी जेव्हा सासरी आले, तेव्हा मी आमच्या दोघांसाठी स्वयंपाक केला की, माझा नवरा सगळंच्या सगळं संपवून टाकत असे. मी जेवले की उपाशी राहिले, याची त्याला काही फिकीर नसे. तो अतिशय आत्मकेंद्रित होता. त्याला कायम मी सोडून इतर परक्या स्त्रियांमध्ये रस असे. आधी त्याचं आपल्या जुन्या कॉलेजच्या जमान्यातील प्रेयसीशी प्रकरण चालू होतं व नंतर आपल्या विधवा भावजयीशी. तो तिच्याबरोबर सिनेमाला जाई व मला मात्र टॅक्सीत जागा नसल्याचं सांगून घरीच ठेवे.

आमचं लग्न अगदी नवीन झालं होतं तेव्हापासूनच माझा पती लहर लागली की माझ्या श्रीमुखात ठेवून देई. शिवीगाळ करी. कधीतरी मारहाणही करी. पण आमच्या संसाराचा विचार करून मी सर्व काही सहन करत होते. माझी मुले वाढीच्या वयाची होती. त्यांच्या पालनपोषणाची जबाबदारी माझ्यावर होती. माझा पती मला घरखर्चासाठी काहीही पैसे देत नसे, मी नातेवाइकांकडून उसने पैसे घेत असे. शिवाय माझी आई दरमहा मला काही पैसे पाठवत असे. माझ्या स्वत:च्या हातखर्चासाठी मी शिकवण्या घेऊन थोडेफार पैसे मिळवण्यास सुरुवात केली. माझे

सर्व दागिने गहाण पडले होते. घरभाड्याचे जे काही पैसे मिळत त्यावर माझा पती स्वत:ची गुजराण करत असे. उरलेल्या पैशांचं तो काय करत असे देव जाणे.

त्याला कधीही घरातून बाहेर जायचं असलं की एक स्वयंपाकघर सोडून बाकीच्या सर्व खोल्यांना तो कुलूप लावून जायचा. कारण त्याचा माझ्यावर विश्वास नव्हता. घरचा फोन वापरण्याची मला परवानगी नव्हती. गेल्या तीस वर्षांत केवळ तीन वेळा त्याने मला माहेरी जाऊ दिलं. प्रत्येक खेपेस जास्तीत जास्त दोनच दिवस मला तेथे राहायला मिळालं. प्रत्येक वेळी परत आल्यानंतर तो निर्लज्जपणे माझी संपूर्ण शारीरिक तपासणी करे. माझ्या अंगाचा वास सुद्धा घेऊन पाही. मी चोरून कोणाशी शरीरसंबंध तर केला नाही ना, या संशयानं! कधीतरी तो माझ्याकडे शरीरसुखाची मागणी करे. पण त्याचं वागणं विकृत होतं त्यामुळे मी त्याला नकार देत असे; त्यावर तो माझ्या माहेरच्या लोकांना शिवीगाळ करे व त्यांच्यावर भलतेसलते आरोप करे. पण त्याने केलेलं सर्वांत भयंकर कृत्य म्हणजे त्याने माझ्या मुलीचेच माझ्याविरुद्ध कान भरले. त्यामुळे ती माझ्याशी अत्यंत अनादराने वागते व कधीतरी मला मारहाणसुद्धा करते. माझा पती तिला जे करायला सांगेल ते ती करते. त्याचं सर्व म्हणणं ऐकते. माझ्या पतीच्या बाहेरख्याली वर्तनाला ती प्रोत्साहन देते. एकदा तर आपल्या स्वत:च्या मैत्रिणींना ती घरी घेऊन आली आपल्या वडिलांबरोबर त्यांनी शय्यासोबत करावी म्हणून व कळस म्हणजे ती स्वत: त्याच खोलीत झोपली.

मी शेजारच्या खोलीत झोपत असे व माझा पती, आमची मुलगी व तिची मैत्रीण असे तिघे शेजारच्या खोलीत झोपत. मी धुणी-भांडी, घरकाम करे व त्यांची शिवीगाळ व टोमणे मुकाट्याने ऐकून घेई.

या सर्वावर कळस म्हणजे माझ्या पतीची शय्यासोबत करणारी त्याची मैत्रीणही आता मला उणंदुणं बोलू लागली– 'तुझं इथे काय काम आहे?' असं एकदा मी तिला विचारताच तिने मला मारहाण सुद्धा केली. आता हे सगळं माझ्या सहनशक्तीच्या पलीकडचं चाललं होतं. मी कपडे गोळा केले व सरळ बसस्टँडचा रस्ता पकडला. मी माझ्या नातेवाइकांकडे गेले. मी पंचावन्न वर्षांची आहे. आता या वयात माझ्याहून अर्ध्या वयाच्या स्त्रीचे शिव्याशाप आणि मारहाण सहन करणं मला खरोखरच शक्य नाही. मला औषधपाणी किंवा वैद्यकीय उपचार घेण्यासाठी कोणीही आर्थिक मदत करत नाही. तीन वर्षांपूर्वी माझ्या आईचं निधन झालं. परंतु या एका मुलीनं मला आरशात माझं स्वत:चं प्रतिबिंब दाखवलं– मी कोण आहे याची जाणीव तिनं मला करून दिली. माझी आई माझ्या स्वप्नात आली व तिने मला एक चपलांचा जोड दिला. याचा अर्थ माझ्यापुरता मी असा लावला आहे की, येथून पुढचा मार्ग माझा मला एकटीनंच पादाक्रांत करायचा आहे.

कुठं चुकलं?

● केवळ पदव्या घेतल्या म्हणजे सुशिक्षित झालो, असं नाही.

● घरातून होणारे अत्याचार एखादी स्त्री दीर्घकाळ जर सहन करत राहिली तर त्याने तिची सतत मानहानी होत राहते. त्यामुळे स्त्रीचा आत्मसन्मान धुळीस मिळतो, व अशा स्त्रीचा स्वाभिमान लयास जातो.

बहीण... जाऊ..., की दुश्मन?

मी आर्मीच्या जवानाची पत्नी आहे. हरियानातील एका छोट्याशा, गरीब खेड्यातून मी आले आहे. मी केवळ पाच वर्षांची असताना आमचे वडील वारले. आम्ही चौघं भावंडं. आमच्या आईनं काबाडकष्ट करून आम्हांला लहानाचं मोठं केलं. आमच्या मालकीचा एक जमिनीचा छोटासा तुकडा होता. तेवढंच आमच्या उत्पन्नाचं साधन. माझी मोठी बहीण शाळा शिकली व दहावी इयत्ता पास झाली. त्यानंतर बरोबरच्या चार मैत्रिणींच्या सोबतीने ती एका घड्याळाच्या कारखान्यात नोकरी धरून दिल्लीला गेली. तिच्या नोकरीतून मिळणाऱ्या पैशातून माझ्या दोघा भावांचं शिक्षण सुरू झालं. मलासुद्धा खरंतर शाळेत घातलं होतं, पण मी मात्र रोज शाळा बुडवून घरी येत असे. मला शाळेपेक्षा घरकाम अधिक आवडे– स्वयंपाक, घरातील स्वच्छता आणि म्हशींना सांभाळणं.

माझ्या आईचं माझ्यावर निरतिशय प्रेम होतं. तिनं मला लाडांनी बिघडवूनच ठेवलं होतं, म्हणा ना. मी चिडक्या स्वभावाची, हट्टी व दुराग्रही बनले होते. माझी बहीण आणि मी अत्यंत भिन्न स्वभावाच्या, भिन्न प्रवृत्तीच्या होतो. मी सदासर्वकाळ घरातच राहत असल्याकारणाने मी दळणकांडण करणारी, घरकाम करणारी, स्वयंपाक करणारी... तर ती कुटुंबाचा उदरनिर्वाह चालवण्यासाठी पैसा मिळवून आणणारी. आमचं दोघींचं मुळीच पटत नसे. आम्ही दिवसचे दिवस एकमेकींशी बोलत सुद्धा नसू. आमच्यात चांगलंच शत्रुत्व होतं.

माझ्या आईला नेहमी माझी काळजी वाटायची. मी तशी आनंदी वृत्तीची, खेळकर मुलगी होते. माझ्या बहिणीसाठी आमच्या नातेवाइकांच्या ओळखीतून एक स्थळ सांगून आलं. त्या मुलाच्या घरी एकंदर दोन मुलगे लग्नाचे होते. मी घरकामातच चांगली निपुण होते, त्यामुळे माझ्या बहिणीच्या बरोबरीत त्याच घरात मलाही लग्न करून द्यावं असा लकडा आमच्या नातेवाइकांनी माझ्या आईपाशी लावला. माझ्या आईला ही कल्पना तितकीशी पटली नाही. आम्ही दोघी बहिणी

स्वभावाने अगदीच परस्परविरोधी होतो, हे तिलाही माहीत होतं. परंतु एकाच मांडवात दोघींची लग्नं करून दिल्यानं लग्नाचा कितीतरी मोठा खर्च वाचला असता, या मुद्द्यावर अखेरीस माझी आई राजी झाली.

आमच्या लग्नानंतर लगेच माझ्या नवऱ्याला कामावर रुजू होण्यासाठी सरहद्दीवर जाणं भाग पडलं. आम्हा पतिपत्नींमध्ये तत्पूर्वी शरीरसंबंध सुद्धा होऊ शकला नाही. माझी बहीण घराची मालकीण होऊन बसली. मी घरातील सर्व कामं करावीत, धुणी-भांडी, केर-वारे या सर्वांची पूर्णतया जबाबदारी घ्यावी, असं माझ्या बहिणीचं म्हणणं होतं. ती फक्त स्वयंपाक करणार व घर सांभाळणार. मला हे मुळीच पटलं नाही. आपण दोघींनी आलटून पालटून सर्व काम करू, असं मी सुचवलं. पण तिला ते मान्य नव्हतं. आमचं कडाक्याचं भांडण झालं व आमच्या नात्यात एक प्रकारची कटुता आली.

ती आमच्यात वयाने वडील, त्यात तिचा नवरा जवळ होता. त्यामुळे या भांडणात हार झाली ती माझीच. मुळात मी स्वभावाने हट्टी व तापट होते, त्यामुळे मी लहानपणी जे प्रकार करायची, तेच इथेही करायला सुरुवात केली. रागाच्या भरात मी दिवसचे दिवस अन्नपाण्याला स्पर्श करत नसे. पण इथे माझी समजूत घालायला, माझी बाजू घ्यायला आणि माझ्या बहिणीनं सगळं सोडून द्यावं म्हणून तिची मनधरणी करायला माझी आई नव्हती. दिवसचे दिवस उपाशी राहण्याचा परिणाम व्हायचा तोच झाला. मी आजारी पडू लागले. पण घरच्यांनी माझ्याकडे पूर्ण दुर्लक्ष केलं. माझ्या गरजांकडे कोणी लक्ष पुरवेना. मी अगदी एकटी पडले. माझं वजन झपाट्याने घटलं. माझ्याशी बोलायला कोणीच नव्हतं. माझ्या सासूने सुद्धा काही हस्तक्षेप केला नाही. नंतर माझा नवरा रजेवर घरी आला. मी घरकामात काहीच मदत करत नाही असा माझ्या बहिणीनं त्याच्यापाशी माझ्याविरुद्ध कागाळ्या सुरू केल्या. त्यावर माझ्या नवऱ्यानं माझी बाजू जरासुद्धा ऐकून न घेता, घरातील सर्वांसमोर मला बदडून काढण्यास सुरुवात केली. मला मारहाण करून झाल्यावर तो रमची बाटली घेऊन घराबाहेरील व्हरांड्यात झोपण्यासाठी निघून जायचा. मी जर कधी त्याचे कपडे धुतले तर तो माझ्या बहिणीकडून ते परत धुऊन घ्यायचा. अशा तऱ्हेनं त्याची सर्व रजा भांडणं, मारहाण व दारू पिण्यात संपून गेली.

असे काही महिने लोटले. आता मला नैराश्यानं घेरलं होतं. मी पूर्णपणे वैफल्यग्रस्त झाले होते. पण मला डॉक्टरकडे कोणीही नेलं नाही. मला त्यांनी माझ्या आईकडे पाठवून दिलं. तेथे माझी प्रकृती सुधारली. मी पूर्ण बरी झाल्यावर सासरी परत गेले. तेथे आयुष्य पूर्ववत चालू झालं व परत एकदा माझी प्रकृती ढासळली. माझी भावजय 'नवज्योती' व इंडिया व्हिजन फौंडेशनने चालवलेल्या रूरल प्रोजेक्ट या उपक्रमात कॉम्प्युटर शिकायला जाते. मला मदतीची तातडीने गरज असल्याचं

तेथील समुपदेशकांच्या तिनं कानावर घातलं. माझ्या सासरच्या माणसांच्या नावे त्यांच्या कौटुंबिक सल्ला केंद्राकडून एक पत्र आलं व त्यांनी एका विशिष्ट दिवशी त्यांना भेटीसाठी बोलावलं. पुढच्या आठवड्यातील ती तारीख होती. त्यामुळे तत्पूर्वी मला अंघोळ घालून चांगले कपडे घालायला देण्यात आले, व्यवस्थित खायला-प्यायला देण्यात आलं व एका चांगल्या डॉक्टरकडे सुद्धा नेण्यात आलं. येथे माझ्यावर उपचार सुरू झाले. मला क्षयरोगाचं जुनाट दुखणं असल्याचं तेथे निदान झालं. त्याचप्रमाणे मी मानसिक ताणतणावाचीही शिकार होते.

आम्ही सर्वजण कौटुंबिक सल्ला केंद्रात भेटीसाठी गेलो. तेथील समुपदेशक श्री. सर्वेश राघव व श्रीमती प्रतिभा सिन्हा यांना माझ्या बहिणीनं असं सांगितलं की, मी माझ्या वागण्यानं तिच्या दिराचं, म्हणजे माझ्या नवऱ्याचं आयुष्य दुःखी बनवलं आहे. माझ्या नवऱ्याला मी खरं तर मुळीच पसंत नव्हते, असं त्याच्या भावाने त्या समुपदेशकांना सांगितलं. खरं तर त्यांना मला घरात ठेवून त्याच्यासाठी दुसरी बायको आणायची होती. [हे लोक आपल्याला डॉक्टरांकडे का नेत नाहीत, याचं खरं कारण मला आता उमगलं. त्या दुखण्यात माझा आपोआप अंत झाला असता व माझ्या नवऱ्याच्या दुसऱ्या लग्नाच्या मार्गातील अडसर आपोआप दूर झाला असता.]

सध्या तरी मी या जुनाट दुखण्याशी झगडते आहे. माझ्या स्वतःच्या औषधपाण्यासाठी लागणारा पैसा माझ्याजवळ नाही. पण मी एकदा पूर्णपणे बरी झाले की माझी माझ्या सासरीच राहण्याची इच्छा आहे. मी येथे जे काही सांगितलं, त्यातलं काहीही माझ्या नवऱ्याच्या कानावर जाऊ नये, अशी माझी इच्छा आहे.

कुठं चुकलं?

- लहानपणातील हट्टीपणा, आततायीपणा व स्वतःचं तेच खरं करण्याची वृत्ती तशीच चालू दिली तर पुढे मोठं झाल्यावर त्याचे फार मोठे मानसिक दुष्परिणाम दिसून येतात.

- अत्यंत भिन्न प्रवृत्तीच्या तसेच शैक्षणिक बाबतीत फरक असलेल्या दोन बहिणींना एकाच सासरी एकत्र नांदण्याची वेळ आली तर त्यातून फार प्रचंड कौटुंबिक कलहाला तोंड फुटतं.

- अशिक्षित व गरीब स्त्रियांची स्थिती सासरच्या घरी केवळ पायातील वाहणेसारखी असते.

पशू मोकाट हिंडत आहेत

माझं नाव शालिनी. मी सत्तावीस वर्षांची आहे. आम्ही एकूण चौघी बहिणी. त्यातली मी सर्वांत थोरली. आम्हाला एक भाऊ आहे. तो सगळ्यात धाकटा. माझे वडील सैन्यातून निवृत्त झालेले आहेत व आई गृहिणी आहे. आमच्या बालपणीच्या रम्य आठवणी माझ्या मनात अजून घोळत आहेत. माझं बालपण फार सुखात गेलं. मी तारुण्यात पदार्पण केलं आणि आमच्या या सुखी कुटुंबाला जणू शाप लागला. माझं असामान्य सौंदर्य म्हणजे जणू एक वरदानच आहे, असं माझ्या घरच्यांना वाटायचं. पण वरदान कसलं... तो तर उलट मोठा शापच ठरला. मी एकेकाळी अत्यंत सुंदर, देखणी होते. त्या देखणेपणाचीच मला ही आज इतकी जबरदस्त किंमत मोजावी लागत आहे. आज माझा चेहरा इतका विद्रुप, इतका भयानक दिसतो की असा चेहरा तुम्ही कोणीही, कधीही पाहिलेला नसेल.

तेव्हा मी एकवीस वर्षांची होते. शिक्षण नुकतंच संपलं होतं. आता माझं लग्न करून द्यायचं, असं आईवडिलांनी ठरवलं होतं. माझ्यासाठी जोरात वरसंशोधन चालू होतं. अचानक जवळच्या खेड्यातील एका सधन शेतकरी कुटुंबाकडून मला मागणी घालण्यात आली. बहुतेक आमच्या गावच्या स्नेहसंमेलनाच्या दिवशी त्यांनी मला पाहिलं असावं. मी तत्क्षणीच त्यांच्या मनात भरले. माझ्यासाठी त्यांचा मुलगा फारच योग्य होता, अगदी असा जोडा शोधून सापडणार नाही, असं माझे आईवडील, शेजारी-पाजारी, नातेवाईक या सर्वांचं मत झालं. 'तो तुला राणीसारखं ठेवील बरं का', सगळे मला चिडवत होते. खरं सांगू– आता, या क्षणीसुद्धा मी एखाद्या राणीप्रमाणेच राहते आहे. माझ्या बहिणी माझी तशीच बडदास्त ठेवतात. फक्त हे सारं मी माझ्या स्वत:च्या डोळ्यांनी पाहू शकत नाही. एवढंच काय, पण इथून पुढे या जन्मात मी कधी कुणाला पाहू शकेन की नाही, कोण जाणे.

तर माझं लग्न ठरवण्यात आलं. यथावकाश माझा साखरपुडाही झाला. माझ्या होणाऱ्या पतीला अजूनही वेगवेगळ्या धनाढ्य कुटुंबांमधून मुली सांगून येतच

होत्या. बरेच लोक त्याला भलाथोरला हुंडासुद्धा द्यायला तयार होते. आमच्या भागात हुंड्याची प्रथा अजूनसुद्धा आहे. पण माझे होणारे सासूसासरे दिलेल्या वचनाला जागले. त्यांनी त्यांच्या मुलाशी आपण होऊन माझं लग्न ठरवलं होतं आणि एका पैशाचीही अपेक्षा ठेवली नव्हती. माझा जन्म ज्या भागात झाला त्या भागात असं उदाहरण खरोखर आजसुद्धा कधी पाहायला मिळत नाही.

आमच्या शेजारच्या गावातील एका श्रीमंत कुटुंबाचा या स्थळावर डोळा होता. आपल्या मुलीशी या मुलाचं लग्न करून द्यावं यासाठी त्यांची धडपड चालली होती. खरं तर आमचा साखरपुडाही झालेला होता. त्या गोष्टीचं त्यांना सोयरसुतकही नव्हतं. जेव्हा जेव्हा ते लग्नाचा प्रस्ताव घेऊन माझ्या होणाऱ्या सासूसासऱ्यांकडे गेले तेव्हा तेव्हा त्यांनी त्या लोकांना धुडकावून लावलं. त्यामुळे ते लोक फार चिडले. त्यांनी चिडण्याचं आणखी एक कारण होतं. मी इतकी सुंदर होते, की माझं लग्न हुंड्याशिवाय होणार होतं, ही गोष्ट त्यांना सलत होती.

माझ्या लग्नाला आता जेमतेम एक महिना उरला होता. एक दिवस मी बाहेर उभी होते. दोघा माणसांना माझ्या रोखानं येताना मी पाहिलं. रणजित आणि त्याचा मुलगा कुंदन. हे दोघं या भलत्या वेळी इथे काय करतायत? असा विचार माझ्या मनात आला. मला त्या दोघांच्या हालचाली संशयास्पद वाटल्या. पण मी काही प्रतिक्रिया व्यक्त करायच्या आत त्या दोघांनी माझ्या तोंडावर काहीतरी फेकलं. माझ्या डोळ्यांसमोर अंधेरी आली. चेहऱ्याची आग-आग होऊ लागली. त्यांच्या हातातल्या बाटलीत जे काही द्रावण शिल्लक होतं तेही त्यांनी माझ्या रोखानं भिरकावलं आणि तेथून पळ काढला. मी ते हाताने पुसून काढण्याचा प्रयत्न करताच माझ्या हातांची पण आग होऊ लागली. माझ्या हातांची कातडी विरघळून चालली होती. माझ्या चेहऱ्याची त्वचाही अशीच विरघळून चालली होती. मी जिवाच्या आकांताने किंचाळू लागले. ते ऐकून माझ्या घरची माणसे पळत बाहेर आली. शेजारी-पाजारी जमले. रस्त्यावरती बघ्यांची गर्दी जमली.

पुढचं मला जे आठवतं त्याप्रमाणे मला कुणीतरी शेजाऱ्यांच्या गाडीत घालून पोलिस ठाण्यात नेलं. मला लोकांची कुजबूज ऐकू येत होती. हॉस्पिटलमध्ये उपचारांसाठी नेण्यापूर्वी आधी पोलिसचौकीत गुन्हा नोंदवणं गरजेचं होतं. मी इथे अक्षरशः मरणाच्या दारात होते, जिवाची तडफड होत होती. कुणीतरी मला लवकरात लवकर हॉस्पिटलमध्ये न्या, माझ्यावर उपचार करा असं मला ओरडून सांगावंसं वाटत होतं; पण तेवढीसुद्धा ताकद माझ्या अंगात नव्हती. त्यांनी माझ्या चेहऱ्यावर ॲसिड फेकल्याचं मला नंतर समजलं. माझ्या चेहऱ्याकडे बघण्याची कुणाची हिंमतच होत नव्हती. कुणी धीर करून जर पाहिलंच तर ते घाईघाईने नजर दुसरीकडे वळवत होते.

पोलिस स्टेशनमध्ये माझी जबानी घेण्यात आली. माझी अशी हालत कुणी केली हे मी तिथल्या मुख्य अधिकाऱ्याला सांगताच तो मोठ्यांदा माझ्या अंगावर खेकसू लागला. मला खोटारडी म्हणू लागला. त्याच्या तोंडचे हे शब्द ऐकताच मला धक्का बसला. रणजित किंवा कुंदन यांच्यापैकी कोणीच असं करणं शक्य नाही, असं त्यांचं म्हणणं होतं. हे कृत्य त्याच नीचाचं होतं, हे मला माहीत होतं. तरीही माझं त्या अधिकाऱ्यांपुढे काहीच चाललं नाही. त्या प्रसंगी माझ्या डोळ्यात पाणी आलं होतं की नाही, ते काही मला आत्ता आठवत नाही; कारण डोळ्यांत काही संवेदनाच उरली नव्हती. नंतर खूप उशिरा मला जे समजलं हे असं– पोलिसांनी जबरदस्तीनं माझ्या बहिणींकडून स्वत:च्या मनाप्रमाणे फिर्याद नोंदवून घेतली होती. माझ्या चेहऱ्यावर काही अनोळखी व्यक्तींनी ॲसिड फेकल्याचं त्यात म्हटलं होतं. मग मला परत एकदा गाडीत बसवून जवळच्या एका हॉस्पिटलमध्ये नेण्यात आले. त्यांनी तेथे माझ्यावरती प्रथमोपचार केले. 'हिला पुढील उपचारांसाठी दिल्लीला घेऊन जा' असं माझ्या वडिलांना सांगण्यात आलं. हे सगळं पार पडेपर्यंत घडल्या घटनेला कित्येक तास लोटून गेले होते.

कारमधून आम्ही दिल्लीला निघालो. तो प्रवास माझ्या दृष्टीने अत्यंत कष्टप्रद होता. अखेर देशातील सर्वोत्तम वैद्यकीय उपचार उपलब्ध असणाऱ्या संस्थेत आम्ही जाऊन पोचलो. परंतु तेथून त्यांनी आम्हाला दुसऱ्या एका हॉस्पिटलमध्ये पाठवलं. या अशा प्रकारच्या केसेस हाताळण्याबद्दल त्या हॉस्पिटलची ख्याती होती. इतका काळ लोटला होता. आपण या यातना सोसण्याऐवजी मरत का नाही, असं मला राहून राहून वाटत होतं.

मी यातनांनी तळमळत होते; पण हॉस्पिटलमधल्या डॉक्टरांना मात्र माझ्याकडे एक दृष्टिक्षेप टाकावासासुद्धा वाटला नाही. आम्ही परप्रांतातून आलो आहोत हे समजताच त्यांनी तात्काळ आम्हाला प्रश्न केला : 'तुम्ही इतक्या लांब येण्यापेक्षा बॉर्डरजवळच्या हॉस्पिटलमध्येच का नाही गेलात?' मग माझ्या वडिलांनी त्यांची बरीच मनधरणी केल्यावर अखेर मला ॲडमिट करून घेण्यात आलं.

मी तिथे आधी अठरा दिवस अतिदक्षता विभागात होते. नंतर मला बाहेर आणून जनरल वॉर्डात ठेवण्यात आलं. पुढचे अकरा महिने मी उपचारांसाठी तिथेच होते. उपचारांमध्ये प्रामुख्याने 'स्किन ग्राफ्टिंग' या उपचार पद्धतीचा समावेश होता. सारखी ऑपरेशन्स करावी लागत. अचानक येथे ॲडमिट झाल्याच्या तिसऱ्या दिवशी कशी कोण जाणे पण माझी दृष्टीच गेली. डोळ्यापुढे अंधाराचं साम्राज्य पसरलं.

या घटनेला आता जवळजवळ सात वर्षे लोटली आहेत. माझ्यावर अजूनही उपचार चालूच आहेत. तो खर्च भागण्यासाठी माझ्या कुटुंबियांना सगळा जमीनजुमला

विकावा लागला. माझ्या भावंडांचं शिक्षणसुद्धा थांबलं होतं. सरकारी रुग्णालयातील एका वरिष्ठ डॉक्टरने ऑपरेशनसाठी भल्या मोठ्या रकमेची मागणी केली. माझ्या कुटुंबियांजवळ पैसे नव्हते. त्यामुळे मी अजूनही अशीच आहे. माझे कुटुंबीय सारखे या हॉस्पिटलमधून त्या हॉस्पिटलमध्ये, या विभागातून त्या विभागात खेटे घालत आहेत. परंतु त्यांच्या मुलीसाठी काही करायला कुणीच आपण होऊन पुढे होत नाही. माझं ज्या मुलाशी लग्न ठरलं होतं त्याचं एव्हाना दुसऱ्या मुलीशी लग्न झालं, असं माझ्या कानावर आलं आहे. 'ह्यूमन राईट्स कमिशन' आणि 'नॅशनल कमिशन फॉर विमेन' यांनी माझ्यासाठी काहीही केलं नाही; फक्त मला आणि माझ्या घरच्यांना प्रसार माध्यमांसमोर उभं केलं व आमच्या तोंडून स्वत:चेच गोडवे गाऊन घेतले. माझ्या आयुष्याचा रणजितने हा असा सत्यानाश केला खरा, पण त्याची टोचणी त्याच्या मनाला इतकी लागली होती की, त्या अपराधीपणाच्या भावनेतून त्याने आत्महत्या केली. पण त्याचा मुलगा कुंदन मात्र माझ्या गरीब बिचाऱ्या आई-बापांना अजूनही धमकावत असतो. 'परिणाम वाईट होतील', असं बजावतो. आम्ही पोलिसांकडे जी फिर्याद दाखल केली होती, त्यातून पुढे काहीच निष्पन्न झालं नाही. दोन वर्षांनंतर कुंदन परत माझ्या वडिलांकडे परत आला. 'तुमच्या या मुलीचं जे केलं, तेच तिच्या बहिणींचंही करीन', अशा धमक्या देऊ लागला. आम्ही परत एकदा त्याच्याविरुद्ध फिर्याद दिली, पण अजूनही त्यातून निष्पन्न काहीच नव्हतं. खूप खटपटी लटपटी करून आम्ही ती केस दिल्लीला ट्रान्सफर करून घेतली. भारतात न्यायालयीन कामकाजाची प्रक्रिया इतकी धीमी, इतकी महाकर्मकठीण असते, की त्यातून आम्हाला अजून तरी न्याय मिळणार आहे की नाही, कोण जाणे. पण आम्ही मात्र पुढे काय होणार अशा भीतीच्या छायेत जगत आहोत. अजूनही आम्ही सरकारदरबारात या विभागाकडून त्या विभागाकडे धाव घेत आहोत. मंत्रालयाची दारे ठोठावीत आहोत. पण त्याचा काहीही उपयोग नाही. दिल्लीच्या पोलिस खात्यामधील काही कर्मचारी आम्हास अजून सतावीत आहेत. ते कुंदनशी संबंधित आहेत की नाहीत, त्याची आम्हाला काही कल्पना नाही. आम्ही सगळे जेव्हा हॉस्पिटलमध्ये गेलो, तेव्हा हे सगळे लोकसुद्धा आमचा पाठलाग करत तिथे आले. मला ॲडमिट केलेलं पाहून त्यांनी माझ्या बहिणींना धमकावलं. मला जगण्याची तीव्र इच्छा आहे. मला साऱ्यातून बाहेर पडायचंय, पण माझ्याजवळ पुरेसा पैसा नाही. निदान हा लेख वाचल्यानंतर तरी कुणी मला मदत करण्यासाठी पुढे येईल का?

कुठं चुकलं?

- काही लोक आपल्या मुलीचं लग्न हा जणू जीवनमरणाचा प्रश्न समजतात. त्यासाठी ते कोणत्याही थराला जातात. आपल्या मुलीचं लग्न करून देण्यासाठी कितीही पैसा मोजण्याची, काहीही करण्याची त्यांची तयारी असते.

- पोलिस आपली कर्तव्ये प्रामाणिकपणे पार पाडत नाहीत. उदाहरणार्थ : कोणत्याही गुन्ह्याची नोंद जराही वेळ न दवडता तातडीने करून घेणे, गुन्हेगाराला अटक करणे इत्यादी.

- अनेक वेळा सरकारी रुग्णालयातील डॉक्टर हे एखाद्या रोग्याला दुसऱ्या हॉस्पिटलात पाठवण्याच्या बाबतीत दिरंगाई करतात. जरी त्या रोग्याची स्थिती खरोखर चिंताजनक असली, तरीही ते त्याची पर्वा करत नाहीत. डॉक्टरांच्या लेखी पेशंट्स म्हणजे केवळ एक लोढणे असते.

- कधीही एखाद्या बाबीची चौकशी करण्यासाठी चौकशी आयोग नेमले जातात ते रक्षकाची भूमिका बजावताना दिसत नाही. त्यांना फक्त एकच चिंता असते. आपण जास्तीत जास्त प्रसार माध्यमांसमोर प्रकाशझोतात कसे येऊ याची! कोणत्याही खटल्याचा पाठपुरावा करण्याच्या बाबतीत ते कमी पडतात.

निष्ठुर पोलिस आणि कायद्याची गुंतागुंत

माझं नाव गीता. मी सत्तावीस वर्षांची आहे. मला दोन मुलं आहेत– एक मुलगा आणि एक मुलगी. उत्तरप्रदेशच्या पश्चिम भागात असलेल्या एका खेड्यातली मी, दहा वर्षांपूर्वी कमलशी लग्न करून दिल्लीला आले. लोक मोठ्या शहरात नशीब काढायला येतात, तसेच आम्हीपण आलो. जवळ जे काही किडूकमिडूक होतं ते सगळं गावीच ठेवून शहरात गुजराण करण्यासाठी आम्ही आलो. पण अखेरीस माझं सारं काही गेलं. फक्त मुलं तेवढी राहिली.

माझा जन्म एका लहानशा शेतकरी कुटुंबात झाला. माझा भाऊ माझ्यापेक्षा लहान, माझी आईवडिलांना शेतीकामात मदत करायची, शिवाय घराची देखभालही तीच करायची. आमचं आयुष्य अत्यंत सुखात चाललं होतं. मी व माझा भाऊ नित्यनेमाने रोज शाळेत जात होतो. माझी एक चुलतबहीण होती, लक्ष्मी. ती माझ्यापेक्षा वयाने मोठी होती. तीच माझा आदर्श होती. अनेक कौटुंबिक अडचणींवर मात करून तिनं आपलं पदव्युत्तर शिक्षण पूर्ण केलं होतं. आमच्या समाजात एखाद्या मुलीनं इतकं उच्च शिक्षण घेणं ही गोष्ट तशी विरळाच. तिची एका सरकारी शाळेत शिक्षिका म्हणून निवड होणार होती. पण तेवढ्यात तिचं एका चांगल्या ठिकाणी लग्न झालं. तिच्या सासरच्या लोकांनी तिला ही नोकरी स्वीकारण्यास बंदी केली. त्यांची इच्छा तिने चूल सांभाळावी एवढीच होती. या गोष्टीचे दुष्परिणाम माझ्या आयुष्यातही झाल्याखेरीज राहिले नाहीत. माझ्या घरच्यांनी लगेच माझी शाळा बंद करून टाकली. मुलींना शिक्षण देणं व्यर्थ आहे, असं माझ्या घरच्यांनी मला ऐकवलं. माझ्या आयुष्यात घडलेली ही पहिली दुःखद गोष्ट.

त्यानंतर एक दिवस माझा आठ वर्षांचा भाऊ खेळण्यासाठी म्हणून जो घराबाहेर पडला तो परतलाच नाही. आयुष्याच्या चालत्या गाड्याला जणू खीळ बसली. आम्ही त्याचा सगळीकडे शोध घेतला. पण काही उपयोग झाला नाही. हा धक्का आम्हा सर्वांच्याच दृष्टीने सोसण्यापलीकडचा होता. त्यातच माझ्या वडिलांचा दुःखद अंत

झाला. आमची उरलीसुरली उमेदही संपून गेली. कुटुंबावर फार मोठा आघात झाला.

काळ काही कुणासाठी थांबत नाही. माझं एका सधन परिस्थितीतील मुलाशी लग्न झालं. माझ्या सासऱ्यांचा वडिलोपार्जित जमीनजुमला होता. घरात सासूबाई होत्या. त्या विधवा होत्या. माझे पती आणि मी. आमच्या मालकीची साठ बिघे सुपीक शेतजमीन होती. सगळं कसं व्यवस्थित चाललं होतं. पण अखेर वास्तव समोर येऊन उभं ठाकलं. आमच्या मालकीच्या या जमिनीवरून आमच्या सासरच्या काही नातलगांचं आमच्या कुटुंबाशी वैमनस्य होतं. आमचं विभक्त कुटुंब असल्याकारणाने आम्हाला कोणाचाच आधार नव्हता. माझे पती एकुलते एक होते. स्वभावाने अत्यंत गरीब होते. त्यांचा ट्रॅक्टर दुरुस्तीचा व्यवसाय होता. नातेवाईक येऊन मुद्दाम कुरापती काढीत, भांडणे उकरून काढीत. माझे पती मात्र कधी उलट उत्तरे देत नसत. नातेवाईकांचा आमच्या जमिनीवर, मालमत्तेवर डोळा होता. त्यांनी अगोदरच आमची काही मालमत्ता घशात घातलेली होती.

भांडणाचं रूपांतर हळूहळू धमक्यांमध्ये झालं. सुरुवातीला त्या धमक्या सौम्य होत्या. पण पुढे पुढे त्यांनी रौद्र रूप धारण केलं. ते कुरापती काढीत, भांडणे काढीत. चारचौघांमध्ये आमचा अपमान करीत. या नसत्या कटकटींपासून दूर राहण्याची आमची इच्छा होती. मग जवळचं जे काही आहे ते विकायचं आणि दूर कुठे तरी शांत जागी जाऊन राहायचं असं आम्ही ठरवलं. मग आम्ही दिल्लीला आलो. उपनगरात एक मोकळी जागा विकत घेऊन तिथे दोन खोल्यांचं घर बांधलं. थोड्या म्हशी विकत घेऊन आम्ही दुधाचा व्यवसाय सुरू केला. आता गावाकडची सगळीच्या सगळी जमीन माझ्या पतीच्या चुलत भावांच्या ताब्यात होती. पण त्यांना तरीही त्यात समाधान नव्हतं. त्यांना ती सर्व जमीन कागदोपत्री स्वत:च्या नावावर करून घ्यायची होती. त्या जमिनीवर आमचा जीव होता. त्यामुळं आमची त्या गोष्टीला तयारी नव्हती. पण त्यांना प्रतिकार करण्याची आमच्या अंगात ताकद नव्हती. ते अजूनही धाकदपटशा दाखवतच होते. हेच आपलं नशीब असं समजून आम्ही हार मानली होती. त्यांच्याविरुद्ध तक्रार नोंदवायची ठरवली तरी ती कुणाकडे जाऊन नोंदवायची हेही माहीत नव्हतं. आम्ही दोघे अशिक्षित, अडाणी होतो. बाहेरच्या जगाचं काहीच ज्ञान नव्हतं आम्हाला. आपले हक्क कोणते आणि ते कसे मिळवायचे हेच मुळी माहीत नव्हतं. फक्त आपण जर कुणापाशी जाऊन तक्रार करायला तोंड उघडलं, तर त्याचे काय परिणाम होतील, आपल्या वाट्याला काय येईल, हे मात्र आम्हाला चांगलं ठाऊक होतं. गावच्या पंचायतीपुढे आम्ही सौम्यपणे आमचं म्हणणं मांडलं, पण त्यातून काहीच तोडगा न निघाल्यामुळे 'आपलं नशीब खोटं' असं मानून आम्ही गप्प बसलो.

दिल्लीला येऊन बिऱ्हाड थाटल्यानंतर काही दिवसातच माझ्या सासूबाईंचं निधन झालं. कालांतराने मला मुलगा झाला. त्याच्या पाठोपाठ लगेच मुलगीही

झाली. माझ्यावर पुढे जी दु:खाची कुऱ्हाड कोसळली, तेव्हा माझा मुलगा जेमतेम एकच वर्षांचा असेल.

एक रात्री आम्ही सगळे झोपेत असताना कुंपणाच्या भिंतीवरून उड्या ठोकून माझे सासरचे चार नातेवाईक आत आले. त्यांच्याजवळ सुरे आणि काठ्या होत्या. मला कसल्याशा आवाजानं जाग आली. बघते तो काय, माझ्या पतीच्या तोंडावर या लोकांनी उशी दाबून धरली होती. पती हातपाय झाडून प्रतिकार करत होते. मी मध्ये पडले. तेवढ्यात कोणीतरी फिरता पंखा माझ्या रोखाने भिरकावून मारला. माझा चेहरा व हात रक्तबंबाळ झाले. मला विजेचा जोरदार धक्का बसला. मी मूर्च्छित होऊन खाली कोसळले. थोड्या वेळाने शुद्धीवर येताच मी मोठमोठ्यांदा किंकाळ्या फोडण्यास सुरूवात केली. जोरजोरात मदतीसाठी हाका मारू लागले. बाहेर अंधार होता. कशातरी माझ्या हाका माझ्या शेजाऱ्यांच्या कानावर पडल्या व ते धावतच आमच्या घरी आले. ते पाहून हल्लेखोर पळून गेले. आमचे प्राण वाचले.

आमच्या घराजवळच पोलिसांच्या होमगार्ड विभागात काम करणाऱ्या एक महिला पोलिस राहत होत्या. त्यांनी ताबडतोब शंभर नंबरावर फोन करून घडलेल्या घटनेची माहिती पोलिस कंट्रोल रूमला दिली. तरीही आमच्या मदतीला तेथून कोणीच आलं नाही. आम्ही आमच्या जखमांवर घरच्या घरीच जमेल तशी मलमपट्टी केली. जवळपास एखादं हॉस्पिटल किंवा दवाखाना नव्हता. हॉस्पिटलमध्ये आम्हाला न्यायला कोणीही नव्हतं. आमचा रक्तस्राव थांबत नव्हता. आम्ही तात्पुरती बँडेजस बांधली होती. ती सारखी रक्तानं भिजून निघत होती. तीसुद्धा आमची आम्हीच सारखी बदलत होतो. एखाद्या डॉक्टरकडे जाणं आम्हाला शक्य नव्हतं. मला जवळपासच्या परिसराची फारशी माहिती नव्हती. एकटीनं बाहेर पडण्याची माझी हिंमत होत नव्हती.

झालेल्या घटनेनंतर दोन रात्री उलटल्या आणि तिसऱ्या रात्री पोलिस उगवले. त्यांनी घडलेल्या घटनेची चौकशी केली. जे काही घडलं होतं ते तसंच्या तसं मी त्यांना सांगितलं. मी आणि माझे पती मुळातच जरा बुजऱ्या स्वभावाचे होतो. त्यात माझे पती जखमी अवस्थेत होते. त्यामुळे तर ते फारसं काही बोलूच शकले नाहीत. आम्हाला पोलिस ठाण्यावर यावंच लागेल, असं पोलिसांनी सांगितलं. आम्हाला जाणं भाग पडलं. तान्ह्या मुलाला शेजाऱ्यांवर सोपवून आम्ही निघालो. तत्पूर्वी आम्ही पोलिसांना थोडा प्रतिकार करून पाहिला. पण त्यांनी आम्हाला जबरदस्तीनं उचलून नेलंच.

पोलिस स्टेशनात त्यांनी आमची चौकशी केली. तिथे गेल्यावर मात्र आमच्या कानावर जे काही आलं ते विपरीतच होतं. आमच्या हल्लेखोरांपैकी एकाचा म्हणे मृत्यू झाला होता आणि त्याच्या खुनाचा ठपका पोलिस आमच्यावर ठेवू पाहत होते. जर आम्ही त्यांना वीस हजार रुपयांची लाच दिली असती, तर ते आम्हाला सोडायला तयार होते. आमच्यापाशी तर फुटकी कवडीसुद्धा नव्हती. मी व माझ्या

पतीनं त्यांच्या किती तरी विनवण्या केल्या. पण व्यर्थ. पोलिस मुळी काही एक ऐकून घ्यायलाच तयार नव्हते. आमच्या सुटकेसाठी धावून तरी कोण येणार? पोलिस चौकीत एकसुद्धा स्त्री पोलिस हजर नव्हती. इतकंच काय, स्त्रियांसाठी वेगळी कोठडीसुद्धा नव्हती. चार दिवस तिथल्या इतर गुन्हेगारांबरोबर पोलिसांनी आम्हाला ठेवून घेतलं, पण कोर्टापुढे हजर केलं नाही. आपण नसताना आपल्या छोट्या छोट्या मुलांचं काय होत असेल हे समजायलासुद्दा मार्ग नव्हता. माझा मुलगा त्यावेळी एक वर्षाचा होता तर मुलगी केवळ तीन महिन्यांची.

पोलिसांनी नंतर काही कोऱ्या कागदांवर आमच्या सह्या घेतल्या व आम्हाला लवकरच सोडण्यात येईल असं आश्वासन दिलं. त्यानंतर आम्हाला कोर्टापुढे हजर करण्यात आलं. आता कोर्टापुढे जाऊन उभं राहिलं की आपली लगेच सुटका होणार अशा भ्रमात आम्ही होतो. आम्ही अशिक्षित, अडाणी माणसं. कोर्टात काय चाललंय, काहीच समजत नव्हतं. अखेर कोर्ट बरखास्त झालं आणि मला आणि माझ्या पतीला सरळ तिहार जेलमध्ये नेण्यात आलं, तेव्हा आमचे डोळे खाडकन् उघडले.

जेल कसे असते ते मी आयुष्यात कधी पाहिलं नव्हतं. स्त्रियांसाठी वेगळी जेल असते, याचीसुद्धा मला कल्पना नव्हती. तिथे असंख्य बायका होत्या. मला बघताच त्यांनी अक्षरश: प्रश्नांचा भडिमार करण्यास सुरूवात केली. माझ्या पतीला वेगळ्या जेलमध्ये टाकलं होतं. आपल्या मुलांच्या नशिबात काय वाढून ठेवलं आहे तेही कळायला मार्ग नव्हता.

आमच्यापाशी वकीलही नव्हता. कायद्याच्या भानगडीचं आम्हाला काही ज्ञान नव्हतं. जेलमध्ये काही बिनसरकारी (एन.जी.ओ.), सेवाभावी संस्थांचे कार्यकर्ते येऊन आम्हाला भेटले. त्यांनी आम्हाला मदत करण्याचा प्रयत्न केला. आम्हाला मोफत कायदेशीर सल्ला मिळण्याचीही व्यवस्था होती. पण त्यातून आम्हाला काहीच मदत होऊ शकली नाही. आमच्यावरच्या खटल्याच्या सुनावणीसाठी आम्हाला वेळोवेळी कोर्टात हजर करण्यात येई. तिथे काय चाललंय याचा मात्र आम्हाला काहीच बोध होत नसे.

जेलमध्ये विविध उपक्रम राबवण्यात येत होते. एकीकडे शिक्षा भोगत असताना कैद्यांनी काहीतरी व्यवसाय प्रशिक्षण घ्यावे, काही कौशल्य शिकून घ्यावे व त्याद्वारे काही रोजगार कमवावा, असा त्या मागचा उद्देश होता. मी पण अशा अनेक उपक्रमांमध्ये नाव नोंदवलं व 'नवज्योती' या सेवाभावी संस्थेच्या मदतीने गालीचे विणण्याचं तंत्रज्ञान आत्मसात करून घेतलं. आणखीही काही कौशल्ये आत्मसात केली. माझं उत्पन्न काही फार नव्हतं, पण निदान जेलच्या बाहेर राहणाऱ्या माझ्या मुलांसाठी, तसंच जेलमध्ये असणाऱ्या माझ्या पतीच्या दैनंदिन गरजांसाठी मी थोडेफार तरी पैसे पाठवू शकतच होते. आणखी कमाई करता यावी म्हणून मी

जिवापाड कष्ट उपसत होते. काम करणं, स्वत:च्या पायावर उभं राहणं आणि रोजच्या रोज इतक्या विविध प्रकारच्या लोकांच्या संपर्कात येणं या गोष्टींमुळे मी आता तशी हुशार व स्मार्ट झाले होते. आपली आणि आपल्या पतीची येथून सुटका होण्याचा एकमेव मार्ग शिल्लक आहे, तो म्हणजे एखाद्या खाजगी वकिलाला गाठणे. ही जाणीव आता नव्यानेच मला झाली होती. या सर्व धावपळीत मुलांपासून दूर या तुरुंगात दिवस काटण्यात आमच्या आयुष्याची चार वर्षे निघून गेली होती.

आमच्या वकिलाने ५००० रु. फी आकारली खरी, पण त्याने आमचं निरपराधित्व सिद्ध करून आमची सुटका केली. सुटल्यानंतर आम्ही घरी गेलो. परत नव्याने आयुष्याची सुरुवात करायची तर हातात दमडीसुद्धा नव्हती. जेलमध्ये सिस्टर मॅक्स नावाच्या स्वयंसेविका येत असत. जेलमध्ये असतानाही त्यांनीच मला मदत केली होती. हातखर्चासाठी स्वत:च्या पदरचे पैसे दिले होते. तुरुंगातून सुटल्यावर आता आम्हाला पोलिसांनी त्रास देण्यास सुरुवात केली. माझे पती वाईट मार्गाला लागले असल्याच्या वावड्या उठवण्यास सुरुवात केली. मी जेलमध्ये असताना मला ज्या संस्थेनं मदत केली होती, ती सेवाभावी संस्था 'नवज्योती' परत एकदा मदतीस आली. त्यांच्या 'विमेन्स डेव्हलपमेंट प्रोजेक्ट' मध्ये त्यांनी विणकरांना प्रशिक्षण देण्यासाठी माझी नेमणूक केली. इतकंच नव्हे तर त्यांनी माझ्या केसमध्ये लक्ष घातलं आणि स्थानिक पोलिसांच्या गैरवर्तनाला आळा घालण्यासाठी हस्तक्षेप केला. त्यांच्याशी चर्चा करण्यासाठी आपल्या सल्लागारांना पाठवलं. आता मात्र हे सगळं सोसण्याची ताकद माझ्यात उरली नव्हती. आपलं हे घर विकून टाकावं आणि दुसरीकडे कुठे तरी जाऊन स्थायिक व्हावं, असं मी ठरवलं. अगदी येईल त्या किंमतीला, अक्षरश: कवडीमोलानं आम्ही ते घर विकलं आणि दिल्ली शहराच्या जरा बाहेर एक लहानसं घर विकत घेतलं. आतातरी संकटमुक्त जीवन जगता येईल, या आशेवर. पण तसं घडायचं नव्हतं.

आमच्या हितशत्रूंनी तिथेही आमचा पाठलाग केला. आमचा छळ मांडला. सुमारे नऊ महिन्यांपूर्वीची गोष्ट असेल– एक दिवस अचानक ते आम्हाला भेटायला आले. आत्तापर्यंत आपण फार वाईट वागलो वगैरे चुकांची कबूली देऊन क्षमायाचना सुद्धा केली. 'आतातरी तडजोड करू या', असं सुचवलं. माझ्या पतीला आपल्याबरोबर घेऊन जाण्यासाठी ते आले होते. 'तुझ्या वाट्याच्या जमिनीचा हिस्सा तुला परत देतो' असं आश्वासन द्यायलासुद्धा कमी केलं नाही त्यांनी. 'या लोकांवर विश्वास ठेवण्यात अर्थ नाही, जाऊ नका', अशा मी माझ्या पतीच्या वारंवार विनवण्या करत होते; पण माझा पती म्हणजे भोळासांब. माझ्या विरोधाला न जुमानता तो त्यांच्याबरोबर निघाला. 'शेवटी माणसानं माणसाबरोबर समझोत्यानं राहायलाच हवं', असंही निघताना म्हणाला.

पण ती माणसं कसली, हैवानच होते ते. त्याच्या दुसऱ्याच दिवशी माझ्या पतीचा मृतदेह एका झाडाला लटकत असलेला आढळला. मी ताबडतोब पोलिसात तक्रार नोंदवली. माझा पती ज्या माणसांच्या सोबत गेला होता, त्या पाच माणसांची नावे त्यांना सांगितली. त्या पाचांपैकी तिघांना पोलिसांनी अटक केली. उरलेल्या दोघांनी मात्र पोलिसांना पैसे चारले. ते अजूनसुद्धा उजळमाथ्यानं हिंडत असतात. मी जर जमिनीचा वाटा मागितला तर मला व माझ्या मुलांना मारून टाकण्यात येईल, वगैरे धमक्या देण्यासाठी ते कधीही अचानक हजर होतात.

मी सतत मरणाच्या भीतीमध्ये जीवन कंठत आहे. चरितार्थ चालवण्यासाठी, मुलांचं पोट भरण्यासाठी मला घराबाहेर पडावंच लागतं. मी घरी नसते तेव्हा माझी मुलं व माझी म्हातारी आई घरात एकटेच असतात. 'इंडिया व्हिजन फौंडेशन' या सेवाभावी संस्थेनं एक उपक्रम चालवला आहे. त्या अंतर्गत गुन्हेगारीला बळी पडलेल्या कुटुंबियांच्या पुनर्वसनाचा उपक्रम ते चालवतात. या उपक्रमाद्वारे त्यांनी माझ्या मुलांना निवासी शाळेत दाखल केलं आहे. त्यामुळे आता मुलांचा प्रश्न जरी सुटलेला असला तरीसुद्धा मला आणि माझ्या वृद्ध आईला अजून धोका आहेच.

कुठं चुकलं?

- वडीलधाऱ्या माणसांनी स्वत:च्या हयातीतच आपल्या मालमत्तेच्या कायदेशीर वाटण्या करून टाकाव्या, कारण भाऊबंदकीतून आयुष्ये उद्ध्वस्त होऊ शकतात. अजूनही गावच्या पंचायतींचा कारभार सरंजामशाही पद्धतीनं चालतो. बळी तो कान पिळी अशी स्थिती अजूनही तेथे आहे.
- खेडोपाडी आजही स्त्री-शिक्षणास विरोध होतोच आहे. जरी स्त्रियांना शिक्षण दिलं, तरी त्यांना स्वत:च्या हक्काची जाणीव करून देऊन सक्षम बनवण्याचे प्रयत्न आजही होताना दिसत नाहीत.
- गरीब आणि मागास भागांमध्ये पोलिस यंत्रणा लोकांना अजूनही न्याय्य वागणूक देत नाही. जे दुर्बल आहेत, प्रतिकार करू शकत नाहीत, त्यांची पिळवणूक आजही सर्रास होताना दिसते.
- कायद्याच्या भानगडी अत्यंत किचकट असतात. त्या गरीब लोकांना समजण्याजोग्याही नाहीत आणि परवडण्याजोग्याही नाहीत. कायदा अजूनही आंधळा व संवेदनाशून्य आहे.

पत्नी– भार्या की गुलाम?

माझं नाव आशा. खरं तर जिच्या नावात इतका आशावाद, इतका सकारात्मक भाव भरलेला आहे, ती मी, माझ्या जीवनामधून आशाच गमावून बसले आहे. माझी चाळीशी उलटली, पण कौटुंबिक सुख म्हणून जे काही असतं, ते अगदी अंशत: सुद्धा माझ्या वाट्याला आलं नाही. त्याची नुसती चवसुद्धा मला चाखायला मिळाली नाही. मला तीन मुलं आहेत. दोन मुलगे व एक मुलगी. पण अजून सुद्धा चांगलं, आनंदी बाळपण कसं असतं, याचा अनुभव मी माझ्या मुलांना देऊ शकले नाही. माझा पती पोलिस खात्यात नोकरीला आहे. तो सदा-सर्वकाळ दारुच्याच नशेत असतो. त्या दारुड्याची खरीखुरी सहधर्मचारिणी मी अजून काही बनू शकलेली नाही.

उत्तर भागातील डोंगराळ प्रदेशात माझा जन्म झाला. माझ्या आई-वडिलांना एकूण सात मुलं. त्यातील मी सर्वात धाकटी. त्यांपैकी चार मुलं अगदी तान्ही असतानाच वारली. मला दोन मोठे भाऊ आहेत. मला केवळ पाचव्या इयत्तेपर्यंतच शिक्षण घेणं जमलं. मला खरं तर पुढे शिकायची खूप इच्छा होती, पण त्यासाठी माझ्या आईची परवानगी नव्हती. मला पुढे शिकवावं, असं माझ्या वडिलांना नेहमीच वाटे, पण आईच्या हट्टाग्रहापुढे त्यांना मान तुकवावी लागली. आमच्या डोंगराळ भागात शेती ही सर्वस्वी पावसावरच अवलंबून असते. माझे वडील डोंगराळ भागात मजूर म्हणून काय पडेल ते काम करत. जर एखाद्या वर्षी नीट पाऊस पडला, तर थोडं फार पीक घेता यायचं, नाहीतर काही नाही.

बाळपणात खूप दारिद्र्य भोगलं होतं. पण नंतर माझं अशोकशी लग्न ठरलं. आता माझे हे दिवस पालटतील, अशी आशा मनात जागृत झाली. माझा नवरा पोलिस खात्यात नोकरीला होता. आता याच्या सहवासात आपलं अवघं आयुष्यच बदलून जाणार असं मला वाटलं. नव्या नव्या गोष्टी आपल्या जीवनात घडतील, अशी आशा वाटू लागली. पण तसं काहीच घडलं नाही. उलट वाट्याला नव्यानं आणखी दु:ख, आणखी वेदनाच आली.

अशोक रोज मोठ्या प्रमाणावर दारू प्यायचा. आमचं लग्न ठरवण्यापूर्वी आम्ही त्याच्याविषयी काहीच चौकशी केलेली नसल्यामुळे हे सगळं मला आधी माहीत नव्हतं. चांगली सरकारी नोकरी व तीही पोलिस खात्यात असलेला वर आपल्या मुलीसाठी मिळाला, म्हणून घरी सगळे खुशीत होते. आता आमच्या लग्नाला चोवीस वर्षे झाली. या चोवीस वर्षांत नवऱ्याने माझा शारीरिक व मानसिक छळ केला नाही, असा अक्षरशः एक सुद्धा दिवस उजाडला नसेल.

माझ्या नवऱ्याला दोन मोठे भाऊ आहेत, पण ते काहीही नोकरीधंदा न करता घरीच बसून आहेत. मोठ्या भावाचा एक पाय अर्धांगवायुमुळे अधू झालेला आहे तर दुसऱ्या भावानं आपला एक पाय अपघातात गमावला आहे. जवळ जे काही किडूकमिडूक आहे त्यावर ते आजपर्यंत कशीतरी गुजराण करत आले आहेत. पण आजपर्यंतचा सर्वात मोठा आधार मला त्यांचाच लाभला आहे. माझे सासरे माझ्या सासूबाईचा नेहमीचा राग राग करीत. आपल्या मुलांच्या डोळ्यांसमोर त्यांना मारहाण करीत. मुले जशी मोठी झाली, तशी त्यांची लग्ने झाली. माझा मोठा दीर बारीक-सारीक गोष्टींवरून आपल्या बायकोला मारहाण करायचा. इतरांशी त्याचं वागणं अत्यंत समंजसपणाचं, गरीब असतं पण आपल्या बायकोशी मात्र तो एखाद्या नराधमासारखा वागतो. माझा दुसरा दीर अत्यंत सज्जन आणि सुसंस्कृत आहे. खरं तर आमच्या कुटुंबातील सर्व असहाय्य जीवांना त्याचाच तेवढा आधार आहे.

माझ्या घरच्या लोकांच्या म्हणण्याप्रमाणे माझा नवरा लहानपणापासून उद्दाम वागत आला आहे. त्याने अनेकदा आपल्या भावांच्या बायकांशी सुद्धा असभ्य, हिंसक वर्तन केलं आहे. पण तो रागावेल या भीतीने काहीच तक्रार न करता त्या बिचाऱ्या गप्प बसतात. मला तर वाटतं, त्याला लहानपणापासून हिंसाचाराचेच बाळकडू मिळालेलं आहे. त्याच्या वागणुकीला, विचारपद्धतीला आजवर त्याच्या भावांनी सुद्धा विरोध केलेला नाही, कारण ते त्याला भीत आले आहेत. त्याचं आजवर घरात फार चालत गेलं आहे, आणि आता माझं शरीर काळं-निळं होईपर्यंत तो मारहाण करून आपलाच हेका चालवतो.

त्याने आपल्या मित्रांना घरी आणायला सुरुवात केली व माझ्या दुर्दैवाची सुरुवात झाली. आपल्या बायकोनं आपल्या मित्रांची चांगली सरबराई करावी, त्यांना खायला प्यायला घालावं, अशी त्यांची इच्छा असे. पण त्या मित्रांपैकी कोणी माझ्याशी एक शब्द जरी बोललं व मी नुसतं काही उत्तर दिलं, तरी ते त्याला सहन होत नसे. एक दिवस मी माझ्या नवऱ्याला सांगितलं, 'तुमच्या मित्रांशी मी बोललेलं तुम्हाला जर चालत नसेल, तर त्यांना घरी आणतच जाऊ नका.' माझं हे बोलणं ऐकताच त्यानं मला मारलं. माझं अंग वेदनांनी ठणकत होतं, पण आश्चर्याची गोष्ट म्हणजे माझ्या अंगावर माराचे वळ नव्हते की जखमांचे व्रण नव्हते. तो जेव्हा कधी

मला मारायचा तेव्हा माझ्या अंगावर त्या माराची काही खूण राहणार नाही, अशी काळजी घ्यायचा. मी जरी वेदनांनी विव्हळत असले, तरीसुद्धा मला खरोखर मारहाण झाली असल्याचा पुरावा मी कोणाला देऊ शकत नव्हते, कारण माझ्या अंगावर माराची निशाणीच नसायची.

पुढे आम्हा पती-पत्नीमध्ये ही एक समस्या होऊन बसली. मी कुणाशी जरी बोलताना दिसले, अगदी दुकानदाराशी खरेदी करताना जरी बोलताना दिसले, तरी सुद्धा माझ्या नवऱ्याची संशयी वृत्ती उफाळून यायची. मी त्याला समजावून सांगण्याचा प्रयत्न केला, तर तो मला मारायचा. हे असंच चालू राहिलं. मला शेजार-पाजारच्या कुणाशीही बोलण्याची परवानगी नव्हती. अगदी स्त्रियांशी सुद्धा नाही. निदान हा माणूस घरी असताना तरी कधीच नाही.

तो मला घरखर्चाला कधीच हातात पैसा देत नसे. मी ठराविक दुकानामधून घरात लागेल ते सामान उधारीनं आणायचं व महिना अखेरीस तो सगळी बिलं तिथे जाऊन चुकती करायचा, असा आमच्या घरचा शिरस्ता होता. पण घर चालवायचं, संसार करायचा तर अनेक प्रकारचे खर्च असतात, ही गोष्ट तो कधीच समजू शकला नाही आणि त्याच्याशी वाद घालण्याची माझी ताकदच नव्हती.

बारा वर्ष आम्हाला मूल नव्हतं. त्या गोष्टीबद्दल मला त्यानं कधीही क्षमा केली नाही. तो घरी येताना आधी दारू पिऊनच यायचा. घरी आल्यावर परत थोडी घ्यायचा आणि सगळा राग माझ्यावर काढायचा. तो घरी येणार आहे या नुसत्या कल्पनेनंही मला कापरं भरायचं. हा कधी एकदा रात्रीचा झोपतो आणि दुसरा दिवस उजाडल्यानंतर परत कामावर निघून जातो, असं व्हायचं मला. पुढे मला तीन मुलं झाली. मग मी माझ्या नवऱ्याची सारखी समजूत काढायची— 'आता आपल्याला सर्व काही मिळालंय. याहून अधिक काय हवं असतं माणसाला? तुम्ही कशाला दारू पिता?' पण त्यानं माझं कधी ऐकलं नाही. पुढे मुलं मोठी होऊ लागली. त्यांच्या गरजा वाढू लागल्या. पण माझ्याकडे फुटकी कवडी सुद्धा नव्हती. शेवटी बाहेर पडून काम शोधण्यावाचून मला गत्यंतरच नव्हतं. मग मी धुणी-भांड्यांची कामं करायचं ठरवलं, तर माझ्या नवऱ्याचा स्वाभिमान आड आला. तो मला तसं करू देईना.

स्थानिक पातळीवर काम करणाऱ्या 'नवज्योती' सारख्या काही सेवाभावी संस्था माझ्या मदतीला धावून आल्या. त्यांनीच मला सामाजिक कार्यकर्ती म्हणून काम करण्याचं प्रशिक्षण दिलं व त्यानंतर 'नवज्योती' तर्फे चालवण्यात येणाऱ्या उपक्रमात मला काम मिळालं. त्यातून मला जे काही उत्पन्न मिळे, त्यातून मी माझ्या मुलांच्या गरजा भागवू लागले. माझ्या नवऱ्यानं तर आजकाल मुलांसाठी दूध सुद्धा आणणं बंद केलं होतं. तो म्हणायचा, 'ते फार महाग असतं.' त्यावर मी एक दिवस धाडस

करून त्याला म्हणाले– 'दारू सुद्धा खूप महाग असते.' ते ऐकल्यावर त्यानं मला इतक्या अमानुष पद्धतीनं मारलं, की मी नंतरचे काही दिवस कोणाशी बोलू सुद्धा शकले नाही. मारानं माझं अंग जसं काही लुळं पडल्यासारखं झालं होतं.

अलिकडे माझ्या नवऱ्याची प्रकृती बरी नसते. मी जवळच्या हॉस्पिटलमधून कसाबसा त्याचा चेक्‌अप् करून आणते. त्याचं ब्लडप्रेशर नेहमी जास्त असतं. खरं तर त्याचं ऑपरेशन करण्याची गरज आहे; पण त्याचं ब्लडप्रेशर जोपर्यंत खाली येत नाही, तोपर्यंत डॉक्टर ऑपरेशनचा धोका पत्करण्यास तयार नाहीत. तो अजूनही भरपूर दारू पितो, तीही जवळपास थैल्यांमधून जी गावठी दारू विकत मिळते, ती. खरं म्हणजे ही गावठी दारू पिणं अत्यंत धोकादायक असतं. अजूनही तो ऑफिसात, सगळीकडे भांडण उकरून काढतो. सारखा सर्वांवर दोषारोप करत असतो. मी जर त्याला थांबवण्याचा प्रयत्न केला तर मला वाटेल तसं मारतो. अंगावर अजिबात वळ उमटू न देता कसं मारायचं, हे त्याला चांगलं साधतं. त्याने खरं या व्यसनाधीनतेसाठी उपचार घ्यावे, असं मला वाटतं आणि त्याबाबत मी नवज्योतीशी बोलले आहे. ते त्याला मदत करण्यासाठी पुढे झाले आहेत व त्याला उपचार घेण्यासाठी उद्युक्त करत आहेत व ते त्यामध्ये जर यशस्वी झाले तर आम्हाला सर्वांना नवजीवन प्राप्त होईल. मी जशा आयुष्याची स्वप्नं रंगवली होती, तसंच.

पण आपल्या सर्व समस्यांचं मूळ म्हणजे ही दारू आहे. हा एक शाप आहे व आपल्या स्वत:च्या व आपल्या परिवाराच्या हितासाठी ती दारू आपण सोडून देण्यातच शहाणपणा आहे, हे त्याला जेव्हा कळून चुकेल तेव्हाच व तरच त्याचं ऑपरेशन करता येईल व त्याला सर्वसामान्यांप्रमाणे आयुष्य घालवता येईल.

कुठं चुकलं?

- संस्थांनी आपल्या कर्मचाऱ्यांच्या शारीरिक व मानसिक स्वास्थ्याकडे लक्ष दिलं पाहिजे, पण तसं होत नाही.
- सांघिक कार्यपद्धती कोणत्या थरापर्यंत वाईट असू शकते, हे यावरून दिसून येते.
- ज्या स्त्रिया आर्थिक व मानसिकदृष्ट्या परावलंबी आहेत. त्यांचे पती जर पाशवी वृत्तीचे असतील तर अशा स्त्रियांची प्रचंड प्रमाणावर पिळवणूक होते.

जर पित्यानेच अव्हेरले, तर कोण तारणार?

माझं नाव अफसाना, वय एकोणतीस. दोन मुलांची आई आहे मी. मी एकोणीस वर्षांची असताना माझ्या वडिलांना भेटण्यासाठी दिल्लीला आले. पण वडिलांकडे पोहोचविण्याऐवजी रिक्षावाल्यानं मला आपल्या स्वत:च्याच घरी नेलं आणि माझ्यावर बलात्कार केला. मग मात्र मी त्याचं घर सोडून निघून जाण्यास साफ नकार दिला आणि 'आत्ताच्या आत्ता तू माझ्याशी लग्न कर' असा हट्टच धरून बसले.

माझं मूळचं नाव सीमा. हरियानातील एका छोट्याशा खेड्यात, एका हिंदू कुटुंबात माझा जन्म झाला. आमची स्वत:ची वडिलोपार्जित बरीच शेती होती. मोठं घर होतं, माणसांनी गजबजलेलं. आमचं भलं मोठं एकत्र कुटुंब होतं. पण त्या घरात मायेचा ओलावा मात्र नव्हता. मला दोन लहान भाऊ होते. मी, माझी सख्खी आणि चुलत भावंडं असे सगळे मिळून आम्ही शाळेला जात असू. माझे वडील दिल्लीमध्ये एका मोठ्या गुप्तचर एजन्सीत नोकरीला होते. ते तिथे एकटेच राहत. त्यामुळे आमच्या मालकीच्या जमिनीची देखभाल करण्याचं काम माझ्या आईलाच करावं लागे. आम्हाला वडिलांचं प्रेम मिळत नव्हतं. मग ही आमची मायेची भूक भागविण्याचं कामसुद्धा तिलाच करावं लागे. ते करणं तिला जड जात होतं. कुटुंबाचा व्याप मोठा होता. आम्हाला वडिलांची फार आठवण येई. मात्र ते सवड काढून मुद्दाम आमची भेट घ्यायला कधीसुद्धा आले नाहीत.

माझं बालपण सुरक्षिततेच्या कवचाखाली गेलं. मी रोज शाळेत जायची आणि शाळेतून परतल्यानंतर घरच्या घरीच खेळायची. अभ्यासात मी चांगली हुशार होते. शाळेतही माझी प्रगती चांगली होती. शाळेत जाण्याच्या निमित्तानं निदान घराबाहेर पडण्याची संधी मिळायची. त्यामुळे शाळेच्या अभ्यासाव्यतिरिक्त इतर सांस्कृतिक कार्यक्रमांमध्ये भाग घ्यायला मी नेहमीच उत्सुक असे. शाळेचे तास संपल्यानंतर या कार्यक्रमांच्या तयारीसाठी जास्तीचा वेळ थांबावं लागायचं, तेव्हा खूप मजा यायची.

हे असं सुरळीत चाललं होतं. मग मात्र शाळा संपून पुढील शिक्षणासाठी

कॉलेजात जायची वेळ आली. मी आता दहावीची परीक्षा उत्तीर्ण झाले होते. कधी एकदा कॉलेजात जाईन, असं मला झालं होतं. यावेळी मात्र मी कुठल्या कॉलेजात जावं, पुढं कोणते शिक्षण घ्यावं इत्यादी महत्त्वाचे निर्णय घ्यायला माझे वडील आले. त्यांनी आमच्या खेड्याजवळ असलेल्या एका मोठ्या गावात पुढील शिक्षण घेण्यासाठी मला वसतीगृहात ठेवलं आणि ते लगेच परतही गेले. असेच काही दिवस गेले आणि मला तिथे खूप एकटं वाटू लागलं. मला भेटायला आमच्या घरून कुणीच कधी यायचं नाही. क्वचित कधीतरी आई तेवढी सवड काढून यायची. पण तिला माझ्या लहान भावांची देखभाल करण्यासाठी तातडीनं परत जावं लागायचं. मला आठवतं त्याप्रमाणे माझे वडीलसद्धा मला भेटायला आमच्या होस्टेलवर फक्त दोनदा आले. त्यांनी यावं...निदान कुणीतरी यावं...म्हणून मी झुरत होते.

या सर्व गोष्टींचा माझ्या मनावर फार खोलवर परिणाम झाला. हळूहळू अभ्यासातून माझं लक्ष उडू लागलं. मी उगीच वेळ व्यर्थ दवडू लागले. यदाकदाचित कधी मी अभ्यास केलाच तर तोसुद्धा मी केवळ शिक्षकांच्या धमकावण्यांना घाबरून करत असे. विशेषत: आमच्या होस्टेलच्या ज्या वॉर्डन होत्या, त्यांच्या भीतीनं. कारण त्या फार दुष्ट होत्या.

एक दिवस मी उशिरापर्यंत माझ्या मैत्रिणीच्या खोलीबाहेर गप्पा मारत उभी होते. असं थांबण्याची खरं तर आम्हाला परवानगी नव्हती. त्यांनी लगेच मला पकडलं. वास्तविक माझं मैत्रिणीकडे काम होतं. मी तिची वही मागण्यासाठी आले होते. पण वॉर्डन काही एक ऐकून घ्यायला तयार नव्हत्या. मी अभ्यासाव्यतिरिक्त ज्या काही सांस्कृतिक उपक्रमात भाग घेतला होता, त्या सर्वच्या सर्व उपक्रमांमधून त्यांनी माझं नाव काढून टाकलं. मला ते मुळीच आवडलं नाही. मी तातडीनं माझ्या वडिलांना पत्र लिहिलं आणि त्यांना सगळी हकिकत कळवली. ताबडतोब इकडे निघून या, अशी विनवणीसुद्धा केली. पण त्यांना साधं चार ओळींचं उत्तर लिहायलासुद्धा फुरसत नव्हती. कॉलेजच्या पहिल्या वर्षीच्या परीक्षेत मी नापास झाले.

आपण खूप खूप शिकायचं असं माझं जे स्वप्न होतं त्याचा हा असा माझ्या डोळ्यादेखत चक्काचूर झाला.

मी जवळ जे काही पैसे होते ते घेतले, सामान उचललं आणि सरळ बाहेरचा रस्ता धरला. माझे वडील दिल्लीला जिथे राहत होते तो पत्ता तर मला तोंडपाठच होता. मग मी दिल्लीला जाणाऱ्या बसमध्ये बसून माझ्या वडिलांकडे निघाले. दिल्लीच्या बस स्टँडवर उतरले तर अनोळखी लोकांनी एकदम गराडा घातला. सगळे मला आपापल्या रिक्षातून येण्याचा आग्रह करीत होते. आता वडिलांकडे पोचायचं तर या रिक्षावाल्यांपैकी कोणा एकाची मदत घेण्यावाचून गत्यंतरच नव्हतं.

मग मी एका रिक्षावाल्याला माझ्या वडिलांचा पत्ता दिला आणि रिक्षात बसले.

मला दिल्ली शहरातील रस्तेसुद्धा नीट माहीत नव्हते. काहीतरी कारण घडले होते आणि नेमका त्या दिवशी दिल्ली शहरात हरताळ होता. रस्त्यात दंगल होण्याची शक्यता होती. आता या परिस्थितीत माझ्या वडिलांच्या घरी पोचणं फारच कठीण असल्याचं तो रिक्षावाला म्हणाला. मी घाबरले. 'मला रेल्वे स्टेशनवर घेऊन चला' असं मी त्याला सांगितलं. पण तिथे चौकशी केल्यावर समजलं, की त्या दिवशी मला परत जायला एकही गाडी नव्हती. आता मात्र मी फार घाबरले. मग तो रिक्षावाला म्हणाला, 'माझ्याच घरी का नाही येत?' माझ्याकडेही दुसरा काही तरणोपाय नव्हता. त्या आख्ख्या शहरात माझ्या वडिलांशिवाय माझ्या ओळखीचं दुसरं कुणीही नव्हतं. 'मी उद्याच तुला तुझ्या वडिलांकडे पोचवेन' त्यानं मला आश्वासन दिलं.

घरी गेल्यावर त्यानं माझ्यावर बलात्कार केला. मी पुष्कळ प्रतिकार केला. पण काही उपयोग झाला नाही. संध्याकाळी तो म्हणाला, 'चल मी तुला घरी सोडतो.' मी त्या गोष्टीला नकार दिला. त्यानं माझ्याशी लग्न करावं, असा मी हट्ट धरला. तेही आत्ताच्या आत्ता. मी हे असं काहीतरी म्हणेन याची त्याला कल्पनाच नव्हती. त्याने यापूर्वी इतर अनेक निष्पाप मुलींवर असे अत्याचार केले होते. सुरुवातीला तो लग्नाला तयार झाला नाही. पण मग माझा निर्धार पाहून त्यानं ते मान्य केलं. त्यानंतर मला 'निकाह' करण्यासाठी नेण्यात आलं. मी मुसलमान धर्माच्या माणसाशी-रियाझशी लग्न केल्यामुळे माझं नाव बदलून 'अफसाना' ठेवण्यात आलं. तोपर्यंत मी हिंदू होते.

माझ्या नवऱ्याचं त्यापूर्वी लग्न झालेलं होतं की नाही, ही गोष्ट मला त्यावेळी माहीत नव्हती, तशीच आताही माहीत नाही. माझं त्याच्याशी लग्न झालं त्यावेळी मी अवघी एकोणीस वर्षांची होते. त्यानंतर आता गेली दहा वर्षे मी माझं आयुष्य सावरण्याचा प्रयत्न करते आहे. ज्या माणसानं ते विस्कटून टाकलं त्याच्याच बरोबर आज मी संसार करते आहे. आमचं लग्न झाल्यानंतर कितीतरी दिवस त्याचा इतर मुलींबरोबर व्यभिचार चालूच होता. मीही शक्य तेवढं सहन करायची, पण अती झालं की मात्र प्रतिकार करायची.

एक दिवस अचानक माझ्या वडिलांना माझा शोध लागला. ते मला शोधत घरी आले. मी मात्र त्यांना परत पाठवून दिलं. कारण एव्हाना मी एका बाळाची आई झालेली होते. त्यानंतर माझ्या कुटुंबियांनी माझ्याशी कायमचे संबंध तोडून टाकले. 'तू आमच्या तोंडाला काळं फासलंस' असं त्यांचं म्हणणं होतं. त्यानंतर माझ्या कानावर माझ्या कुटुंबियांविषयी काहीच बातमी आलेली नाही.

माझ्यापुरतं बोलायचं झालं तर मी आज जे जीवन कंठते आहे ते जगण्याच्यासुद्धा

योग्यतेचं नाही. नुसतं ओझं आहे आणि ते वाहणं मला भाग पडतंय. मग मला ते आवडो अथवा न आवडो. पण माझ्या वाट्याला जे दुःख आलं ते मात्र माझ्या मुलाबाळांच्या वाट्याला कधीही येऊ नये, असं मला वाटतं. माझ्या जगण्याचं आता केवळ एकच, उद्दिष्ट उरलंय. ते म्हणजे आपल्या मुलांना जपायचं, वाढवायचं, लहानाचं मोठं करायचं. म्हणजे मग मला आयुष्यात जशी हार पत्करावी लागली तशी तरी त्यांना पत्करावी लागणार नाही. माझा नवरा अजूनही रिक्षा चालवतो. पण त्याने काही प्रमाणात का होईना, आपलं वागणं आता सुधारलं आहे. सर्वात महत्त्वाची गोष्ट अशी की, त्याचं आमच्या मुलांवर प्रेम आहे. त्यामुळेच अधूनमधून तसा तो मला जरी मारहाण करत असला तरीसुद्धा मी त्या गोष्टीकडे काणाडोळा करते. माझ्या दृष्टीनं माझी मुलं हेच माझं जीवनसर्वस्व आहे. माझ्या जगण्याचा तोच एक आधार आहे. मला व्यक्तिशः कितीही झळ पोचली तरी चालेल, पण मला जे भोगावं लागलं ते माझ्या मुलांना नाही भोगू देणार मी. आयुष्यात जे काही प्रसंग येतील, जेव्हा आणि जसे येतील, त्यांना निर्भयपणे सामोरं जाण्याचा मी निर्धार केला आहे.

कुठं चुकलं?

- आईवडिलांनी आपल्या मुलांना मायेनं, प्रेमानं वाढवून त्यांची जोपासना करावी लागते. त्यांना नुसतं शिक्षण देऊन भागत नाही.

- मातृत्व आणि पितृत्व तरी म्हणजे काय? मुलांमध्ये भावनिकदृष्ट्या गुंतणं, त्यांच्या भावनिक, मानसिक गरजा भागवणं. अगदी बालपणापासून ते थेट तरुणपणापर्यंत किंवा काही काही वेळा तर त्यानंतरही त्यांच्याकडे लक्ष देणं जरूरीचे आहे.

- आईवडिलांचं लक्ष आकर्षित करून घेण्यासाठी मी काहीही करीन, प्रसंगी अभ्यासाची हेळसांडसुद्धा करीन, असा आडमुठा दृष्टिकोन मुलांनी स्वीकारणं योग्य नाही. ते घातक होऊ शकतं.

विवाहवेदीवर बळी

माझं नाव ज्योती. मी एकवीस वर्षांची असून दिल्लीला राहते. माझ्या नावाचा अर्थ जरी 'प्रकाश' असा असला तरी माझ्या संपर्कात आलेल्या सर्वांच्या जीवनात अंध:कार पसरवण्यास मी कारणीभूत झाले आहे, असं मला वाटतं. पण मी एक सांगते– यात माझा काहीच दोष नाही. खरं तर माझं विनयशी लग्न झालं आणि त्याच क्षणापासून माझ्या जीवनातील प्रकाशाला ग्रहण लागण्यास सुरुवात झाली. आता त्याबद्दल मी दोष कुणाला देऊ? त्याला की माझ्या नशिबाला? माझं नाव वृत्तपत्राच्या पहिल्या पानावर छापून येण्यास सुरुवात झाली. पण ते भलत्या-सलत्या कारणासाठी. माझ्या बाबतीत कुठे चुकलं हे आजतागायत कोणालाही नीटसं समजलेलं नाही.

माझा जन्म एका गरीब पण प्रतिष्ठित, अब्रूदार घराण्यात झाला. माझे वडील एक प्रामाणिक सरकारी नोकर होते. पोस्ट खात्यात ते नोकरीला होते. पण १९८४ साली प्रदीर्घ आजारानंतर ते आम्हा सर्वांना सोडून गेले. मला चार भाऊ आणि एक बहीण आहे. माझ्या तिघा भावांची लग्ने झालेली आहेत. बहिणीचंही लग्न झालेलं आहे. आम्हाला एकमेकांविषयी किती ममता वाटते, याची खरं तर मला जाणीवच नव्हती. दुर्दैवाच्या फेऱ्यामधून माझी सुटका करण्यासाठी माझ्या भावंडांनी एकत्र येऊन जे काही अपरंपार प्रयत्न केले, त्यामुळेच त्यांच्या माझ्यावरील प्रेमाची तीव्रता समजून आली.

वडिलांच्या मृत्यूनंतर आमच्या आईला पोस्टात नोकरी मिळाली. माझ्या वडिलांच्या प्रदीर्घ आजारपणात आमच्याजवळ जे काही किडूक मिडूक होतं, ते सगळं संपून गेलं. शिवाय माझ्या आईच्या डोक्यावर बरंच कर्जही होऊन बसलं होतं, त्यातील काही कर्ज तर अजूनही फिटायचं राहिलं आहे. उलट व्याजावर व्याज चढून ते आणखीच वाढून बसलं आहे.

आपल्या देखण्या मुलीचं पुढे काय होणार या भीतीनं आईनं व भावानं माझं व माझ्या बहिणीचं लग्न घाईघाईनं उरकलं. तेव्हा मी फक्त १४ वर्षांची तर माझी

बहीण १६ वर्षांची होती. माझं लग्न विनयशी करण्यापूर्वी माझ्या कुटुंबियांनी त्याच्या पार्श्वभूमीविषयी काही नीट चौकशी केली होती की नाही, कोण जाणे. विनयचा केबल टी. व्ही. ऑपरेटरचा धंदा आहे, तसंच किरकोळ दूधविक्रीचाही व्यवसाय आहे. मी लग्नापूर्वी त्याला फक्त एकदाच पाहिलं आणि मला या लग्नाला हो म्हणावंच लागलं. मी दिसण्यास सुस्वरूप होते. विनयने आईकडे पैसा अडका वगैरे कशाचीच मागणी केली नव्हती. असं असूनसुद्धा नुसतं लग्न करून देण्यासाठी माझ्या आईला आमच्या बऱ्याच नातेवाईकांकडून व स्नेह्यांकडून कर्ज घ्यावं लागलं होतं, याची मला जाणीव आहे.

बोहल्यावर चढताच विनयनं आपले खरे रंग दाखवण्यास सुरुवात केली. जशी काही एक तलवार उपसून सर्वत्र फिरवण्यास सुरुवात केली. माझ्या दिराला म्हणजे स्वतःच्या भावाला सोन्याची अंगठी मिळालीच पाहिजे, असा त्यानं हट्ट धरला. ही मागणी अगदीच अयोग्य होती. शिवाय अकल्पित सुद्धा होती. आम्हाला ती ऐकून तर धक्काच बसला. पण काही जवळच्या नातेवाईकांनी मधे पडून हा प्रसंग सोडवला.

माझ्या नशिबाचा त्रास जो काही सुरू झाला तो हा असा. लग्नाच्या दुसऱ्याच दिवशी विनयनं मला मारहाण केली. मी अक्षरशः उद्ध्वस्त झाले. पण ही तर केवळ सुरुवात होती.

काही महिने लोटले आणि पुरेसा हुंडा न आणल्याबद्दल विनयनं आणि त्याच्या आईनं माझा छळ मांडला. माझ्या दिरांनी सुद्धा त्यांना साथ देण्यास सुरुवात केली. दिराची पत्नी, म्हणजेच माझी जाऊ आमच्याच घरी राहत असे आणि तिचाही असाच छळ होत असे. ती बिचारी नशिबाला दोष देत मुकाट्यानं सारं सहन करत असे. तिनं हे सर्व स्वीकारलं होतं. ती माझं सांत्वन करी. मला एक अविवाहित नणंद होती. ती मधूनच कधीतरी आगीत तेल ओतण्याचं काम करी. आता तर त्यांनी मला अत्यंत निर्दयपणे मारझोड करण्यास सुरुवात केली होती. मला दिवसचे दिवस उपाशी ठेवण्यात येई. प्रेमाला, मायेला पारखी झालेली मी एकटीच रडत बसे. पण कोणाच्याही समोर डोळ्यात पाणी काढण्याची माझी काही हिंमत नव्हती.

माझ्या लग्नाला एक वर्ष झालं. माझी आई आणि भाऊ मला भेटायला आले. परंतु 'त्यांच्यापाशी एका अक्षरानेही आमची तक्रार करशील तर तुला बघून घेऊ' अशी धमकी मला देण्यात आली होती. मला घराबाहेर पडण्यास बंदी होती. क्वचित कधीतरी जाण्याचा प्रसंग आलाच, तर पदरानं तोंड झाकून जावं लागे. ते लोक जे काही सांगतील, ते मी निमूटपणे ऐकत असे.

परिस्थिती आणखी चिघळत चालली होती. विनय रोज माझा अधिकाधिक अपमान करे. आता तर त्याने माझ्या कुटुंबियांकडे पैशाची मागणी करण्यास सुरुवात केली होती. माझ्यावर दडपण आणून तो त्यांना माझ्याकरवी धमक्या देत असे. त्याने आता

तर अश्लील छायाचित्रे व मजकूर असलेली पत्रके छापून घेतली आणि तो ती माझ्या आईच्या ऑफिसातील सहकाऱ्यांना तसेच आमच्या शेजाऱ्यापाजाऱ्यांना नेऊन वाटत असे. तो प्रत्येक गोष्ट अत्यंत योजनाबद्ध रितीने करत असे. एवढंच काय पण त्या अश्लील परिपत्रकांवर आमच्या स्थानिक पोलिस ठाण्याचा शिक्कासुद्धा मारलेला असे.

माझ्या माहेरून त्याला पैसे मिळेनात, तेव्हा माझा छळ अधिकच वाढला. त्याने मला जवळच्या एका गुरुद्वारामध्ये नेऊन टाकले. मी अक्षरशः त्या गुरुद्वाराच्या आश्रयाने राहू लागले. पण तिथे तरी अशी किती दिवस राहू शकणार? तेथील लोकांनी परत मला विनयच्याच दारात आणून टाकले. (ते घर विनयचेच होते फक्त, माझे कधीच नव्हते– ही गोष्ट मला वारंवार बजावून सांगण्यात येत असे.)

त्यानंतर मात्र विनयने मला अक्षरशः रस्त्यावर फेकले. त्याने मला एका देवळाच्या दारात नेऊन बसवले व भीक मागण्याची सक्ती केली. होय. तीन महिने रोज मी त्या देवळाच्या दारात बसून भीक मागितली. दिवसभर तो माझ्यावर पाळत ठेवून असे व रात्री तेवढा झोपायला घरी जाई. कधीतरी आसपासच्या लोकांना माझी दया येई व ते मला खाऊ घालत, अन्यथा मला तर उपाशीच झोपावं लागे. जर कुणी विनयला काही सांगण्याचा प्रयत्न केला किंवा त्याच्या या असल्या वागण्याला हरकत घेतली तर तो ओरडून उठायचा आणि म्हणायचा, 'ती माझ्या मालकीची असून मी तिचं काहीही करीन.'

अर्थात हे सगळं काही फार काही चाललं नाही. नंतर त्याने मला त्याच्या ऑफिसच्या वरच्या मजल्यावर असलेल्या खोलीत नेऊन कोंडलं. त्या खोलीत पुरेशी हवा व उजेडसुद्धा नव्हता. केवळ बारा स्क्वेअर यार्डांची ती जागा होती. तिथे संडास, बाथरूम, पाण्याचा नळ असे काहीच नव्हते. मला खोलीत कोंडण्यात आले व पाण्याने भरलेला एक माठ ठेवण्यात आला. रात्रंदिवस मी त्या खोलीत बंदिस्त असे. दोन-तीन दिवसांनी कधीतरी तो खोलीत यायचा आणि मला मारहाण करायचा. दोन-तीन दिवसांतून कधीतरी एकदा आपल्याला एखादी चपाती तरी खायला मिळेल या आशेनं मी त्याची वाट बघायची.

अशा तऱ्हेनं मी दोन वर्षे त्या जागेत बंदिवासात काढली. अखेर माझे भाऊ पोलिसांना घेऊन माझ्या सुटकेसाठी आले. माझी स्थिती तेव्हा एखाद्या हाडाच्या सापळ्यासारखी झाली होती. माझं वजन एकवीस किलो झालं होतं. त्या दोन वर्षांत सुद्धा अनेक घटना घडल्या होत्या. माझ्या माहेरच्या माणसांनी पोलिसात तक्रार दिली होती. पोलिसांनी आम्हाला कधीही चौकशीसाठी बोलावलं की, 'यातलं काही एक अक्षर जरी बोललीस तरी परिणाम फार वाईट होतील' अशा धमक्या मला देण्यात येत. 'माझी आई आणि माझे भाऊ माझ्या खाजगी आयुष्यात ढवळाढवळ करत असून त्यांनी जर हे चालू ठेवलं तर मला त्यांच्याविरुद्ध कायदेशीर कारवाई

करावी लागेल' अशा अर्थाचं एक जाहीर पत्र विनयने माझ्याकडून लिहून घेऊन ते वृत्तपत्रात छापूनही आणलं होतं. मी स्वत:च माझ्या आईच्या विरोधात आहे असं म्हटल्यावर मग पोलिस तरी काय करणार? पण त्यांना माझी ही खालावत चाललेली स्थिती दिसत होती त्यामुळे विनयने माझ्यावर दया करावी आणि मला माहेरी पाठवून द्यावं, अशी कळकळीची विनंती ते त्याच्याकडे करत असत.

काही संवेदनाशील पोलिस अधिकाऱ्यांनी या प्रकरणाच्या मुळाशी जाऊन तपास केल्यावर त्यांना माझ्या दारूण परिस्थितीविषयीची हकिकत समजली. मी बंदिवान असलेल्या त्या खुराड्यात दिल्लीचे पोलिस जर वेळीच पोचले नसते तर मला तिथेच मरण आलं असतं. दिल्ली पोलिसांनी मला जीवनदान दिलं. त्यांनीच माझं नशीब परत उजगारीला आणलं.

खरं तर माझ्या माहेरच्या माणसांनी इतके वेळा पोलिस चौकीत जाऊन तक्रारी नोंदवलेल्या असताना पोलिसांना त्यांची वेळीच दखल घेऊन त्याच वेळी जरा खोलवर शिरून तपास केला असता तर? सत्य त्याच वेळी उजेडात आलं नसतं का? माझी शारीरिक अवस्था पाहून तरी निदान येथे काहीतरी पाणी मुरतंय, अशी शंका त्यांना कशी काय आली नाही बरं? पण पोलिसांनी सुद्धा दरवेळी माझ्या माहेरच्या माणसांना तक्रार नोंदवल्यानंतर परत पाठवून दिलं. अशी तक्रार नोंदवणं तर नित्याचंच आहे, तो एक उपचार आहे अशी त्यांची भूमिका होती.

कुठं चुकलं?

- भारतीय आई-वडिलांची एक अशी मनोभूमिका असते, की मुलगी ही आपल्यावरची जबाबदारी आहे आणि जितक्या लवकर तिचे हात पिवळे करून या जबाबदारीतून आपण मोकळं होऊ, तेवढं बरं.
- कधी कौटुंबिक परिस्थितीपायी तर कधी स्वत:च्या अंगी असलेल्या दुर्बलतेमुळे मुलींना अत्यंत दुर्दैवी, केविलवाण्या अवस्थेत जगावे लागते.
- भारतीय पुरुषाची व त्याच्या कुटुंबियांची अशी धारणा असते की, सून ही केवळ आपली सेवा करण्यासाठी तसेच माहेरून पैसा आणण्यासाठीच असते.
- पोलिसांची संवेदनशून्यता आणि दुर्बलता या दोन कारणांमुळे ते नोंदवलेल्या तक्रारीच्या पाठीमागे जे काही सत्य दडलेले असते ते प्रकाशात आणत नाहीत.

झुलेखाची कहाणी

माझं नाव जुलेखा. मी तीस वर्षांची आहे. दिल्लीच्या एका झोपडपट्टीत मी माझा दुसरा नवरा आणि चार मुले यांच्याबरोबर राहते. मी मूळची उत्तरप्रदेशच्या पश्चिम भागातील एका खेड्यातील असून मी गेली पंधरा वर्षे दिल्लीत राहत आहे.

माझा जन्म एका गरीब कुटुंबात झाला. माझ्या आईवडिलांना एकूण सात मुले, त्यांपैकी मी पाचवी. आम्ही सहा बहिणी व एक भाऊ. माझे वडील एक शिंप्याच्या दुकानात कामाला होते. कुटुंबाचा खर्च चालवण्यासाठी माझी आई लोकांकडे धुण्याभांड्यांची कामे करीत असे. घरची अत्यंत गरिबी असल्याने आम्ही कोणीच शाळेत शिकण्यासाठी जाऊ शकत नव्हतो. आई वेगवेगळ्या घरी कामाला जायची तेव्हा आमच्या घरातले काम करण्याची जबाबदारी आमच्यावरच येऊन पडायची. भूक कशी असते, अन्नपाण्याविना, जीवनावश्यक गोष्टींशिवाय जगणं कसं असतं, ते मी फार जवळून पाहिलं आहे.

आपल्या कुटुंबाचं पालनपोषण करण्यासाठी माझे वडील अतोनात परिश्रम करत. अनेकदा ते ओव्हरटाईम करत. त्यांना त्या अतिश्रमाची फळे लवकरच भोगावी लागली. त्यांना क्षयरोग झाला. त्यांची नोकरी गेली. आमच्या कुटुंबाचं अस्तित्व धोक्यात आलं. घरातील चूल पेटती ठेवण्यासाठी आम्हाला अविश्रांत मेहनत करावी लागे. क्षयाच्या दुखण्यातच माझ्या वडिलांचा अंत झाला. निदान त्यापूर्वी माझ्या आईवडिलांनी माझ्या तीन मोठ्या बहिणींची लग्ने करून दिली होती.

मी किशोरवयात पदार्पण केलं. पण अर्धपोटी असताना तारूण्यसुलभ स्वप्ने कशी बघणार? मला जमेल तिथे, जमेल तशी कामं पत्करावी लागत. कधी चिंध्या गोळा करणं, कधी भाजीपाला विकणं तर कधी शेजाऱ्यांची भांडी घासून देणं. एक दिवस माझी आई कामाच्या ठिकाणी पाय घसरून पडली आणि

तिचा पाय मोडला. माझी आई खरं तर खूप अशक्त झाली होती, पण तरी ती तशीच कामं करे. पण कधी तरी ती फारच आजारी पडली, की मी व माझी बहीण तिच्या कामाच्या ठिकाणी जायचो. माझा भाऊ सर्वात मोठा होता, पण तो मात्र काहीही नोकरीधंदा करत नसे. उलट त्याने आता आम्हालाच त्रास द्यायला सुरुवात केली होती. तो हातखर्चासाठी सारखे आमच्याकडे पैसे मागे आणि आम्ही त्याची मागणी पुरी केली नाही की तो आम्हाला मारहाण करायचा. मी पंधरा वर्षांची होईपर्यंत हे असंच चालू होतं.

माझ्या आईनं माझ्यासाठी एक जोडीदार पसंत केला. त्याचं नाव अहमद. तिनं त्याच्याशी माझं लग्न करून दिलं. आयुष्याच्या या नव्या पर्वात मी पाऊल टाकलं ते डोळ्यांत स्वप्नं घेऊनच. पण खरं सांगायचं तर आयुष्यात आजवर जे काही वाट्याला आलं होतं, त्यापेक्षा हे काहीच नवीन घडत नव्हतं; हे मला फार नंतर उमगलं. लग्नाच्या दुसऱ्या दिवशीपासूनच माझ्या सासूनं मला छळण्यास सुरुवात केली. त्याचं कारण इतकंच की सासरच्या लोकांच्या वाढत्या मागण्या माझी आई पुऱ्या करू शकत नव्हती. जसजसे दिवस चालले होते तसतसा माझा छळही वाढत होता. माझी सासू माझ्यावर चोरीचा आळ घ्यायची. मी चोरून खात असल्याचा आरोप करायची. अहमदसुद्धा नेहमीच आपल्या आईची बाजू घ्यायचा. आता तर त्याने माझ्या अंगावर हात सुद्धा टाकायला सुरुवात केली होती. एकदा तर त्याच्या अंगात काय संचारलं, कोण जाणे, पण त्याने शेतीकामाचा विळा माझ्या डोक्यावर उगारला. मी त्याचा वार चुकवण्याचा प्रयत्न करत असताना माझ्या डाव्या हाताच्या तळव्यावर घाव बसून खोलवर जखम झाली. आजही त्या व्रणाकडे लक्ष गेलं की भूतकाळातील त्या दुःखद दिवसाच्या आठवणीने अंगावर काटा उभा राहतो.

परिस्थिती आता चांगलीच चिघळली होती. शेवटी दिल्लीतच रहात असलेल्या माझ्या चुलत भावाने मला त्यांच्या घरी राहायला नेले. मी जवळपासच्या घरी धुणं-भांड्यांची कामे धरली. पण मी दिल्लीतच आहे असं कळताक्षणीच माझा नवरा माझा माग काढत तेथे आला. आता तो पुरता बदलून गेला होता. तो खरं तर सुधारल्यासारखा दिसत होता. कदाचित पूर्वी तो आपल्या आईच्या सांगण्यावरून, तिच्या धाकाने मला मारहाण करत असेल. त्याची सुधारलेली वागणूक बघून माझ्या चुलतभावाने त्याला एक सायकलरिक्षा घेऊन दिली. आता तो निदान पोटापाण्यापुरतं तरी मिळवू लागला. पुढे काही दिवसांनी माझा चुलतभाऊ हुसेन त्याला आपल्या एका मित्राकडे घेऊन गेला. हा मित्र धातूला पॉलिश करण्याचं काम करत असे. त्याने माझ्या नवऱ्याला-अहमदला-ही कला शिकवली. लवकरच अहमद हे काम करू लागला. हा माझ्या आयुष्यातील सर्वात सुखाचा कालखंड होता. मला चार मुलं

झाली - एक मुलगा आणि तीन मुली. पण नियतीने मात्र माझ्या पुढ्यात काही निराळेच वाढून ठेवलं होतं.

काही दिवसांनी माझा चुलतभाऊ आपली राहती जागा सोडून दुसरीकडे जाऊन स्थायिक झाला. मग आम्हाला सुद्धा आपलं चंबूगबाळं उचलून दुसरीकडे जाणं भाग पडलं. एका झोपडपट्टीत आमची निवाऱ्याची सोय झाली. तिथे एक लहानशी खोली घेऊन आम्ही नव्यानं संसार थाटला. पण झोपडपट्टीत राहण्याच्या वेगळ्याच समस्या उद्भवल्या. त्या वातावरणात माझ्या नवऱ्याला वाईट संगत लागली. ज्या माणसाने कधी आयुष्यात सिगारेटला स्पर्शही केला नव्हता त्याने आता अंमली पदार्थांची नशा करण्यास सुरुवात केली.

ही मादक द्रव्ये तर कोठेही मुबलक प्रमाणात उपलब्ध होती. माझ्या नवऱ्याची सगळीच्या सगळी मिळकत त्यावरच खर्च होऊ लागली. त्याचा परिणाम म्हणून आमच्यावर उपाशी मरण्याची पाळी आली. मुलांकडे बघून अखेर मी आजूबाजूच्या चार घरी धुणंभांड्याची कामं करण्यास सुरुवात केली. ही गोष्ट माझ्या नवऱ्याला मुळीच पसंत पडेना. त्याने त्यास कडाडून विरोध केला. पण मी मिळवत असलेल्या पैशातूनच कुटुंबाची गुजराण होत आहे एवढंच नव्हे तर व्यसनासाठीही चारपैसे त्यातूनच हाती येत आहेत हे त्याच्या लक्षात आल्यावर सगळा विरोध मावळला. पुढे तर मला मिळणाऱ्या सगळ्याच्या सगळ्या पैशांवर तो डोळा ठेवू लागला. त्यानं आता घरातील भांडीकुंडी विकण्यास सुरुवात केली. मी विरोध दर्शविताच मला मारहाण करण्यास पुढेमागे पाहिलं नाही. परत एकदा आमच्यावर उपाशी मरण्याची पाळी आली.

अशात एक शेजारणीनं गोड गोड बोलून मला मादक द्रव्यांची विक्री करणाऱ्या लोकांच्या जाळ्यात अडकवलं. गरिबीला कंटाळून, मुलांच्या तोंडाकडे पाहून मी या गोष्टीला राजी झाले. सुरुवातीला तिने मला ही मादक द्रव्ये उधारीत पुरवली. ती विकल्यानंतर त्याचे पैसे आणून दे, असं सांगितलं. त्या विक्रीतून मला बराच फायदा होऊ लागला. हळूहळू मी माझा स्वतंत्र धंदा सुरू केला. केवळ एका वर्षात मी या धंद्यात अतिशय प्राविण्य मिळवलं. अर्थात पोलिसांचा ससेमिरा चुकवण्यासाठी त्यांना भरपूर पैसे चारावे लागत. माझे सर्व कारभार पोलिसांना व्यवस्थित माहीत होते, पण दर आठवड्याला पाचशेचा हप्ता मिळाला की सगळे अडसर आपोआप दूर होत. आयुष्य असं छान सुरळीत चालू होतं. अचानक एक दिवस संकटाची कुऱ्हाड कोसळली.

असाच एकदा माझा व माझ्या नवऱ्याचा खटका उडाला होता. त्यावेळी बाहेरून पोलिस चालले होते. भांडणाचा आवाज ऐकताच त्यांनी हस्तक्षेप केला. माझ्या नवऱ्याने चिडून त्यांच्यावर हात उगारताच ते संतापले व त्यांनी मला आणि

माझ्या नवऱ्याला मारहाण करण्यास सुरुवात केली. प्रकरण चांगलंच चिघळलं. स्थानिक पोलिस माझ्यावर चिडले. त्यांनी त्या दिवसापासून माझ्यावर दात धरला व लवकरच मादक द्रव्यांची विक्री केल्याच्या आरोपाखाली मला अटक करून जेलमध्ये टाकलं.

जेलमधला अनुभव अत्यंत भीतीदायक होता. पण लवकरच मी त्या वातावरणात रूळले. मी जेलमध्ये असताना तिकडे माझ्या नवऱ्याने मी आजवर जमा केलेली सगळी पुंजी हडपली. ते माझ्या कानावर आलं. त्याबरोबरच तो गंभीररीत्या आजारी असल्याचंही समजलं. मी खूप लटपटी खटपटी करून अखेर माझ्या दोन मुलींना माझ्याबरोबर तुरुंगात ठेवून घेण्याची परवानगी मागितली. माझ्या मुलाला माझा चुलत भाऊ घेऊन गेला. माझी मोठी मुलगी घरीच राहिली व धुणीभांड्याची कामे करून आपल्या बापाला पोसू लागली. पण अखेर माझ्या नवऱ्याच्या व्यसनाने त्याचा बळी घेतला. तो उपचारांअभावी मरण पावला.

आमच्या जेलमध्ये 'नवज्योती' या सेवाभावी संस्थेने पाळणाघर चालवण्याचे प्रशिक्षण देणारे वर्ग सुरू केले. मी त्यात नाव नोंदवलं. त्यांच्याकडून मला शिकताशिकताच काही भत्ता मिळू लागला. शिवाय त्या जोडीला मी तुरुंगातील इतर कैदी स्त्रियांची कामे करून पैसा मिळवू लागले. त्यातून मिळणाऱ्या पैशांतून माझा व माझ्या सोबत जेलमध्ये राहणाऱ्या माझ्या मुलींचा खर्च भागू लागला. 'इंडिया व्हिजन फौंडेशन' या दुसऱ्या एका सेवाभावी संस्थेने माझ्या दोन मुलींना हेरलं. ही संस्था तुरुंगातील कैद्यांच्या मुलाबाळांच्या शिक्षणाची सोय करत असे. त्यांनीच बरेच प्रयत्न करून माझ्या मुलींना तुरुंगाच्या बाहेर असलेल्या निवासी कॉन्व्हेन्ट शाळेत शिकण्यासाठी दाखल केलं. आता मला भरपूर रिकामा वेळ मिळू लागला. अठ्ठावीस महिन्याच्या तुरुंगावासाच्या कालावधीत मिळालेला हा वेळ मी पूर्णपणे सत्कारणी लावला. माझ्यावर प्रदीर्घ काळ सुरू असलेल्या खटल्याचा अखेर निकाल लागला व माझी निर्दोष सुटका झाली.

तुरुंगात असताना मी जो काही पैसा गाठीस बांधला होता तो घेऊन मी घरी आले. जेलमध्ये असताना मी जे काही करण्यास शिकले, ज्या ज्या गोष्टींमध्ये प्राविण्य मिळवलं, त्याचा उपयोग करून मी आता नव्याने आयुष्य सुरू केलं आहे. मी अजूनही 'नवज्योती साठी काम करते. आमच्या झोपडपट्टीत या संस्थेनं जे पाळणाघर उघडलं आहे, ते मी चालवते. 'इंडिया व्हिजन फौंडेशन'च्या प्रयत्नांमुळे माझी मुलं शाळेत जातात. चौथे मूल अजून फार लहान असल्याने ते शाळेत जात नाही. मी दुसरं लग्न केलं असून सुखी संसाराची स्वप्ने बघत आहे. आता मात्र मादक द्रव्ये आणि दु:ख यांची सावली सुद्धा नको वाटते.

कुठं चुकलं?

- झोपडपट्टीत आढळणारे सततचे दारिद्र्य, दु:ख आणि शिक्षणाचा अभाव तशात पोलिसांमध्ये दिसून येणारा अप्रामाणिकपणा यामुळेच गुन्हेगारीचा व पर्यायाने दु:खाचा फैलाव होतो. समाजाला या गोष्टीची फार मोठी किंमत मोजावी लागते.

- बालविवाह व हुंड्याच्या अनिष्ट चालीमुळे स्त्रिया व मुलींचा सासरच्या माणसांकडून अनन्वित छळ होतो.

- पोलिसांनी जर पद्धतशीरपणे मादक द्रव्यांची विक्री करणाऱ्यांविरूद्ध आघाडी उघडली तर त्या गोष्टीला ते बऱ्याच प्रमाणात आळा घालू शकतील.

- अनेक सेवाभावी संस्था आज पुढे होऊन समाजातील हजारो गरजू लोकांच्या मदतीस धावून येत आहेत.

विवाह : वरदान की शाप?

माझं नाव पूजा. मी सतरा वर्षांची आहे. दोन वर्षांपूर्वी माझ्या पतीने मला मुंबईतील एका गिऱ्हाईकाला विकलं. पण दिल्ली पोलिसांनी माझी सुटका केली. त्या लोकांनी माझ्या पतीला ४०,००० रुपये ॲडव्हान्स म्हणून दिले होते. परंतु त्या माणसांना यायला चार-पाच तासांचा उशीर झाला आणि मी सुटले. अन्यथा आज मी माझी ही कहाणी तुम्हाला सांगूसुद्धा शकले नसते. नंतर मला जी काही हकिकत समजली, ती अशी– मला परदेशात पाठवण्यात येणार होतं. परक्या देशात, परक्या माणसांकडे.

आता मी माझ्या आई-वडिलांबरोबर दिल्ली शहराबाहेरील एका छोट्याशा कॉलनीत राहते. माझे वडील दिल्लीमधील एका लहानशा कारखान्यात नोकरीला आहेत. त्यांच्या तुटपुंज्या पगारात आमचं कसंबसं भागतं. मला दोन मोठे भाऊ आहेत, त्यापैकी एकाचं लग्न झालेलं आहे. तो एका पेट्रोलपंपावर कामाला आहे. त्याच्या उत्पन्नाची आमच्या कुटुंबाला थोडीशी जोड मिळते. दुसरा बेकार आहे. माझ्या आईस क्षयरोग झालेला आहे. इतरही अनेक दुखणी आहेत, त्यामुळे ती अतिशय अशक्त झाली आहे. ती दुखण्याने सदाचीच अंथरुणाला खिळून असते. खरं तर त्यामुळे माझं लग्न अवघ्या १५ व्या वर्षी करून देण्यात आलं.

एक दिवस मी आईला घेऊन घराजवळच्या दवाखान्यात गेले होते. तिथे आम्हाला आमचे दूरचे नातलग भेटले. मी या आधी कधीही त्यांना पाहिलेलं नव्हतं. मला पाहताच त्यांनी आपल्या मोठ्या मुलासाठी मला मागणी घातली. तो वेल्डरचं काम करत असे. माझ्या आईला माझ्या लग्नाची नेहमीच चिंता वाटायची. तिची प्रकृतीसुद्धा बरी नसायची. त्यामुळे लवकरात लवकर आपल्या मुलीचं लग्न झालं तर बरं, असं तिला वाटायचं. ते झालं की, आपली जबाबदारी संपली, मग मरण आलं तरी हरकत नाही, असं सारखं तिच्या मनात यायचं. कदाचित त्याच कारणानं तिनं या लग्नाला तात्काळ होकार दिला. मला मागणी घालणारे ते लोक नक्की

कोण आहेत, त्यांचा उद्योगधंदा काय आहे कशाचीही चौकशी न करता तिनं माझं लग्न लावून दिलं.

लग्न अगदी साधेपणानं करायचं असं मुलाकडच्या माणसांनी सांगितलं होतं. त्यांच्या काहीच मागण्या नव्हत्या. पण कोणत्याही आईप्रमाणेच माझ्या आईनेसुद्धा माझ्यासाठी पुष्कळ वस्तूंची जमवाजमव करून ठेवली होती. आपल्या एकुलत्या एक मुलीच्या लग्नासाठी जेवढं जास्तीत जास्त शक्य होईल तेवढं करण्याची तिची इच्छा होती.

मी शाळा तर कधीच सोडून दिली होती. सातव्या इयत्तेतच आईची देखभाल आणि घरकाम करण्यासाठी मला घरी बसावं लागलं होतं. आईने आपलं लग्न लवकर करून देऊ नये म्हणून मी तिची पुष्कळ विनवणी केली. पण आईला स्वतःच्या प्रकृतीची खात्री नव्हती, त्यामुळे तिनं माझं काही ऐकलं नाही. तिच्या डोळ्यातील अश्रू पाहून मी अखेर होकार दिला. पण आता वाटतं– तसा उगीचच दिला.

कधीतरी आपण दुसऱ्या व्यक्तीला सुखी करण्यासाठी आयुष्यात फार मोठी तडजोड करतो. ती क्षणिक तडजोड फार महागात पडते. त्या तडजोडीपायी आपल्याला जे भोग व ज्या यातना भोगाव्या लागतात त्या पाहून त्या दुसऱ्या व्यक्तीला अतोनात दुःख होतं.

माझं लग्न झालं आणि माझ्या आयुष्यातील एक नवीन पर्व सुरू झालं.

माझं लग्न इतकं झटपट, इतकं विनासायास ठरलं की, माझ्या आई-वडिलांनी माझ्या सासरच्या मंडळींची जरासुद्धा चौकशी करण्याचे कष्ट घेतले नाहीत.

माझ्या सासरी सारखी अनेक वेगवेगळ्या प्रकारच्या माणसांची ये-जा चाललेली असे. हे लोक कोण, इथे कशासाठी येतात, असा प्रश्न मला पडायचा. पण हे लोक आले की, माझी सासू मला वरच्या मजल्यावरच्या माझ्या खोलीत पाठवून द्यायची. मी कधीही त्या लोकांविषयी चौकशी करायला सुरुवात केली की, माझी सासू मला गप्प बसवायची. एकदा मी सहज माहेरी आईला भेटायला गेले होते, तेव्हा मी ही गोष्ट आईच्या कानावर घातली. स्वाभाविकच नंतर एक दिवस आईनं माझ्या सासूकडे या गोष्टीची चौकशी केली. त्यावर माझी सासू म्हणाली, "खरं सांगू? आम्ही हे घर विकायला काढलं आहे, म्हणून आमच्याकडे घर बघायला लोक येत असतात. पण तुमच्या मुलीला वाईट वाटू नये, म्हणून आम्ही ही गोष्ट तिला सांगितली नव्हती." सासूचं हे स्पष्टीकरण मला मात्र मुळीच पटलं नव्हतं. कारण घर बघायला म्हणून जे कुणी येईल ते वरचा मजला बघितल्याशिवाय कसे परत जाईल? त्यामुळे मी परत परत सासूजवळ त्या लोकांचा विषय काढत राहिले. अखेर तिने मला जे काही उत्तर दिलं, ते ऐकून मला जबरदस्त धक्का बसला. त्या येणाऱ्या लोकांपैकी ज्या स्त्रिया होत्या त्या आमच्या नात्यातील होत्या व जे पुरुष असत ती त्यांची 'गिऱ्हाईकं'

असत व आमच्या घराचा वापर आपल्या कामासाठी ते लोक करत. आपलं घर हे चक्क वेश्यागृह आहे, ही गोष्ट मला जेव्हा समजली, तेव्हा मला भयंकर धक्का बसला. आमच्या कुटुंबाचं तेच उत्पन्नाचं साधन होतं. आता मलाही शरीरविक्रयासाठी तयार व्हावंच लागेल, असं माझ्या सासूनं मला गोड शब्दात सांगितलं. तिच्या म्हणण्याप्रमाणे आमच्या घराण्याची तशी रीतच होती. ''तुला पुष्कळ दागदागिने आणि पैसाअडका देईन. काय मागशील ती सुखे तुझ्या दारात आणून हजर करीन. तुला स्वतंत्र घर करून देईन.'' अशी प्रलोभने तिनं मला दाखवली. पण कोणत्याही परिस्थितीत घराण्याची परंपरा मात्र मोडून चालणार नाही, असंही बजावलं. दुसऱ्या दिवशी माझ्या सासूची बहीण आमच्या घरी भेटायला आली असता मी हा सर्व प्रकार तिच्या कानावर घातला. ते ऐकून ती अत्यंत संतापली व तिनं माझ्या सासरच्या लोकांना चांगलंच फैलावर घेतलं. यानंतर मात्र माझ्या सासरच्या माणसांनी आपले खरे रंग दाखवण्यास सुरुवात केली.

आमच्या घरी गीता नावाची एक विशीतील तरुणी व तिचा नवरा मुकुल असे वरचेवर येत असत. माझ्या नवऱ्याला तिने भाऊ मानलं होतं. एक दिवस ती व तिचा नवरा मुकुल असे दोघे आमच्या घरी आले. तिने मला ब्युटीपार्लरमध्ये येण्याविषयी विचारलं. माझा नवरासुद्धा आमच्यासोबत येणार होता, त्यामुळे मीही तयार झाले. आम्ही पार्लरपाशी आल्यावर माझा नवरा म्हणाला, ''मी बाहेरच थांबतो.'' आम्ही दोघी आत गेलो. आम्ही बाहेर आल्यावर पाहते तो काय, माझा नवरा गायब झालेला होता. तिथे एक गाडी आमची वाट पाहत होती. मुकुलही हातात चाकू घेऊन तिथे उभा होता. त्याने चाकूचा धाक दाखवून मला आत बसवलं. गीता माझ्या शेजारी बसली व त्यांनी मला एका अनोळखी ठिकाणी नेलं. त्या रात्री आम्ही तिथेच राहिलो. ते दोघे मुंबईला फोन करून फोनवर बोलत असताना मी चोरून त्यांचं बोलणं ऐकलं. त्यांचे शब्द होते– 'माल तयार आहे आणि आता आणखी थांबणं कठीण आहे.' त्यांनी असंही सांगितलं की, 'मालाची डिलिव्हरी घेण्यासाठी पार्टी तयार होईपर्यंत आम्ही माल घेऊन दिल्लीबाहेर जात आहोत.'

त्यानंतर आम्ही रेल्वेत बसून पंजाबातील एका गावी मुकुलच्या बहिणीकडे मुक्काम ठोकला. आम्ही सुमारे आठवडाभर तेथेच राहिलो. तिथेच मला समजलं की, मुकुल व गीताचं लग्नसुद्धा झालेलं नव्हतं. हा सर्वच प्रकार मन सुन्न करणारा होता. मला त्याचा अतीव मानसिक धक्का बसला होता. माझ्या पतीनं आजवर माझ्याशी कधीच शारीरिक संबंध ठेवलेला नव्हता व तो असं का वागतो हे मला समजलं नव्हतं. पण आता मात्र सारं समजलं व मी हमसाहमशी रडू लागले. 'तूच आता मला तार' अशी त्या जगन्नियंत्याची करुणा भाकू लागले. त्या नराधमाचा मी काही प्रतिकार करू शकत नव्हते. तो चाकूसारखा माझ्या नजरेसमोर असायचा.

आम्ही दिल्लीला परतलो. मधल्या काळात माझ्या आई-वडिलांनी काही हालचाल केली तर नाही ना, हे जाणून घेण्याच्या हेतूने मुकुलने मला बळजबरीने माझ्या माहेरी फोन करायला लावला. पण आपलं बिंग फुटू नये म्हणून त्याने मुद्दामच मी ही मी नसून माझी चुलत बहीण आहे असा बहाणा करण्यास भाग पाडलं. माझ्या आईनं अर्थातच माझा आवाज ओळखला. मला फोनवर रडू कोसळलं. ते पाहून मुकुलनं तातडीनं फोन बंद केला व माझ्या थोबाडीत ठेवून दिली. आम्ही लगेच मुंबईला जाण्यास निघालो, इतक्यात पोलिस आले व त्यांनी गीता आणि मुकुलला अटक केली. माझ्या सासरच्या नातेवाइकांनी माझ्या माघारी माझ्या आई-वडिलांना जाऊन सांगितलं होतं– 'तुमची मुलगी घरातून पळून गेली आहे.' परंतु माझ्या सासरच्या घराजवळ राहणाऱ्या शेजाऱ्यापाजाऱ्यांकडून माझ्या आई-वडिलांना वस्तुस्थितीची कल्पना आल्यामुळे त्यांनी लगेच पोलिसात तक्रार नोंदवली होती. पोलिसांनी माझ्या आईवडिलांना फार चांगले सहकार्य केले.

कोर्टाने माझ्या सासरच्या लोकांना, तसेच मुकुल आणि गीताला शिक्षा केली. परंतु पुरेशा पुराव्याअभावी माझ्या नवऱ्याची मात्र निर्दोष मुक्तता झाली. मी त्याच्याकडे परत जावं, अशी त्याची इच्छा आहे. पण परत जाण्याची माझी मात्र मुळीच इच्छा नाही. 'नवज्योती' ही सेवाभावी संस्था आमच्यासारख्या लोकांसाठी काम करते. तेथील सल्लागार केंद्राच्या सल्लागारांचा सल्ला मानायचा, असं मी ठरवलं आहे.

कुठं चुकलं?

- एखाद्या घरात जर वेश्याव्यवसाय चालत असेल तर ती गोष्ट निश्चितच उघडे गुपित असते. या बाबतीत आजूबाजूच्या शेजाऱ्यापाजाऱ्यांनी जागरूकतेने पोलिसात वेळीच तक्रार नोंदवली, तर पोलिस वेळीच हस्तक्षेप करून या गोष्टीला आळा घालू शकतात.
- काहीवेळा स्त्रिया याच स्त्रियांच्या मोठ्या शत्रू बनतात.
- वेश्याव्यवसाय करणारे लोक तरुण स्त्रीला उपभोग्य वस्तू किंवा 'माल' समजतात.

दूर देशात : व्यभिचाराच्या विळख्यात

वयाच्या पंचविसाव्या वर्षी मी एकाकी अवस्थेत परदेशात राहत आहे. तशी मी मूळची एका श्रीमंत कुटुंबातील आहे. पण माझ्या आई-वडिलांचा संसार विस्कटला. मला बेताचं शिक्षण मिळालं. पण जे काही शिक्षण मिळालं, ते उत्तम प्रतीचं होतं. मला डॉक्टरांनी मृत म्हणून घोषित केलं होतं व त्यानंतरही मी जगले. कशीतरी जगले. तसं पाहता माझं हे आयुष्य एक शापही आहे आणि वरदानही.

माझं नाव जेनी. आम्ही मूळचे बंगलोरचे. दोन बहिणी आणि एक भाऊ यांच्यातली मी सगळ्यात धाकटी. आम्हाला सुखी ठेवण्यासाठी माझे वडील आयुष्यभर झटले. पण शिक्षणाच्या अभावामुळे त्यांना भारतात पुरेसा पैसा मिळेना, म्हणून त्यांनी आखाती देशात नोकरीसाठी जाण्याचा निर्णय घेतला. तेथून ते आम्हाला पैसे पाठवत. पण त्यांनी इतके अविरत कष्ट उपसूनसुद्धा त्या कष्टाची फळे आम्हाला चाखायला मिळालीच नाहीत. आखाती देशात नोकरीसाठी जाण्याचा निर्णय त्यांनी घेतला खरा, पण त्यांच्या या सततच्या अनुपस्थितीचा भलताच परिणाम आमच्या कुटुंबावर झाला. माझी आई एका माणसाच्या सहवासात आली. खरं तर तो तिला अत्यंत वाईट वागवायचा, पण तो नेहमी तिच्या अवतीभवती रुंजी घालायचा. माझ्या आईचं पाऊल घसरलं असल्याची कल्पना माझ्या वडिलांना अजिबात आली नाही. त्यामुळे ते आम्हाला पैसे पाठवतच राहिले. माझ्या वडिलांनी कधी प्रत्यक्ष इकडे येऊन आमची चौकशी केली नाही आणि जेव्हा ते आले तेव्हा फार उशीर झालेला होता.

पुढे आम्हाला शिक्षणासाठी होस्टेलवर पाठवण्यात आलं. त्यानंतर आमच्या आईचा मित्र राजरोसपणे आमच्या घरी येऊन राहू लागला. घरात घडत असलेल्या या सगळ्या घडामोडींमुळे आमचं बाल्य करपून गेलं. आमच्या मनावर याचा मोठा परिणाम झाला. घरात भांडण-तंटे, मारामाऱ्या नेहमीच चालत. माझे वडील

जेव्हा परत आले तेव्हा त्यांनी माझ्या आईला तिच्या वागण्यापासून परावृत्त करण्याचा खूप प्रयत्न केला. त्या माणसाबरोबर कायमचे संबंध तोडून टाकण्याची विनंती केली. पुढे आमचे वडील आईला मारहाण करू लागले. माझा भाऊ आणि बहीण हे माझ्या वडिलांचे लाडके होते आणि मी माझ्या आईची लाडकी. माझ्या लहानपणी नेमकी हीच गोष्ट मला नडली. माझ्या आईच्या वागण्याबद्दलचा सगळा राग माझ्या वडिलांनी माझ्यावर काढायला सुरूवात केली. आईबद्दलचं सगळं सत्य माहीत असूनही मी ते त्यांच्यापासून दडवून ठेवलं, असं त्यांना वाटायचं. त्यामुळे ते मला नेहमी मारत. अनेकदा विनाकारणच मारत.

असं निष्प्रेम आयुष्य जगत आम्ही भावंडे लहानाची मोठी झालो. एका वेगळ्याच वातावरणात. आम्ही आता तारुण्याच्या उंबरठ्यावर होतो. परत एकदा आमच्या वडिलांनी आमचं कुटुंब सुधारावं म्हणून प्रयत्न सुरू केले.

परत एकदा ते बंगलोरला परत आले आणि आमच्याबरोबर राहू लागले. त्यांना वाटायचं, आता तरी आई परत येईल. ती परत यायची, पण अगदी थोडे दिवस राहून पुन्हा जायची. तो दुसरा माणूस खरं तर तिला मारहाण करायचा, तरीही त्याच्याबरोबर राहण्यातच तिला सुख वाटत होतं. आपला विस्कटलेला संसार सावरण्याचा प्रयत्न माझे वडील सतत चार वर्षे करीत होते. पण त्यात त्यांना यश येत नव्हते. तशात माझ्या बहिणीला वाईट संगत लागली. ती दिवसचे दिवस घर सोडून कुठे तरी गायब होत असे. माझे वडील एकीकडे आपलं घर सावरण्याचा प्रयत्न करीत होते. त्याचबरोबर आता त्यांनी माझ्या बहिणीला सुधारण्याचंसुद्धा मनावर घेतलं. त्यांच्या या प्रयत्नांनासुद्धा यश आलं नाही. आमच्यावर सतत एकामागून एक दु:ख आणि संकटे कोसळत होती. त्याबद्दल ते दोषी तरी कोणाला ठरवणार? अर्थात त्यासाठी मी होतेच.

कसंतरी आम्ही शालेय शिक्षण पूर्ण केलं. मग मी सेक्रेटरियल प्रॅक्टिस या विषयाचा अभ्यासक्रम शिकण्यास सुरूवात केली. त्याचबरोबर मला एकीकडे रिसेप्शनिस्टचा कोर्स पूर्ण करण्याचीही संधी उपलब्ध झाली. हा दुसरा अभ्यासक्रम मला नीट पार पाडता आला, पण मूळचा पहिला सेक्रेटरियल प्रॅक्टिसचा कोर्स मात्र मी पूर्ण करू शकले नाही. त्याचं कारण असं की, एक दिवस माझ्या वडिलांनी आमच्या इन्स्टिट्यूटमध्ये येऊन बराच गोंधळ घातला. शिवीगाळ केली. त्यामुळे मला तेथून काढून टाकण्यात आले.

मी वयाच्या सतराव्या वर्षी नोकरी करण्यास सुरूवात केली. मला आपल्या पायावर उभं राहायचं होतं. आमच्या आईला तर आमची काही पर्वाच नव्हती. अखेर कंटाळून वडीलही परत परदेशी निघून गेले. या सर्व कालावधीत आम्ही कधीतरी आमच्या घरी राहायचो, तर कधी आमच्या नातेवाईकांकडे राहायला

जायचो. आमच्या राहण्याचा खर्च म्हणून आमचे वडील त्या नातेवाईकांना परदेशातून पैसे पाठवत. त्याचप्रमाणे आमच्या शिक्षणासाठी लागणारा पैसाही त्यांच्याचकडे पाठवत. पण या पैशाचा लाभ आम्हाला कधीसुद्धा झाला नाही.

आयुष्यात ही जी पोकळी निर्माण झाली होती त्या वैफल्यातूनच मी डेव्हिडकडे आकर्षित झाले. माझी व त्याची ओळख एका पार्टीत झाली. हा डेव्हिड मला त्यावेळी खूपच सज्जन आणि सुस्वभावी वाटला. मी त्याच्या प्रेमात पडले. आम्ही एकमेकांच्या खूप जवळ आलो. एवढी वर्षे एकाकी आयुष्य जगल्यावर आता मला कुणीतरी खूप जवळचं, सहानुभूती दाखवणारं भेटलं होतं. मला आधार मिळाला होता. माझ्या आई-वडिलांना जेव्हा डेव्हिडविषयी समजलं, तेव्हा ते त्यांना मुळीच आवडलं नाही.

आमच्या मनाप्रमाणे काहीच घडेना. अखेर डेव्हिडनं मला त्याच्या घरी बोलावलं. त्याच्या आईवडिलांना मी पसंत पडले. त्यांनी मला घरी राहण्यासाठी बोलावलं.

माझ्या आयुष्यातील एका नव्या पर्वाला सुरुवात झाली. मी तब्बल सात वर्षे डेव्हिडबरोबर राहिले. मी त्याच्यासाठी सर्व काही केलं-स्वयंपाक, धुणी-भांडी, सगळं. पण एक दिवस समजलं की, तो अलीकडे एका मुलीला चोरून भेटतो.

मी याआधीही त्याच्याविषयी अशा प्रकारच्या अफवा ऐकल्या होत्या. पण मी स्वत:च्या डोळ्यांनी कधी काही पाहिलेलं नसल्यामुळे त्या अफवांवर विश्वास ठेवायला राजी नव्हते.

पण एक दिवस मी जेव्हा घरी परत आले तेव्हा ती मुलगी डेव्हिडबरोबर आमच्या घरात होती. मी त्याबद्दल डेव्हिडजवळ व त्याच्या आईवडिलांजवळ तक्रार केली. पण त्या सर्वांच्या मते यात गैर काहीही नव्हतं. 'तुझ्या मनात तरी काय आहे?' असं मी डेव्हिडला विचारलं. त्या मुलीशी एकीकडे संबंध चालूच ठेवण्याची त्याची इच्छा होती. त्याचबरोबर मी मला काय पाहिजे ते करावं, असंही त्याचं म्हणणं होतं. त्याचं ते बोलणं ऐकून मी सुन्न झाले. पण त्यानंतर धीर गोळा करून मी त्याचं घर कायमचं सोडलं आणि बाहेर पडले.

एवढी वर्षे मी डेव्हिडवर जिवापाड प्रेम केलं. पण त्यानं मात्र माझ्या भावनांची कधीही कदर केली नाही. कधीही मला आदर दाखवला नाही. तो मला रोज मारहाण करायचा. घरातून ऑफिसला व तेथून परत घरी, एवढ्या मर्यादित क्षेत्रातच फिरण्याचं मला स्वातंत्र्य होतं. मला कुठेही जाण्याची, कुणाशीही बोलण्याची परवानगी नव्हती. पण डेव्हिडच्या प्रेमाखातर हे सगळं सहन करून मी त्याच्याजवळ राहिले.

सात वर्षांच्या आमच्या संबंधांना विसरणं इतकं सोपं नव्हतं. मी नंतर माझ्या

मित्रपरिवारात रमण्याचा व आनंद मिळवण्याचा प्रयत्न केला. पण त्यातूनही काही सुख मिळेना. अचानक मला पीटर भेटला. तो मला फार दयाळू व समजुतदार वाटला. आता मी माझ्या भावाबहिणींबरोबर आमच्या घरीच राहत होते. एक दिवस अशीच आमच्या घरी पार्टी होती. मी घरात माझ्या वर्गातील काही मित्रमैत्रिणींबरोबर डान्स करत होते. अचानक पीटर माझ्याजवळ आला. त्याने मला हाताला धरून बाहेर ओढलं व इतक्या जोरात मारलं, की मला काही समजेना. थोड्या वेळाने मी चक्कर येऊन खाली पडले. माझ्या भावाने मला हॉस्पिटलमध्ये नेलं. तेथील डॉक्टरांनी मला तपासलं आणि मृत म्हणून घोषित केलं. पण माझ्या भावाचा त्या गोष्टीवर मुळीच विश्वास बसला नाही. त्याने मला दुसऱ्या डॉक्टरकडे नेलं. तेथे मात्र त्यांनी चार दिवस अतिदक्षता विभागात ठेवून घेतलं. पाचव्या दिवशी मी शुद्धीवर आले.

हे सगळंच मला आता असह्य झालं होतं. माझ्या आयुष्याला काहीही दिशा नव्हती. नंतर मला मध्यपूर्वेकडील एका देशात नोकरीची संधी चालून आली. मी नुसता अर्ज केला आणि मला लगेच एका थ्री-स्टार हॉटेलात रिसेप्शनिस्ट म्हणून नोकरी मिळाली. मलाही या सगळ्या गोंधळापासून दूर निघून जायचंच होतं. परदेशात आल्यानंतर मला एका अत्यंत उंची, महागड्या रेस्टॉरंटमध्ये स्वागतिकेचं काम मिळालं. येथे येणाऱ्या लोकांमध्ये अनेक लोक भारतीय असतात. या रेस्टॉरंटमध्ये नोकरीला असलेल्या सर्वच्या सर्व मुली आपल्याला मजा मारण्यासाठी उपलब्ध आहेत, अशीच त्यांची समजूत असते.

एका परीनं त्यांची तशी समजूत होणंसुद्धा स्वाभाविकच आहे. आमचं हे रेस्टॉरंट मुली पुरवण्यासाठी प्रसिद्ध आहे. आमच्या येथे राहणाऱ्या काही भारतीय मुली वेश्याव्यवसाय करतात. दुर्दैवाने माझी राहण्याची व्यवस्थाही त्यांच्याबरोबरच करण्यात आली आहे. मी त्याबद्दल तक्रार तरी कोणापाशी करणार? माझं कोणीच ऐकणार नाही. बंगलोरमधील ज्या माणसाने मला ही नोकरी मिळवून दिली, त्याचा तर आता कुठे पत्तासुद्धा नाही. मी इतके दिवस डोकं ताळ्यावर ठेवून कशीतरी दिवस कंठत जगते आहे.

भारतात नवी दिल्ली येथे काम करणारी एक सेवाभावी संस्था आहे-इंडिया व्हिजन फौंडेशन. या संस्थेचे काही कार्यकर्ते नुकतेच मला येऊन भेटले. मला दुसऱ्या एका चांगल्या हॉटेलात नोकरी मिळावी म्हणून बरीच खटपट केली आणि त्यांच्या या प्रयत्नांना यशसुद्धा आलं. कशी कोण जाणे पण या सगळ्या परिस्थितीला धीरानं तोंड देण्यास मी आता तयार झाले आहे.

कुठं चुकलं?

- आई किंवा वडील अनैतिक संबंध ठेवत असल्याचे मुलांच्या नजरेस आले तर त्या गोष्टीचा मुलांच्या मनावर फार दूरगामी परिणाम होतो.

- असे अनैतिक संबंध असलेल्या कुटुंबांमध्ये नेहमीच भांडणे व ताणतणाव असतात.

- अशा कुटुंबातील मुले कधी सुखी होऊ शकत नाहीत. त्यांचे जीवन अस्थिर असते व समाजातील इतर व्यक्तींशी असलेले संबंधसुद्धा अस्थिर व दोलायमान असतात.

- अशा कुटुंबातील मुले पुढील आयुष्यात आईवडिलांच्या चुकांची पुनरावृत्ती करताना दिसतात.

ताडीनं बुडवली बोट?

ही एका चार वर्षांच्या मुलाची कहाणी आहे. लेखिकेला हा मुलगा त्याच्या स्वत:च्या घरी, त्याच्या नेहमीच्या, ओळखीच्या वातावरणात भेटला. तो मुलगा लेखिकेशी मनमोकळेपणाने बोलला. पण तेवढा मोकळेपणा त्याच्या कुटुंबियांनी मात्र दाखवला नाही. 'नवज्योती' ही संस्था झोपडपट्टीवासीयांसाठी बरेच काम करते. या संस्थेतील एक समुपदेशक लेखिकेच्या सोबत तेथे आला होता. त्या समुपदेशकाने ह्या विशिष्ट कुटुंबियांविषयीचे, त्याचप्रमाणे एकूणच समाजात त्याला वेळोवेळी येणारे अनुभव लेखिकेला कथन केले. या विशिष्ट मुलाच्या बाबतीतले अनुभवही सांगितले.

...माझं नाव शक्कू. मी चार वर्षांचा आहे. मी गलीशाळेत जातो. माझ्या गुरुजींचं नाव मिस्टर गोपाल. मी वाचतो आणि लिहितोसुद्धा. मी मातीत खेळतो. माझ्या वडिलांच्या बऱ्याच सायकलरिक्षा आहेत. माझी आई पानपट्टीचं दुकान चालवते. मला सात भावंडे आहेत. मला दारू पिण्याची सवय आहे. पण ती आता मी सोडली आहे. कालपासून सोडली आहे. माझे वडीलच मला दारू पाजायचे. आमच्या घरी येणारे रिक्षावालेसुद्धा मला दारू पाजायचे. माझा भाऊ गुटका खातो. आमच्या सगळ्यात मोठ्या भावानं त्याला गुटका खायला शिकवलं. (शक्कूने असं सांगितलेलं पाहून त्याच्या मोठ्या भावाच्या कपाळाला नाराजीची आठी पडते आणि तो त्याला मारतो. 'मी आता गुटका खाणं बंद केलं आहे,' असं ठासून सांगतो. त्यावर शक्कू मोठ्यांदा ओरडतो– "नाही, तो खोटं सांगतोय. त्यानं कालच गुटका खाल्ला होता.) मी कधीकधी आमच्या शेजारच्या लक्ष्मणकडून दारू विकत घेतो– हा लक्ष्मण माझा मित्र आहे. (लेखिकेबरोबर आलेला समुपदेशक म्हणाला, 'हा लक्ष्मण केवळ सहा वर्षांचा आहे. तो वडिलांकडे असलेल्या दारूच्या साठ्यातील दारू चोरतो व ती विकतो.') आम्ही घरचे सगळे लोक एकत्र बसूनच दारू पितो.

समुपदेशक यादव याच्या म्हणण्याप्रमाणे हा शक्कू आणि त्याच्याच बरोबरची इतर लहान मुले दारू पितात, सिगारेटी ओढतात आणि मादक द्रव्यांचे सेवन

करतात. हा शक्कू, त्याचे आई-वडील आणि त्याची सहा भावंडे असे सर्वजण एकत्र बसून दारू पितात.

शक्कूचं कुटुंब मूळचं राजस्थानातील. ते सुमारे वीस वर्षांपूर्वी दिल्लीला येऊन स्थायिक झाले. गेली पंधरा वर्षे ते दिल्लीमधील सर्वांत मोठ्या आणि गलिच्छ झोपडपट्टीत वास्तव्य करून आहेत. यादव म्हणतो– 'ही झोपडपट्टी हटवण्यात येणार असल्याचं बरेच दिवसापासून चाललंय, पण ते प्रत्यक्षात कधी होणार आहे, कोणास ठाऊक!'

या सर्व लहान लहान मुलांपैकी कोणीही कधीही शाळेत गेले नव्हते. त्यांना कधी कुणी शाळेत पाठवलेच नव्हते. मुलांना शाळेत पाठवणं म्हणजे निव्वळ वेळेचा अपव्यय, असंच त्यांच्या आई-वडिलांचं मत होतं. झोपडपट्टीतील इतर मुलांना त्यांचे आई-वडील रोज जबरदस्तीनं कामासाठी घराबाहेर हाकलतात. शक्कू व त्याच्या भावंडांवर मात्र त्यांच्या आई-वडिलांनी अशी जबरदस्ती केली नाही. येथील काही पालक तर आपल्या मुलांना सक्तीनं भीक मागायला सुद्धा लावतात. बिचारी मुले दिवसभर भीक मागून घरी आली की, जमा केलेले सर्व पैसे आपल्या आई-वडिलांच्या स्वाधीन करतात. या मुलांनी जर आपली सगळीच्या सगळी कमाई आपल्या आई-वडिलांना दिली नाही तर त्यांना उपाशी ठेवण्यात येतं, असं यादव सांगतो.

शक्कूचे वडील अहमद यांच्या पंचवीस सायकलरिक्षा आहेत. ते या सर्व रिक्षा दिवसभरासाठी भाड्याने देतात. शक्कूला पूर्वी कधीही पैशांची गरज भासली की तो आपल्या वडिलांचे पैसे चोरायचा. वडिलांच्या ते कधीही लक्षात आलं नाही. रिक्षावाले दिवसभर रिक्षा चालवून थकले की, ते संध्याकाळी एकत्र बसून दारू पितात. ते आपल्याबरोबर या शक्कूला व त्याच्यासारख्या इतर लहान मुलांनासुद्धा दारू प्यायला बोलावतात. या गोष्टीचा त्या लहान मुलांवर काय परिणाम होईल, याची जराशीही तमा ते लोक बाळगत नाहीत. झोपडपट्टीच्या कोपऱ्यावर शक्कूची आई पानपट्टीचं दुकान चालवते. तिथेच त्यांचं एका खोलीचं घर आहे. ती स्वत:सुद्धा नियमितपणे दारू पिते. शक्कू तिच्या बटव्यातून अनेकदा पैसे चोरतो. त्याचे सर्व मित्र असंच करतात. झोपडपट्टीत दारूने भरलेल्या थैल्या कुठेही अगदी सहजगत्या उपलब्ध असतात. त्या विकत घेता याव्यात म्हणून ही मुले अशा चोऱ्या करतात. आई-वडिलांनी जर पुरेशी दारू पिऊ दिली नाही, तर बाहेर जायचं आणि चोरीच्या पैशातून स्वत: दारू विकत घेऊन प्यायची, असा या मुलांचा उद्योग चालतो.

या सर्व कुटुंबांची कमाई तशी चांगली असते. पण तरीही बरेच वेळा मुले मात्र घाणेरड्या, फाटक्यातुटक्या कपड्यांमध्ये वावरत असलेली दिसतात. मुलांच्या शिक्षणाच्या बाबतीत आई-वडिलांचा दृष्टिकोन पूर्वी तर नकारात्मकच असायचा. आता मात्र वैयक्तिक स्वरूपाचे मार्गदर्शन, गटचर्चा इत्यादी माध्यमांद्वारे निदान एक गोष्ट साध्य झाली आहे– त्यांनी आपल्या मुलांना शाळेत पाठवायचं मान्य केलंय.

तसंच, दारू पिणं ही गोष्ट मुलांच्या दृष्टीने वाईट आहे, असंही मान्य केलंय.

अहमदनं सुमारे एक वर्षापूर्वी पहिल्यांदा शक्कूला दारू पाजली. त्या वेळी दिवे गेलेले होते. खूप अंधार होता. कंदिलाचा मिणमिणता प्रकाश होता. शक्कूला ताप भरला होता. तो रडत, किंचाळत होता. पण त्याची आई दारूच्या नशेत असल्यामुळे त्याच्याकडे जरासुद्धा लक्ष देत नव्हती. अखेर अहमदने स्वतः पीत असलेल्या दारूमधली थोडी शक्कूला पाजली. त्यानंतर नक्की काय घडलं, ते काही शक्कूला आठवत नाही. पण अहमदच्या मते शक्कूला दारूची चटक लागली, ती ही अशी. त्यांच्या कुटुंबात सर्वांनी एकत्र बसून दारू पिण्याची प्रथा आहे, असं यादव म्हणतो. इथे दारू मुबलक प्रमाणात उपलब्ध असते– अगदी पोलिसांची गस्त असली तरीसुद्धा! या समस्यांच्या बाबतीत पोलिस अगदीच उदासीन आहेत आणि एक प्रकारे या इथल्या धंद्यांना त्यामुळे चालनाच मिळते आहे, असं यादवचं म्हणणं आहे.

घरातील वडीलधारी मंडळी सांगतात : 'जेव्हा सगळे एकत्र जमून चहा पीत असतात तेव्हा घरातील लहान मुलांनी चहा मागितला तर त्यांना तो दिला जातोच ना? मग जर आई-वडील दारू पीत असताना मुलांनी ती मागितली, तर त्यांना ती द्यायला काय हरकत आहे?' शक्कू सांगतो– "माझे आई-वडील कधीही दारू प्यायला बसले की, ते मला लाडानं जवळ ओढून दारू पाजतात." अर्थात आईवडिलांच्या मांडीला मांडी लावून दारू प्यायला बसणारा शक्कू हा काही एकटाच मुलगा नव्हे. त्याचे सर्वच मित्र आपापल्या आई-वडिलांबरोबर बसून दारू पितात. काही मुले तर दारूच्या थैल्या विकतात सुद्धा.

शक्कूचा भाऊ इकबाल हा नियमितपणे गुटक्याचं सेवन करतो. तो फक्त सहा वर्षांचा आहे. सर्वांत मोठा भाऊ तर रोज चरसची नशा करतो. दोन बहिणी सिगारेटी ओढतात आणि दारू पितात. त्या सर्वांना हे सगळं फार आवडतं. त्यांच्या सर्वांत मोठ्या बहिणीचं लग्न झालेलं असून तिला एक मुलगासुद्धा आहे. ती सध्या माहेरी आलेली आहे. पूर्वी तीसुद्धा भरपूर दारू प्यायची. पण आता तिने दारू पिणं सोडलं असावं. निदान आता ती कधीही दारू पिताना दिसत नव्हती, असं यादवचं म्हणणं आहे.

यादवने आणखीही एक गोष्ट पाहिली आहे– शक्कूला दारू चढली की, तो बेफाम होतो. मग त्याला मनात येईल ते सर्वकाही हवं असतं व ते जर नाही मिळालं, तर तो भांडण उकरून काढतो. कधीकधी तर तो रागाच्या भरात भिंतीवर डोकं आपटून घेतो. काही वेळा तो डोकं इतक्या जोरात आपटतो की, त्याच्या डोक्याला व चेहऱ्याला जखमा झालेल्या आहेत. त्याचे व्रण त्याच्या चेहऱ्यावर अजून आहेत. तो शेजारपाजारच्या मुलांच्या कुरापती काढतो. मारामारी करणं, इतकंच काय पण मार खाणंसुद्धा त्याला आवडतं. जेव्हा बघावं, तेव्हा त्याच्या नाकातोंडातून रक्त वाहत असतं. कदाचित अशावेळी त्याला वेदना होत नसाव्यात.

त्याच्या मित्रांनी सुद्धा आजपर्यंत कधीच वेदना होत असल्याची तक्रार केलेली नाही.

आम्ही झोपडपट्टीत जाऊन निराधार, अनाथ मुलांना साक्षर करण्याचा उपक्रम हाती घेतला होता. त्या संदर्भात केलेल्या पाहणीत हा शक्कू व्यसनाधीन असल्याची गोष्ट आमच्या लक्षात आली. आम्ही त्याच वेळी तेथील गल्लीत एक शाळा सुरू केली होती. त्या शाळेत आम्ही झोपडपट्टीतील मुलांची नावे नोंदवून घेत होतो. अशा प्रकारच्या असंख्य अनौपचारिक गली-शाळा आज जागोजागच्या झोपडपट्ट्यांमध्ये चालू करून त्याद्वारे शिक्षणाच्या प्रसाराचे कार्य चालू आहे. यादव म्हणतो– 'एक दिवस गली-शाळेत शिकवणारे शिक्षक गोपाल व त्या भागातील एक रहिवासी असे शक्कूला अचानक माझ्याकडे घेऊन आले. त्या वेळी शक्कू पूर्णपणे झिंगलेला होता. गोपालने मला अशी माहिती दिली की, या शक्कूसारखी अनेक व्यसनाधीन मुले गली-शाळेत येतात. आजकाल आम्ही त्या मुलांना आणि त्यांच्या पालकांना एकत्र बोलावून त्यांना मार्गदर्शन करण्यास सुरुवात केली आहे. आमच्या या प्रयत्नांना थोडेफार यश येण्यास सुरुवात झाली असून त्यांच्यापैकी काही मुले आता व्यसनमुक्त होण्यासही सुरुवात झाली आहे. अर्थात अशी आणखी बरीच मुले आहेत. पण नजीकच्या भविष्यकाळात ही समस्या बरीचशी आटोक्यात येईल अशी आशा आहे.' यादवचा दृष्टिकोन बराच सकारात्मक आहे. तो बोलत बोलत पुढे लक्ष्मणच्या घरात शिरतो. हा लक्ष्मण केवळ सहा वर्षांचा असून दारूच्या थैल्या विकतो.

कुठं चुकलं?

- सामाजिक सुधारणा व त्यासंदर्भातील पोलिसांचे वर्तन या दोन्ही बाबतीत फार लक्ष घालण्याची गरज आहे, कारण या दोन्ही गोष्टी अत्यंत दुर्लक्षित आहेत.

- पालकांचे मुलांच्या बाबतीतील बेजबाबदार वर्तन आपल्या देशाला फार महागात पडते आहे, कारण त्यामुळे आरोग्याची अपरिमित हानी होत असून सामाजिक अपव्ययही वाढीस लागला आहे.

- शिक्षणाचा अभाव हा शाप आहे. अनेक मुलांच्या पालकांना मुलांचे शिक्षण हा कालापव्यय वाटत असल्याने, ते आपल्या मुलांना शिक्षणापासून वंचित ठेवतात.

- राजकीय क्षेत्रात काम करणाऱ्या प्रामाणिक समाजाची बांधिलकी मानणाऱ्या सेवाभावी कार्यकर्त्यांची समाजात कमतरता आहे.

पापवासना आणि धुंदी

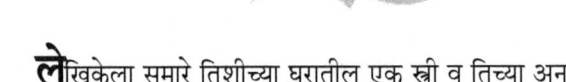

लेखिकेला सुमारे तिशीच्या घरातील एक स्त्री व तिच्या अनुक्रमे बारा व पाच वर्षांच्या मुली भेटल्या. त्या तिघीही नवज्योती केंद्रात मदतीसाठी आल्या होत्या. येथे त्यांची कहाणी त्यांच्याच शब्दात देत आहोत. त्यावरून आपल्या समाजातील नीतिमत्ता कशी ढासळत चालली आहे, हे लक्षात येते.

माझं नाव सायरा. मी तीस वर्षांची आहे. तीन मुलांची आई आहे. मला एक मुलगा व दोन मुली आहेत. अख्तर हा सर्वात मोठा. तो तेरा वर्षांचा आहे. त्या खालची तस्लिमा, ही बारा वर्षांची व सर्वात धाकटी झरीना ही पाच वर्षांची आहे. माझा नवरा अकरम बॅगा बनवण्याचा धंदा करतो. आमच्या कुटुंबाचे पालनपोषण तोच करतो. पण त्याने आजवर आम्हाला आत्यंतिक दुःख दिले आहे.

मी मूळची आसामातील आहे. पण मी अगदी लहान असताना माझी व माझ्या कुटुंबाची ताटातूट झाली. मला असं सांगण्यात आलं, की मी अगदी लहान असताना गोहत्तीच्या एका अनाथाश्रमातून मला एका दिल्लीच्या अनाथाश्रमात आणण्यात आलं. माझ्याच सारख्या इतर अनाथ मुलींबरोबर मी तेथे राहू लागले. आम्ही मुली शाळेतही जायचो आणि आश्रमाच्या संचालकांना कामात मदत सुद्धा करायचो. माझं शिक्षण नवव्या इयत्तेपर्यंत झालेलं आहे.

मी जशी मोठी झाले, तसा मी माझ्या मूळ गावाचा, आई-वडिलांचा शोध घेण्याचं ठरवलं. माझ्या आग्रहाखातर आमच्या अनाथालयाने या कामात मला मदत केली.

मला असं सांगण्यात आलं की आमची ताटातूट झाल्यावर माझी आई मरण पावली व माझ्या वडिलांना वेड लागलं. मी त्यांना भेटायला गेले, पण त्यांचं काही दिवसांपूर्वीच निधन झालं होतं. जड हृदयाने मी दिल्लीला परतले.

मी अठरा वर्षांची झाले. मी व माझ्यासारख्या इतर उपवर मुलींसाठी आमच्या आश्रमाच्या संचालकांनी वर संशोधन सुरू केलं. माझा पती अकरम एक दिवस आश्रमात आला. त्याला स्वतःला घरचं कुणीच नव्हतं, त्यामुळे त्याला अनाथाश्रमातील

मुलीशीच लग्न करायचं होतं. त्या आश्रमातील सर्वात चांगली मीच होते. मग एका सामुदायिक विवाह सोहळ्यात आमचं लग्न झालं.

आम्ही एका लहानशा कॉलनीत भाड्याच्या घरात राहू लागलो. सुरुवातीला सर्व काही अगदी सुरळीत चालू होतं. माझ्या भविष्यात काय वाढून ठेवलंय, याची मला सुतराम सुद्धा कल्पना नव्हती. आमच्या संसाराला हातभार लावण्यासाठी मी जवळच्या कारखान्यात कामाला जाऊ लागले. लवकरच मला दिवस राहिले.

पण मला एक शंका अलीकडे सतावू लागली होती. अकरमने लग्नाआधी भला माणूस असल्याचं सोंग अगदी उत्तम वठवलं होतं, पण तसा तो प्रत्यक्षात मुळीच नव्हता. तो दारुड्या होता व रोज दारुच्या नशेत घरी परतत असे. त्याने ही सवय सोडून द्यावी म्हणून मी पुष्कळ प्रयत्न केले, पण त्याला काही यश आलं नाही. अखेर मी तो नाद सोडला व सगळं लक्ष माझ्या बाळावर केंद्रित केलं. हळूहळू असलमचं दारू पिणं प्रमाणाबाहेर वाढलं. आपल्या कौटुंबिक जबाबदाऱ्यांकडे त्याचं दुर्लक्ष होऊ लागलं.

तो दिवसचे दिवस बेपत्ता होई. जेव्हा जेव्हा तो घरी परत येईल, तेव्हा तेव्हा तो मला मारहाण करायचा. त्याच्या तडाख्यातून आमची मुले सुद्धा सुटत नसत. आम्हाला त्याची फार भीती वाटायची. त्याने एकदा पैशाची मागणी केली, की मग त्याला घरातील जे काय असेल, नसेल ते द्यावं लागे. जवळच काही मिशनऱ्यांनी एक पाळणाघर चालवलं होतं. तेथे मला चांगली नोकरी लागली. पण अचानक असलम दारू पिऊन तिथे यायचा आणि मला शिवीगाळ करायचा. मग ती नोकरी सोडणं मला भाग पडलं. अखेर मी भाजीची गाडी घेतली व जवळपासच्या परिसरात हिंडून भाजी विकण्याचा धंदा सुरू केला. पण त्यातून सुद्धा जो काही पैसा मिळेल, तो अकरम लगेच हिसकावून घ्यायचा. आमची उपासमार होऊ लागली. तरी त्याला त्याचं काहीच नव्हतं. आमच्याजवळ घरभाडं भरायला पैसे नव्हते, त्यामुळे घरमालकाने आम्हाला घराबाहेर काढलं. जहांगीरपुरीमध्ये एक छोटीशी झोपडपट्टी होती. तेथेच एका लहानशा झोपडीत मी माझं बिऱ्हाड थाटलं. एव्हाना नवऱ्यानं मला टाकलंच होतं.

मी आता आयुष्य नव्याने सुरू केलं. सारं काही थोडंफार सुरळीत सुरू झालं. इतक्यात आमच्या आयुष्यात अकरम परत आला. आता तर त्यानं दारुच्या बरोबरीनं अमली पदार्थांचं सेवन करण्यास सुद्धा सुरुवात केली होती. मला त्याचा खूप संताप यायचा. पण तक्रार तरी कुणापाशी करणार? माझी हिंमतच नव्हती. त्याचे गैरवर्तन परत सुरू झाले. तो रोज माझ्या झिंज्या उपटायचा. माझं डोकं त्यामुळे अजून ठणकतं. माझं संपूर्ण शरीर ठणकतं. ते सगळं मी सहन केलं.

पण काहीच ठीक होईना. अखेर या अकरमला पोलिसांच्या ताब्यात दिलं, की तो वठणीवर येईल असं आसपासच्या लोकांनी सांगितलं. मग मी तसंच केलं. मी

त्याच्याविरुद्ध पोलिसात तक्रार दिली. त्यांनी त्याला अटक करून दहा दिवस पोलिस कोठडीत बंद करून ठेवलं. अखेर दहा दिवसांनी तो जामिनावर सुटला. घरी आल्यावर त्याने आमची माफी मागितली व परत आमच्याच जिवावर घरात राहू लागला.

त्यावेळी माझी मुलगी तस्लिमा जेमतेम अकरा वर्षांची होती. एक दिवस तिने आपले वडील आपल्या अंगझटीस जातात, रात्रीचं झोपल्यावर आपल्या पायजम्याला हात घालतात अशी तक्रार केली. तिचं ते बोलणं ऐकून मी तिलाच रागावले. 'तुला भास झाला असेल. काय वाट्टेल ते बोलू नको!' असं ओरडले. मग ती गप्प बसली. उन्हाळ्याचे दिवस होते. एका रात्री आम्ही आमच्या झोपडीच्या बाहेर झोपलो होतो. रात्री अचानक जाग आली व तस्लिमाचे दबलेल्या आवाजातील हुंदके ऐकू आले. मी पाहिलं तर माझा नवरा अकरम खुद्द आपल्या मुलीवर, माझ्या तस्लिमावर बलात्कार करत होता. मी घाबरून माझ्या मुलाला उठवलं. एकीकडे माझ्या नवऱ्याला जोरात दूर ढकललं. पण माझ्या मुलानं मला काहीच मदत केली नाही. त्याला आपल्या बापाची भीती वाटायची. बापाविरुद्ध ब्र सुद्धा काढण्याची त्याची हिंमत नव्हती. मी तस्लिमाला जवळ घेतलं. तिची पाचावर धारण बसली होती. आम्ही दोघी खूप रडलो. मला तर माझ्या नवऱ्याची अक्षरश: घृणा वाटली. आता त्याच्याशी काडीचाही संबंध ठेवायचा नाही, असं मी ठरवलं. त्याने खूप क्षमा-याचना केली. पण मी मात्र माझ्या निश्चयापासून रेसभर सुद्धा ढळले नाही. मी त्याला भरपूर ओरडले, पण अर्थात त्याचा काही उपयोग होणार नव्हताच.

आपल्यावर आपल्या वडिलांनी यापूर्वीही अनेकदा लगट केली असल्याचं तस्लिमानं लेखिकेला सांगितलं. हे सांगताना ती अक्षरश: थरथर कापत होती. ती पुढे म्हणाली, 'मी किती रडले तरी त्यांनी माझं काही एक न ऐकता एक दिवस माझ्यावर बळजबरी केली. तो दारू पिऊन आला की आम्हाला मारायचा. माझा भाऊ आमची काहीच पर्वा करत नाही. मला माझ्या बापाबरोबर राहायचं नाही. तो नेहमी इथे राहत नाही, पण कधी आला की मला त्याची भीती वाटते. त्यानं एक दिवस मला अशी धमकी दिली, जर कोणाला काही सांगितलंस तर मार खाशील!'

धाकटी झरीना घाबरून आपल्या आईच्या मांडीत झोपली होती. ती म्हणाली, 'तो मला दुकानात घेऊन जातो आणि दारू पितो.'

झरीना केवळ पाच वर्षांची आहे. आपल्या बापानं अनेकदा आपली चड्डी काढायचा प्रयत्न केला आहे, असं ती सांगते. 'मी तिला कधी त्याच्याबरोबर पाठवतच नाही. पण तो तिला खाऊची आशा लावतो, गंमत आणीन असं सांगून नेतो;' तिची आई म्हणाली. 'तुम्ही कधी पोलिसात जाऊन त्यांच्याविषयी तक्रार का नाही केलीत?', असं विचारताच, ती सांगते– 'मी आधी दोन वेळा पोलिसात गेले

होते. पण एकदा त्यांनी मला परत पाठवलं आणि एकदा पैसेही मागितले.' शिवाय तिच्या नवऱ्यानं तिला धमकी दिली आहे. 'पोलिसात गेलीस तर परिणाम फार वाईट होतील.' त्यामुळे ती घाबरलेली असते.

अजूनही प्रश्न सुटलेलाच नाही. अकरम सारखा परत येतो आणि त्यांना भरपूर मारहाण करून परत जातो.

'नवज्योती'च्या सल्लागार श्रीमती अंजू या स्थानिक पोलिसांकडे बलात्काराची तक्रार नोंदवणार आहेत. इंडिया व्हिजन फौंडेशनचा 'क्राईम होम चिल्ड्रन प्रोजेक्ट' आहे. या उपक्रमाच्या साहाय्याने तिच्या दोन मुलींची देखभाल करण्यात येत आहे. तिच्या मुलाने तर शाळेचं शिक्षण सोडूनच दिलं आहे. तो आपल्या वडिलांच्या पावलावर पाऊल टाकून चाललाय. पण त्याला आता 'प्रयास' केंद्रात पाठवण्यात येणार आहे. नवज्योती सल्ला केंद्रातर्फे सायराची दखल घेतली गेली आहे. तिचा दुःखदायी संसार व तिच्या मुलींना भोगाव्या लागणाऱ्या यातना या सर्वांमधून एकच गोष्ट उघड होते, ती म्हणजे दारू व अंमली पदार्थाच्या सेवनाने माणसाचे जनावरात रूपांतर होते.

कुठं चुकलं?

- दारु व मादक द्रव्यांच्या सेवनाने माणूस पशुतुल्य होतो.
- आपल्या समाजात गरीब स्त्रिया व मुलांचं जिणं म्हणजे पाप आहे.
- अनाथाश्रमांनी मुलींना नुसताच आसरा देऊन त्यांची लग्ने करून देऊ नयेत, तर त्यांना शिक्षण आणि व्यवसाय प्रशिक्षण द्यावं. आयुष्यात त्यांना जी काही संकटे येऊ शकतील, त्यांचा सामना करण्यासाठी त्यांना खंबीर बनवावं.

कौटुंबिक छळ

माझं नाव रुखसाना. मी सोळा वर्षांची आहे. माझ्या कुटुंबातील सर्वजण अशिक्षित आहेत. माझे वडील बऱ्याच दिवसांपूर्वी वारले. माझी आई एका कारखान्यात नोकरीला आहे. ती घरखर्च कसाबसा चालवते. सुमारे पाच महिन्यांपूर्वी माझं लग्न झालं. माझा नवरा अख्तर हा आपल्या आई-वडिलांचा एकुलता एक मुलगा. माझं सासर हे दिल्लीच्या परिसरातील एक सधन शेतकरी कुटुंब आहे. पण इतक्या चांगल्या सधन कुटुंबात लग्न होऊनही मला त्याचा काहीच फायदा झाला नाही. मला आजवर कोणतंच सुख मिळालेलं नाही. माझ्या बाबतीत जे घडलं, ते आमच्यासारख्या आणखी किती बरं कुटुंबामधून घडत आलेलं असेल, असा विचार माझ्या नेहमीच मनात येतो.

मला एक मोठा भाऊ व तीन बहिणी आहेत. त्यांपैकी दोघींची लग्ने झालेली आहेत. माझ्या मोठ्या बहिणीला एक फार चांगलं स्थळ चालून आलं होतं, पण तिने लग्नाला नकार दिला. इतकं चांगलं स्थळ आयतं चालून आलं आहे हे पाहून माझ्या आईनं मनाविरुद्ध माझं लग्न त्या मुलाशी लावून दिलं. बिहारमध्ये, आम्ही राहतो त्या भागात लग्नासाठी मुलीच्या बापाला किमान चाळीस हजार रुपये खर्च येतो आणि इथे इतकं चांगलं स्थळ असून त्याची मागणीही फार नव्हती, हे नशिबच होतं. माझी बहीण गावाकडे आमच्या एका नातेवाईकांच्या जवळ राहते. त्या नातेवाईकांनी लग्नासाठी तिचं मन वळवायचा प्रयत्न केला, पण तिनं त्यांना मुळीच दाद दिली नाही. हातची संधी वाया दवडायला नको, म्हणून मग त्या स्थळाकडे आईने माझ्यासाठी विचारणा केली. त्यांनी लगेच होकार दिला.

दिल्लीतील एका काझीने माझ्या मनाविरुद्ध आमचं लग्न लावून दिलं. पण अखेर मी आईचा सल्ला मानला. आता निदान आईच्या डोक्यावरचं आपल्या जबाबदारीचं ओझं तरी कमी होईल, अशी मी स्वत:च्या मनाची समजूत घातली. अगदी खरं सांगायचं झालं, तर माझा भाऊ ही सुद्धा आईच्या डोक्यावरची जबाबदारीच

आहे. त्याचं तर लग्न झालंय, त्याला एक मुलगी सुद्धा आहे. तो रिक्षा चालवतो आणि त्यातून जे काही पैसे हाती येतील ते सर्वच्या सर्व दारूत उडवतो. तो घरात एक पैसाही देत नाही, उलट घरातूनच वेळोवेळी पैसे घेतो. बिचारी माझी आई! निमूटपणे सर्व काही सहन करते आणि सगळ्या कुटुंबाचा भार एकटी शिरावर घेते.

मी अशिक्षित असल्यामुळे मी लग्नाआधीच एका खेळण्यांच्या फॅक्टरीत कामाला लागले होते. तिथे मला दरमहा आठशे रुपये पगार मिळत असे. तो सगळाच्या सगळा मी आईच्या स्वाधीन करत असे. त्या मोबदल्यात तिच्याकडून कसलीही अपेक्षा न ठेवता. माझं लग्न झालं, तेव्हा मला वाटलं, आता आपले कष्ट संपतील. आता त्या फॅक्टरीत पैसे मिळवण्यासाठी जायची गरज नाही, एवढे कष्ट उपसायची गरज नाही. पण घडलं ते त्याच्या उलटंच. घडलं ते आणखी वाईट.

माझ्या सासरचे लोक मला फार वाईट वागणूक देत. लग्नाच्या वेळी मी वयाने खूपच लहान होते, त्यामुळे लग्नानंतरही सहा महिने आम्ही हिला माहेरी राहण्याची परवानगी देऊ, असे माझ्या सासरच्या माणसांनी माझ्या आईस सांगितले होते. मी वयाने लहान असल्याने मला घरकाम व इतर सांसारिक जबाबदाऱ्या सांभाळण्याची सवय नव्हती. आई या सहा महिन्यात ते सर्व काही मला शिकवणार होती. पण तसं व्हायचं नव्हतं. लग्नानंतर माहेरी राहणं तर दूर, मला माझ्या आईला भेटायची सुद्धा बंदी करण्यात आली. एक दिवस माझा मेव्हणा– माझ्या बहिणीचा नवरा माझ्या सासरी भेटायला आला असताना त्याला मी माझी रडकथा ऐकवली. त्याने माझ्या सासरच्या माणसांना समजावण्याचा प्रयत्न केला, पण माझ्या सासऱ्यांनी उलट त्याचा अपमान करून त्याच्या थोबाडीत सुद्धा मारली.

ते मला घराची साफसफाई करायला सांगत, सर्वांचा स्वयंपाक करायला सांगत. माझ्या नवऱ्याची दोन मामे-भावंडे फहीम व त्याची बहीण रशीदा– हे देखील आमच्याच घरी राहत. ही दोघे माझ्या सासूच्या भावाची मुले. त्यांचे आई-वडील बिहारमध्ये होते. या रझियाचं लग्न झालेलं होतं, पण तिला नवऱ्याने टाकल्यामुळे ती आमच्या घरी येऊन राहिली होती. ती स्वभावानं अत्यंत दुष्ट होती. मला बोलणी बसावी म्हणून ती काही ना काहीतरी निमित्त शोधत असायची. तिच्यामुळे घरच्या सर्वांकडून मला अनेकदा मार खावा लागायचा. माझा नवरा मुकाट्याने सगळं बघायचा. तो अत्यंत भित्रा होता. स्वतःच्या आईवडिलांच्या धाकात होता. जरा काही झालं, की ते त्याला सुद्धा मारहाण करायचे; तो घाबरून आपल्या मावशीच्या घरी आश्रयाला जायचा. माझ्या नवऱ्याचं हे भिणं पाहून मला सुद्धा खूप भीती वाटायची. घरातील कोणाविरुद्ध ब्र देखील काढण्याची माझी हिंमत नव्हती. विशेषतः माझ्या नवऱ्याच्या त्या मामेभावंडांबद्दल तर अजिबातच नव्हती. ते दोघेही माझ्या सासूच्या खास मर्जीतील होते. अगदी आपल्या स्वतःच्या मुलापेक्षा,

म्हणजे माझ्या नवऱ्यापेक्षाही तिला हे जास्त प्रिय होते. मला माझ्या नवऱ्याची नेहमी कीव वाटायची आणि आता त्याला माझी कीव वाटते. माझी आणि त्याची स्वत:चीही, कारण कोणाच्या मनाविरुद्ध उभं राहण्याचं धैर्यच त्याच्या अंगात नाही.

मी दिवसभर घरकाम करून अतिशय थकून जायची. एकदा संध्याकाळच्या वेळी माझा नवरा अख्तर त्याच्या मावशीकडे गेला होता. मी घरी कॉटवर पडून जरा विश्रांती घेत होते. रझियाही तेथेच होती. थोड्याच वेळात ती तेथून दुसऱ्या खोलीत गेली. मला कुजबुजण्याचे आवाज ऐकू आले. माझी उत्सुकता ताणली गेली. ते काय बोलत असावेत? असा विचार माझ्या मनात चमकून गेला. पण ते लवकरच मला समजलं. फहीम माझ्या खोलीत आला आणि रझियानं बाहेरून खोलीचं दार लावून घेतलं. मी आरडाओरडा करण्याचा विचार केला, पण सासूच्या भीतीनं हिंमत झाली नाही. इकडे आड आणि तिकडे विहिर अशी स्थिती झाली.

फहीमनं माझ्याकडे रोखून पाहिलं. त्याच्या नजरेत वासना स्पष्ट दिसत होती. मी भीतीने गार पडले. मी किंचाळू नये म्हणून त्याने हातांच्या तळव्याने माझे तोंड दाबून धरले. मी किंचाळू शकले नाही आणि किंचाळून तरी काय साधणार होतं. खोलीबाहेर आवाज जाऊ नये म्हणून खुद्द माझ्या सासूनेच बाहेर मोठ्या आवाजात टेपरेकॉर्डर लावून ठेवला होता.

फहीमने माझ्यावर पाशवी बलात्कार केला. मी उद्ध्वस्त झाले. 'ही गोष्ट जर कुणाच्या कानी पडली, तर त्याचे परिणाम बरे होणार नाहीत,' अशी धमकी देऊन तो निघून गेला. मी कुणालाही काही सुद्धा सांगितलं नाही. अगदी नवऱ्याला सुद्धा नाही.

दुसऱ्या दिवशी सायंकाळी परत त्याच प्रकारची पुनरावृत्ती झाली. त्यानंतर आणखी एक दिवस लोटला. मग मात्र मी संधी मिळताच ही गोष्ट माझ्या नवऱ्याला सांगितली. तो अत्यंत संतापला व फहीमच्या अंगावर धावून गेला. पण माझे सासरे त्यावेळी मध्ये पडले व त्यांनी स्वत:च्या मुलालाच धमकी देण्यास सुरुवात केली. प्रकरण अधिकच चिघळलं. सर्वांनी मिळून त्यानंतर माझ्या नवऱ्याला इतकी जबरदस्त मारहाण केली, की ती त्याला विसरू म्हटलं तरी विसरता येणार नाही. त्यानंतर माझ्या सासऱ्यांनी काही कोऱ्या कागदांवर जबरदस्तीने माझ्या नवऱ्याच्या अंगठ्याचे ठसे घेतले.

दुसऱ्या दिवशी त्यांनी माझ्या नवऱ्याला सांगितलं, 'तुझ्या डोक्यावर चाळीस हजार रुपयाचं कर्ज आहे. ही रक्कम तुझ्या लग्नासाठी खर्च झाली असून ती तू आम्हाला परत दे.' त्यासोबत पुरावा म्हणून त्यांनी बनावट कागदपत्र सादर केले. ते ऐकून माझ्या नवऱ्याला तर धक्काच बसला. हे सगळं नक्की काय चाललंय, हे त्याला समजेना. मारहाण व धमक्यांच्या भीतीने तो आपल्या मावशीकडे पळून गेला.

कसा कोण जाणे पण झाला प्रकार माझ्या आईच्या कानावर गेला. ती आली आणि मला घरी घेऊन गेली. पण त्याआधी तिला माझ्या सासरी फार मोठे भांडण करावे लागले.

आता मी माझ्या माहेरी राहते. माझा नवरासुद्धा इथेच राहायला आला आहे. त्याचं माझ्यावर खूप प्रेम आहे, पण तो आपल्या आईवडिलांविरुद्ध काहीही करू शकत नाही. आणि त्याच्या आईवडिलांना तर नीतिमूल्यांची काही चाडच नाही. त्याच्या वडिलांनी कर्जाची खोटी कागदपत्रे तयार केली आहेत. त्या कागदांवर माझ्या नवऱ्याच्या अंगठ्याचे निशाण आहे. आम्ही 'नवज्योती' या सेवाभावी संस्थेच्या सल्लागाराचा सल्ला घेतला आहे. 'नवज्योती' आमच्या ह्या केसचा पाठपुरावा करत आहे. आता पुढे काय होतंय, बघायचं.

कुठं चुकलं?

- अनेकदा स्त्रियाच स्त्रियांच्या शत्रू बनतात.
- अल्पवयीन मुलींना कित्येकदा घरात गुलामासारखं वागवण्यात येतं व त्यांच्यावर अत्याचार होतात.
- गरीब, अशिक्षित व अडाणी स्त्रिया स्वत:च स्वत:च्या दुर्दैवाचे कारण बनतात.

माणूस की नरपशू?

माझं नाव फाहीमा. मी केवळ चौदा वर्षांची आहे. सुमारे सहा महिन्यांपूर्वी माझं माझ्याच आत्तेभावाशी लग्न लावण्यात आलं. त्याचं नाव सलीम. तो माझ्याहून एक महिन्याने लहान आहे. मी दिल्लीच्या उत्तर भागात असलेल्या एका वसाहतीत राहते. मला आणखी तीन बहिणी व दोन भाऊ आहेत. माझ्या सर्वात धाकट्या भावाचा जन्म माझ्या लग्नानंतर झाला. माझे वडील रेडिओ आणि टी. व्ही. दुरुस्तीचं काम करतात. थोड्याच दिवसांपूर्वी त्यांनी आणखी एक लग्न केलंय. आजकाल ते बरेचदा त्यांच्या दुसऱ्या घरीच असतात. त्यांच्या या अशा वागण्यामुळे आमच्यावर अक्षरश: उपासमारीची वेळ आली आहे. घरची चूल पेटती राहावी म्हणून आम्ही पापड लाटण्याचा उद्योग सुरू केला आहे. आमच्या शेजार-पाजारच्या मुलांसारखी मीही शाळेत जात होते. पण मी तिसरी इयत्ता पूर्ण केल्यानंतर माझ्या वडिलांनी मला शाळेतून काढून टाकलं. मी पुढे शिकावं अशी खरं तर माझ्या आईची इच्छा होती. पण माझ्या वडिलांच्या धाकामुळे तिनं ती मनात तशीच दडपून टाकली. माझी आई माझ्या वडिलांना कायम भीत आलेली आहे. माझे आजी-आजोबा सुद्धा आमच्याच घरी राहतात. माझी आई त्यांना सुद्धा घाबरून असते. खरं तर ती सगळ्यांनाच घाबरते. आमच्या मालकीची थोडी घरं आहेत. त्यांच्या भाड्यापोटी येणारं उत्पन्न आणि माझ्या वडिलांचं तुटपुंजं उत्पन्न, यावर आमचा उदनिर्वाह चालतो. माझे आजी-आजोबा कायम माझ्या आईच्या विरुद्ध असायचे त्यांनी माझ्या आईला कधीही कोणत्याही प्रकारचं स्वातंत्र्य दिलं नाही. शिवाय भरीत भर म्हणून माझ्या आईनं कधीही थोडीफार जरी तक्रार केली, तरी ते हाताला येईल ती वस्तू तिला फेकून मारत. त्या गोष्टींविषयी तिनं माझ्या वडिलांसमोर तोंडातून एक शब्द जरी काढला, तरी ते हातात जे काही असेल ते तिला फेकून मारत. आमच्या घरचा हा सर्व हिंसक प्रकार आणि माझ्या आईचे दबलेले हुंदके या गोष्टींचा अगदी लहान असल्यापासून माझ्या मनावर फार वाईट परिणाम झाला आहे. मला फार चटकन कशाचीही भीती

वाटते. आसपास नेहमीपेक्षा जरा काही वेगळं घडू लागलं, की मी घाबरते.

गेल्या उन्हाळ्यात एकदा माझे वडील लवकर घरी आले. त्यांनी आईला बोलावून घेतलं. मला खोलीबाहेर काढण्यात आलं. माझे आजी-आजोबाही त्यांच्यापाशी थांबले होते. थोड्या वेळानं बंद खोलीतून आजी-आजोबा आणि वडील यांचा आरडाओरडा ऐकू आला. त्या पाठोपाठ माझ्या आईचे हुंदके. मला वाटलं, नेहमीसारखी भांडणे चालू आहेत. ते सगळं प्रकरण लवकर थांबावं म्हणून मी देवाची प्रार्थना करत होते. नंतर आई रडत खोलीबाहेर आली. तिच्याकडून समजलं– वडिलांनी माझं लग्न ठरवलं होतं, माझा आतेभाऊ सलीम याच्याशी.

सहा महिन्यांपूर्वीची ही गोष्ट. सलीम माझ्या आत्तेचा मुलगा. 'लग्न' म्हणजे नक्की काय हे त्याला आणि मला, दोघांनाही नीटसं माहीत नव्हतं. अगदी लहान असल्यापासून आम्ही बरोबरीनं खेळायचो. मोठी माणसं आपल्याला एकमेकांशी लग्न करण्याची जबरदस्ती करतील, असं तर आम्हाला कधी स्वप्नात सुद्धा वाटलं नव्हतं. सलीमला सुद्धा त्याच्या आईनं लग्नाची सक्ती केली. त्याचं फारसं शिक्षण झालेलं नाही. मूळचा तो तसा बुजराच आहे. एखाद्या व्यक्तीशी विशेष ओळख नसेल, तर तो आपण होऊन बोलायला सुद्धा जाणार नाही.

मी कसाबसा धीर गोळा करून माझ्या आजी-आजोबासमोर जाऊन या लग्नाला विरोध दर्शवला. त्याऐवजी मला पुढे शिकू द्या, अशाही विनवण्या केल्या. पण त्यांनी उलट मलाच रागावण्यास सुरुवात केली. वडिलांकडे माझ्याविषयी तक्रार केली. ते ऐकून वडील संतापले. त्यांनी माझ्यावर राग काढला. माझी आई मधे पडताच त्यांनी तिलाही सोडलं नाही. ती संपूर्ण रात्र आणि त्या नंतरच्या कित्येक रात्री आम्ही दोघींनी जागून काढल्या. आपण इतक्या अगतिक, हतबल का आहोत, असं म्हणून आम्ही दोघींनी स्वत:लाच मनोमन शिव्याशाप दिले. या जगात खरोखर अल्ला आहे, का नाही, असं मला वाटलं. कारण मला तरी त्याचं अस्तित्व कुठेच जाणवत नव्हतं.

अशा माझ्यासारख्या अल्पवयीन मुलीचं लग्न लावून देण्यास आमच्या इथल्या काझीनं हरकत घेतली. पण नंतर तो कबूल झाला. त्यांनी त्याचं तोंड पैशानं बंद केलं असणार, असं माझ्या आईचं म्हणणं. नंतर त्याने आमचा निकाह लावून दिला. हे सगळं नक्की काय चाललंय, ते मला काही समजत नव्हतं. मी आधी अनेकदा बाहुलीचं लग्न लावलं होतं. आज मीच बाहुली झाले होते. फक्त रडणारी बाहुली– आतल्या आत, मूकपणे रडणारी!

लग्न होताच मी माझ्या सासरी आले. या घरात या आधी हजारो वेळा मी आले होते. माझं सासर व माहेर अगदी जवळ होतं. माझ्या सासरच्या सगळ्यांना मी जवळून ओळखत होते. निदान मला तसं वाटत होतं. माझी आत्या– म्हणजे आता

माझी सासू– ही फार अहंमन्य, घमेंडखोर स्त्री आहे. तिला नटण्या-मुरडण्याची खूप हौस आहे. आपण जगातील सर्वात सुंदर स्त्री आहोत, असं ती समजते. तिच्या चेहऱ्यावर नेहमी रंगरंगोटी असते. सर्व जगाचं लक्ष स्वतःकडे वेधून घेणं तिला आवडतं. माझे सासरे सरकारी नोकरीत आहेत. माझं लग्न झाल्यावर मला वाटलं– आपल्या वडिलांनी कधी आपल्याला मायेनं, प्रेमानं वागवलं नाही. पण आता सासरेच आपल्याला वडिलांच्या ठिकाणी आहेत. तेच आपल्याला माया देतील. वात्सल्य देतील. मी त्यांना ती गोष्ट बोलून दाखवली. त्यांना त्यावर माझ्या डोक्यावरून हात फिरवला. मला खूप बरं वाटलं. पण त्यानंतर मात्र त्यांनी जे काही केलं, ते मी इथून पुढच्या आयुष्यात कधीच विसरू शकणार नाही आणि त्यांना क्षमासुद्धा करू शकणार नाही.

माझ्या लग्नानंतरचा दुसरा दिवस होता. घरात खूप गरम होत होतं. माझा नवरा सलीम मित्रांना जमा करून जवळच्या बागेत खेळायला गेला होता. जाण्यापूर्वी खिशातून थोडे चणे काढून ते त्यानं माझ्या हातावर ठेवले होते. आता हा आणि याचे मित्र खूप अंधार होईपर्यंत परतणार नाहीत, हे मला माहीत होतं. पण काही का असेना, मी निदान माझ्या त्या नरकसदृश माहेरापासून दूर होते. मला आत्ता आईची खूप आठवण येत होती. 'मी उद्या घरी जाऊ का?' असं सासऱ्यांना विचारण्यासाठी त्यांची वाट बघत थांबले. खूप अंधार झाला. गेले कित्येक तास वीज नव्हती. माझी सासू बाजारात गेली होती, मी घरात एकटीच होते. तेवढ्यात माझे सासरे घरी आले. त्यांनी प्यायला पाणी मागितलं. मी उठले व पेला घेऊन कोपऱ्यावरच्या हातपंपापाशी पाणी उपसायला गेले. पंपाने हातातील ग्लासात पाणी काढू लागले, तेवढ्यात मागून कोणाच्यातरी हाताची मिठी पडली. मी दचकले. स्टीलचा पेला हातातून जोरात खाली पडला. त्याचा मोठा आवाज झाला. ते हात घाबरून क्षणभर दूर झाले... पण क्षणभरच! परत त्याच हातांनी मला मागून जवळ खेचलं. ज्या माणसाकडून मी मायेची, वात्सल्याची, पितृवत प्रेमाची अपेक्षा केली होती तोच माणूस मला मिठी मारून वासनेने भरलेल्या डोळ्यांनी माझ्या चेहऱ्याचे मुके घेत होता. मी जोरात किंचाळून सुटकेची धडपड करू लागले. त्याबरोबर त्या राक्षसानं तळहातांनी माझं तोंड दाबून धरलं, व मला ओढण्यास सुरुवात केली. मला तिथून उचलून कुठेतरी दुसरीकडे घेऊन जाण्याचा त्याचा बेत होता. पण मी प्राणपणाने प्रतिकार केला. त्यानं मला नाईलाजानं सोडलं. मी जी घराबाहेर पळत सुटले ती थेट माझ्या आईकडे गेले. मी तिला घडलेली सर्व हकिकत सांगितली. तिने ती माझ्या वडिलांना सांगितली. पण वडिलांनी त्यावर मुळीच विश्वास ठेवला नाही. ते पाहून माझं सगळं जग जणू निश्चल, निःस्तब्ध झालं. शारीरिक संबंध किंवा सलगी म्हणजे नक्की काय ते मला नीटसं माहीतही नव्हतं. मला माझ्या नवऱ्याजवळ

राहावं लागेल व सासू-सासऱ्यांचं ऐकावं लागेल एवढाच 'लग्न' या शब्दाचा अर्थ माझ्या आईनं मला सांगितला होता.

दुसरा दिवस उजाडला. मी साफ खोटं बोलत असल्याचा माझ्या सासूने आरडा-ओरडा केला होता. हे असलं काही घडलेलंही नाही, घडणं शक्यही नाही व मी मनानेच रचून सारं काही सांगत आहे, असं तिचं म्हणणं होतं. मी अत्यंत भेदरलेली होते, पण वडिलांच्या भीतीपोटी मी मुकाट्याने परत सासरी जाण्यास तयार झाले.

सासरी पोहोचल्यानंतर एक दिवस व्यवस्थित पार पडला व दुसऱ्या दिवशी परत त्याच प्रकाराची पुनरावृत्ती झाली. सासऱ्याने माझ्या अंगावर हात टाकला. मी कशीबशी त्यांच्या तावडीतून निसटले व पळून गेले. नंतर माझ्या आईनं मला 'नवज्योती' या सेवाभावी संस्थेने चालवलेल्या कौटुंबिक सल्ला केंद्रात आणलं. त्यांनी या प्रकरणात हस्तक्षेप केला. आता मी माझ्या आईजवळ राहते. माझे वडील आपल्या दुसऱ्या बायकोबरोबर वेगळे राहतात. माझ्या आजी-आजोबांनी माझ्या आईला पैसा देणं बंद केलं आहे. आता आम्ही पापड लाटण्याचं काम करून आमचं पोट भरतो.

या संदर्भात 'नवज्योती' च्या सल्लागाराने दिलेली माहिती अशी : या प्रकरणी गुंतलेल्या सर्व व्यक्तींना सक्त ताकीद देण्यात आलेली आहे, की कोणीही फाहीमाच्या वाटेला जाऊ नये! फाहीमाची काळजी घेण्यासाठी, तिच्यावर लक्ष ठेवण्यासाठी 'नवज्योती'चे कार्यकर्ते वारंवार तिच्या घरी जाऊन तिची भेट घेतात. फाहीमाच्या आईच्या विनंतीवरून मुद्दामच सध्या पोलिसात गुन्हा दाखल केलेला नाही.

कुठं चुकलं?

- स्त्रीचं आयुष्य जेव्हा भीती आणि दारिद्र्याने भरलेलं असतं, तेव्हा ते आयुष्य हा एक शाप वाटतो.
- लहान मुले ही पशुतुल्य माणसांच्या हातातील प्यादी बनतात.
- धार्मिक नेते हे समाजातील अज्ञान व गैरसमज दूर करण्याचा मुळीच प्रयत्न करताना दिसत नाहीत. त्यांनी जर समाजपरिवर्तन घडवून आणण्याचं ठरवलं, तर ते त्यांना अगदी सहज शक्य होईल.

विवाह की दुःस्वप्न?

मी एक सत्तावीस वर्षांची महिला आहे. मी सोळा वर्षांची असताना माझ्यापेक्षा अकरा वर्षांने मोठ्या असलेल्या माणसाच्या मी प्रेमात पडलं पाहिजे, अशी माझ्यावरती अक्षरश: जबरदस्ती करण्यात आली. मी त्यावेळी दहावीत होते. शालांत परीक्षेचा अभ्यास करत होते. पण मला शेवटी ती परीक्षा देताच आली नाही. त्यावेळी जे काही घडलं, ते असं– हा माणूस, म्हणजे आत्ताचा माझा नवरा, आमच्या घरापासून जवळच राहत होता. तो भाजी विक्रेता होता व त्याची आई लोकांकडे वरकाम करायची. त्याचं घर सांभाळायची. एकदा त्याची नजर माझ्यावर पडली. त्यानंतर तो या ना त्या बहाण्याने आमच्या घरी येऊ लागला. मीही कधी तरी त्याच्या घरी जाऊ लागले. त्याच्या आईची या गोष्टीला काही हरकत नव्हती. पण माझ्या वडिलांची मात्र होती. माझ्या वडिलांचं वेल्डिंगचं दुकान होतं. आमची परिस्थिती चांगली होती. मला दोन भाऊ आणि एक बहीण होती. एक दिवस हा माणूस– माझा आत्ताचा नवरा– घरात शिरला. मी घरात एकटी असल्याचं पाहूनच तो आला होता. तो म्हणाला– 'सिनेमातील नायक व नायिकेला परस्परांविषयी जे काही वाटतं, तेच मला तुझ्याविषयी वाटतं व ते दोघं त्यावेळी एकामेकांना, जे म्हणतात, तेच मला आत्ता तुला म्हणायचंय.' त्याचं ते तसलं बोलणं ऐकून मी फार घाबरले. माझे आई-वडील आल्यानंतर मी घडलेली हकीकत जशीच्या तशी त्यांना सांगितली. घरात फार रागवारागवी झाली, भांडणे झाली. 'त्या मुलाने घराची पायरी सुद्धा चढता कामा नये', अशी त्याला सक्त ताकीद देण्यात आली. पण एवढ्याने हा प्रश्न सुटला नाही. तो मुलगा मला पत्रे लिहून खिडकीतून आत भिरकावू लागला. मी ती सगळी पत्रे नुसती वाचत असे, पण त्यातील एकाही पत्राला मी उत्तर लिहिलं नाही. तो सारखा लग्नाचा विषय काढायचा. पुढे पुढे त्यानं मला धमक्या देण्यास सुरुवात केली– 'तू हो म्हण, नाही तर परिणाम फार वाईट होतील,' वगैरे. मी जर नाही म्हणाले तर माझं काही खरं

नाही, अशा अर्थाचंही तो नेहमी वक्तव्य करायचा. आता मला त्याची प्रचंड भीती वाटू लागली. काय करावं, काही सुचेना. आपण जर याच्या मनाप्रमाणे वागलो नाही, तर हा आपलं किंवा आपल्या आई-वडिलांचं काही तरी बरंवाईट करील, असंच माझ्या मनानं घेतलं. यातील एक गोष्ट सुद्धा आपण आपल्या आई-वडिलांच्या कानावर घातली, तरी हा आपल्याला व आपल्या आई-वडिलांना सोडणार नाही, असं मला वाटत होतं. अखेर मी लग्नाला तयार झाले. त्याला ते कळवलं. मग तेरा एप्रिल हा शुभमुहूर्त आहे असा मुलाकडच्यांनी निरोप पाठवला. त्यांनी माझ्यासाठी नवे कपडे पाठवले व अगदी लहानसा समारंभ (चद्दर समारंभ) करून ते मला घरी घेऊन गेले. समारंभाला फक्त माझे आई-वडीलच उपस्थित होते. माझे वडील अत्यंत संतापले होते. 'मी तुझं कधी तोंडही पाहाणार नाही,' असं त्यांनी मला सांगितलं. मी सासरी आल्यानंतर माझ्या एक गोष्ट लक्षात आली– तिथे माझ्या कल्पनेपेक्षा फारच निराळी परिस्थिती होती. पहिल्याच दिवशी माझ्या नवऱ्यानं मला धमकावलं– 'आता आई-वडिलांना कायमची विसरून जा, नाहीतर परिणाम अत्यंत वाईट होतील.'' दुसऱ्याच दिवशी माझ्या घरून निरोप आला– 'रिवाजानुसार दोघेही आमच्या घरी येऊन जा.' माझ्या नवऱ्याने साफ नकार दिला. पण सासू म्हणाली– 'तुझ्या वडिलांनी जर इथे येऊन आपल्या आधीच्या वागण्याबद्दल आणि लग्नाला सुरुवातीला नकार दिल्याबद्दल माफी मागितली तर आम्ही तुला पाठवू.' त्याप्रमाणे माझे वडील आले, त्यांनी माफी मागितली व आम्हा दोघांना स्वत:च्या घरी घेऊन गेले. तेथे आई-वडिलांनी आम्हाला अनेक उंची भेटवस्तू दिल्या. त्यानंतर आम्ही घरी परतताच माझ्या नवऱ्याने त्या सर्व वस्तू तात्काळ काढून घेतल्या. माझ्यावर त्याची कडक नजर असे. मी सतत भीतीच्या वातावरणात राहत होते. नवऱ्याच्या गैरवर्तणुकीची भीती सतत मनात होती.

त्या दिवशी 'लोरी'चा सण होता. म्हणून माझी आई आमच्या घरी भेटायला आली. तिने येताना थोडी मिठाई व काही भेटवस्तू आणल्या होत्या. ती परत जाताच माझ्या नवऱ्याने माझ्या एक तोंडात ठेवून दिली. माझ्या चेहऱ्यावर पाच बोटं उठली. मी आईकडून त्या सगळ्या वस्तू घेतल्याबद्दल त्याने मला जाब विचारला. 'ताबडतोब माहेरी जा आणि ते सगळं परत करून ये,' असं म्हणून त्यानं मला पाठवलं. मी घरी गेले. माझ्या गालावरचे वण आईने पाहिले. मी जरी तिला काही सांगितलं नाही, तरी सुद्धा काय घडलं असावं, ते तिच्या तात्काळ लक्षात आलं.

माझं आयुष्य असंच चाललं होतं. पुढे मला एक मुलगा झाला. त्यावेळी हॉस्पिटलचं बिल भागवण्यासाठी माझ्या नवऱ्यानं मंडईतून कर्ज काढलं. पण ते काही त्याला फेडता आलं नाही, म्हणून तो घरीच बसला. घरात आता मारहाण, शिवीगाळ या

गोष्टी नित्याच्याच झाल्या. तो जुगार खेळू लागला व त्याला दारूचं व्यसन जडलं.

माझ्या आई-वडिलांनी आमच्या घरासाठी काही किंमती वस्तू दिल्या होत्या, त्या एक एक करून त्याने विकून टाकल्या. अनेकदा घरी पोटाला अन्न नसायचं, मुलाला पुरेसं दूध नसायचं. पण माझ्या नवऱ्याला त्याचं काहीच नव्हतं. त्यावेळी माझा मुलगा अंगावर पीत असल्यामुळे मला पोटभर जेवण मिळणं आवश्यक होतं. मी जमेल तेव्हा गुपचूप माझ्या आईकडे जाऊन पोटभर जेवत असे. माझे आईवडील मला जेवू घालत आणि माझ्या बाळासाठी दूधही देत. पण मी घरी गेले की तो मला मारहाण करे. तो म्हणे– 'एकटी जेवून येतेस आणि माझ्यासाठी काही आणत नाहीस.'

एक दिवस माझा नवरा म्हणाला– 'चल, दिल्लीला जाऊ. तिथे काहीतरी काम मिळेल.' आम्ही तेव्हा पंजाबातील कपूरथळा येथे राहत होतो. दिल्लीला गेलं तर काही पोटाची सोय होईल, असं मलाही वाटलं. मग त्याने फिरत्या विक्रेत्याचा व्यवसाय करण्यासाठी एक ढकलगाडी विकत आणली. त्यासाठी माझ्याच आई-वडिलांनी आर्थिक मदत केली. पण असे काही आठवडे लोटले आणि त्याने ती विकून टाकली. तो परत जुगार व दारूकडे वळला. माझं आयुष्य दु:सह्य झालं होतं. पण खरं दुर्दैव अजून पुढेच होतं. एक दिवस माझा नवरा मला घेऊन काही लोकांना भेटण्यासाठी गेला. आपण कुठे चाललो आहोत, कशाला.... इत्यादि शंका मी विचारताच, त्याने मला त्याबद्दल मारहाण केली. मग तो मला एका पूर्वनियोजित ठिकाणी घेऊन गेला. तिथे एक मोटारगाडी आली. नवऱ्याने मला जबरदस्तीने त्या गाडीत ढकललं. गाडीतल्या लोकांनी मला एका निर्मनुष्य जागी नेऊन माझ्यावर सामुहिक बलात्कार केला. नंतर त्यांनी मला परत नवऱ्यापाशी आणून सोडलं. या प्रसंगानंतर तो मला क्षणभरही एकटं सोडत नसे. मी पळून जाईन अशी त्याला भीती वाटत असावी. ह्या प्रसंगाची अनेकदा पुनरावृत्ती झाली. एक दिवस तर माझी मासिक पाळी चालू होती, पोटात खूप दुखत होतं. तरी सुद्धा त्यानं मला अमानुष मारहाण केली व त्या तसल्या घृणास्पद कामासाठी बरोबर चलण्याचा हुकूम केला. त्याच्या दृष्टीनं मी केवळ एक विक्रीची वस्तू होते. वाटेल तशी वापरण्याची वस्तू! पण आता या खेपेला मात्र मी त्याला साफ नकार दिला. मी त्याला सांगितलं– 'तू मला पाहिजे तेवढं मार. एक वेळ मी मरण पत्करीन पण तुझ्याबरोबर येणार नाही.'

यानंतर त्याच्या तावडीतून पळ काढणं हा एकमेव मार्ग माझ्यापुढे शिल्लक होता. मला तशी एक संधी चालून येताच मी जी सुटले ती दिल्लीला माझ्या भावाच्या घरी येऊन पोचले. 'नवज्योती' या सेवाभावी संस्थेने चालवलेलं 'कौटुंबिक सल्ला केंद्र' तेथून जवळच होतं. त्यांच्यातर्फे मला मदत मिळाली. मी लवकरच त्या नराधमाला घटस्फोट देणार आहे.

कुठं चुकलं?

- अनेक अल्पवयीन मुलींना असुरक्षितता व भय वाटतं. त्यांनी जर वेळीच आपल्या पालकांना विश्वासात घेऊन त्यांचा सल्ला मानला, तर अनेक आयुष्ये बदलून जातील.

- ज्या लग्नाचा पायाच मुळी धमक्या व ब्लॅकमेल या गोष्टींचा बनलेला असेल, ते लग्न तरी यशस्वी कसं होणार? त्या उलट असं लग्न म्हणजे एक प्रदीर्घ यातनामय जिणं असेल.

- जुगार व दारुचं व्यसन हे एक भयंकर मिश्रण आहे. त्यातून घरातील स्त्रियांवर अनन्वित अत्याचार होतात.

मुलगी ही उपभोग्य वस्तू आहे का?

माझं नाव शबनम. मी तेरा वर्षांची आहे, असं आई सांगते. मी कुठून आले हे माझं मलाही ठाऊक नाही. मला आठवतंय, तेव्हापासून मी या झोपडपट्टीतच राहत आले आहे. आम्ही सात भावंडे. त्यापैकी माझ्याहून मोठा फक्त एकच भाऊ आहे. सर्वात धाकटा भाऊ तर माझ्या आईच्या कडेवर बसण्याइतका लहान आहे. सध्या माझे वडील नक्की कुठे आहेत, ते मला सुद्धा माहीत नाही. ते अंमली पदार्थांचे सेवन करतात व त्या मादक द्रव्यांच्या ते पुरते आहारी गेलेले आहेत. पूर्वी माझे आई-वडील चरितार्थ चालवण्यासाठी फूटपाथवर बसून खाद्यपदार्थांची विक्री करायचे, पण पुढे माझ्या वडिलांना मादक द्रव्यांची चटक लागली आणि माझी आई मादक द्रव्ये विकू लागली. हे सगळं होऊन सुद्धा आता तीन वर्षे लोटली. पण खरं सांगायचं, तर मुळात माझ्या वडिलांना मादक द्रव्यांची चटक कशी काय लागली, किंवा माझी आई मादक द्रव्यांच्या चोरट्या विक्रीचा व्यवसाय कसा काय करू लागली, हे मला आजतागायत समजलेलं नाही. ती मादक द्रव्ये माझी आई नक्की कुठून आणायची, हेही मला माहीत नाही. पण ती तेवढ्यासाठी बसमधून कुठेतरी जायची. त्या मादक द्रव्यांच्या पिशव्या सांभाळण्यासाठी ती माझ्या स्वाधीन करायची. तिच्याकडची रोख रक्कमही कधी कधी मला सांभाळावी लागे. आमच्या झोपडपट्टीत कधी कधी अचानक पोलिसांची धाड यायची. अशा वेळी पटकन मादक द्रव्यांच्या थैल्या व पैसे खिशात घालून शेजारच्या घरी पळायचं व तिथे टी. व्ही बघत बसून राहायचं, असं आम्हा पोरांना शिकवून ठेवलं होतं. पोलिस निघून गेल्याचं समजलं, की मगच आम्ही घरी जायचो. कधीतरी माझी आई व माझे चाचा (हे चाचा म्हणजेच सध्या आई ज्या माणसाबरोबर राहाते, तो माणूस) या दोघांनाही पोलिस पकडून ठाण्यावर घेऊन जायचे. त्यांनी पोलिसांचे हात ओले केले, की त्यांची सुटका व्हायची. माझी आई आणि या चाचांची ओळख फूटपाथवर झाली. आई जिथे खाद्यपदार्थ विकायला बसायची तिथे हे चाचा तिच्याकडून नेहमी काहीतरी विकत घेऊन खायचे. काही दिवसांनंतर माझ्या आईनं माझ्या वडिलांना

घरातून हाकलून दिलं व हे चाचा कायमचे आमच्या घरी राहायला आले. त्याचं कारण असं, की मादक द्रव्ये विकून जे काही पैसे मिळतील, ते सर्व पैसे माझे वडील स्वत:च हडप करत व माझ्या आईला त्यातील एक पैसाही देत नसत. पुढे पुढे माझ्या वडिलांचं हे लोढणं आईला असह्य झालं. माझ्या आईनं वडिलांना हाकलून दिलं असून ती आता दुसऱ्याच एका माणसाबरोबर राहते ही गोष्ट माझ्या मामाच्या व आजीच्या कानावर गेली. त्याबरोबर ते मुद्दाम कलकत्त्याहून आम्हाला भेटायला आले. त्या दोघांनी मिळून चाचांना घराबाहेर काढण्याचा प्रयत्न केला, पण त्यात त्यांना यश आलं नाही.

मग ते परत गेले. या चाचांना सुद्धा मादक द्रव्यांचं व्यसन आहे व ते स्वत: सुद्धा ती विकतात. माझा सर्वात मोठा भाऊ सोळा वर्षांचा आहे. त्याने मादक द्रव्ये विकण्यास नकार दिला, म्हणून त्याला आईने घराबाहेर काढले. तो सध्या चिंध्या गोळा करतो व मित्रांच्या सोबतीने राहतो. माझ्या चाचांची बायकोसुद्धा मादक द्रव्ये विकते. ती फूटपाथवर राहते. जर कधीही ती त्यांना भेटायला आली, अथवा तिने एका शब्दानेही त्यांना काही जाब विचारला, तर ते तिला मारतात.

काही आठवड्यांपूर्वी माझ्या आईनं मला आपल्याबरोबर नेलं आणि आमच्या घरापासून दूर राहणाऱ्या एका बाईच्या घरी नेऊन सोडलं. त्या बाईनं मला तिच्या भाडेकरूच्या समोर उभं केलं. तो माझ्यापेक्षा वयानं बराच मोठा होता. मी त्याला पसंत पडले. मग माझ्या आईने त्या बाईपाशी माझा सौदा ठरवला. ती बाई दलालीचा धंदा करायची. तिने दोन हजार रुपये दलाली मागितली. पूर्ण पैसे वसूल झाल्यानंतर मगच मला त्या माणसाला विकण्यात येणार होतं. नंतर माझी आई घरी गेली. त्या बाईने मला माझ्या आईच्या राहत्या जागेचा पत्ता विचारून घेतला. आमचं त्या झोपडपट्टीत स्वत:च्या मालकीचं पक्कं घर आहे, असं त्या मध्यस्थ बाईनं त्या गिऱ्हाईकाला सांगून ठेवलं होतं. सगळा पैशाचा व्यवहार झाल्यानंतर समजा मी पळून वगैरे गेले किंवा माझ्या आईनं मला परत पळवून नेलं, तर माझा पत्ता मिळावा आणि आपले भरलेले पैसे परत मिळावे यासाठी ही काळजी घेणं आवश्यक होतं. त्या बाईनं मला आमचं घर दाखवायला सांगितलं. त्याबरोबर मी तिला आमच्या ऐवजी आमच्या शेजारणीच्या घरी घेऊन गेले. आश्चर्याची गोष्ट अशी की माझ्या आईनं मला विकलं आहे, ही गोष्ट माझ्या शेजारणीच्या कानावर कुठून तरी गेली होती. तिथे जाताच माझा खोटेपणा उघडकीस आला त्यामुळे ती मध्यस्थ बाई माझ्यावर संतापली. 'मी इथल्या मशिदीतून तुझ्या नावे घोषणा करीन,' वगैरे धमक्या तिने देण्यास सुरुवात केली. मला ती मारहाणही करू लागली. मग मात्र माझे शेजारी मधे पडले व त्यांनी मला वाचवलं. माझ्या आईने आमची झोपडी दहा हजार रुपयांना विकून टाकली होती व ती आमच्या चाचांसह गायब झाली होती. आलेल्या पैशांतून तिने स्वत:च्या डोक्यावरचं थोडं फार कर्जही चुकतं केलं होतं; व ती माझ्या चाचांबरोबर दुसरीकडे राहायला गेली होती. काही दिवसांनंतर माझी लहान

बहीण मला भेटायला आली. ती मला आईकडे राहायला येण्याचा आग्रह करू लागली. पण मी तिला नकार दिला. आजही मला तिच्याकडे जाण्याची अजिबात इच्छा नाही. माझ्या बहिणीच्या सांगण्याप्रमाणे ते चाचा आईला रोज मारतात व तिला घराबाहेर पडू देत नाहीत.

माझ्या आईने काही दिवस जेलमधे काढले आहेत. कधीतरी तिला खटल्याच्या सुनावणीसाठी कोर्टात हजर व्हावं लागे. मग ती स्वत:च स्वत:चा जामीन भरून सुटका करून घ्यायची. कारण तिच्यासाठी जामीन भरणार तरी कोण? आमच्या झोपडीत जुगार सुद्धा चालायचा. आई जुगार खेळायची.

माझ्या आईनं आम्हा कोणालाही कधी शाळेत जाऊ दिलं नाही. इंडिया व्हिजन फौंडेशन आणि नवज्योती तर्फे चालवण्यात येणारी 'गल्ली शाळा' आमच्या घराबाहेरच होती, तरी सुद्धा नाही व ही गोष्ट पैशाच्या कारणामुळे तिनं केली नव्हती, कारण शाळा तर मोफतच होती. पण आम्ही जर शाळेत गेलो, तर झोपडीकडे कोण पाहणार आणि मादक द्रव्ये कोण सांभाळणार?

मी सध्या माझ्या शेजाऱ्यांकडे राहत आहे. कधीतरी मला खूप भीती वाटते. आमच्या शेजाऱ्यांच्या घरी एक मध्यमवयीन माणूस नोकर म्हणून कामाला आहे. तो सारखा सारखा माझ्या मागे लागतो आणि माझी छेड काढण्याचा त्याचा प्रयत्न असतो. मी दोरखंडांने दार लावून घेते पण तरीही तो सारखा अवतीभवती घुटमळत राहतो.

मला शाळेत जायचं आहे.

(झोपडपट्टीत कार्यरत असणाऱ्या 'नवज्योती' या संस्थेने या मुलीला एका अनौपचारिक शाळेत दाखल केलं आहे. तिच्या भावाला स्क्रिन प्रिंटिंगचे व्यवसाय प्रशिक्षण दिले आहे. तिच्या शेजाऱ्यांच्या घरच्या नोकराला कामावरून काढून टाकण्याची त्यांनी व्यवस्था केली आहे. संस्थेचा सल्लागार या प्रकरणी बारकाईने लक्ष घालत आहे.)

कुठं चुकलं?

- झोपडपट्टी हे सर्व प्रकारच्या गुन्ह्यांचे व सामाजिक दुष्कृत्यांचे आगर आहे. या ठिकाणी शासनातर्फे चालवण्यात येणारी समाजकल्याण केंद्रे व कायदेविषयक सल्ला केंद्रे नसतात.
- जे पुरुष व स्त्रिया पाशवी मनोवृत्तीच्या आहेत त्यांना आपली मुले म्हणजे विक्रीच्या वस्तू वाटतात.

झोपडपट्टी– एक सावळा गोंधळ

माझं नाव शांती. मी चाळीस वर्षांची आहे. मला तीन मुली असून त्यातील दोघींची लग्ने झालेली आहेत. माझा नवरा एका कारखान्यात कामाला आहे. मी बऱ्याच घरांमधून धुणं-भांड्याची कामं करून संसाराला हातभार लावते. माझी सर्वात धाकटी मुलगी म्हणजे मीरा. हिचं सगळं काही नीट व्यवस्थित व्हावं आणि तिचं आयुष्य नीट मार्गी लागावं, एवढीच आता माझी देवाकडे प्रार्थना आहे. तेच आयुष्याचं एकमेव ध्येय आहे. पण मला वाटतं ही गोष्ट घडणंच महाकर्मकठीण आहे. कारण तिच्या मागे काही नरपशू हात धुवून लागले आहेत. माणसं कसली, जनावरंच आहेत ती.

माझी मीरा केवळ सोळा वर्षांची आहे. तिला शाळेत पाठवण्याची आमची खूप इच्छा होती, पण तिला शिक्षणात रस नव्हता. तिने पाचवीच्या पुढे शाळा सोडून दिली. तिच्या वडिलांनी तिचं मन वळवण्याचा कितीतरी प्रयत्न केला, पण व्यर्थ. मी धुण्या-भांड्याच्या कामासाठी जवळच्याच एका कॉलनीत जाते. ही कॉलनी अत्याधुनिक लोकांची, श्रीमंतांची आहे. मीराही मला माझ्या कामात मदत करत असे. आम्ही दोघी मिळून बऱ्याच घरी काम करत होतो. आमचं उत्पन्न चांगलंच वाढलं होतं. एका परीनं मीरानं शाळा सोडल्यामुळे तिची कामात मदत होत होती. आमचं चांगलं चाललं होतं.

या झोपडपट्टीत आम्ही गेली सोळा वर्षे राहत आहोत. आम्ही नवरा-बायकोनं खूप कष्ट करून इथे स्वतंत्र घर बांधलंय. घर इतकं लहान आहे की आम्ही तिघे कसेबसे त्यात राहतो. माझ्या नवऱ्याचं दहावीपर्यंत शिक्षण झालेलं आहे. तो स्वभावानं फार गरीब आहे. आमच्या अवतीभवती बऱ्याच भानगडी चालतात, पण माझा नवरा त्या कशातही गुंतत नाही. आमच्या या वस्तीत रोज अक्षरश: काय वाटेल ते धंदे चालतात.

आमच्यासमोर एक जोडपे राहते. त्यांना बारा मुलं आहेत. त्यातील जी बाई आहे, तिचं नाव रशीदा. खरं तर हीच कुटुंबप्रमुख आहे. आसपासचे सगळे लोक

तिला घाबरतात. तिचा नवरा सुद्धा. तो अगदीच हडकुळा आहे. त्याचं आपल्या बायकोपुढे काही एक चालत नाही. रशीदाचं केवळ स्वत:च्या घरातच साम्राज्य आहे असं नव्हे, तर ती सगळ्या वस्तीवरच हुकुमत चालवण्याचा प्रयत्न करते आणि त्यासाठी तिची चार तरुण मुलं तिला साहाय्य करतात. तिला आठ मुली आहेत. त्यांपैकी चार मुलींची लग्ने झालेली आहेत. मुलांपैकी तिघांची लग्ने झाली आहेत, पण ते सर्वजण एकत्रच राहतात.

आमच्या शेजारी पाजारी नेहमी भांडण-तंटे चालत असतात. प्रत्येक वेळी काहीतरी निराळ्याच विषयावरून वादावादी जुंपते. बरेचदा रशीदाचा आणि माझा खटका उडण्याचे प्रसंग येत असत. पुढे पुढे तर हे प्रमाण फारच वाढलं. रशीदाचा आमच्या घरच्या बाबतीत दखल देण्याचा स्वभाव होता. तिचा हस्तक्षेपही वाढतच गेला.

या रशीदाचं आमच्या भागातील राजकीय पुढाऱ्यांशी मेतकूट आहे. दररोज पांढरे शुभ्र कपडे घातलेली माणसे तिच्या घरी ये-जा करत असतात. रशीदाचा स्वत:चा आविर्भाव सुद्धा पुढारी छाप आहे. गेल्या काही वर्षांत तर इथल्या चौकीवरच्या पोलिसांची पण तिच्या घरी वर्दळ सुरू झाली आहे. हे असं नक्की का आहे, ते काही आम्हाला समजत नाही. पण रशीदाची आम्हाला फार भीती वाटते.

रशीदाचा मुलगा इम्रान पंचवीस वर्षांचा असून तो सदान्कदा गुंडगिरी करत हिंडत असतो. तो आजूबाजूच्या लोकांशी अत्यंत उद्दामपणे वागतो. त्याचं स्वत:चं चारित्र्य अतिशय खराब आहे ही गोष्ट तर सर्वश्रुतच आहे, पण तरीही पोलिस दप्तरी त्याच्या नावावर एकही गुन्हा नोंदलेला नाही. आमच्या वस्तीतील सर्व तरुण मुलींना त्याचा अत्यंत दरारा वाटतो. पण त्याच्या वाटेला कुणीही जात नाही. कुणाची तशी हिंमतच होत नाही. आजपर्यंत अनेकदा त्याने वस्तीतील लोकांशी, विशेषत: स्त्रियांशी गैरवर्तन करण्याच्या घटना घडलेल्या आहेत.

अशी एक भर पावसाळ्यातील संध्याकाळ होती. मी माझ्या शेजाऱ्यांच्या घरासमोर उभी होते आणि मीरा आमच्या घरात होती. तो दिवस उजाडल्यापासूनच वाईट गेला होता. रशीदा व तिच्या मुलांशी माझं भांडण झालं होतं. त्यांनी मला नळावर पाणी भरू दिलं नव्हतं. तरीही मी गप्प बसले होते. नंतर मला धमकावण्यासाठी तिने शिवीगाळ सुरू केली. हे तर नेहमीचंच होतं, त्यामुळे त्याचीही आता सवय झाली होती. पण इम्रान विनाकारण मीराविषयी काहीतरी वेडंवाकडं बोलला तेव्हा मात्र माझं डोकं सणकलं. मी संतापले. हे आता अतीच झालं होतं. इम्रान माझ्या अंगावर धावून आला. पण जवळ उभ्या राहिलेल्या काही लोकांनी त्याला आवरलं. त्याच दिवशी संध्याकाळी इम्रान भरपूर दारू पिऊन आला. त्याचे डोळे लाल झाले होते. समोर जे कुणी दिसेल त्याच्यावर तो आग पाखडत होता. तो परत माझ्यापाशी

आला आणि मला काही कळायच्या आत त्याने मला एक चपराक मारली. मी त्याला दूर ढकललं आणि पळाले.

तेव्हापासून मीरा अतिशय भेदरलेली असते. वरील घटनेनंतर आम्ही पोलिसांना बोलावलं. ते आले, आजूबाजूच्या लोकांशी बोलले आणि त्यानंतर त्यांनी आम्हाला जवळच्या पोलिस चौकीत तक्रार नोंदवण्यासाठी बोलावलं. आता तरी आपल्याला न्याय मिळेल अशा मोठ्या आशेने आम्ही तिथे गेलो. तिथे गेल्यावर तिथल्या अधिकाऱ्याने चक्क आम्हाला तडजोड करण्याचा सल्ला दिला. तो सल्ला ऐकून मात्र आम्हाला आश्चर्याचा धक्का बसला. इतक्यात अचानक त्या ठिकाणी अनेक लोक आले.

इम्रान व त्याची आई असे दोघे आले. जवळपास राहणारे बरेच लोक आले. रशीदाला तेथील वरिष्ठ अधिकाऱ्यांच्या खोलीतून बोलावणं आलं. ती आत गेल्यानंतर काही वेळाने काही कागदांवर आमचे जबरदस्तीने अंगठ्याचे ठसे उठवून घेण्यात आले. त्या कागदावर काय मजकूर लिहिलेला होता, ते आम्हाला सांगण्यात आलं नाही. त्या लोकांच्या दडपणामुळे घाबरून आम्ही ते सांगतील तसं वागलो. नंतर आम्हाला घरी पाठवण्यात आलं. पोलिस चौकीच्या बाहेर इम्रान उभा होता. तो परत आमच्यापाशी आला आणि त्यानं परत शिवीगाळ सुरू केली. 'आता तुझ्या मीराला सोडणार नाही,' असं तो वारंवार म्हणू लागला. त्यावेळी माझा नवराही तिथे नव्हता. त्यावेळी आयुष्यात पहिल्यांदाच मला इतकं एकाकी वाटलं.

अजूनसुद्धा मी भीतीच्या छायेतच राहते. परिस्थितीत काहीही बदल झालेला नाही. आम्ही जिथे राहतो, ते वातावरण तसंच आहे. शेजारी सुद्धा तेच आहेत. भांडणतंटेही तसेच चालू आहेत. उलट भांडणे तर जास्त वाढलेलीच आहेत. कधी कधी वाटतं, येथून पळून जावं. पण जाणार कुठे? माझा नवरा म्हणतो, 'काळजी करू नकोस. सगळं काही ठीक होईल.' पण तसं कधीच होणार नाही, हे मला माहिती आहे. मी पोलिसांना अनेकदा जाऊन भेटले, पण उलट दरवेळी तेच मला धमकावून परत पाठवतात. काय कारण असेल ते माहीत नाही, पण पोलिसांचं आणि रशीदाचं काहीतरी साटंलोटं आहे. मला मदत करण्याऐवजी पोलिसांनी उलट मलाच धमक्या दिल्या. आपल्यावर हल्ला होईल अशी मला आणि माझ्या मुलीला सतत भीती वाटते. मी कधीही बाहेरून घरी परत आले, की इम्रान आणि यशोदा माझ्या तोंडावरती माझी टिंगलटवाळी करतात.

पण अखेर मी सुद्धा एक आईच आहे. माझ्या मुलीला सोडून मी कुठे जाणार? 'नवज्योती' कौटुंबिक सल्ला केंद्राने मला मदतीचं आश्वासन दिलं आहे. ते एकच तेवढं माझं आशास्थान आहे. ते लोक मला नक्कीच मदत करतील, कारण त्यांनी आजवर अनेकांना मदत केली आहे. पण इम्रान सारख्या नरपशूच्या तावडीतून माझ्या मीराला वाचवणं त्यांना जमेल का?

कुठं चुकलं?

- जागा व पाणी या दोन गोष्टींच्या तुटवड्यामधून झोपडपट्टीत भांडणे उद्भवतात व सामाजिक ताणतणाव वाढीस लागतो.

- न्यायनिवाड्यासाठी स्थानिक लोकांची पंचायत नसते, त्यामुळे अखेरचा, एकमेव आधार म्हणून लोक पोलिसांकडे धाव घेतात. परंतु तिथे जाऊन तंटाबखेडा सोडवण्याचे कष्ट पोलिस अजिबात घेत नाहीत.

- गुंडांशी कडकपणे वागण्याऐवजी पोलिस कधी कधी उगीचच समझोता घडवून आणण्यासाठी मध्यस्थी करण्याचा प्रयत्न करतात. त्यामुळे गुंडगिरीस ऊत येतो व दुर्बल लोकांना ते आपल्यापुढे नमवतात.

टाकलेल्या स्त्रियांची गोष्ट

लेखिकेला दोन स्त्रियांनी दोन विनंती अर्ज पाठवले आहेत. त्या अर्जांमधून अर्जदार स्त्रियांनी आपल्या दुःख व यातनांचे वर्णन केलेले आहे. हे दोन्ही अर्ज दोन उच्चशिक्षित तरुणींनी लिहिले आहेत. ते अर्ज वाचल्यानंतर लेखिकेला असा प्रश्न पडला, की एवढी वर्ष घेतलेल्या शिक्षणाचा या स्त्रियांना नक्की काय फायदा झाला? या शिक्षणाने त्यांना सक्षम बनवले आहे की नाही? आणि जर नसेल, तर असले शिक्षण काय कामाचे? या दोन्ही पत्रांमधील मजकूर जसाच्या तसा खाली दिलेला आहे. फक्त गोपनीयतेच्या कारणास्तव मुद्दामच व्यक्ती व पात्रांची नावे बदलली आहेत. यातील पहिले पत्र असे :

माझं नाव सुषमा. माझ्या आयुष्यात एक फार मोठी दुःखद घटना घडली आहे. मी मूळची एका बनिया कुटुंबातील असून माझा पती दुष्यंत हा पंजाबी. आम्ही दोघे एकाच ऑफिसात नोकरी करत होतो. मी एम्. बी. ए. (मास्टर इन् बिझिनेस मॅनेजमेंट) आहे. आम्ही दोघांनी नुकताच एका मंदिरात जाऊन विवाह केला. त्यावेळी तेथे मंदिरातील पुजारी सुद्धा उपस्थित नव्हता. विवाहाच्या वेळी फक्त माझ्या पतीचा चुलतभाऊ तेवढा तिथे होता. त्याने विवाह प्रसंगाचे काही फोटो सुद्धा घेतले.

माझं दुष्यंतवर फार प्रेम होतं आणि तोही माझ्याबद्दल तसंच म्हणायचा. पण लग्न झाल्यानंतर माझ्या लक्षात आलं, की हे काही खरं नाही. तो लगेच अमृतसरला आपल्या आई-वडिलांकडे निघून गेला आणि तेव्हापासून तो मुळी परत येण्याचं नावच काढत नाही. त्याच्या चुलत भावाने तरी निदान माझ्या मदतीला धावून यावे, म्हणून मी खूप प्रयत्न केले, पण त्यानेसुद्धा माझ्या विनवण्यांकडे दुर्लक्ष केलं. एवढंच नव्हे तर मी दुष्यंतला कायमचं विसरून जावं, म्हणून त्याने मला धमकावण्या सुद्धा दिल्या. पण तुम्हीच सांगा– मी असं कसं करू? दुष्यंतच्या चुलतभावाचं म्हणणं असं– 'मुळात आपला भविष्यकाळ तुझ्याबरोबर एकत्र घालवण्याच्या

उद्देशाने दुष्यंतने हे लग्न केलेलेच नाही. म्हणूनच अत्यंत चतुराईने त्याने या विवाहसोहळ्याचा कोणताही पुरावा मागे न ठेवण्याची खबरदारी घेतलेली आहे.'

दुष्यंतने माझी सगळी प्रमाणपत्रे पण काढून घेतली आहेत. मी अमृतसरला जाऊन त्याची गाठ घेण्याचा सुद्धा प्रयत्न केला, पण तो निष्फळ ठरला. शेवटचा उपाय म्हणून मी सरळ त्याच्या आई-वडिलांना जाऊन भेटले. पण धक्कादायक गोष्ट अशी, की त्यांनी माझ्याकडे साफ दुर्लक्ष केलं.

दुष्यंतचा हा चुलत भाऊ मला गप्प बस म्हणून सांगत आहे. त्यासाठी त्याने माझा छळ मांडला आहे. मी परत एकदा दुष्यंताला भेटले व त्याच्यासमोर पुष्कळ विनवण्या केल्या. त्यावर त्याने मला स्पष्ट शब्दात सांगितलं– 'की या घरात यायचं असेल तर येताना भरपूर हुंडा घेऊन यायचा.' तो असंही म्हणाला– 'माझं उद्दिष्ट साध्य झालं आहे. आता मी तुझा स्वीकार कशासाठी करू?'

मला वडील नाहीत. भाऊ सुद्धा नाही. मी काय करू?

दुष्यंतने माझा फार मोठा शारीरिक व मानसिक छळ केला आहे. त्यानं मला अपार दु:ख दिलं आहे. आता मी त्याला जरी विसरू म्हटलं तरीही विसरू शकणार नाही. आता मी ही एक चूक तर करून बसले आहे. मी तशी खूप उच्चशिक्षित आहे, पण मी खूप हळवी आणि भावनाप्रधान आहे. त्याच गोष्टीचा त्याने गैरफायदा घेतला. पण मी इतकी दुबळी नाही हे मला माझ्या पतीला दाखवून द्यायचं आहे. त्याला वाटतं– मला कोणीच मदत करणार नाही. थोड्या दिवसांनी मी आपोआप गप्प बसेन. पण मी जरी मुलगी असले तरी मी काही दुबळी नाही. मी लढा देणार. मॅडम– प्लीज मला मदत करा. मला आपल्याला भेटायचंय.

दुसरं पत्र असं आहे–

माझं नाव मीना आणि मी बावीस वर्षांची आहे. मला आई नाही. माझे वडील इतके अबोल आहेत की त्यांनी आजवर दुसऱ्यांसमोर कधीच तोंड उघडलेलं नाही. मला दोन भाऊ आणि एक बहीण आहे. आमचे आजी-आजोबा आमच्याच घरी राहतात व तेच आमची काळजी घेतात. पण ही झाली काही वर्षांपूर्वीची गोष्ट.

मी सध्या एका फार मोठ्या संकटात सापडले आहे. त्यात खरी चूक माझीच आहे, हे मलाही माहीत आहे. पण जे काही घडलं त्याला मी काही केवळ एकटीच जबाबदार नाही. माझा पती प्रकाश हाही तितकाच जबाबदार आहे.

मी आणि प्रकाश एका लहानशा गावात एकाच कॉलेजात शिकत होतो. काही दिवसांपासून आम्ही एकमेकांच्या प्रेमात होतो आणि अखेर सुमारे चार वर्षांपूर्वी आम्ही गुपचूप लग्न केलं. त्या लग्नाविषयी आम्ही अगदी या कानाचं त्या कानाला कळू दिलं नाही. आम्ही दोघे भिन्न जातीचे आहोत आणि प्रकाशच्या मते जर या लग्नाची वाच्यता कुठेही झाली तर गावातील लोक त्याच्या आई-वडिलांना वाळीत

टाकतील. त्यानं मला सर्व अडचणी इतक्या गोडी-गुलाबीनं समजावून सांगितल्या की मला त्याचं म्हणणं लगेच पटलं व मी ते मान्य केलं.

मला त्यानंतर दिवस राहिले, पण प्रकाशने मला गर्भपात करायला लावला. मला तसं मुळीच करायचं नव्हतं. पण प्रकाश म्हणाला– 'मी अजून नीट स्थिरस्थावर झालेलो नाही. काही मार्गी लागलेलं नाही; त्यामुळे त्या बाळाला आपण चांगल्या पद्धतीने वाढवू शकणार नाही.' तो पुढे असंही म्हणाला की 'पुढचं मूल आपल्याला असं काढून टाकण्याची वेळच येणार नाही!'

त्यानंतर अलीकडेच माझ्या लक्षात आलं आहे, की प्रकाशचं दुसऱ्याच एका मुलीबरोबर लग्न ठरलं होतं. काही थोड्या दिवसांतच ते विवाहबद्ध होणार होते. हे ऐकल्यावर माझा त्या गोष्टीवर विश्वास बसेना. मी सरळ प्रकाशला जाब विचारला. पण त्याने कानावर हात ठेवले. मग मी त्याचा वारंवार पाठपुरावा केल्यानंतर ही गोष्ट खरी असल्याचं उघडकीला आलं. मग मी धीर गोळा करून त्याच्या आई-वडिलांना जाऊन भेटले. पण आपल्या मुलाचं असं काही लग्न वगैरे ठरलेलं नाही, अशी त्यांनी ग्वाही दिली. पुढे तर ते मला असंही म्हणाले की आता तुझ्याकडून आम्हाला वस्तुस्थिती समजलेलीच आहे. तेव्हा प्रकाशचं लग्न करायची वेळ आली की प्रथम आम्हीच तुझ्या आई-वडिलांना येऊन भेटू. त्यांचं हे बोलणं ऐकल्यानंतर माझा आनंद गगनात मावेना. ही घटना घडल्यानंतर प्रकाश फार संतापला. अखेर कसाबसा तो माझ्याशी परत बोलण्यास तयार झाला.

पण माझा हा आनंद फारच अल्पकाळ टिकला. प्रकाशचा साखरपुडा झाला होता, हे त्यानं एक दिवस माझ्यापाशी कबूल केलं. आई-वडिलांच्या दडपणापोटी आपल्याला असं करणं भाग पडत असल्याचंही तो म्हणाला. 'माझ्या आई-वडिलांचं माझ्यावर इतकं ऋण आहे की मला त्यांच्या पसंतीच्या मुलीशीच लग्न करावं लागेल. मात्र मी जरी कुणाशीही लग्न केलं, तरी मी कायम तुझ्याशी प्रामाणिक राहीन,' असं तो म्हणाला. त्याचं हे बोलणं अत्यंत विसंगत होतं. हे सगळं सहन करण्याच्या पलिकडचं होतं. अखेर मी त्याला सांगितलं, 'तू जर असं करणार असशील, तर मी जिवाचं काहीतरी बरं-वाईट करून घेईन.' त्यावर त्यानं वेगळाच पवित्रा घेतला आहे. स्वत:ला ब्लडकॅन्सर झाला आहे, असं सांगून तो माझ्या भावनांशी खेळत आहे. पण मी ब्लडकॅन्सरचं एकही लक्षण त्याच्यात पाहिलेलं नाही. 'तू मला त्या दुसऱ्या मुलीशी लग्न करू दे. ते लग्न निदान फक्त एकच दिवस टिकलं तरी चालेल,' असं आता तो म्हणतोय. आता काय करावं, तेच मला समजेनासं झालं आहे. सध्या मी नोकरी करून स्वत:चं पोट भरत आहे. माझ्या कुटुंबातील कोणीही आता मला आधार द्यायला तयार नाही. इतकंच काय, पण जेव्हा शक्य असेल तेव्हा माझे कुटुंबीय माझा चारचौघात पाणउतारा करत असतात.

या संदर्भात पोलिसात जाऊन तक्रार नोंदविण्याचं माझं काही धाडस होत नाही, कारण त्याच्या नातलगांपैकी अर्धे अधिक लोक पोलीस खात्यात नाहीतर आर्म्ड फोर्सेसमधे आहेत. आमच्या भागातील पोलिसांबद्दल जे काही बोललं जातं, ते ऐकल्यानंतर तर माझी पोलिसात जायची हिंमतच होत नाही. मी तुम्हाला मदतीसाठी पाचारण करीत आहे.

पहिलं पत्र मिळाल्यावर लेखिकेनं सुषमाला बोलावून घेतलं. ती भेटायला येताना गळ्यात मंगळसूत्र घालून आली. तिनं भांगात ठळठळीत कुंकू घातलं होतं. ती अत्यंत भारलेल्या अवस्थेत दिसत होती. ती हमसाहमशी रडू लागली. 'तुला नक्की काय हवं आहे?' असं तिला विचारताच ती म्हणाली, 'माझ्या नवऱ्याला शिक्षा झाली पाहिजे. माझ्या लग्नाचे फोटो ताब्यात मिळाले पाहिजेत.' 'पण समजा मिळाले तरी तू त्या फोटोंचं करणार काय?' असं विचारताच ती म्हणाली, 'माझं लग्न झालेलं आहे. मी विवाहित म्हणूनच राहणार.' 'पण तू कुणाची पत्नी म्हणून राहणार?' असा तिला प्रश्न केल्यावर ती म्हणाली, 'ज्या माणसानं माझा छळ केला, गैरफायदा घेतला त्याचीच!'

दुसरे पत्र पाठवणारी मीना हिने स्वत:हून लेखिकेशी दूरध्वनीवर संपर्क साधला. मीनाला त्या माणसाशी कायमचे संबंध तोडून टाकण्याचा सल्ला देण्यात आला. त्या माणसावर कधीच विश्वास ठेवू नको, असंही तिला सांगण्यात आलं. पण तिचं मन या सर्व प्रकाराबद्दल अत्यंत कटुतेनं भरलेलं आहे. आपल्या नवऱ्याच्या प्रेयसीची गाठ घेऊन झाल्या प्रकाराची माहिती देण्याचा तिचा मानस आहे. म्हणजे तरी निदान बिचारी त्याच्या तावडीतून वाचेल.

कुठं चुकलं?

- ज्या शिक्षणाने आत्मविश्वास मिळत नाही, ते शिक्षण कुचकामी आहे. नुसती पदवी प्राप्त करून घेतल्याने खरंखुरं शिक्षण मिळत नाही.

- पुरुष हे मनाने कमकुवत असलेल्या स्त्रियांचा नेहमी गैरफायदा घेतात. त्यांना ब्लॅकमेल करतात व स्वत:ची वासना शमवण्यासाठी त्यांचा वापर करतात.

- स्त्रिया जरी कितीही शिकल्या तरीही त्या शरण येतात आणि सुरक्षितता व आधार शोधत राहतात. स्वातंत्र्याचं मोल जाणत नाहीत.

अत्याचाराला कुटुंबाची मर्यादा नसते

नुकतीच काही दिवसांपूर्वी मी लग्न करून माझ्या पतीसोबत अमेरिकेला आले तरी पण माझे उरलेले कुटुंबीय भारतात आहेत. माझे आई-वडील आणि दोन लहान बहिणी. त्यांच्याबद्दलच्या चिंतेने मी ग्रस्त आहे.

माझ्या या चिंतेचं मुख्य कारण म्हणजे माझी आत्या आणि तिची दोन मुलं. आम्ही सर्वजण माझ्या वडिलांच्या आईच्या, म्हणजेच माझ्या आजीच्या मालकीच्या घरात राहत आहोत. माझी आत्या, तिचा नवरा आणि त्यांची दोन मुलंसुद्धा त्याच घराच्या एका भागात राहतात आणि आम्ही दुसऱ्या भागात राहतो; पण आम्ही ते घर सोडून जावं अशी माझ्या आत्याची आणि तिच्या दोन मुलांची इच्छा आहे. ते सगळं घर स्वत:च्या वापरासाठी त्यांना हवं आहे; त्यामुळे ते लोक माझ्या घरच्या माणसांचा छळ करतात; सतत त्यांना शिवीगाळ आणि प्रसंगी मारहाणसुद्धा करतात. माझे आई-वडील म्हातारे असल्यामुळे कुटुंबाचा उदरनिर्वाह करण्यासाठी माझ्या दोन बहिणी नोकरी करतात. त्या कामावरून घरी परत येताच माझ्या आत्याच्या घरचे लोक त्या दोघींना टोमणे मारायला सुरुवात करतात. ते त्या दोघींविषयी खूप असभ्य बोलतात. ते म्हणतात, "बघा, या बाजारबसव्या आज लवकर घरी आलेल्या दिसतात. का गं? काय झालं? तुम्हाला कोणी गिऱ्हाईक नाही वाटतं मिळालं? हवं तर आम्ही बघून देऊ का?" त्यावर माझ्या बहिणींनी जर त्यांना प्रत्युत्तर केलंच, तर ते त्यांच्या अंगावर धावून जातात. गेल्या काही दिवसांत तर परिस्थिती फारच चिघळली आहे. एकदा त्यांनी माझ्या वडिलांवर हात टाकला, त्यांना बेदम मारहाण केली; त्यांना टाके पडले. माझे वडील आता वयस्कर झाले आहेत. त्यांचं वय ६५च्याही वर असेल. आपल्या या दोन तरुण दांडग्या भाच्यांसमोर त्यांचा कसा काय टिकाव लागणार?

आम्ही आमच्या घराची दारं बंद करून बसतो आणि त्या दोन गुंडांकडे

दुर्लक्ष करतो; पण मग ते अगदी घायकुतीला येतात. ते आमच्या दाराबाहेर लघवी करतात. माझ्या आईला किंवा बहिणींना पाहताच ते कपडे काढून अश्लील वर्तन सुरू करतात, असभ्य भाषेत बोलतात. "तुम्हाला हेच हवंय ना? मग आमच्याकडे या ना!" असलं काहीबाही बोलत राहतात. एका स्त्रीला असलं बेशरम वर्तन खपवून घेणं किती कठीण असतं. काही आठवड्यांपूर्वी ते माझ्या आजीच्या खोलीचं कुलूप तोडून आत घुसले. त्या खोलीत माझ्या आजीचं सामानसुमान असून त्याची देखरेख करण्याची जबाबदारी माझ्या वडिलांची आहे, याची त्यांना पूर्ण कल्पना असूनही त्यांनी असं केलं. (माझ्या आजीनेच तिच्या खोलीची किल्ली माझ्या वडिलांकडे दिली आहे.) माझ्या आई-वडिलांनी माझ्या आतेभावांना जेव्हा त्याचा जाब विचारला, तेव्हा त्या दोघांनी माझ्या आई-वडिलांना मारहाण केली. एवढंच नव्हे तर त्यांनी माझ्या आई-वडिलांना धमक्यासुद्धा दिल्या. 'एक दिवस असा येईल की, तुमच्या मुली कामावरून घरीच येणार नाहीत,' अशा भाषेत त्यांनी धमकी दिली.

मी भारतात असताना हा प्रश्न निदान तात्पुरता सोडवून यासाठी अनेक वेळा पोलीस ठाण्यात खेटे घातले; पण माझ्या दोन्ही बहिणी वयाने खूप लहान आहेत. पोलिसी कारभार कसा असतो, पोलीस चौकीत जाऊन गुन्ह्याची नोंद कशी करायची असते, याविषयी त्यांना काहीच माहिती नाही. मी या दोन माणसांविषयी एकूण बारा वेळा गुन्ह्यांची नोंद केली आहे. त्याला डेली डायरी रिपोर्ट असं म्हणतात. पोलिसांनी त्यांना समज दिली आहे इतकंच नव्हे तर एक-दोन दिवसांसाठी कोठडीत डांबूनसुद्धा ठेवलं आहे; पण तरीही त्यांचं आम्हाला त्रास देणं काही बंद झालेलं नाही. आम्ही जर त्यांना त्यांच्याविरुद्ध पोलिसांत तक्रार करण्याची धमकी दिलीच तर ते निर्लज्जपणे दात विचकून म्हणतात, "ते पोलीस काय वाकडं करणार आहेत आमचं? समज देऊन सोडून देतील; नाहीतर एक-दोन दिवस कोठडीत बंद करतील, इतकंच ना? आम्ही काय याआधी कधी कोठडीत गेलो नाही का? तसंच आत्ताही जाऊ आणि परत येऊ."

पोलिसांकडे या माणसांविरुद्ध बारा वेळा नोंद करूनसुद्धा काहीही ठोस पाऊल उचललं जात नाही, हा खरोखर दैवदुर्विलास आहे. कृपा करून कुणीतरी आमच्या मदतीला धावून या!

कुठं चुकलं?

- पोलीस जेव्हा आपल्याला नेमून दिलेल्या कर्तव्याचं पालन करत नाहीत, तेव्हा सामाजिक शांततेचा सतत भंग होत राहतो. कधीकधी परिस्थिती अधिकच चिघळते.

- या अशा प्रकारचा छळवाद थांबवण्याचे अधिकार खरंतर पोलिसांकडे असतात; पण त्यांच्याकडे कुणीही कितीही तक्रारी दाखल केल्या, तरी ते त्याकडे दुर्लक्ष करतात.

- रहिवासी नागरिकांच्या संघटनासुद्धा या बाबतीत नक्कीच ठोस पाऊल उचलू शकतात; पण पोलिसांच्या उदासीनतेमुळे या संघटनाही काहीच करत नाहीत.

मनात कुढत राहण्यानं नातेसंबंध बिघडतात

माझं नाव रिता असून मी २३ वर्षांची आहे. माझा जन्म आसामचा. मी तिथेच लहानाची मोठी झाले. आमच्या कुटुंबाची वीण खूप घट्ट होती. माझ्या वडिलांचं आणि त्यांच्या मित्राचं भागीदारीत एक दुकान होतं. माझा लहान भाऊ आणि मी जवळच्याच एका शाळेत जात असू. माझे वडील कडक शिस्तीचे असल्यामुळे आम्हाला उशिरापर्यंत घराबाहेर राहण्याची परवानगी नव्हती. दहावी झाल्यावर मी एका ज्युनिअर कॉलेजमध्ये प्रवेश घेतला. त्याच वेळी माझी माझ्याच वर्गातल्या एका मुलाशी मैत्री झाली. माझ्या वर्गातल्या इतर मैत्रिणींनी मला त्या मुलापासून दूर राहण्याचा इशारा दिला, कारण त्याची वागणूक चांगली नव्हती; पण मी कुणाच्या बोलण्याकडे लक्ष दिलं नाही.

आम्ही एक वर्ष एकमेकांबरोबर फिरत होतो. मग एक दिवस त्याने मला लग्नाची मागणी घातली; पण इतक्यात माझी लग्नासाठी मानसिक तयारी झालेली नव्हती. मी त्याच्याकडे केवळ एक जवळचा मित्र म्हणून बघत होते. शिवाय त्याच्याविषयी माझ्या वडिलांना काहीही सांगण्याची मला प्रचंड भीती वाटत होती; पण मी एक दिवस धीर करून माझ्या वडिलांच्या भावाच्या बायकोला म्हणजेच माझ्या काकूला सगळं सांगितलं. ती मला व्यवस्थित शहाणपणाचा सल्ला देईल असं मला वाटत होतं; पण त्याऐवजी तिने मला त्या मुलाशी लग्न करण्याचा सल्ला दिला. तसेच तिने माझ्या आई-वडिलांशी बोलून त्यांचं मन वळवण्याचीसुद्धा तयारी दाखवली.

माझ्या आयुष्यात जे काही चालू होतं त्याबद्दल मला खूपच अस्वस्थ वाटत होतं. दरम्यानच्या काळात माझ्या त्या मित्राने माझ्याकडे माझा पासपोर्ट साइझचा फोटो मागितला. तो मी त्याला दिला. त्यानंतर एका आठवड्याने त्याने मला कोर्ट मॅरेजसाठी तयार राहण्यास सांगितलं. मी यातलं काहीच माझ्या आई-वडिलांना मोकळेपणाने सांगितलं नाही आणि त्याच्यावर आंधळेपणाने विश्वास टाकला. माझ्या बाजूने या लग्नासाठी कुणी साक्षीदार आणावे लागतील का, असं त्याला मी

विचारल्यावर त्याने त्याची काहीच गरज नसल्याचं सांगितलं. 'तू कसलीही काळजी करू नको. मी सगळी व्यवस्था करतो!' असं तो म्हणाला. त्यानंतर दुसऱ्या दिवशी तो मला कोर्टात घेऊन जाण्याऐवजी एका वकिलाकडे घेऊन गेला. त्याच्या सोबत त्याचे काही मित्रसुद्धा होते. तिथे त्याने चार-पाच कागदपत्रांवर माझ्या सह्या घेतल्या. मला कायद्यातल्या खाचा-खोचा कळत नसल्यामुळे, तो जिथे सांगेल तिथे मी सह्या करत गेले; पण ज्या क्षणी माझ्या सह्या करून झाल्या, त्या क्षणीच आपण एक महाभयंकर चूक करून बसल्याचं माझ्या लक्षात आलं; पण आता फार उशीर झाला होता. मला काय करावं, तेच कळेना. शिवाय आपण ज्या कागदांवर सह्या केल्या, ते खरे आहेत की बनावट, याचीही मला काही कल्पना नव्हती. त्यांचा पुढे काय उपयोग करण्यात येणार आहे, हेही मला माहीत नव्हतं.

अचानक मला त्याच्याविषयी वाटणारं प्रेम नाहीसं झालं. त्या रात्री मला झोपच लागली नाही. दुसऱ्या दिवशी माझ्या 'त्या' काकूने मला तिच्या घरी बोलावून घेतलं. तिला आमच्या या प्रेमप्रकरणाविषयी सगळी माहिती होती. मी तिच्याकडे गेले. या सगळ्या गुंतागुंतीमधून तीच माझी सुटका करेल, असं मला वाटत होतं; पण तसं काही करण्याऐवजी तिनं माझ्या 'नवऱ्या'ला बोलावून घेतलं. त्यानंतर त्याने तिच्या घरी माझा उपभोग घेण्याचा प्रयत्न केला. माझ्या मनात त्याच्याविषयी जे काही थोडंफार प्रेम शिल्लक होतं, तेसुद्धा तिथल्या तिथे आटून गेलं. माझ्या आयुष्यात चालू असलेल्या या सगळ्या घडामोडींमुळे माझं अभ्यासातलं लक्ष उडालं. मी बारावीच्या परीक्षेत नापास झाले आणि त्यानंतर शाळा सोडली. याच सुमाराला माझी दिल्लीला राहत असलेली आजी गंभीररीत्या आजारी पडली. आम्ही सगळेच तिला पाहण्यासाठी तातडीने तिकडे गेलो. मी त्याच्यापासून दूर जाण्याची संधी मिळाल्याबद्दल मनातल्या मनात सुटकेचा नि:श्वास टाकला. आता या निमित्ताने माझ्यामागची त्याची कटकट कायमची थांबेल, असं मला वाटत होतं; पण तो मला वरचेवर दिल्लीलासुद्धा फोन करू लागला. मी जेव्हा फोनवर त्याच्याशी तुटक बोलले, तेव्हा त्याने सरळ माझ्या आई-वडिलांनाच फोन लावला. त्याने सर्व हकिकत त्यांच्या कानावर घातली. माझ्या वडिलांना या गोष्टीचा प्रचंड धक्का बसला. त्याने माझ्यावर आणि माझ्या आईच्या अंगावर ओरडून धमकावण्यास सुरुवात केली; त्यामुळे आमच्या कुटुंबातील शांतता ढळून गेली.

त्याच वेळी माझ्या आत्याने आम्हाला नवज्योती फॅमिली काउन्सेलिंग सेंटरबद्दल सांगितलं. मग आम्ही तिकडे मदतीसाठी धाव घेतली; पण त्या दिवशी मी त्या वकिलाच्या ऑफिसात नक्की कोणत्या कागदपत्रांवर सह्या केल्या, ते मला अजूनही माहीत नाही. त्या कागदपत्रांत नक्की काय मजकूर होता याची माहिती मिळवण्याचा नवज्योतीचे काउन्सेलर प्रयत्न करत आहेत.

माझ्या त्या मित्राशी लग्न करण्याइतकं मोठं पाऊल उचलण्याआधी किमान मी माझ्या आई-वडिलांना विश्वासात घेऊन सांगायला हवं होतं, असं मला आता अगदी मनापासून वाटतं.

कुठं चुकलं?

- पौगंडावस्था ही माणसाच्या आयुष्यातील फार हळवी, भाबडी अवस्था असते. अशा वेळी भावनेच्या आहारी जाऊन केलेल्या कृत्यामुळे माणसाच्या आयुष्यात पुढे हाहाकार निर्माण होऊ शकतो.

- बऱ्याच शाळांमध्ये तज्ज्ञांद्वारे समुपदेशनाची सोय नसल्यामुळे विद्यार्थ्यांना गरज पडली तर समुपदेशक उपलब्ध नसतो.

- माणसाला अज्ञात गोष्टींची सर्वात जास्त भीती वाटते आणि त्यामुळेच अनेकदा माणसाच्या हातून चुका होतात.

जोडीदाराची निवड डोळसपणे करा

माझं नाव संतोष. मी उत्तर प्रदेशाची रहिवासी आहे. मी केवळ १२ वर्षांची असताना माझं लग्न झालं. त्यावेळी मी आठव्या इयत्तेत शिकत होते. त्यानंतर दोन वर्षांनी माझा गौना समारंभ पार पडला आणि मी सासरी आले. एव्हाना माझं हायस्कूलचं शिक्षण पूर्ण झालेलं होतं. माझ्या पतीचं शिक्षण चालू असल्याचं मला सांगण्यात आलं होतं; पण प्रत्यक्षात मात्र तो अमली पदार्थांचं सेवन करत असे आणि कधीकधी वेश्यागमनही करत असे. ते पाहून मला प्रचंड धक्का बसला. मी त्याला विरोध करताच माझा छळ होऊ लागला. मी जेव्हा माझी पुढचं शिक्षण घेण्याची इच्छा घरी बोलून दाखवली, तेव्हा त्यालासुद्धा घरातून परवानगी मिळाली नाही.

काही काळ लोटल्यावर तरी ही स्थिती सुधारेल या आशेवर मी एक-एक दिवस कंठत होते. अशी दोन वर्षं गेली, तरी परिस्थिती 'जैसे थे' अशीच होती. दरम्यान, मला एक मुलगी झाली. माझ्या पतीच्या वर्तनात अजून काहीच फरक पडलेला नव्हता. मग मला दिल्लीला माझ्या मावशीकडे पाठवण्यात आलं. माझा नवरा सुधारेल अशी मला अजूनही आशा वाटत होती. त्यानंतर त्याला एका खासगी कंपनीत नोकरी मिळाली. त्यानंतर सहा महिन्यांनी मी त्याच्याजवळ राहू लागले. मीही नोकरी धरली. अजूनही अधूनमधून मला मारहाण चालूच होती. त्याला एवढी नोकरी असूनही नैराश्याने घेरलं होतं. एक दिवस दारूच्या नशेत घरी आल्यावर त्याने स्वत:च्या अंगावर केरोसीन ओतून स्वत:लाच पेटवून घेतलं. मी शेजाऱ्यांच्या मदतीने त्याला जवळच्या एका हॉस्पिटलमध्ये नेलं. तो बरा होईपर्यंत सहा महिने मी त्याची सेवा-शुश्रूषा केली. त्यातून तो बरा झाला. मला वाटलं, आता यानंतर तरी त्याचं वागणं सुधारेल; पण त्याने माझा छळ सुरूच ठेवला. त्याचं वागणं असह्य झाल्यावर मी त्याला सोडलं. मी माझ्या मुलीला बरोबर घेऊन घर सोडून निघाले. काही वर्षांत मी पदवीपर्यंतचं शिक्षण पूर्ण केलं. त्यानंतर सेक्रेटरियल

प्रॅक्टिस या विषयाचा डिप्लोमाही पूर्ण केला; पण आमच्या गावात मला नोकरी मिळेना. मग मी दिल्लीला माझ्या भावाकडे येऊन राहिले. मी नोकरी धरली. एकीकडे मी माझ्या मुलीचा सांभाळही करत होते. जमेल तसे पैसे साठवून मी एक घर खरेदी केलं.

माझी मुलगी जेव्हा नवव्या इयत्तेत गेली, तेव्हा माझी मावशी मी पुनर्विवाह करावा म्हणून माझ्या मागे लागली. तिनं मला एक स्थळही सुचवलं. मी लग्नाला मान्यता दिली. माझी मुलगी आता मोठी होत होती. या लग्नानंतर तिला आणि मला संरक्षण मिळेल, असं मला वाटत होतं. माझा नवा पती आम्हा दोघींशी खूपच चांगला वागत होता. निदान मला तरी तसं वाटत होतं; पण तो माझा गैरसमज होता. काही दिवसांतच त्याने या ना त्या कारणासाठी माझ्याकडे पैशांची मागणी सुरू केली. घरचा सगळा खर्च भागवून झाल्यावर राहिलेले पैसे मी त्याला देत होते; पण त्याने त्याचं समाधान होईना. मग त्याने मला शिवीगाळ, मारहाण करण्यास सुरुवात केली. एकदा तर त्याने माझ्या मुलीवर बळजबरी करण्याचा प्रयत्न केला. या घटनेनंतर मी माझ्या मुलीला घेऊन माझ्या भावाकडे गेले. एका आठवड्यानंतर तो आम्हाला न्यायला आला. आम्ही घरी परत आलो खरे, पण पुन्हा पहिले पाढे पंचावन्न! अनेकदा त्याने मला मारहाण करावी आणि नंतर माझी माफी मागावी असं घडू लागलं; पण त्याने जेव्हा माझ्या मुलीशी वाईट वागायला सुरुवात केली, तेव्हा मात्र माझ्या सहनशक्तीचा अंत झाला.

असेच काही महिने लोटले. एक दिवस संध्याकाळी मी नेहमीसारखी कामावरून घरी येऊन बघते तर काय, माझी मुलगी शाळेतून घरी परत आलेलीच नव्हती. (खरं तर ती रोज दुपारीच शाळेतून घरी यायची.) घरातले पैसे, दागिने, सर्व काही जिथल्या तिथे होतं. फक्त तिचा एक जुना ड्रेस तेवढा दिसत नव्हता. मी तिला ठिकठिकाणी शोधलं; पण तिचा कुठेच ठावठिकाणा नव्हता. अखेर दुसऱ्या दिवशी मी पोलीस ठाण्यात जाऊन (एफआयआर) तक्रार दाखल केली. माझ्या नवऱ्याचं असं म्हणणं होतं की, ती कुणाबरोबर तरी पळून गेली आहे; पण पोलीस ठाण्यातील अधिकाऱ्यांचा दृष्टिकोन अत्यंत उदासीन होता. त्यांच्याकडून तर या बाबतीत काहीच मदत मिळण्याची शक्यता नव्हती. मग मी त्यांच्या वरिष्ठांना जाऊन भेटून तक्रार केली. माझ्या नवऱ्याला ही गोष्ट कळताच तो स्वत:च घरातून परागंदा झाला. काही दिवसांनी तो स्वत:च पोलिसांना शरण आला मग त्यांनी त्याला कोठडीत टाकलं. माझ्या मुलीच्या नाहीसं होण्यामागे नक्कीच त्याचा हात असावा, असं मला आता खात्रीपूर्वक वाटू लागलं. त्याची जबानी जर नजरेखालून घालायला मिळाली, तर त्यातून माझ्या मुलीच्या तपासासाठी काही धागेदोरे हाती मिळतील, असं मला वाटत होतं; पण तसं घडलं नाही. पोलिसांनी एका वेगळ्याच गुन्ह्याच्या संदर्भात

त्याला पकडलं होतं. माझ्या मुलगी बेपत्ता होऊन आता नऊ महिने उलटले आहेत. ती जिवंत आहे की नाही, हेही मला ठाऊक नाही.

मध्यंतरीच्या काळात तर मी माझ्या मुलीविषयीची सर्वच आशा सोडून दिली होती. ती परत आपल्याला कधी दिसेल, अशी आशाही आता मनात उरली नव्हती; पण एक दिवस मी दूरदर्शनच्या नॅशनल चॅनेलवर 'गलती किसकी' ही मालिका बघत होते. ती पाहिल्यामुळे मी दिल्लीच्या दक्षिण भागात असलेल्या श्रीनिवासपुरी या ठिकाणी 'नवज्योती' संस्थेने चालवलेल्या कौटुंबिक सल्ला केंद्रात गेले. तेथील समुपदेशकांच्या बोलण्यामुळे मला मनोबल प्राप्त झालं. त्यांनीच मला कायदेविषयक सल्ला उपलब्ध होईल, अशी व्यवस्था केली; त्यामुळे आता माझ्या मुलीचा शोध घेताना मी एकटी नाही.

कुठं चुकलं?

- जो विवाह अयशस्वी झाला आहे त्या विवाहबंधनात जास्त काळ राहणं धोकादायक असतं.

- काळ जाईल, तसं सर्व काही सुरळीत होईल, या आशेवर दिवस कंठत राहिल्याने फक्त यातनाच वाढतात.

- स्त्रीला घर, संसार यापलीकडे स्वत:चंही काही जीवन असतं, हे तिनं जाणलं पाहिजे.

ते पाण्यात बुडणंच होतं की दुसरं काही?

माझं नाव लक्ष्मी. मी माझ्या पतीसह दिल्लीजवळच्या एका छोट्या खेड्यात राहते. मला एकूण पाच मुलं; पण त्यांपैकी आता फक्त चारच हयात आहेत. माझा सगळ्यात मोठा मुलगा जेव्हा सहाव्या इयत्तेत होता, तेव्हा त्याची त्याच्या वर्गातल्या एका मुलाबरोबर मैत्री झाली. हा मुलगा एका सराफाच्या दुकानात कामाला होता. त्याला चांगले पैसे मिळत असलेले पाहून माझ्या मुलानेसुद्धा त्याच्यासारखीच नोकरी करण्याचा हट्ट धरला; पण आम्ही तो धुडकावून लावला. पुढे आठव्या इयत्तेत गेल्यावर मात्र त्याने शाळा सोडली. तोही त्या मुलाबरोबर त्याच दुकानात काम करू लागला. त्यानंतर तो तिथे चौदा वर्षं काम करत होता. त्याच्या मेहनती स्वभावामुळे आणि हुशारीवर खूश होऊन त्याच्या मालकाने त्याला दोन वेळा बढती दिली.

त्याची मेहनत आणि निर्धार या गुणांमुळे त्याला त्याचं ध्येय गाठता आलं. आता त्याच्याजवळ पुरेसं भांडवल जमलं होतं आणि त्याला स्वत:चं दुकान काढण्याची इच्छा होती. त्यानंच मला तसं सांगितलं; पण आपल्या या निर्णयावर आपल्या मालकाची, तसंच आपल्या मित्राची काय प्रतिक्रिया होईल याची त्याला काळजी वाटत होती. "तुझी प्रगती पाहून त्या दोघांना नक्कीच आनंद वाटेल," असं मी माझ्या मुलाला सांगितलं. "इतकंच नव्हे तर तू जे काही ठरवलं आहेस, ते वेळीच त्या दोघांच्या कानावर घाल," असाही सल्ला मी त्याला दिला. माझा हाच सल्ला आम्हा सर्वांना फार महागात पडला. त्याबद्दल फार मोठा पश्चात्ताप करण्याची आमच्यावर वेळ आली.

आमच्या दुकानाविषयीची बातमी त्या दोघांच्या कानावर येताच ते लगेच आमच्या घरी आले. त्यांनी ही बातमी खरी आहे की खोटी याची शहानिशा करून घेतली; पण त्यांच्या बोलण्यातील दुष्ट भाव आणि त्यांचा तो दृष्टिकोन पाहून मला धक्काच बसला.

दुकानाच्या उद्घाटनाच्या दिवशी माझी प्रकृती बरी नव्हती; त्यामुळे दुकानातली पूजा पार पडेपर्यंत मी तिथे थांबू शकले नाही आणि लवकर घरी आले. परत येत असताना मला माझ्या मुलाचा तो मित्र आणि दुकानाचा मालक असे दोघे त्यांच्या दुकानात बसलेले दिसले. त्यांनी माझ्या मुलाला समजून घेऊन, त्याच्याशी सलोख्याने वागावं असं मी वाटेत थांबून त्यांना सांगितलं. त्यांनीही मला तसंच करण्याचं आश्वासन दिलं. दुसऱ्या दिवशी माझा मुलगा खूप लवकर घरी परत आला. मी त्याला त्याचं कारण विचारताच त्याने मला असं सांगितलं की, त्यांच्या भागातील कोणत्यातरी दुकानदाराचं निधन झाल्यामुळे सगळी दुकानं तीन दिवसांसाठी बंद ठेवण्यात आली होती. मला खूप अस्वस्थ वाटू लागलं. हा काही चांगला शकून नक्कीच नव्हता. त्याच दुपारी त्याने आपल्या काही मित्रांसोबत हरिद्वारला जाण्याचा बेत ठरवला. हरिद्वार हे उत्तराखंडमध्ये गंगेच्या काठी असलेलं मोठं तीर्थक्षेत्र आहे. "तुझ्याबरोबर तुझा तो मित्र आणि त्या सराफी दुकानाचा मालक येणार आहे का?" मी माझ्या मुलाला विचारलं; पण ते येत नसल्याचं माझ्या मुलाने सांगितलं. त्यावर मी त्याला हरिद्वारला जाण्याची परवानगी दिली. त्यालाही थोडा बदल झाला असता आणि शिवाय देवाच्या कृपेने त्याचं भलंच झालं असतं, असा मी मनाशी विचार केला.

दुसऱ्या दिवशी सकाळी आठच्या सुमाराला आमचे एक शेजारी आमच्यासाठी तातडीचा फोन आला असल्याचं सांगत आले. (त्यावेळी आमच्याकडे फोन नव्हता.) माझे पती फोन घ्यायला गेले तेव्हा फोनवर आमचा मुलगा गंगेत बुडाल्याचं त्यांना सांगण्यात आलं. ती बातमी ऐकून आम्हाला प्रचंड धक्का बसला. आम्ही लगेच हरिद्वारला रवाना झालो. तिथे गेल्यावर माझ्या मुलाचा तो मित्र आणि तो दुकानाचा मालक या दोघांना पाहून आम्हाला आश्चर्य वाटलं. तिथे असं समजलं की, ते सर्वजण गंगास्नान करायला गेले असताना माझा मुलगा बुडाला. आम्ही लगेच पोलीस चौकीत जाऊन पोलिसांकडे मदत मागितली. तिथे आम्हाला असं सांगण्यात आलं की, शोधपथकाने माझ्या मुलाच्या देहाच्या शोध घेतला, पण त्यात त्यांना अपयश आलं. त्यानंतर आम्ही स्थानिक लोकांच्या मदतीने, पट्टीच्या पोहणाऱ्या लोकांच्या मदतीने माझ्या मुलाचा शोध घेण्याचा खूप प्रयत्न केला; पण त्यातूनही काही निष्पन्न झालं नाही. पोलीस चौकीत पोलीस अधिकाऱ्याने आम्ही नोंदवलेल्या तीन तक्रारींचे कागद फाडून टाकले, स्वतः एक नवीन अहवाल बनवला आणि त्यावर माझ्या पतीच्या स्वाक्षऱ्या घेतल्या. मग आम्ही आमच्या गावी परत येऊन तिथे फिर्याद नोंदवण्याचा प्रयत्न केला; परंतु ज्या ठिकाणी दुर्घटना घडली, तेथेच गुन्हा घडल्याची तक्रार नोंदवता येईल, असं सांगून आमची बोळवण करण्यात आली. आम्ही पुन्हा एकदा दुर्घटनास्थळी असलेल्या पोलीस चौकीत गेलो तेव्हा

तिथे असं समजलं की, मृतदेह न सापडल्यामुळे ही केस बंद करण्यात आली होती.

आता या गोष्टीला आठ महिने होऊन गेले आहेत; पण माझा मुलगा सापडलेला नाही अथवा त्याचं शवसुद्धा मिळालेलं नाही. अखेर आम्ही नवज्योती कौटुंबिक सल्ला केंद्रात येऊन भेटलो. इथले लोक तरी आम्हाला नक्कीच न्याय मिळवून देतील अशी आशा आहे.

कुठं चुकलं?

- ज्या समाजात न्याय मिळण्याची शाश्वती नसेल तिथे जगणं यातनामय असतं.

- पोलीस आपल्या कामात कसूर करताना दिसतात कारण त्यांना त्याबद्दल जाब विचारणारं कुणी नसतं.

- एखाद्या बाहेरच्या संस्थेने या बाबतीत जागरूकता दाखवून, हस्तक्षेप करणं नक्कीच फायद्याचं ठरतं.

वडीलच कर्दनकाळ झाले तर मुलगी काय करेल?

मी विशीच्या आतली एक तरुणी आहे. मी नक्की कुठल्या प्रदेशातली, कुठल्या गावातली आहे हे मला इथे उघड करून सांगण्याची इच्छा नाही. कारण माझ्या या वेदनामय कहाणीत मी भोगलेल्या दुःखाव्यतिरिक्त सांगण्यासारखं असं काहीच नाही. मी वयाने तरुण असले तरीही माझ्या शरीरात तारुण्य, चैतन्य नावालासुद्धा शिल्लक नाही. मी एखाद्या जिवंत प्रेतासारखी आहे. तुम्ही असं प्रेत कुठे पाहिलं नसेल, तर मला भेटायला या. माझ्या आयुष्यात बालपणाला जागाच नव्हती. नशिबाने मी माझ्या आई-वडिलांची एकुलती एक मुलगी आहे.

मी शाळेत जाऊ लागले तीसुद्धा शिक्षण घेण्यासाठी म्हणून नव्हे, तर शाळेत जाण्याची पद्धत होती, तसा रिवाज होता म्हणून! मी आठव्या इयत्तेत असतानाच मला दिवस गेले. मला शाळेतून थेट गर्भपात करण्यासाठी नेण्यात आलं. त्यावेळी तर मला त्या शब्दाचा अर्थसुद्धा माहीत नव्हता. माझ्या वयापेक्षा चौपटीने मोठा असलेला माणूस माझ्यावर अत्याचार करत होता. तो म्हणजे माझ्या वडिलांचा बॉस आणि त्याच्या तावडीत मी कशी सापडले? खुद्द माझ्या जन्मदात्या पित्यानेच मला त्याच्या हवाली केलं.

त्यावेळी मी नुकतंच बाराव्या वर्षात पदार्पण केलं होतं. एक दिवस माझे वडील मला त्यांच्या ऑफिसात घेऊन गेले. त्यांनी मला आतमध्ये बसलेल्या एका 'काकां'कडे पाठवलं. ते काका म्हणजेच त्यांचा तो नराधम बॉस. मी घाबरत घाबरतच त्या 'काकां'कडे गेले. त्यांनी मला पकडून डांबून ठेवलं. मी जर आरडाओरडा केला, तर मला मारून टाकण्याची धमकी त्यांनी दिली.

त्या पशूने रात्रभर माझ्यावर बलात्कार केला. त्यावेळी बहुधा मला गुंगीचं औषध देण्यात आलं असावं, कारण मला जेव्हा जाग आली, तेव्हा आपण नक्की कुठे आहोत, हे मला कळेना. काही वेळाने माझे वडील मला घरी घेऊन आले. मी जर आई-वडिलांच्या म्हणण्याप्रमाणे वागण्यास नकार दिला, तर मला मारहाण होत

असे. मी त्यांना सहकार्य केलं नाही, तर मला गुंगीचं औषध देण्यात येई.

माझ्या घरी माझ्या मदतीला धावून येऊ शकेल असं कुणीच नव्हतं. माझी आईसुद्धा माझ्या वडिलांच्याच बाजूची होती. पुढे मला एक गोष्ट कळून चुकली. त्या 'काकां'ना मी जर माझा उपभोग घेऊ दिला तरच माझ्या वडिलांची नोकरी टिकणार होती.

पण त्याहूनही अत्यंत दुर्दैवाची गोष्ट म्हणजे आपल्या बॉसच्या सोबत माझे वडीलसुद्धा माझ्यावर पाशवी अत्याचार करू लागले. माझ्या आईला त्या गोष्टीची पूर्ण कल्पना होती. पुढे मला आणखी एक गोष्ट कळली, ती म्हणजे माझे आई-वडील, तसेच इतर काही नातेवाईक लहान मुलींना विकण्याचा धंदा करत असत. स्वत:च्या आणि नातेवाइकांच्या संरक्षणासाठी बहुधा माझे वडील योग्य त्या संबंधित पदाधिकाऱ्यांना लाच देत असावेत; पण माझ्या या छळाबद्दल मी बाहेरच्या कुणालाही काहीही कळू दिलं नाही. मी तरी कुणाकडे जाऊन मदत मागणार? माझ्या ओळखीचं कुणीच नव्हतं.

काही दिवसांनंतर माझ्या आई-वडिलांनी माझ्यासाठी एक स्थळ शोधलं. माझं लग्न ठरवण्यात आलं; पण तरीही माझ्यावर होत असलेल्या अत्याचारांमध्ये काहीच फरक पडला नाही. माझ्या लग्नाला केवळ दोन आठवडे उरले होते. तेव्हापर्यंत माझ्या वडिलांकडून आणि त्यांच्या बॉसकडून माझ्यावर अत्याचार चालूच होते.

अखेर माझं लग्न झालं; पण लग्नाआधी माझ्या बाबतीत जे काही घडलं होतं ते आपल्या पतीला विश्वासात घेऊन सांगितल्याशिवाय मला चैन पडेना. आयुष्यात प्रथमच मी माझ्या आई-वडिलांच्या कचाट्यातून मुक्त झाले होते. कुणावर तरी विश्वास टाकू शकत होते, माझं मन मोकळं करू शकत होते. भूतकाळाचं ते प्रचंड ओझं एकदाचं मनावरून दूर झालं होतं.

पण ज्या क्षणी माझ्या पतीला माझ्या भूतकाळाविषयी समजलं, त्या क्षणी त्याने मला दूर लोटलं. त्याने मला घर सोडून जायला सांगितलं; पण मला परत आई-वडिलांकडे जाण्याचं भय वाटत होतं. 'मला त्या लांडग्यांच्या तावडीत परत देऊ नका, मला निदान थोडे दिवस या घरात राहण्याची परवानगी द्या,' अशा मी त्यांच्यापाशी विनवण्या केल्या. एकदा मी घर सोडून बाहेर पडले की, माझ्यासाठी लांडगे दबा धरून थांबलेले असतील, याची मला खात्री होती. या दुष्ट जगाचा सामना करण्याची शारीरिक किंवा मानसिक क्षमता माझ्यापाशी नव्हती; पण माझा नवरा माझं काही एक ऐकून घ्यायला तयारच नव्हता. त्याने मला ताबडतोब घर सोडून जायला सांगितलं.

मी घराबाहेर पडून रस्त्यावर उभी होते. कुणीतरी माझ्या मदतीला धावून येण्याची वाट पाहात होते. 'नवज्योती'चे समुपदेशक माझ्या मदतीला कसे काय धावून आले, ते मलाच माहीत नाही. त्यांनी माझी सगळी कहाणी ऐकून घेऊन मला

एक सुरक्षितस्थळी नेऊन ठेवलं. आता ते लांडगे माझं काहीही वाकडं करू शकणार नव्हते. मी अजून किती काळ जगणार आहे, ते माझं मलाच ठाऊक नाही. मी जन्मालाच आले नसते, तर किती बरं झालं असतं, असं आता वाटतं; पण मी जेव्हा सगळी आशा गमावून बसले होते, तेव्हा 'नवज्योती'ने मला सावरलं, आधार दिला; स्वीकारलं. ज्या स्त्री-पुरुषांनी माझ्या आयुष्याचा सत्यानाश केला, त्यांना शिक्षा झाली पाहिजे, असं मला खरोखरच वाटतं; पण त्यांच्याविरुद्ध काहीही करण्याची माझी कुवत नाहा आणि माझ्याकडे तसा काही मार्गही नाही. माझा आता कुणावरच विश्वास नाही.

कुठं चुकलं?

- निसर्गाने स्त्रीला अबला बनवलं, कुणीही तिच्यावर अत्याचार करू शकतो, ही तिची सगळ्यात मोठी कमजोरी आहे; त्यामुळेच अनेकदा स्त्रीचा छळ होतो आणि यातनामय जिणं तिच्या नशिबात येतं.

- ज्या मुलीचं स्वत:चं घर हाच कुंटणखाना आहे, तिच्यासाठी या जगात सुरक्षित जागाच नसते.

लग्नाच्या जाळ्यात फसवलं

माझं नाव भारत. मी दिल्लीमधील एका मध्यमवर्गीय कुटुंबात जन्माला आलो. माझे वडील सेंट्रल गव्हर्नमेंटमध्ये मोठ्या हुद्द्यावर होते. माझी आई गृहिणी होती. आम्ही एकंदर पाच भावंडं. त्यातला मी सर्वात मोठा. मी कॉलेजच्या दुसऱ्या वर्षाला असतानाच मला एका नामांकित कंपनीकडून नोकरीचा प्रस्ताव आला; त्यामुळे मी कॉलेजचं शिक्षण सोडलं.

एक दिवस मी एका मित्रासोबत 'इंडिया गेट'पाशी गेलो असताना मी तिथे एका तरुणीला पाहिलं. ती एकटीच फिरत होती. ती अनेकदा आमच्या जवळून गेली. तिने आमच्याशी संभाषण सुरू करण्याचा प्रयत्नसुद्धा केला. मला तिच्याशी बोलण्यात काहीच स्वारस्य नव्हतं; पण माझ्या मित्राने मात्र तिच्याशी बोलायला सुरुवात केली. ते संभाषण सुमारे तासभर चाललं होतं. तेवढ्यात तिने मला तिचा फोन नंबर दिला. ती दिल्लीच्या पूर्व भागात राहात असल्याचंही तिनं सांगितलं. मी ती गोष्ट नंतर विसरून गेलो; पण काही दिवसांनंतर माझं कुतूहल जागृत झालं. तिच्याविषयी अधिक जाणून घेण्याची उत्सुकता वाटू लागली. त्या उत्सुकतेपोटीच मी तिच्याशी बोलण्यास सुरुवात केली.

काही दिवसांतच मी तिच्याशी रोज बोलू लागलो. कसं, ते माझं मलाच कळलं नाही. आम्ही कितीतरी विषयांवर बोलायचो. मी तिला माझ्याबद्दल सर्व काही सांगितलं; पण मी तिला कधीही तिच्या घरच्यांबद्दल विचारलं की, ती तो विषय टाळायची. अखेर आठ महिन्यांनी तिने मला एक दिवस तिच्या घरी बोलावलं. ती एक वेश्या असेल असं माझ्या कधी स्वप्नातसुद्धा आलं नव्हतं. ते सत्य समजल्यावर मात्र मी तिच्याशी बोलणं टाकलं; पण तिनं दुसऱ्या दिवशी मला फोन केला. मी तिला फक्त एकदा भेटावं, अशी तिनं विनंती केली. मी ते मान्य केलं. मग तिनं मला असं सांगितलं की, तिच्या घरच्या प्रत्येक मुलीनं देहविक्रय करायचा, असा तिच्या घरच्यांचा दंडक होता. त्यांच्या कुटुंबाचा तोच रिवाज होता. मी तिच्यावर

विश्वास ठेवला आणि तिच्याशी लग्न करण्याचा निर्णय घेतला. आमच्या मैत्रीला दोन वर्षं झाल्यानंतर मी तिला लग्नाची मागणी घातली. ती ऐकल्यावर तिला आश्चर्याचा धक्का बसला. मग दिल्लीपासून जवळच एका खेड्यात राहात असलेल्या तिच्या वडिलांना मी भेटावं, असा तिनं आग्रह धरला. मी त्यांना भेटायला जाताच तिला मुक्त करण्याची किंमत म्हणून त्यांनी माझ्याकडे दहा लाख रुपयांची मागणी केली. त्यानंतर काही दिवस मी तिला भेटायलाच गेलो नाही. एक आठवडा गेल्यावर तिचा मला फोन आला. ती तिच्या वडिलांच्या मर्जीविरुद्ध माझ्याशी लग्न करायला तयार असल्याचं तिनं मला सांगितलं. अखेर आम्ही एका देवळात जाऊन लग्न केलं. मी तिच्या कौटुंबिक पार्श्वभूमीबद्दल माझ्या घरच्यांना विश्वासात घेऊन काहीच सांगितलं नाही. ती स्वभावाने अबोल आणि शांत होती; पण तिला काहीच घरकाम जमत नसे; पण हळूहळू ती सगळं काही शिकली. आम्हाला दोन मुलंसुद्धा झाली.

आमचं आयुष्य चार चौघांसारखं सुरळीत चालू होतं. मी समाधानी होतो. सुरुवातीला माझ्या मनात जी काही थोडी फार भीती आणि आशंका होती तीही आता उरली नव्हती. आमचा मुलगा दोन वर्षांचा झाल्यावर तिने तिच्या कुटुंबीयांना भेटण्याची इच्छा व्यक्त केली. मला मनातून ती कल्पना विशेष रुचली नव्हती, तरीपण मी तिला तशी परवानगी दिली. तिच्यासोबत मीसुद्धा गेलो. तिच्या कुटुंबीयांनी आमचं प्रेमानं स्वागत केलं. त्यानंतर आम्ही त्यांच्याकडे अनेकदा जाऊ लागलो. एक दिवस मला माझ्या सासऱ्यांचा फोन आला. त्यांना त्यांच्या नातवंडांना बघायचं होतं. मग मी एक आठवड्याची रजा घेऊन बायको मुलांसह त्यांना भेटायला गेलो. तिथे माझ्या बायकोची मोठी बहीण मला भेटली. ती प्रचंड मानसिक ताणाखाली होती. तिच्या चेहऱ्यावर नैराश्याचं सावट होतं. मी तिच्याकडे चौकशी करताच तिनं माझ्यापाशी मन मोकळं केलं. काही वर्षांपूर्वी अपघातात दुर्दैवाने तिला एक पाय गमवावा लागला होता. त्यानंतर ती काहीही उत्पन्न मिळवू शकत नव्हती; त्यामुळे तिच्या कुटुंबीयांकडून तिला वाईट वागणूक मिळत होती.

तिला कृत्रिम पाय बसवून घेण्याची इच्छा होती. त्यासाठी तिने माझ्याकडे मदतीची याचना केली. मी तिला आमच्या बरोबर आमच्या घरी घेऊन आलो आणि तिच्यासाठी योग्य असा कृत्रिम पाय बनवून घेण्यासाठी बऱ्याच ठिकाणी चौकशी केली. अखेरीस मी तसा पाय बनवूनही घेतला. उपचारांसाठी ती वर्षभर आमच्या घरीच राहिली. एकदा मी रात्रपाळी संपवून ऑफिसातून घरी आलो तर घराचं दार थोडं उघडं होतं. मी आत पाऊल टाकलं आणि मला धक्काच बसला. घरातल्या सगळ्या किमती वस्तू गायब झाल्या होत्या. घरात कुणीच नव्हतं. आधी मला घातपाती कृत्याची शंका आली; पण नंतर शेजाऱ्यांकडून समजलं की, आदल्या रात्री माझी पत्नी माझ्या मुलांना घेऊन, घरातलं सगळं सामानसुमान घेऊन निघून गेली

होती. मी दिल्लीतल्या आमच्या सर्व नातेवाइकांना फोन केला; पण त्याचा काहीच उपयोग झाला नाही. मग मी तिच्या माहेरी गेलो; पण तिथेही तिचा पत्ता नव्हता. अर्थात तिच्या घरच्या लोकांची तिच्या गायब होण्याच्या बाबतीतली एकूण प्रतिक्रिया पाहता नक्कीच कुठेतरी पाणी मुरतंय, असा मला संशय आला. दुसऱ्या दिवशी माझ्या भावाला बरोबर घेऊन मी अचानक त्यांच्या घरी गेलो, तर माझी मुलं तिथे खेळत होती.

माझ्या सासऱ्यांनी मला माझ्या पत्नीला भेटू दिलं नाही. मी त्यांच्या कितीतरी विनवण्या केल्या; पण त्यांनी या कानानं ऐकून त्या कानानं सोडून दिलं. माझ्या पत्नीनं हा एवढा मोठा निर्णय असा अचानक कसा काय घेतला, हे मला तिच्याशी प्रत्यक्ष बोलून जाणून घ्यायचं होतं; पण मला तिथून जाण्यास सांगण्यात आलं. मग माझी धावाधाव सुरू झाली. मी पोलीस चौकीत जाऊन लेखी तक्रारही नोंदवली; पण त्यातून काहीही निष्पन्न झालं नाही. मी खूप अस्वस्थ झालो; त्यामुळे मी कामावर जाणंसुद्धा सोडलं. दरम्यान, माझ्या बहिणीच्या नवऱ्याने मला दिल्लीतल्या जहांगीरपुरीतील 'नवज्योती कौटुंबिक सल्ला केंद्रा'शी संपर्क साधण्याचा सल्ला दिला. त्यांचे समुपदेशक आता पोलिसांकडे माझ्या तक्रारीच्या संदर्भात वरचेवर चौकशी करून पोलिसांचा पाठपुरावा करत असतात; पण या सगळ्यात मी उद्ध्वस्त झालो असून मला माझ्या मुलांची तीव्रतेने आठवण येते.

कुठं चुकलं?

- आपद्ग्रस्त स्त्रियांच्या मदतीसाठी पुष्कळ मदत केंद्रे आहेत, पण पुरुषांसाठी मात्र फारशी उपलब्ध नाहीत.

- आपल्या समाजात विवाहेच्छू तरुण-तरुणींना सल्ला देण्यासाठी काहीच व्यवस्था नाही.

- प्रत्येक वेळी कायदेशीर मार्गाने माणसावर झालेल्या अन्यायाचं निराकरण होतंच असं नाही.

मुलाच्या दुष्कृत्यांची फळं आईला भोगावी लागली

मी ५७ वर्षांची स्त्री आहे. मी आणि माझी चार भावंडं हरियाणामधील एका खेड्यात लहानाची मोठी झालो. माझे वडील आर्मीमध्ये होते. मी सात वर्षांची असताना माझ्या वडिलांनी माझं लग्न एका ४५ वर्षांच्या माणसाशी लावून दिलं. तो दिल्लीमध्ये सरकारी नोकरीत होता. त्याला चांगला पगार होता. माझ्या सासूने आणि माझ्या नणंदेनेच मला लहानाचं मोठं केलं. माझी ही नणंद वयाने बरीच मोठी होती. माझा नवरासुद्धा प्रेमळ होता. आमच्या लग्नाला बरीच वर्षं झाल्यावर मला एक मुलगा आणि तीन मुली झाल्या; पण माझा मुलगा मोठा होऊन त्याचं लग्न झाल्यानंतर त्याचं वागणं बदलून गेलं. आम्ही त्याच्या बहिणींना काहीही दिलं की, त्याचा संताप होत असे. आपल्या वडिलांना जे काही पेन्शन मिळतं ते सगळं त्यांनी आपल्या हवाली करावं, असं त्याचं म्हणणं असे. आमच्या मालकीचा जमिनीचा एक छोटासा तुकडा होता. आम्ही त्यामध्ये थोडीफार शेती करत होतो. त्या जमिनीवरही त्याचा डोळा होता. सुरुवातीला तो आम्हाला नुसती शिवीगाळ करायचा. मग काही दिवसांनी त्याने आम्हाला मारहाण करायला सुरुवात केली. मी ती मारपीट मुकाट्याने सोसत होते; पण एक दिवस त्या मारहाणीमुळे त्याच्या वडिलांचा मृत्यू झाला. त्यांच्या निधनानंतर तर माझा मुलगा अधिकच वाईट वागू लागला. पती गेल्यामुळे मला जे फॅमिली पेन्शन मिळत होतं, ते सगळं त्याला हवं होतं.

एक दिवस आमच्या नात्यातलं एक लग्न होतं; पण मी त्या लग्नाला जाऊ शकले नाही. त्यावेळी त्याने मला इतक्या जोरात ढकलून दिलं की, मी तोल जाऊन पडले आणि माझा पाय मोडला. माझ्या शेजाऱ्यांनी धावपळ करून मला जवळच्या हॉस्पिटलमध्ये नेलं. त्यांनीच पोलिसात तक्रारही नोंदवली; पण किती झालं तरी तो माझा मुलगा होता; त्यामुळे त्याला तुरुंगात पाठवण्याची माझ्या मनाची तयारी होईना. मग आपण अपघाताने पडलो असं मी पोलिसांना खोटंच सांगितलं. त्यानंतर तरी माझ्या मुलाचा माझ्याकडे पाहण्याचा दृष्टिकोन जरा सुधारेल असं मला वाटत

होतं; पण तसं काहीच झालं नाही. तो माझ्याशी पूर्वीइतकाच दुष्टपणे वागायचा, मारहाण आणि शिवीगाळ करायचा; तसेच तो कशावरून संतापेल याचा काही नेमच नव्हता.

मग मी आमच्या गावच्या पंचायतीकडे मदतीसाठी धाव घेतली. पंचायतीने मला माझ्या दिरांकडे पाठवण्याचा निर्णय घेतला; पण माझ्या मुलाने मला तिथेसुद्धा राहू दिलं नाही. उलट त्याने माझे आणि माझ्या दिरांचे अनैतिक संबंध असल्याचा संशय घेतला. मग मी माझ्या भावंडांकडे मदतीची याचना केली; पण माझ्या दोन मोठ्या भावांना मला मदत करण्याची अजिबात इच्छा नव्हती. त्यांनी माझ्या विनवण्यांकडे दुर्लक्ष केलं. परंतु माझा धाकटा भाऊ माझ्या मदतीला धावून आला. तो मला त्याच्या घरी घेऊन गेला. काही दिवसांतच माझा मुलगा मला तिथे भेटायला आला. त्याने स्वत:च्या हातून घडलेल्या चुकांबद्दल माझी माफी मागितली. इथून पुढे माझी नीट काळजी घेण्याचं त्याने मला वचन दिलं. आमच्यात समझोता झाला. मी वेगळी चूल मांडावी आणि स्वत:पुरतं अन्न शिजवावं असं त्याचं म्हणणं होतं. त्यासाठी लागणारा शिधा तो मला रोजच्या रोज पुरवणार होता. ही व्यवस्था थोडेच दिवस टिकली. त्यानंतर मात्र त्याने आणि त्याच्या बायकोने मला पुरेसा शिधा देण्यास कुरकुर करायला सुरुवात केली. एक दिवस माझा मुलगा आणि त्याची बायको गावाला निघून गेले, ते तीन दिवसांनी परतले. हे तीन दिवस मला अन्नच मिळालं नाही. मग मी माझ्या धाकट्या भावाकडे जाऊन मदत मागितली; पण त्याने मला मदत करायला नकार दिला. त्यानंतर मी आमच्या एका नातेवाइकांच्या घरी काही महिने राहिले. अखेर मी माझ्या एका मुलीकडे राहायला गेले. माझ्या जावयाने माझी खूप काळजी घेतली; पण मुलीच्या घरी जाऊन राहणं मनाला प्रशस्त वाटेना. माझ्या संकटात ज्या ज्या नातेवाइकांनी मला मदत केली, आधार दिला; त्यांची मी खरोखरच खूप ऋणी आहे.

मी कुठेही गेले तरी माझा मुलगा पाठलाग करत तिथे यायचा. जे कुणी नातेवाईक मला मदत करत होते, त्यांनाही तो त्रास द्यायचा. इतके सर्व महिने मी माझं पेन्शनच घेतलं नव्हतं. अखेरीस मी दिल्लीतल्या एका झोपडपट्टीत एकटीच राहू लागले. मी रोजंदारीवर काम करून कसंबसं माझं पोट भरत होते. मी तिथे जवळजवळ एक वर्षभर राहिले; पण माझा मुलगा माझा शोध घेत तिथपर्यंतसुद्धा आला, कारण माझ्या सहीशिवाय माझं पेन्शन त्याला मिळत नव्हतं. त्याने मला एका खोलीत डांबून ठेवलं. तिथे जवळपास दोन वर्षं मी खितपत पडून होते.

एक दिवस मला स्वत:ची सुटका करून घेण्यात यश आलं. मी तिथून जी निघाले, ती सरळ माझ्या त्याच मुलीकडे गेले. आधीसुद्धा मी तिच्याच घरी राहिले होते. तिने मला एखाद्या वृद्धाश्रमात नेऊन सोडावं, असं मी तिला कळकळीने

सांगितलं. मग तिने दिल्लीच्या जरासं बाहेर हरियाणा राज्यात असलेल्या गुरगावला आणलं. तिथे नया गाँव नावाच्या भागात नवज्योती कौटुंबिक सल्ला केंद्र आहे. तिथे आम्ही आलो. माझी आता देवाकडे एकच प्रार्थना आहे की, मी जे काही भोगलं ते दुसऱ्या कुठल्याही स्त्रीच्या वाट्याला येऊ नये, यासाठी नवज्योतीनेच काहीतरी ठोस पावलं उचलावीत.

कुठं चुकलं?

- आई-वडिलांच्या फाजील लाडांमुळे मुलं बिघडतात आणि लहान वयातच ती वाईट मार्गाला लागतात.

- मुले उद्दामपणे वागली तरी आई-वडील ते पोटात घालतात. वय वाढलं की, मुलांना समज येईल आणि त्यांचं वर्तन आपोआप सुधारेल या आशेवर आई-वडील राहतात.

- लोकांनी आपल्या मुलाला नावं ठेवू नयेत, त्याच्यावर टीका करू नये म्हणून आई त्याच्या चुका पोटात घालते.

कलंकित जीवन

माझं नाव हीना; मी २२ वर्षांची आहे. मी दिल्लीच्या एका मध्यमवर्गीय घरात जन्माला आले. पाच भावंडांमधली मी सर्वात मोठी. मी जेव्हा दहावीच्या परीक्षेला बसले होते, तेव्हाच मला लग्नासाठी स्थळ आलं. मला लग्न करण्यात काहीच रस नव्हता; पण माझ्या वडिलांच्या आई-वडिलांनी, म्हणजेच माझ्या आजी-आजोबांनी आमच्यावर खूप दडपण आणलं. माझं लग्न झालेलं त्यांना बघायचं होतं. मी दहावीच्या परीक्षेत दोन विषयांत अनुत्तीर्ण झाले; पण मला पुन्हा त्या विषयांच्या परीक्षेला बसायची परवानगी मिळाली नाही. माझं लग्न एका एकत्र कुटुंबात करून देण्यात आलं. माझ्या सासरी माझ्या दोन नणंदा, एक दीर आणि माझे सासू-सासरे होते. त्यावेळी मी फक्त अठरा वर्षांची होते.

माझ्या आई-वडिलांनी मला असं सांगितलं होतं की, माझा नवरा म्युनिसिपल कॉर्पोरेशन ऑफ दिल्ली येथे नोकरीला आहे; पण आमच्या लग्नाच्या दुसऱ्याच दिवशी मला असं कळलं की, त्याला कायमस्वरूपी नोकरी नव्हती. परंतु जर त्याने एक लाख रुपये भरले, तर त्याची नोकरी कायम होण्याची शक्यता होती. हे माझ्या सासरच्या लोकांनी मुद्दामच मला सांगितलं. त्यांची अशी इच्छा होती की, ते पैसे मी माझ्या माहेराहून आणावेत; पण त्यांच्या बोलण्याचा मथितार्थ त्यावेळी माझ्या लक्षात आला नाही. मी तर या गोष्टीचा माझ्या आई-वडिलांपाशी उल्लेखसुद्धा केला नाही. ही आपल्या सासरच्या लोकांची खासगी बाब आहे, याचा उच्चार आपल्या माहेरी करणं योग्य नाही, या विचाराने मी गप्पच राहिले. मी माझ्या सासरच्या माणसांचं बोलणं काही मनावर घेतलेलं नाही हे त्यांच्या लवकरच लक्षात आलं; त्यामुळे आमच्या लग्नाला महिना झाल्यावर त्यांनी सरळसरळ माझ्याकडे पैशांची मागणी केली. मला गंमत वाटली. खरं तर माझ्या आई-वडिलांच्या आर्थिक परिस्थितीची माझ्या सासरच्या माणसांना पूर्ण कल्पना होती. एवढी रक्कम उभी करण्याची त्यांची ऐपत नाही, हे त्यांना माहीत होतं. आधीच माझ्या आई-वडिलांनी

माझ्या लग्नात माझ्या सासरच्या लोकांना ७१,००० रुपये दिले होते. माझ्या सासरच्या मंडळींचं बोलणं मी याही खेपेला मनावर घेतलं नाही. त्यांनी आता मला अधूनमधून मारहाण करायलासुद्धा सुरुवात केली होती; पण तरीही यातलं काहीच मी माझ्या घरी सांगितलं नाही.

एकदा मी माझ्या सासरच्या मंडळींच्या अगदी हातापाया पडून माहेरी जाण्याची परवानगी मागितली. मी माझ्या नवऱ्याबरोबर माझ्या भाचीच्या पहिल्या वाढदिवसासाठी गेले. कार्यक्रमानंतर आम्ही जेव्हा परत जायला निघालो तेव्हा मी त्या रात्री तरी मुक्कामाला राहावं, असा माझ्या वडिलांनी आग्रह केला. जवळपास एक वर्षानंतर मी माहेरी आले होते; पण माझ्या नवऱ्याने मला तिथे राहण्यास विरोध करून माझ्या घरच्यांना शिवीगाळ करण्यास सुरुवात केली. जरा वेळाने रागाच्या भरात तो एकटाच तिथून निघून गेला. काही दिवसांनी त्याचा राग शांत झाल्यावर तो मला न्यायला येईल, असं माझ्या आई-वडिलांना वाटत होतं. त्याच्या मनात खरं काय चाललंय, याची त्यांना कल्पना नव्हती; पण एक आठवडा होऊन गेला तरी माझ्या सासरच्या मंडळींनी काहीच हालचाल केली नाही. अखेर माझ्या वडिलांनी त्यांना फोन केला. 'एक लाख रुपये मोजलेत तरच तुमच्या मुलीला नांदवायला नेऊ,' असं त्यांच्याकडून उत्तर मिळालं. मग मी त्यांना सगळं काही सांगितलं. फक्त सासरी मला मारहाण होत असल्याचं मात्र मी त्यांच्यापासून लपवून ठेवलं. माझ्या वडिलांनी धावपळ करून चार महिन्यांमध्ये कसेतरी साठ हजार रुपये जमा केले. मग ते पैसे बरोबर देऊन माझी सासरी पाठवणी करण्यात आली. मला वाटलं, आतातरी आपला छळ थांबेल; पण तसं काहीच झालं नाही. उलट माझा शारीरिक आणि मानसिक छळ सुरूच होता. एक दिवस दारूच्या नशेत माझ्या नवऱ्याने माझं अंग काळंनिळं होईस्तोवर मला झोडपून काढलं. नाइलाजाने मी परत माहेरी निघून आले. माझी ती अवस्था पाहून माझे आई-वडील हतबुद्ध झाले. माझ्या वडिलांनी स्थानिक पोलीस ठाण्यात तक्रार नोंदवली. त्यानंतर सहा-सात दिवस लोटले, तरी माझा नवरा किंवा सासरच्या लोकांपैकी कुणीही आलं नाही. दरम्यान, आमच्या शेजाऱ्यांपैकी एकाने आम्हाला नवज्योती कौटुंबिक सल्ला केंद्राविषयी सांगितलं. मी येथे समुपदेशनासाठी आले. इथे मला न्याय मिळवून देण्यास नक्की मदत करण्यात येईल आणि मला उगीचच सासरच्या माणसांशी समझोता करण्याबद्दल बळजबरी केली जाणार नाही, अशी मला मनोमन आशा वाटली. आता काहीही झालं तरी त्या नवऱ्यापासून घटस्फोट घ्यायचा हे तर माझं पक्कंच ठरलेलं होतं. मला माझ्या नवऱ्याची इतकी भीती वाटते की, माझ्या आई-वडिलांनी जरी मला त्याच्याकडे जाण्याचा सल्ला दिला, तरी तो मी ऐकणार नाही. मी माझ्या सासरी चार वर्षं राहिले, पण त्या चार वर्षांत आयुष्यभर पुरतील एवढ्या नरकयातना मी भोगल्या.

कुठं चुकलं?

- सुनेला तिच्या माहेराहून पैसे आणण्यासाठी बळजबरी करणं हा आपला जन्मसिद्ध हक्क आहे, अशी भारतीय समाजातील काही व्यक्तींची मनोधारणा असते.

- सुनेच्या माहेराहून पैसे उकळण्यासाठी सासरची मंडळी सुनेच्या छळाचा मार्ग अवलंबतात.

- बरेचदा आपल्या मुलीच्या वाट्याला सुख येईल या वेड्या आशेपोटी मुलीच्या माहेरची माणसं तिच्या सासरच्या लोकांच्या अवाजवी मागण्या पूर्ण करतात.

शेवट गोड तर सारेच गोड

मी एक अठ्ठावीस वर्षांचा तरुण आहे. पंधरा वर्षांपूर्वी मी माझे आई-वडील आणि माझ्या भावंडांबरोबर दिल्लीला आलो. त्याआधी माझे वडील बिहारमध्ये एक छोटासा ढाबा चालवीत असत; पण त्यांच्या तुटपुंज्या उत्पन्नात जेव्हा आमचा घरखर्च भागेनासा झाला तेव्हा आम्ही सरळ दिल्लीचा रस्ता धरला. माझ्या वडिलांनी वेठबिगार म्हणून काम सुरू केलं. मी हायस्कूलचं शिक्षण पूर्ण करून एका सेवाभावी संस्थेत नोकरीला लागलो. ही संस्था म्हणजेच 'नवज्योती.' या संस्थेतर्फे झोपडपट्टीत शैक्षणिक उपक्रम चालवण्यात येत होते. मला या उपक्रमासाठी संस्थेतर्फे प्रशिक्षण देण्यात आलं आणि त्यानंतर गल्ली शाळेतील शिक्षक म्हणून माझी नेमणूक झाली. मी जेव्हा चोवीस वर्षांचा झालो, तेव्हा माझ्या नातेवाइकांनी माझ्यासाठी लग्नाचं स्थळ आणलं. मी खरं तर लग्न करायला तयार नव्हतो; पण आई-वडिलांच्या दबावाखाली येऊन मी लग्न केलं. बिहारमधल्या आमच्या खेड्यात आमचं लग्न पार पडलं. माझी पत्नी आणि मी लग्नानंतर महिनाभर तिथेच राहिलो आणि त्यानंतर मी तिला घेऊन दिल्लीला आलो.

माझ्या पत्नीने घरी पाऊल टाकल्याच्या क्षणापासूनच आमच्या घराला, आमच्या राहणीमानाला नाकं मुरडण्यास सुरुवात केली. त्यानंतर हळूहळू तिनं माझ्याकडे वेगळं बिऱ्हाड करण्यासाठी लकडा लावला, कारण तिला माझे आई-वडील आणि भाऊ यांच्याबरोबर राहायचंच नव्हतं; पण मी माझ्या आई-वडिलांपासून वेगळं राहाण्यास तयार नसल्याचं लक्षात येताच तिने लहानसहान कारणांवरून घरच्यांशी तसंच माझ्याशी भांडण उकरून काढायला सुरुवात केली. तिच्या सगळी हौसमौज पूर्ण करण्यात मी पुरा पडत नाही, असं तिचं म्हणणं होतं. मला मिळणाऱ्या कमी पगारामुळे ती नाराज होती. माझे आई-वडील तिच्या प्रत्येक बाबतीत सारखं नाक खुपसतात, असं तिचं म्हणणं होतं. माझे भाऊ नोकरीधंदा न करता नुसते घरी बसून असतात, असा तिचा आक्षेप होता. तिने माझ्याबरोबर कसेबसे दोन महिने काढले

आणि ती आपल्या माहेरी निघून गेली. मी जेव्हा वेगळं बिऱ्हाड करीन तेव्हाच परत येण्याचा तिने निश्चय केला होता. आता यावर काय उपाय करावा तेच मला कळेना. माझ्या तुटपुंज्या पगारामध्ये वेगळं बिऱ्हाड मांडणं मला शक्यच नव्हतं आणि मी लग्नाआधीच माझ्या सासू-सासऱ्यांना माझ्या आर्थिक परिस्थितीची पूर्ण कल्पना दिली होती.

माझ्या संसारातील या समस्यांचा माझ्या कामावर परिणाम होऊ लागला. माझं कामावरून लक्ष उडालं. मी 'नवज्योती'च्या कौटुंबिक सल्ला केंद्राची मदत घ्यावी, असं माझ्या सहकाऱ्यांनी सुचवलं. दरम्यानच्या काळात माझी पत्नी घरी परत यावी, यासाठी माझ्या आई-वडिलांनीसुद्धा पुष्कळ प्रयत्न केले. काही नातेवाइकांनी देखील तिच्यावर भरपूर दबाव आणल्यामुळे अखेर ती परत आली. माझ्या आई-वडिलांनी सगळं काही तिच्या मनासारखं करावं, अशी मी त्यांना विनंती केली. तिचं आयुष्य तिच्या मनाप्रमाणे सुरू झालं. ती रोज सकाळी उशिरा उठायची आणि जवळपास काहीही घरकाम करायची नाही; पण मी समाधानी होतो. कारण ती निदान कुणाशी भांडत तरी नव्हती; पण मी लग्नाविषयी जी काही स्वप्नं पाहिली होती, त्यांचा मात्र पार चक्काचूर झाला होता. मला वैवाहिक जीवन असं काही उरलंच नव्हतं. मी एखाद्या अविवाहित तरुणासारखाच घरात राहत होतो आणि घरची शांतता भंग पावू नये यासाठी आटोकाट प्रयत्न करत होतो; पण हेही फार काळ टिकलं नाही. ती परत पूर्वीसारखंच वागू लागली, माझा, माझ्या आई-वडिलांचा आणि माझ्या भावंडांचा येता-जाता पाणउतारा करू लागली.

दिवसभराचं काम संपवून मी घरी आलो की, घरात रोज भांडण-तंटा सुरू असायचा. आणि मग एक दिवस आमच्या दोघांमध्ये कसलंसं किरकोळ भांडण झाल्याचं निमित्त काढून माझ्या पत्नीने परत एकदा माहेरचा रस्ता धरला. मला वाटलं, पुन्हा एकदा नेहमीप्रमाणे रागाच्या भरात तिनं असं केलं असावं; पण एक दिवस अचानक मला बिहारच्या कोर्टात उपस्थित राहण्याचं समन्स मिळालं. तिने न्यायालयात माझ्याविरुद्ध आणि माझ्या घरच्यांविरुद्ध दावा लावला होता. आम्ही सर्वजण मिळून तिचा शारीरिक आणि मानसिक छळ करत असल्याचा आरोप तिने केला होता. मी आणि माझे वडील तिच्या इच्छेविरुद्ध तिच्याशी शारीरिक संबंध ठेवत असल्याचंही तिने म्हटलं होतं. मला धक्काच बसला. तो खटला लढण्यासाठी माझ्याकडे ना पुरेसा पैसा होता, ना कायद्याचं ज्ञान. मी आधीच माझ्या लग्नासाठी लोकांकडून पंचवीस हजार रुपये कर्जाऊ घेतले होते. तो बोजा माझ्या डोक्यावर होता. खटला बिहारमध्ये चालू असल्यामुळे मला सारखं तिथे जावं लागत होतं. या सगळ्याचा आर्थिक आणि मानसिक ताण सहन करण्यापलीकडे वाढत होता.

मला नैराश्याने घेरलं. मला नोकरी सोडावी लागली. मी आत्महत्येचासुद्धा

प्रयत्न केला; पण माझ्या आई-वडिलांनी मला वाचवलं. मग नवज्योती कौटुंबिक सल्ला केंद्राच्या समुपदेशकाने मला न्यायालयाकडून मोफत कायदेशीर सल्ला मिळू शकत असल्याचं सांगितलं. बिहारमध्ये चालू असलेल्या या खटल्याला तात्पुरती तहकुबी मिळावी यासाठी मी न्यायालयाकडे विनंतीअर्ज दाखल केला, पण तो फेटाळण्यात आला. आता यापुढे काय करावं, ते मला कळेना. प्रत्येक सुनावणीसाठी भरमसाट प्रवासखर्च करून उपस्थित राहण्यावाचून माझ्यासमोर काही तरणोपाय नव्हता. माझ्या पत्नीची माझ्याकडून नक्की काय अपेक्षा होती हे जाणून घेण्यासाठी मी तिला थेटच तसं विचारलं. त्यावर तिने माझ्याकडे भरमसाट रकमेची मागणी केली. मी तिला ते पैसे एकरकमी दिले तरच ती मला घटस्फोट देणार होती; पण मला तर नोकरीसुद्धा नव्हती. तिची ती मागणी पुरवणं मला शक्यच नव्हतं.

या सर्वच मानसिक ताणाचा परिणाम म्हणून माझे माझ्या कुटुंबीयांबरोबरचे संबंधही बिघडले. माझ्या भावांशी माझं वाकडं आलं. मी तासन्तास घराबाहेर राहू लागलो. केवळ झोपण्यापुरता घरी जाऊ लागलो; पण माझ्या या अशा वागण्याची माझ्या घरच्यांनी दखलसुद्धा घेतली नाही. मी इतका वेळ घराबाहेर का राहतो, नक्की काय करतो, हे जाणून घेण्याचा त्यांनी प्रयत्नसुद्धा केला नाही. माझी जगण्याची इच्छाच संपून गेली. मी एक निर्हेतुक, यांत्रिक जीवन जगू लागलो.

पण काही दिवसांनी घडलेल्या घटनांवर खूप विचार केल्यानंतर मी स्वत:ला आणखी एक संधी द्यायचं ठरवलं. मी परत एकदा नवज्योतीच्या कौटुंबिक सल्ला केंद्रात गेलो. (मधल्या काळात माझा त्यांच्याशी संपर्क तुटला होता.) तिथले समुपदेशक माझ्या घटस्फोटाच्या खटल्याच्या बाबतीत फारसं काही करू शकले नाहीत. परंतु त्यांनी मला या सगळ्या मानसिक ताणाचा धीरानं सामना करायला शिकवलं.

आता मी माझ्या नैराश्यातून बाहेर आलो आहे. त्यासाठी त्यांची मदत आणि त्यांचं बहुमोल मार्गदर्शनच कामी आलं. शिवाय आता मला नोकरीसुद्धा आहे.

कुठं चुकलं?

- न्याय मिळण्यासाठी दोन्ही बाजूंचं ऐकून घेण्यात आलं पाहिजे.
- स्त्रियांच्या संरक्षणासाठी जो कायदा बनवण्यात आला आहे त्याचा स्त्रिया कधीकधी गैरफायदा घेताना दिसतात.
- कायदेशीर लढतीसाठी जो खर्च येतो, तो सर्वसामान्यांच्या आवाक्याबाहेरचा असतो.

स्वतःच्या करिअरच्या बाबतीत तडजोड करू नये

मी पस्तीस वर्षांची स्त्री आहे. माझा जन्म दिल्लीतील एका सुशिक्षित, सुसंस्कृत शीख कुटुंबात झाला. माझे वडील आर्म्ड फोर्सेसमध्ये होते. मी शाळेत बाराव्या इयत्तेत शिकत असताना माझ्या आईचं निधन झालं. त्यानंतर घरातल्या सर्व कामांची जबाबदारी माझ्याच अंगावर येऊन पडली.

मी दिल्ली ट्रान्सपोर्ट कॉर्पोरेशनच्या बसने शाळेत जात असे. माझ्या बसच्या मार्गावरून रोज ये-जा करणाऱ्या एका माणसाशी माझी भेट झाली. थोड्याच दिवसांत आमची मैत्री झाली आणि आम्ही नियमितपणे एकमेकांना बाहेर भेटू लागलो. मला तो खूप गंभीर, प्रेमळ वाटला. तो एका खासगी कंपनीत नोकरीला होता. आम्ही सहा वर्षं हिंडत-फिरत होतो. त्यानंतर त्याच्या आई-वडिलांच्या मर्जीविरुद्ध आम्ही लग्न केलं.

नेमकी आमच्या लग्नाच्या सुमारासच त्याची नोकरी गेली. त्याच्या कंपनीत काहीतरी चढउतार चालू होते. कंपनी डबघाईला आली होती; पण मला चांगली नोकरी होती; त्यामुळे माझ्या मिळकतीवर आमचं घर नीट चाललं होतं. काही दिवसांनंतर घरातली परिस्थिती बिघडली, तणावपूर्ण झाली. आर्थिकदृष्ट्याही परिस्थिती खालावली. पुढचे कित्येक महिने माझ्या नवऱ्याला नोकरी मिळत नव्हती; त्यामुळे सगळा भार माझ्याच शिरावर येऊन पडला होता. मला होत असलेला त्रास लक्षात येताच त्याने त्याच्या एका मित्राबरोबर भागीदारीत धंदा करायचा ठरवलं.

दरम्यान, माझ्या नवऱ्याची एका ज्योतिष्याशी ओळख झाली. तो हस्तरेषातज्ज्ञ होता. माझ्या नवऱ्याने त्याच्याकडे ही विद्या शिकण्यास सुरुवात केली. तो त्या ज्योतिष्याला त्याच्या कामात मदत करू लागला आणि त्याबद्दल त्याला थोडे पैसेही मिळू लागले; पण काही दिवसांनंतर परत तो बेरोजगार झाला. मग त्याने घरून काम करायचं ठरवलं. हळूहळू त्याच्याकडे थोडीफार गिऱ्हाइकं येऊ लागली. त्यात प्रामुख्याने स्त्रियांचा भरणा जास्त होता. त्याला भेटायला वाटेल त्यावेळी माणसं

आमच्या घरी येऊ लागली. ही गोष्ट खरं तर मला विशेष रुचली नाही; पण निदान तो दिवसभर त्याच्या कामात व्यग्र होता; हेही काही कमी नव्हतं. आमच्या लग्नाला आता बारा वर्षं झाली होती. तरीसुद्धा आम्हाला मूल नव्हतं. मी स्वत:ची वैद्यकीय तपासणी करून घेतली; पण त्यानंतर त्या बाबतीत पुढे जास्त काही केलं नाही, कारण घर चालवण्यासाठी तरी आमच्याकडे पुरेसे पैसे कुठे होते? त्यामुळे मुलं होणं आम्हाला परवडण्यासारखं नव्हतं, असं मला वाटलं.

माझ्या नवऱ्याच्या एका मित्राने एक नवीन धंदा सुरू करण्याचा प्रस्ताव आणला. माझ्या नवऱ्याने त्या गोष्टीला संमती दिली. मग त्या सगळ्यामध्ये तो प्रचंड व्यग्र होऊन गेला. त्याचं घराकडे, माझ्याकडे दुर्लक्ष होऊ लागलं. तो माझ्याशी बोलत नसे, मला काही सांगत नसे; पण त्याच्या मित्राच्या कौटुंबिक अडचणी सोडवण्यासाठी मात्र तो धावून जात असे. त्यासाठी त्याला वेळ मिळत होता. आमचं आयुष्य एकदम यांत्रिक होऊन गेलं होतं. माझा नवरा त्याच्या त्या नव्याने सुरू केलेल्या तथाकथित व्यवसायाचं कारण पुढे करून सारखा परगावी जाऊ लागला. आणखी एक गोष्ट माझ्या लक्षात आली होती. त्याच्या अनेक स्त्री गिऱ्हाइकांपैकी एका स्त्रीशी त्याची खूप घट्ट मैत्री झाली होती.

एक दिवस तो रात्री खूप उशिरा कामावरून घरी आला. आपल्याला तातडीने परगावी जावं लागत असल्याचं त्याने मला सांगितलं. तो गेल्यानंतर आठवडाभर मला त्याच्याकडून काहीच कळलं नाही. मग मात्र मी अस्वस्थ झाले. मी त्याच्या मोबाईलवर फोन केला पण तो लागला नाही. मग मी आमच्या ओळखीच्या सर्वांना फोन केले. त्याच्या कुटुंबीयांना, नातलगांना, गिऱ्हाइकांना, मित्रांना पण कुणालाच काही माहीत नव्हतं. त्यानंतर मी त्याच्या आई-वडिलांच्या घरी गेले. आश्चर्याची गोष्ट अशी की, त्याचे आई-वडील माझ्याशी अत्यंत उर्मटपणे वागले, त्यांनी मला दुरुत्तरं केली. तो आता कधीच परत येणार नाही, असंही त्यांनी सांगितलं. मी गोंधळून गेले. नक्की काय चाललं होतं, ते मला कळत नव्हतं. नंतर एक गोष्ट माझ्या कानावर आली. तो आमच्या घराच्या जवळपासच कुठेतरी राहत होता आणि त्याच्या त्या (स्त्री गिऱ्हाईक) मैत्रिणीबरोबर सगळीकडे फिरत होता.

मी खटपट करून, त्याचा नवा फोन नंबर मिळवून त्याच्याशी बोलले. त्याच्या अशा वागण्याचं कारण मी त्याला विचारलं; पण त्याने मला काही सांगितलं नाही. तो घरी यायला मात्र तयार नव्हता. आता त्याला घर सोडून चार महिने झाले आहेत.

दिल्लीच्या पश्चिम भागात, कराला येथे असलेल्या नवज्योती कौटुंबिक सल्ला केंद्राशी मी संपर्क साधला आहे. तेथील समुपदेशकांनी मला नोकरी मिळवून दिली आाहे.

मला माझ्या नवऱ्याशी बोलून, चर्चा करून, सामोपचाराने हा गुंता सोडवायचा आहे. आपण एकेकाळी एकमेकांचे किती चांगले मित्र होतो, या गोष्टीची त्याला

आठवण करून द्यायची आहे. त्याला जर विवाहबंधनात अडकून राहायचं नसेल, तर त्यानं मला तसं स्पष्ट सांगितलं पाहिजे. तो माझा अधिकार आहे.

कुठं चुकलं?

- लग्नानंतर पती-पत्नींनी एकमेकांना गृहीत धरणं योग्य नव्हे, ही गोष्ट पत्नी व पती या दोघांनीही समजून घ्यायला हवी.
- एकमेकांवर जसा गाढ विश्वास पाहिजे त्याचप्रमाणे एकमेकांचं काय चाललं आहे याविषयासुद्धा सतर्कता असली पाहिजे.
- नोकरी करणाऱ्या स्त्रीने आपल्या करिअरमध्ये तडजोडी करू नयेत, कारण तिचं करिअर हा तिच्या दृष्टीने 'लाइफ इन्शुअरन्स' आहे.

स्वखुशीनं की बळजबरीनं?

मी एक ३१ वर्षांचा तरुण आहे. मी बिहारमधील एका सुशिक्षित कुटुंबामधील असून मी आर्किटेक्चर या विषयाचा पदवीधर आहे; त्यामुळेच मला एका नामांकित कंपनीमध्ये नोकरी मिळाली.

त्यानंतर माझं वधू संशोधन सुरू झालं. लवकरच मला एक स्थळ चालून आलं. माझी आणि त्या मुलीची भेटही ठरली; पण त्या भेटीत ती मुलगी फारसं काहीच बोलली नाही. ती अबोल आहे, असा माझा समज झाला; पण ती मुलगी शांत, सुस्वभावी वाटल्यामुळे मी त्या लग्नाला होकार दिला. त्यानंतर तीन महिन्यांनी आमचं लग्न पार पडलं. या तीन महिन्यांच्या काळात मी त्या मुलीला फक्त तीनदा भेटलो. त्याशिवाय पाच-सहा वेळा आम्ही फोनवरही बोललो असू. तेव्हा मी स्वत:हूनच तिला फोन केला होता.

अखेर लग्नाचा दिवस उजाडला. मी प्रचंड उत्साहात होतो, पण ती मात्र तशी उत्साहात वाटली नाही. लग्नानंतर माझ्याशी कोणत्याही स्वरूपाचे शारीरिक संबंध ठेवण्यास ती विरोध करत राहिली. मी तिला त्यामागचं कारण विचारलं. तिचं असं म्हणणं पडलं की, तिला आधी माझ्याशी मानसिक पातळीवर जवळीक वाटली पाहिजे, त्यानंतरच शारीरिक संबंध ठेवणं तिला शक्य होईल. मला ते पटलं. त्यानंतर मी तिच्याशी शारीरिक जवळीक साधण्याचा कधीही प्रयत्न केला नाही. आमच्या लग्नाला एक महिना झाला आणि ती काविळीच्या दुखण्याने आजारी पडल्यामुळे माहेरी गेली. मी तिला भेटायला तिच्या माहेरी गेलो. आमच्या घरचं वातावरण अस्वच्छ असून अन्नपदार्थ खालच्या प्रतीचे असल्यामुळेच ती आजारी पडली असल्याचं तिच्या आईने आणि चुलत भावाने मला बजावलं. त्यानंतर मी घरी परतलो. तेव्हापासून मी तिच्या प्रकृतीची चौकशी फक्त फोनवरच करू लागलो.

ती आजारातून बरी झाल्यावर माझ्याकडे परत आली खरी; पण अजूनही

माझ्याशी ती कोरडेपणेच वागत होती. आमच्या नात्यामध्ये कोणत्याही प्रकारची ऊब, जवळीक मला जाणवत नव्हती. वैवाहिक जीवनात शारीरिक संबंध हेच काही सर्वस्व नसतं, असं ती म्हणायची; पण मला तिच्याकडून भावनिक पातळीवरसुद्धा कोणत्याही प्रकारची जवळीक जाणवत नव्हती. ती घराची नीट काळजी घ्यायची. तिला स्वयंपाक करणं खूप आवडायचं; पण माझ्याशी ती मोकळेपणानं बोलत नसे, माझ्याबरोबर वेळसुद्धा घालवत नसे. मी या संबंधात एकदा तिच्या एका चुलतभावाशी पण बोललो. त्यावर त्यानं मला असं सांगितलं की, लहानपणापासून तिनं तिच्या घरी एखाद्या पुरुषाला पाहिलेलंच नव्हतं. ती खूप लहान असतानाच तिचे वडील वारले. तो असंही म्हणाला की, एखाद्या पुरुषाबरोबर राहण्याची तिला अजिबात सवय नाही; त्यामुळे तिला घरात रुळायला थोडासा वेळ लागणारच; पण खरं सांगायचं तर ती तिच्या आईच्या घरून खूप उशिरा आमच्या घरी परत यायची. त्यानंतर तिला माझ्याशी बोलायला वेळच मिळायचा नाही. ती रोजच माहेरी जात असे. तिने माझ्याशी शारीरिक संबंध ठेवावेत यासाठी एक पती या नात्याने कायद्याच्या मार्गाचा अवलंब करण्याचा विचारही माझ्या मनात येऊ लागला होता; पण हे पाऊल उचलण्याआधी मी काही दिवस धीर धरायला हवा, असा सल्ला माझ्या जवळच्या अनेकांनी मला दिला. त्याप्रमाणे मी थांबलो.

यानंतरही बराच काळ गेला तरीही परिस्थितीत काहीही सुधारणा घडून आली नाही. आजकाल रोजच आमच्यात वादावादी होऊ लागली होती. अचानक एक दिवस माझ्या काहीही ध्यानीमनी नसताना मला एका सेवाभावी संस्थेकडून नोटिस आली. त्यात असं लिहिलेलं होतं की, मी माझ्या पत्नीचा असह्य मानसिक छळ करत असून तिच्याकडे हुंड्याची मागणी करत असल्यामुळे, ती माझ्या विरुद्ध न्यायालयात घटस्फोटासाठी अर्ज करणार होती. त्याच सुमारास मी नवज्योती कौटुंबिक सल्ला केंद्रात जाऊन तेथील समुपदेशकांना भेटलो. आता या सगळ्या गुंतागुंतीच्या प्रकरणातून तेच माझी सुटका करतील असा मला विश्वास वाटला.

मला खूप असहाय वाटतं. मला तिच्या या अशा वागण्यामागचं कारण कळू शकलेलं नाही. मला तिच्यापासून विभक्त राहायचंसुद्धा नाही. कदाचित नवज्योतीमधल्या समुपदेशकांच्या मार्गदर्शनामुळे मला माझ्या पत्नीला समजून घेता येईल.

कुठं चुकलं?

- मुलाची अथवा मुलीची लग्नासाठी मानसिक तयारी झालेली नसतानासुद्धा त्यांच्या इच्छेविरुद्ध आई-वडील त्यांचं लग्न लावून देतात.

- आपल्या मुलांचं वर्तन सुधारेल, या आशेपोटी आई-वडील तसं करतात.

- आपल्या मुलाला अथवा मुलीला नकार मिळू नये, यासाठी आई-वडील त्यांच्या संदर्भातील अनेक गोष्टी उघड न करता गप्प बसतात. त्यातूनच दुःखाचं बीज पेरलं जातं.

भाबडेपणाची शिक्षा

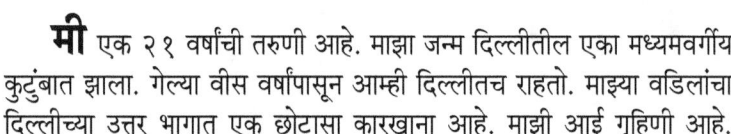

मी एक २१ वर्षांची तरुणी आहे. माझा जन्म दिल्लीतील एका मध्यमवर्गीय कुटुंबात झाला. गेल्या वीस वर्षांपासून आम्ही दिल्लीतच राहतो. माझ्या वडिलांचा दिल्लीच्या उत्तर भागात एक छोटासा कारखाना आहे. माझी आई गृहिणी आहे. आम्हा तीन भावंडांमध्ये मीच सगळ्यात मोठी.

मी शाळेत अभ्यासात यथातथाच होते. मी दहाव्या इयत्तेत शिकत असताना आमच्या शाळेच्या बसच्या कंडक्टरबरोबर माझी मैत्री झाली. तो माझ्यापेक्षा जवळजवळ दहा वर्षांनी मोठा होता. काही दिवसांनंतर त्यानं ती नोकरी सोडली. माझ्या असं कानावर आलं की, त्याने दुसऱ्या एका खासगी बस कंपनीत नोकरी धरली होती.

आमची दहावीची उपांत्यपूर्व परीक्षा चालू असताना एक दिवस मी पेपर संपवून बाहेर पडले, तर तो त्याच्या काही मित्रांबरोबर उभा होता. त्या दिवशी मी एकटीच होते. माझ्या सोबत कुणी नव्हतं. मग मी त्याला भेटायला गेले. त्याला माझ्याशी काहीतरी महत्त्वाचं बोलायचं होतं. त्याने मला त्याच्या सोबत एका ठिकाणी जाण्याचा आग्रह केला. मला कसलाही संशय आला नाही. मी मुकाट्याने त्याच्याबरोबर गेले. त्याचे मित्रही त्याच्या सोबत होते. आम्ही सगळे त्याच्या घरी गेलो. त्याला माझ्याशी लग्न करायचं होतं. त्याने माझं मन वळवण्याचा पुष्कळ प्रयत्न केला. त्याचं माझ्यावर खरंच प्रेम होतं, असं मला वाटलं; पण मला विचार करण्यासाठी थोडा वेळ हवा होता. मी त्याला तसं सांगितलं. मग तो मला त्याच्या भावाच्या घरी घेऊन गेला आणि तिथे त्याच्या कुटुंबीयांशी त्याने माझी ओळख करून दिली. मी त्याच्याशी लग्न करावं असा त्याच्या घरच्यांनी आग्रह सुरू केला. त्याबरोबर त्याने तिथेच थोडा सिंदूर घेऊन माझ्या भांगामध्ये भरला. एका हिंदू स्त्रीच्या दृष्टीने भांगामध्ये सिंदूर भरणं हे लग्न झाल्याचं लक्षण मानण्यात येतं.

मला खूप भीती वाटली; पण आता त्याच्या बरोबर राहण्यावाचून माझ्यासमोर दुसरा काही पर्याय नव्हता. मग त्या दिवशी मी माझ्या घरी परत गेलेच नाही. काही

महिन्यांनी माझ्या आई-वडिलांना माझा ठावठिकाणा समजला; पण आता आमच्या या सहजीवनाला मान्यता देण्यावाचून त्यांच्यापुढे दुसरा काहीच मार्ग नव्हता. माझं त्याच्याशी कायदेशीर लग्न झालेलं नाही, ही गोष्ट मी माझ्या आई-वडिलांपासून गुप्त ठेवली गेली.

जसजसे दिवस जातील तसतसं सगळं काही ठीक होईल, असं मला वाटत होतं. मी त्याच्या बरोबर एक वर्षभर राहिले. तो मला घरखर्चासाठी नियमितपणे शंभर-दोनशे रुपये द्यायचा आणि त्यात मी कसंबसं घर चालवत होते.

एक दिवस अचानक त्याने नोकरी सोडल्याचं मला सांगितलं; पण तसं करण्यामागे पटेल असं कारणही त्याच्याकडे नव्हतं. तो रिकामा बसून सिगारेट ओढायचा, दारू प्यायचा आणि मला शिवीगाळ करायचा. त्याला अमली पदार्थांची नशा करण्याचंसुद्धा व्यसन जडलं होतं. त्याने अगदी सर्व प्रकारच्या अमली पदार्थांची नशा करून पाहिली, एकही सोडलं नाही. माझं नशीबही असं की, नेमके याच सुमाराला मला दिवस गेले. बाळंतपणासाठी त्याने मला माहेरी पाठवलं. मला मुलगा झाला पण तो सोळा दिवसांचा असतानाच वारला. ते ऐकून तर माझा 'नवरा' मला भेटायलादेखील आला नाही. आता त्याच्याकडे कधीच परत जायचं नाही, असं मला माझ्या आई-वडिलांनी सांगितलं. त्यानंतर मी माहेरीच राहायचं ठरवलं. काही दिवसांतच मला चांगली नोकरी मिळाली. आणखी दोन वर्षं गेली. आता मी सुखी होते. माझ्या लग्नाचा कुठलाही पुरावा नसल्यामुळे आता माझं दुसऱ्या एखाद्या मुलाशी व्यवस्थित लग्न करून द्यायचा निर्णय माझ्या आई-वडिलांनी घेतला.

एक दिवस मी कामावरून घरी परत येत असताना तो मला बस स्टॉपपाशी भेटायला आला. मला पाहून तो रडू लागला. त्याने आपल्या वागण्याबद्दल अनेकदा माझी माफी मागितली आणि मी त्याच्या सोबत जावं यासाठी गयावयासुद्धा केली. मी त्याच्यावर विश्वास टाकून, माझ्या आई-वडिलांचा विरोध पत्करून त्याच्याकडे परत गेले.

त्यानंतरचे काही दिवस तो व्यवस्थित वागला. मला माझ्या शेजाऱ्यांकडून असं कळलं की, मी नसताना तो नियमितपणे वेगवेगळ्या मुलींना घरी घेऊन येत असे. कदाचित त्याचा मला विकण्याचा अथवा देहविक्रय करण्यास भाग पाडण्याचासुद्धा इरादा असू शकतो, अशी सावधगिरीची सूचना त्यांनीच मला दिली. ते ऐकल्यानंतर मात्र मी तातडीने माझं सामानसुमान घेऊन माझ्या आई-वडिलांकडे आले. काही दिवसांतच आपल्याला दिवस गेल्याचं माझ्या लक्षात आलं. मी स्वत:चा गर्भपात करून घेतला. त्याच्याकडे कधीच परत न जाण्याचा मी निर्णय घेतला. जर मी त्याच्याकडे परत गेले नाही, तर त्या गोष्टीचे परिणाम अत्यंत वाईट होतील, अशी त्याने माझ्या आई-वडिलांना आणि इतर नातेवाइकांना धमकी देण्यास सुरुवात

केली. माझ्या कुटुंबीयांना कोणत्याही प्रकारचा त्रास होऊ नये, अशी माझी इच्छा होती; त्यामुळे मी कराला येथे असलेल्या नवज्योती कौटुंबिक सल्ला केंद्राकडे जाऊन मदत मागितली. तेथील समुपदेशकांनी मला जवळच्या पोलीस चौकीत तक्रार नोंदवण्याचा सल्ला दिला, त्याचप्रमाणे मोफत कायदेविषयक सल्ला देणाऱ्या केंद्राकडे पाठवलं.

कुठं चुकलं?

- तरुण स्त्रियांकडे सावज म्हणून पाहून त्यांना जाळ्यात ओढण्यासाठी टपून बसलेल्यांची आपल्या समाजात कमतरता नसते.

- अशा व्यक्तींविषयी शाळांनी जागरूकता दाखवून आपल्याकडे शिकत असणाऱ्या विद्यार्थी-विद्यार्थिनींना सावधगिरीचा इशारा दिला पाहिजे.

- विद्यार्थी-विद्यार्थिनींना अशा प्रकारच्या संभाव्य धोक्यासंबंधीची व्यवस्थित माहिती पुरवणं हा शाळेच्या अभ्यासक्रमाचा अविभाज्य भाग असला पाहिजे.

आत्ता अथवा कधीच नाही

मी एक ४३ वर्षांची स्त्री आहे. माझा जन्म जम्मू-काश्मीरमधील एका उच्चभ्रू कुटुंबात झाला. आमचा घरचा व्यवसाय होता. माझं लग्न जम्मू येथील एक बड्या कुटुंबातील मुलाशी करून देण्यात आलं. माझा नवरा इंजिनिअर होता. मी स्वत: गव्हर्नमेंट सेक्टरमध्ये नोकरीला होते. माझ्या सासरी एकत्र कुटुंब होतं. माझा नवरा त्याचा सगळा पगार त्याच्या आईच्या हवाली करत असे. संपूर्ण घर चालवण्याची जबाबदारी तिची होती. मीही त्या गोष्टीला कधीच विरोध केला नाही. घरच्या गोष्टींच्या बाबतीत मी माझ्या नवऱ्याचे कान भरते, असे टोमणे ती मला अनेकदा मारायची. मी त्या गोष्टीकडे दुर्लक्ष करत असे; कारण माझ्या नवऱ्याचा मला पाठिंबा होता; पण काही काळाने माझ्या नवऱ्याचंही माझ्याशी वागणं बदलू लागलं.

माझा नवरासुद्धा मला घालूनपाडून बोलू लागला. एकदा तर त्याने माझ्या थोबाडीत मारली. मी या गोष्टी माझ्या आईच्या कानावर घातल्या; पण तिने मला धीर धरण्याचा, शांत राहण्याचा सल्ला दिला. पुढे या गोष्टी विकोपाला गेल्या; अशी चार वर्षं झाली. मला अजून मूल झालं नव्हतं. माझ्या सासरच्या लोकांना या गोष्टीची चिंता लागून राहिली होती. मी आणि माझ्या पतीने त्यासाठी विविध स्वरूपाच्या तपासण्या करून घेतल्या. हरतऱ्हेचे उपाय केले; पण कशालाच फळ येत नव्हतं. माझ्या पतीला या सगळ्या तपासण्यांना आणि उपचारांना सामोरं जावं लागत होतं, ते केवळ माझ्यामुळे, अशी माझ्या सासरच्या लोकांची धारणा होती; त्यामुळे त्यांनी मलाच दूषणं द्यायला सुरुवात केली.

माझ्या नशिबाचा फेरा उलटा पडला; माझ्या नवऱ्याची एका ज्योतिष्याशी गाठ पडली. जोपर्यंत माझा नवरा माझ्याबरोबर राहत असेल तोपर्यंत तो कधीच पिता बनू शकणार नाही, असं सांगून त्या ज्योतिष्याने त्याचे कान भरले. एव्हाना माझे आई-वडील दिल्लीला जाऊन स्थायिक झाले होते. एक दिवस मी कंटाळून माझ्या आई-वडिलांच्या घरी गेले आणि पुढचे काही महिने त्यांच्याकडेच राहण्याचा निर्णय

घेतला. तिथे राहून माझी खालावलेली प्रकृती सुधारल्यावर मी जम्मूला परत आले. तिथे मी एक घर भाड्याने घेऊन एकटी राहू लागले. माझी जुनी नोकरीसुद्धा मला परत मिळाली. त्यानंतर मी माझ्या नवऱ्याला घटस्फोटाची नोटिस पाठवली; पण हा खटला कित्येक दिवस चालू राहिला. माझ्या नवऱ्याने आणि सासरच्या माणसांनी माझा जो काही छळ केला होता, तो न्यायालयात सिद्ध करण्याजोगा कोणताच पुरावा माझ्याकडे नव्हता; पण माझ्या पतीने मला एक पत्र लिहून त्यात स्वत:च्या गैरवर्तनाबद्दल माझी माफी मागितली होती. तो पूर्वी मला मारहाण करायचा, हे त्या पत्रावरून सिद्ध होत होतं; पण न्यायालयाने ते पत्र पुरावा म्हणून ग्राह्य धरलं नाही, कारण ते पाच वर्षांपूर्वीच होतं. मी 'नॅशनल कमिशन फॉर विमेन' या संस्थेकडे दाद मागण्यासाठी गेले; पण त्याचाही फारसा उपयोग झाला नाही. माझ्या सर्व आशांवर पाणी पडलं आहे. आता शेवटचा उपाय म्हणून मी कराला येथे असलेल्या नवज्योतीच्या कौटुंबिक सल्ला केंद्राकडे आले आहे. आतातरी मला न्याय मिळेल अशी आशा आहे.

कुठं चुकलं?

- कधीकधी एक स्त्रीच दुसऱ्या स्त्रीची कट्टर शत्रू बनते.
- स्त्रिया आपल्या मनातील असुरक्षिततेच्या भावनेतून आपल्या सुनेच्या आणि मुलाच्या संसारात विष कालवतात.
- कौटुंबिक हिंसेला वेळीच आळा घातला नाही, तर तो वाढत जातो.

स्वावलंबनाचे महत्त्व

मी तीस वर्षांची, मध्यमवर्गीय कुटुंबातली स्त्री आहे. मी माझ्या मोठ्या भावासोबत दिल्लीजवळ असलेल्या एका खेड्यात राहते. माझ्या जन्माच्या वेळीच माझी आई वारली. त्यानंतर काही वर्षांनी माझ्या आजीनं, म्हणजे माझ्या वडिलांच्या आईनं आत्महत्या केली; त्यामुळे मी म्हणजे आमच्या कुटुंबाला लागलेला शाप आहे, असा माझ्यावर ठपका ठेवण्यात आला. माझ्या आईच्या मृत्यूनंतर माझ्या वडिलांनी पुनर्विवाह केला. माझ्या सावत्र आईने माझा खूप छळ केला. ती स्वतःच्या मुलांचं, तसंच माझ्या भावाचं कोडकौतुक करायची. माझ्या आजोबांनी, म्हणजे माझ्या वडिलांच्या वडिलांनी मात्र माझी खूप काळजी घेतली. मला शिक्षण देण्यासाठी खूप धडपड केली. त्यांच्या मृत्यूनंतर मी घर सोडून दिल्लीला जाण्याचा निर्णय घेतला. वाटेत मला एक माणूस भेटला. त्याने माझी विचारपूस केली, माझ्याविषयी आस्था दाखवली. मला नोकरी मिळवून देण्यात मदत करण्याचं आश्वासनसुद्धा त्याने मला दिलं. आजवर माझ्याशी कुणीच इतकं चांगलं वागलेलं नव्हतं. साहजिकच मला त्याच्याविषयी ओढ वाटू लागली. मी त्याला माझी सगळी कहाणी सांगितली. त्यानंतर त्याने मला लग्नाची मागणी घातली. त्याच्या कुटुंबीयांना हे मुळीच मान्य नव्हतं, त्यांना मी पसंत नव्हते; त्यामुळे लग्नानंतर आम्ही वेगळं बिऱ्हाड करून, छोटी-मोठी कामं करत आमचा उदरनिर्वाह करू लागलो.

अशीच काही वर्षं गेली. या काळात आम्हाला तीन मुलं झाली. आमचं तसं बरं चाललं होतं; पण मग माझ्या नवऱ्याला दारूचं व्यसन लागलं. छोट्या छोट्या गोष्टींवरून तो मला शिवीगाळ करू लागला. त्याच्या घरच्या लोकांनी मनानं मला कधीच स्वीकारलं नसल्यामुळे त्यांनी मला काहीच मदत केली नाही. मला नैराश्याचा झटका आला. अखेर गोष्टी इतक्या विकोपाला गेल्या की, मी माझ्या नवऱ्यापासून फारकत घेण्याचा निर्णय घेतला.

त्यानंतर मी नवज्योतीच्या जहांगीरपुरी भागात असलेल्या कौटुंबिक सल्ला केंद्राकडे धाव घेतली. तिथल्या समुपदेशकांनी मला एका आधार केंद्राकडे पाठवलं. दरम्यानच्या काळात मी माझ्या नवऱ्याशी समझोता करण्याचाही पुष्कळ प्रयत्न केला; पण झाल्या प्रकाराबद्दल पश्चात्ताप करायचा तर सोडाच, त्याने पुन्हा एकदा छळ करण्याचा प्रयत्न केला. आता मात्र मला घटस्फोट हवा आहे. मला स्वत:च्या पायावर उभं राहायचंय. आता मी माझ्या मुलांना माझ्या स्वत:च्या मर्जीनुसार, माझ्या पद्धतीने वाढवायचं ठरवलं आहे.

कुठं चुकलं?

- मुलांचं व्यवस्थित संगोपन न करता त्यांची हेळसांड करणं हा अक्षम्य गुन्हा आहे.

- आई-वडिलांनी मुलांना वाऱ्यावर सोडून जाणं योग्य नव्हे.

- स्त्रिया स्वावलंबी नसतानाही मुलांना जन्म देतात.

आपली ओळख कधीही गमावू नका

मी एक छत्तीस वर्षांची उच्चशिक्षित. एका हिंदू कुटुंबातली मुलगी आहे. माझे वडील एका न्यूजपेपर एजन्सीमध्ये काम करत. माझं शिक्षण पूर्ण झाल्यावर मीसुद्धा तिथेच कामाला लागले. तिथे मला एक तरुण भेटला. मी त्याच्याकडे आकृष्ट झाले. काही दिवसांनी आम्ही नोंदणी पद्धतीनं विवाह केला. तो माझ्यापेक्षा उच्च जातीचा होता. त्याचे आई-वडील मला त्यांची सून म्हणून कधीच स्वीकारणं शक्य नव्हतं, हे त्यानंच मला सांगितलं. मी त्या सत्याचा स्वीकार केला. त्यालाही मी ते सांगितलं.

सुरुवातीचे काही दिवस मी सुखी-समाधानी होते; पण पुढे मात्र तो स्वत:च्या स्वार्थासाठी माझा वापर करत होता, याची मला जाणीव झाली. तो केवळ त्याच्या शारीरिक गरजा पूर्ण करण्यापुरताच माझ्याजवळ येत असे. असंच आयुष्य चाललं होतं. बघता बघता एक वर्ष झालं. एक दिवस मला मोठा अपघात होऊन त्यात माझा चेहरा विद्रूप झाला. त्यानंतर तर आमच्या दोघांतले शारीरिक संबंधही जवळपास संपुष्टात आले. एक दिवस अचानक तो त्याच्या घरच्या माणसांना बरोबर घेऊन आला. त्याने त्यांच्या समोरच मला असं सांगितलं की, इथून पुढे आमचं लग्न टिकून राहणं शक्यच नाही. मग आम्ही परस्पर संमतीनं घटस्फोट घेतला.

मी माझ्या आई-वडिलांकडे परत गेले. काही दिवसांनंतर मी एका रेस्टॉरंटमध्ये काम करण्यास सुरुवात केली. वर्षभर सगळं काही सुरळीत चालू होतं. त्यानंतर एक दिवस माझ्या बॉसच्या धाकट्या भावानं मला लग्नाची मागणी घातली. ते लोक मुस्लीम असल्यानं सुरुवातीला मी थोडी कचरत होते. परंतु मी आई-वडिलांवर ओझं होऊन तरी किती दिवस राहणार? मग मी त्याच्याशी लग्न केलं.

या लग्नानंतर माझ्या फार जास्त अपेक्षा नव्हत्याच; पण ज्या काही थोड्या होत्या, त्यासुद्धा पूर्ण होऊ शकल्या नाहीत. हळूहळू माझा पती हिंसक बनत चालला होता. लग्नाला केवळ तीन महिने झाल्यानंतर त्यानं जणू मला आमच्याच

घरी बंदिवान केलं होतं. काही महिन्यांनंतर मी एका मुलीला जन्म दिला. मी खूप अशक्त झाले होते. मग माझ्या पतीनं त्याच्या दूरच्या नात्यातील एका स्त्रीला माझ्या मदतीसाठी घरी राहायला बोलावून घेतलं. एक दिवस मी त्या दोघांना नको त्या अवस्थेत पाहिलं. मी त्याविरुद्ध आवाज उठवताच त्या दोघांनी मला मारहाण केली. मग त्यांनी माझ्या मुलीला माझ्यापासून दूर ठेवण्यास सुरुवात केली. मला त्या गोष्टीचं अतोनात दुःख झालं. मी सर्व वेळ रडत बसे.

अखेर निराश होऊन मी जहांगीरपुरी येथील नवज्योती कौटुंबिक सल्ला केंद्राकडे मदतीसाठी धाव घेतली. एव्हाना माझा निर्णय पक्का झाला होता. मला कुठल्याही परिस्थितीत समझोता करायचा नव्हता. मला फक्त माझी मुलगी परत हवी होती. नवज्योतीच्या समुपदेशकांनी माझ्या पतीला आणि त्याच्या घरच्यांना फोन करून, चर्चा करून परस्पर सामंजस्यानं प्रश्न सोडवण्यासाठी बोलावून घेण्याचे खूप प्रयत्न केले. माझ्या पतीनं माझा जो काही छळ केला होता, त्याबद्दल मला त्याच्याविरुद्ध पोलिसात (एफ.आय.आर.) गुन्हा नोंदवायचा होता. या कामीसुद्धा नवज्योतीच्या समुपदेशकांची मला खूप मदत झाली. अखेर माझी केस दिल्लीच्या हजारी कोर्टात पाठवण्यात आली. आतापर्यंत पाच सुनावण्या झाल्या आहेत. मला नक्की न्याय मिळेल आणि खटल्याचा निकाल माझ्याच बाजूनं लागेल अशी मला आशा आहे.

कुठं चुकलं?

- बऱ्याच स्त्रियांना असं वाटतं की, आपलं लग्न झालं म्हणजे आपण पूर्णतः सुरक्षित झालो.
- कधीकधी स्त्रिया आपल्या पतीवर पूर्णपणे अवलंबून राहतात आणि आपलं आर्थिक स्वातंत्र्य गमावून बसतात.

असंस्कृत, असभ्य मागणी

माझं नाव मीना कुमारी. मी एका सरकारी अधिकाऱ्याची मुलगी आहे. काही महिन्यांपूर्वीच माझा वाङ्‌निश्चय झाला. माझं लग्न ठरल्यानंतर माझ्या घरच्यांनी माझ्यासाठी जडजवाहीर, दागदागिने आणि कपडे, किमती सामान असं सगळं काही खरेदी केलं. लग्नपत्रिका छापून सर्वांना निमंत्रणंसुद्धा देऊन झाली. आमच्या घरचं वातावरण आनंदी, प्रसन्न होतं. मीसुद्धा माझ्या नव्या आयुष्याची स्वप्नं बघत होते.

काही दिवसांनंतर मला माझ्या होणाऱ्या पतीचा फोन आला. लग्नापूर्वी त्या लोकांच्या काही अटी होत्या. आम्ही जर त्या पूर्ण केल्या, तरच हे लग्न होणार होतं, अन्यथा ते मोडण्याचा त्यांचा इरादा होता.

त्याने ज्या काही मागण्या पुढे ठेवल्या त्या फारच जास्त होत्या. आमचा साखरपुडा एका भपकेबाज हॉलमध्ये अत्यंत थाटामाटात करण्यात यावा. लग्नसमारंभसुद्धा अशाच उंची ठिकाणी थाटामाटात पार पडला पाहिजे. माझ्या काकांचा एक जवळचा मित्र होता. या मित्राने आमच्या लग्नाच्या कोणत्याही कार्यक्रमाला उपस्थित राहता कामा नये अशीही अट त्याने घातली होती. (ही विक्षिप्त अट त्याने नक्की का घातली होती, देव जाणे!) खरं तर मला लग्नानंतर बी.एड. करण्याची इच्छा होती. परंतु त्याला त्याचा विरोध होता. त्याऐवजी मी बी.बी.ए (बॅचलर ऑफ बिझिनेस ॲडमिनिस्ट्रेशन) ही पदवी घ्यावी असा त्याचा आग्रह होता. मी माझ्या मित्र-मैत्रिणींसोबत कुठेही गेलेलं चालणार नव्हतं. मला माझ्या आवडीचे कपडे घालण्याची परवानगी नव्हती. त्याच्या घरी तो जी जी कामं मला सांगेल, ती मला करावी लागणार होती. आमच्या लग्नानंतर एक आठवड्याने मला माझ्या वडिलांकडे पाठवण्यात येणार होतं आणि लग्नानंतर सासरी परत येताना मी त्यांच्याकडून साठ हजार रुपये घेऊन यावे, असं त्याचं म्हणणं होतं. रक्षाबंधनाच्या सणाला मी माहेरी जाण्याऐवजी माझ्या भावालाच मला भेटायला यावं लागणार होतं. माझ्या वडिलांनी आपल्याला

गाडी घेऊन द्यावी असा माझ्या होणाऱ्या पतीचा हट्ट होता. मला फक्त दिवाळीलाच माहेरी जाता येणार होतं.

मला आणि माझ्या घरच्यांना या सर्व अटी मान्य होणं शक्यच नव्हतं. माझ्या वडिलांनी या संदर्भात माझ्या होणाऱ्या नवऱ्याच्या कुटुंबीयांशी चर्चा करून प्रश्न सोडवण्याचासुद्धा प्रयत्न केला; पण त्या लोकांनी माझ्या वडिलांचा पाणउतारा केला. आमच्या सगळ्या कुटुंबासाठी हा फार मोठा धक्का आहे. आम्ही या संदर्भात नवज्योतीच्या कौटुंबिक सल्ला केंद्राशी संपर्क साधला आहे. तेथील समुपदेशकांनी ही बाब पोलिसांच्या कानावर घालण्याचा सल्ला दिला आहे; पण हा निर्णय माझ्या घरच्या वडीलधाऱ्यांनी घ्यायला हवा.

कुठं चुकलं?

- अनेक तरुण अजूनही स्त्रियांकडे सनातनी दृष्टिकोनातून पाहतात आणि तिला दुय्यम दर्जाचं मानतात.
- जर पतीच्या घरच्यांकडून वधूपित्याकडे अवाजवी मागण्या करण्यात आल्या असतील तर अशा खटल्यांचा न्यायालयात प्राधान्याने विचार व्हायला हवा.

उडी घेण्याआधी विचार करा

मी ३५ वर्षांची स्त्री असून मला तीन मुलं आहेत. तेरा वर्षांपूर्वी माझं लग्न झालं. मी तिघा भावंडांमधली सगळ्यात मोठी मुलगी. माझे दोन लहान भाऊ अजूनही नीट स्थिरस्थावर झालेले नाहीत. त्यांची धडपड चालूच आहे. मी फार शिकले नाही; त्यामुळे मला एका विधुराचं स्थळ येताच माझ्या आई-वडिलांनी माझं लग्न लावून दिलं. आपण एकटेच असल्याचं त्याने आम्हाला सांगितलं होतं.

लग्नानंतर त्याने मला त्याच्या घरी नेलं. त्याचं घर दिल्ली-हरियाणा सरहद्दीवर होतं. त्यानंतर आमचा संसार सुरू झाला. माझं आयुष्य सरळ, साधं, सुरळीत चालू होतं. माझे माझ्या पतीशी फार प्रेमाचे संबंध नसले, तरी वाईटसुद्धा नव्हते. माझा नवरा व्यवसायाने फिजिओथेरपिस्ट असल्याने त्याला वारंवार बाहेरगावी दौऱ्यावर जावं लागे. आपल्याला अनेक वेळा एका हॉस्पिटलमधून दुसऱ्या हॉस्पिटलमध्ये जावं लागत असल्यामुळे इतकं घराबाहेर राहावं लागत असल्याचं तो मला नेहमी सांगायचा.

मी माझ्या आयुष्यात सुखी होते. त्यानंतर एक दिवस एक स्त्री अचानक माझ्या पतीचा शोध घेत आमच्या घरी आली. तिने मला तिच्या लग्नाचं सर्टिफिकेट दाखवलं. मी ज्या माणसाबरोबर संसार करत होते त्याचंच नाव तिच्याकडच्या सर्टिफिकेटवर होतं. तिच्या म्हणण्यानुसार ती तिच्या आई-वडिलांकडेच राहत होती. माझ्याबद्दल तिला काही दिवसांपूर्वीच समजलं होतं; त्यामुळे ती माझा शोध घेत आली होती. माझ्या नवऱ्याने घरी आल्यावर ती स्त्री खरोखरच त्याची पहिली पत्नी असल्याचं कबूल केलं. इतकंच नव्हे, तर त्यांना चार मुलंसुद्धा होती.

त्याने माझ्या आयुष्यात अशी माती कालवली असूनही त्याला त्याची काहीच खंत नव्हती. उलट त्याचं म्हणणं होतं, 'आता जे झालं ते झालं; ते तर काही आपण बदलू शकत नाही.' त्याने मला असंही सांगितलं, 'याउपर तुला माझ्या घरी राहायचं असेल तर राहा आणि जर नसलं राहायचं, तर तुला दरवाजा मोकळा आहे.'

मी तातडीने माझ्या भावांना माझ्या बाबतीत घडलेल्या या गोष्टीची कल्पना

दिली. त्यांनी माझ्या पतीच्या बाबतीत इकडेतिकडे चौकशी केल्यावर त्यांना असं कळलं की, समाजात लोक त्याच्याविषयी बरं बोलत नव्हते. माझ्या भावांना अशीही माहिती मिळाली की, आमचं राहातं घर आणि गाडी या दोन्ही गोष्टी त्याने कर्ज काढून घेतल्या होत्या. मी त्याच्या आई-वडिलांशी संपर्क साधला; पण तेही बिचारे असहाय होते कारण ते पूर्णपणे त्याच्यावर अवलंबून होते. माझ्या भावांना आणखी जी माहिती मिळाली ती फारच धक्कादायक होती. हा माणूस आणखी एका तिसऱ्या बाईबरोबर फिरत होता. तिचे वडील त्याचे पेशंट होते आणि तेच आता याला कायमचं ऑस्ट्रेलियाला स्थलांतरित होण्यासाठी मदतही करत होते.

त्या तिसऱ्या बाईविषयी कानावर आल्यावर मात्र मी हातपाय हलवायचे ठरवले. मी लगेच काही पोलिसात तक्रार नोंदवली नाही. त्यापेक्षा सलोख्याने, परस्परांशी चर्चा करून प्रश्न सोडवावा, असा माझा विचार होता. मी नवज्योतीविषयी ऐकून होते. कराला येथील त्यांच्या कौटुंबिक सल्ला केंद्राकडे मी धाव घेतली. तेथील समुपदेशक माझ्या पतीशी संपर्क साधण्याचा प्रयत्न करत आहेत. त्याने भारतातून पळ काढून ऑस्ट्रेलियाला जाऊ नये यासाठी त्यांनी स्थानिक पोलीस चौकीशी संपर्क साधला आहे.

माझ्या पतीची आणि माझी बऱ्याच दिवसांत गाठभेट झालेली नाही. माझी आता त्याच्याकडे परत जाण्याची अजिबात इच्छा नाही; पण त्याच बरोबर त्याने आमच्या मुलांची जबाबदारी झटकून मोकळं होता कामा नये, असं मला निश्चित वाटतं. त्याचप्रमाणे त्याने इथून पुढे तरी आमच्या आयुष्याचा आणखी खेळखंडोबा करू नये एवढीच माझी इच्छा आहे.

कुठं चुकलं?

- लग्न हा केवळ धार्मिक विधी नव्हे; त्यामुळे लग्नाच्या बाबतीत घिसाडघाई करणं योग्य नव्हे.
- आपल्या आयुष्याचा जोडीदार अत्यंत काळजीपूर्वक पूर्ण विचारांती निवडावा.
- चुकीच्या व्यक्तीशी लग्न करून, बंधनामध्ये अडकण्यापेक्षा अविवाहित राहिलेलं बरं!

अंध विश्वासाचे दुष्परिणाम

मी ३५ वर्षांची स्त्री आहे. माझा जन्म दिल्लीतील एका मध्यमवर्गीय कुटुंबात झाला. माझे वडील सरकारी नोकर आणि आई गृहिणी होती. मी उच्च माध्यमिक शाळेत शिकत असताना एकदा आम्ही आमच्या नातेवाइकांच्या लग्नाला गेलो होतो. नियतीने माझ्या पुढ्यात काय वाढून ठेवलं आहे, याची मला त्यावेळी काहीच कल्पना नव्हती.

तिथे माझी एका ३० वर्षांच्या तरुणाशी गाठ पडली. तो सर्वांशी हसून खेळून दिलखुलास गप्पा मारत होता. मला त्याच्या व्यक्तिमत्त्वाची भुरळ पडली. आमची चांगली मैत्री झाली. दुसऱ्याच दिवशी त्यानं मला लग्नाची मागणी घातली. मला तो आवडला होता हे जरी खरं असलं तरी माझ्या मनाची अजून लग्नासाठी तयारी झालेली नव्हती. त्याने थेट माझ्या आई-वडिलांना भेटून मला लग्नाची मागणी घातली. माझे आई-वडील या लग्नाला तयार नव्हते कारण आमच्या वयात १५ वर्षांचं अंतर होतं; पण माझ्या आग्रहाखातर ते तयार झाले.

या माणसाचा स्वत:चा छोटासा व्यवसाय होता. तो त्याच्या आई-वडिलांबरोबर राहात असे. आमचं लग्न झालं. लग्नानंतर त्याच्या सोबत मी सुखात होते. लग्नानंतर काही वर्षांनी मला दिवस गेले. मी त्यावेळी फक्त १८ वर्षांची होते. इतक्या लहान वयात मला दिवस गेल्याने त्याला माझ्या प्रकृतीची खूप काळजी वाटत असल्याचं त्याने मला सांगितलं. बाळाच्या स्वास्थ्याचा विचार करून त्याने मला अल्ट्रासाउंड तपासणीसाठी पाठवलं. परंतु त्या तपासणीत मला मुलगी होणार असल्याचं समजताच तो माझ्याशी तुसडेपणाने वागू लागला. माझं वय फार लहान असल्यामुळे मी गर्भपात करून घ्यावा असा हट्ट तो धरून बसला. मी खूप अस्वस्थ झाले; पण माझा त्याच्यावर विश्वास होता. अर्थात तो विश्वास किती चुकीचा होता, हे थोड्याच दिवसांत कळून चुकलं. माझे सगळे गैरसमज लवकरच दूर झाले. मला परत एकदा दिवस गेले. याही खेपेस मुलीचा गर्भ आहे हे समजताच त्याने मला गर्भपात करायला लावला.

या खेपेला त्यासाठी माझ्या पतीने मला काही स्पष्टीकरणसुद्धा दिलं नाही. त्याने मला वेदनाशामक इंजेक्शन देत असल्याचं सांगून एक इंजेक्शन दिलं. मला लगेच बरं वाटलं.

त्या इंजेक्शनची मला सवयच लागली. कारण त्यानंतरही माझा दोन वेळा गर्भपात करण्यात आला. (परत मुलींचेच गर्भ होते!) अखेर मला जेव्हा पाचव्यांदा दिवस राहिले, तेव्हा मात्र आता पुन्हा गर्भपात करू नये असा डॉक्टरांनी सल्ला दिला. मला या खेपेला मुलगी झाली. त्यानंतरही आणखी एक मुलगी झाली आणि तिच्या पाठीवर एक मुलगा झाला. एव्हाना मला मादक द्रव्यांची नशा करण्याचं जणू व्यसनच जडलं होतं.

माझं कौटुंबिक जीवन उद्ध्वस्त होऊन गेलं होतं. मला माहेरी पाठवण्यात आलं. त्यानंतर एक दिवस मला कोर्टाकडून नोटिस आली. मी चारित्र्यहीन असल्याचं कारण सांगून माझ्या पतीने माझ्यावर घटस्फोटाचा दावा लावला होता.

हा खटला अनेक वर्षं चालू होता; पण मी आशा सोडली नाही. मला घटस्फोट नको होता. एक दिवस माझे सासरे मला भेटायला आले. त्यांनी काही कागदपत्रं माझ्या सहीसाठी आणली होती. त्यावेळी माझे आई-वडील घरी नव्हते. माझी प्रकृती बरी नव्हती. मी खूप उदास होते. 'सगळं काही ठीक होईल, काळजी करू नकोस,' असं सांगून त्यांनी मला दोन लाख रुपये दिले. त्यांच्यावर भाबडा विश्वास ठेवून मी त्या कागदपत्रांवर सह्या केल्या.

काही दिवसांनंतर मला समजलं की, ते घटस्फोटाचे कागद होते. माझ्या नवऱ्याने माझ्या मुलांच्या शाळेतील शिक्षिकेशी लग्न केलं होतं आणि मुलांचा ताबापण घेतला होता.

माझं सर्वस्व गेलं होतं. त्यानंतर एक दिवस मला दिल्लीतील रोहिला सराय येथे नवज्योतीने चालवलेल्या व्यसनमुक्ती केंद्रासंबंधी कळलं. मी तेथे जाऊन समुपदेशनाचा लाभ घेतला. मी आपण होऊन, व्यसनमुक्त होण्याची इच्छा मनात धरून त्या दृष्टीने प्रयत्न सुरू केले. आता माझी ताकद परत आली आहे. माझी मुलं आता किशोरवयीन आहेत. लवकरच त्यांचा ताबा मला मिळावा यासाठी मी लढा देणार आहे. मी त्यांच्या योग्य वाढीसाठी पोषक वातावरण त्यांच्या अवतीभोवती निर्माण करू शकेन असा मला आत्मविश्वास वाटतो.

कुठं चुकलं?

- धूर्त, लबाड माणसं भोळ्या स्त्रियांना फशी पाडतात.
- कोणावरही आंधळेपणाने विश्वास ठेवणं चुकीचं आहे.
- स्त्रियांनी स्वसंरक्षणासाठी सज्ज झालं पाहिजे. मग ते संरक्षण शारीरिक असो अथवा मानसिक.

पत्नीलाच विक्रीस काढलं

दिल्लीच्या कराला-मांजरी भागातील नवज्योतीच्या कौटुंबिक सल्ला केंद्रामध्ये मी समुपदेशक म्हणून काम करतो. काही दिवसांपूर्वी माझ्याकडे जे प्रकरण आलं; त्यामुळे माझ्या मनात विचारांचं वादळ निर्माण झालं. जे झालं त्यात चूक कोणाची, बरोबर कोण आणि या समस्येवर तोडगा काय? असे अनेक प्रश्न मनात उभे राहिले.

एक दिवस मी माझ्या ऑफिसमध्ये माझ्याकडे असलेल्या केसच्या संदर्भातील काही कागदपत्रांची पूर्तता करत बसलो असताना सुमारे चाळिशीच्या घरातला एक माणूस अचानक माझ्या ऑफिसात घुसला. त्याने आत येण्याची परवानगीसुद्धा मागितली नाही. त्याने माझ्याकडे माझ्या कामाच्या स्वरूपाविषयी चौकशी सुरू केली. त्यावर मी म्हणालो, 'तुम्हाला कोणत्या बाबतीत मदत हवी आहे?' त्यावर त्याने मला असं सांगितलं की, त्याच्या भाडेकरूची १२००० रुपयांची थकबाकी होती आणि तो ते पैसे चुकते करायला तयार नव्हता. त्यावर मी त्याला पोलीस चौकीत जाऊन त्या भाडेकरूविरुद्ध तक्रार नोंदवण्याचा सल्ला दिला. इतकंच नव्हे तर तशी तक्रार नोंदवण्यासाठी त्याला जर काही मदतीची गरज असली, तर तीसुद्धा करण्याचं मी त्याला वचन दिलं. पण तो कचरत होता. तो खूप अस्वस्थ दिसत होता; पण त्यामागचं निश्चित कारण सांगायला मात्र तो मुळीच तयार नव्हता. मी अनेकदा त्याला मदत करण्याची तयारी दाखवली; पण तो माझी मदत घ्यायलासुद्धा तयार नव्हता. माझ्याकडून त्याची नक्की काय अपेक्षा आहे हेही मला त्यानं सांगितलं नाही.

अखेर मी त्याच्या त्या भाडेकरूचं नाव, पत्ता हे सगळे तपशील लिहून घेतले आणि त्याला व त्याच्या घरमालकाला पुढच्या आठवड्यात भेटायला बोलावलं. हे प्रकरण परस्पर सामंजस्याने कसं मिटवता येईल या संदर्भात मी मनाशी काही विचार करून ठेवला होता; पण प्रत्यक्षात त्या भाडेकरूने त्या घरमालकाचं देणं का नाही दिलं त्या पाठीमागचं त्यानं सांगितलेलं कारण ऐकताच मी आखलेले सगळे बेत

धुळीला मिळाले. त्याने मला असं सांगितलं की, त्या घरमालकाची थकबाकी चुकती करण्यासाठी त्याने आपल्या स्वतःच्या पत्नीला वीस दिवस त्याच्याकडे राहायला पाठवलं होतं; त्यामुळे आता आपण त्या घरमालकाचं काहीही देणं लागत नाही, असं त्याचं म्हणणं होतं.

ते ऐकून मी क्षणभर हतबुद्धच झालो. आधी तर मला वाटलं, माझीच ऐकण्यात काहीतरी चूक झाली असावी; पण मग तो जे काही सांगत होता, त्याचं मी त्याच्याकडे स्पष्टीकरण मागितलं. त्याने मला असं सांगितलं की, त्याच्या मुलीच्या लग्नासाठी त्याने त्या घरमालकाकडून पैसे कर्जाऊ घेतले होते; पण ते पैसे तो वेळेत फेडू शकला नाही; त्यामुळे त्याने आपल्या पत्नीला त्या घरमालकाकडे आणखी थोडी मुदत मागण्याच्या उद्देशाने पाठवलं. त्यानंतर त्यानं मला असंही सांगितलं की, त्याच्या पत्नीमध्ये आणि त्या घरमालकामध्ये हळूहळू मैत्री झाली आणि ती वाढीस लागली. अर्थात त्यावेळी त्याला स्वतःला या गोष्टीची अजिबात कल्पना नव्हती; पण काही दिवसांनी त्याला जेव्हा हे कळलं तेव्हा त्याचं आणि त्याच्या पत्नीचं त्या गोष्टीवरून भांडण झालं. रागाच्या भरात त्याची पत्नी त्याला सोडून त्या घरमालकाकडे जाऊन राहिली. ती वीस दिवस त्याच्याकडे होती.

त्याचं असं म्हणणं होतं की, आपली पत्नी वीस दिवस त्या घरमालकाकडे राहिली असल्यामुळे आता आपण त्याचं काहीही देणं लागत नाही. त्यानंतर तो आपल्या तीन मोठ्या मुलांना घेऊन माझ्याकडे आला. त्या तिघांनीही आपल्या वडिलांच्या म्हणण्याला दुजोरा दिला. आपल्या आईचे त्या घरमालकाशी अनैतिक संबंध असल्याचं त्यांनी मला सांगितलं. हा सर्व प्रकार चालू असताना तो घरमालक नुसता गप्प बसून होता. त्याने एकदाही तोंड उघडून स्वतःची बाजू मांडण्याचा प्रयत्न केला नाही.

मी या सगळ्या बाबतीत त्या स्त्रीचं काय म्हणणं आहे, ते ऐकायचं ठरवलं. तिनं तर मला कहाणीची वेगळीच बाजू ऐकवली. आपला जन्म राजस्तानमधील एका गरीब घरात झाला असल्याचं तिने सांगितलं. वयाच्या दहाव्या वर्षीच तिचं लग्न करून देण्यात आलं होतं. लग्नाच्या पहिल्याच रात्री आपला पती दारूच्या पूर्ण आहारी गेलेला आहे, हे सत्य तिला समजलं. वयाने ती इतकी लहान होती की, काही बोलूही शकली नाही आणि करूही शकली नाही. तिला खूप लहान वयात दिवस राहिले. ती पंधरा वर्षांची असताना दोन मुलांची आई होती. आता कुटुंबाचा पसारा वाढत चालला होता; तसा घरखर्चही वाढला होता. तिचा नवरा घरखर्चाचं निमित्त सांगून, लोकांकडून पैसे उसने आणून ते सगळे दारूवर उडवायचा. त्याच्या अशा वागण्याने त्यांच्या डोक्यावर कर्जाचा मोठाच बोजा झाला होता. हळूहळू लोकांनी त्याला उसने पैसे देणं बंद केलं. त्यांची परिस्थिती इतकी हलाखीची बनली

की, मुलांना दोन वेळा पोटभर जेवणसुद्धा मिळेना. शिवाय तिचा नवरा तिला मारहाणही करत असे. एक दिवस तो तिला म्हणाला, 'आता आपल्या पुढच्या अडचणी सोडवणं फक्त तुझ्याच हाती आहे; फक्त एक रात्र सावकाराकडे राहून ये, म्हणजे तो पुन्हा पैशांचा विषयही काढणार नाही.' आपल्या नवऱ्याचं हे वक्तव्य ऐकून तिला धक्काच बसला; पण त्याच्या म्हणण्यापुढे मान तुकवण्यावाचून तिच्यासमोर दुसरा काही पर्यायही नव्हता. उघड्या डोळ्यांनी पोटच्या पोरांचे हाल तिला बघवत नव्हते.

आपण फक्त एवढं एकदा आणि एकदाच आपल्या नवऱ्याचं म्हणणं ऐकायचं असं समजून ती एका रात्रीपुरती सावकाराकडे गेली; पण ही तर नुसती सुरुवात होती. तिच्या नवऱ्याला अनेकांची देणी होती. त्या सर्वांकडेच तिला जावं लागत होतं. काही काळाने काय चूक, काय बरोबर याचा आपल्याला विसर पडल्याचं तिने मला सांगितलं.

त्यामुळे ते कर्ज माफ करून घेण्यासाठी जेव्हा तिच्या नवऱ्याने तिला त्या घरमालकाकडे पाठवलं, तेव्हा पुढचा-मागचा काहीही विचार न करता ती गेली; पण यापूर्वी अशा बाबतीत तिला जे काही अनुभव आले होते, त्यापेक्षा आत्ताचा अनुभव फार वेगळा होता. त्या घरमालकाला तिची खरोखर काळजी वाटली. त्याने तिला पैसे देऊन स्वतःवर उपचार करून घेण्यास सांगितलं. ती आजारी होती, हे घरातल्या कुणाच्या लक्षातही आलं नव्हतं.

काही दिवसांतच ती घरमालकाशी मनमोकळेपणे बोलू लागली, आपल्या व्यथा-वेदना त्याला सांगू लागली. तिचं आणि त्या घरमालकाचं लफडं असल्याची बातमी सगळीकडे पसरली. तिची मुलंसुद्धा आता तिचा रागराग करू लागली. ती मुलं घरमालकाशी जाऊन भांडली; त्यामुळे त्याने त्यांना घर रिकामं करायला सांगितलं.

ती मला ही कहाणी सांगत असताना मी तिच्या चेहऱ्याकडे निरखून पाहत होतो. तिच्या चेहरा कोरडा होता, त्यावर कसलेही भाव नव्हते. जणू काही ही कहाणी आजवर तिने कित्येकदा सांगितली असावी, असं वाटत होतं. आपलं त्या घरमालकावर प्रेम असल्याची तिने माझ्याजवळ कबुली दिली. आपल्याला आता आपल्या नवऱ्याकडे परत जायचं नसून त्याच्यापासून घटस्फोट हवा असल्याचं तिचं म्हणणं होतं.

त्या दोघांतल्या संबंधांविषयी त्या घरमालकाला ठामपणे काहीच सांगता आलं नाही; पण त्याला तिची प्रचंड काळजी वाटत होती, हे मात्र उघड होतं. तिच्या नवऱ्याला मात्र समाजात होत असलेल्या बदनामीचीच काळजी होती. केवळ ती टाळण्यासाठीच त्याला तिने घरी परत यावं, असं वाटत होतं. मी गोंधळून गेलो.

चूक काय, बरोबर काय; यात चूक कोणाची, हे कोडं काही म्हटल्या काही सुटत नव्हतं. मग त्या सर्वांनाच मी त्यांच्या निर्णयाचे काय परिणाम होऊ शकतात, हे समजावून सांगितलं. अजूनही ते तिघं समुपदेशनासाठी माझ्याकडे येतात आणि काही दिवसांतच मी हा गुंता सोडवू शकेन, अशी मला आशा आहे.

कुठं चुकलं?

● परावलंबी स्त्रियांचा फायदा घ्यायला समाजात खूप माणसं टपलेली असतात.

● अनीतिमान पती स्वत:च्या स्वार्थासाठी आपल्या पत्नीचा एक उपभोगाची वस्तू म्हणून उपयोग करून पैसे मिळवण्यासही कमी करत नाहीत.

आई-वडील की हैवान?

मी २३ वर्षांची मुलगी आहे. मी उत्तर प्रदेशातील एका कनिष्ठ मध्यमवर्गीय कुटुंबामधून आले आहे. माझ्या आई-वडिलांनी मी जन्मत:च मला टाकून दिलं होतं; त्यामुळे माझ्या आजी-आजोबांनी म्हणजे माझ्या आईच्या आई-वडिलांनी माझा सांभाळ केला. त्यांनी मात्र मला इतकं भरभरून प्रेम दिलं की, माझ्या आई-वडिलांची उणीव त्यांनी मला कधीच भासू दिली नाही. त्यांनी आपल्या ऐपतीनुसार मला जास्तीतजास्त चांगलं शिक्षण दिलं. माझ्या आई-वडिलांनी कधी माझी चिंता केली नाही की अनेक वर्षं साधी विचारपूससुद्धा केली नाही; पण माझी बारावीची परीक्षा झाली आणि सगळंच चित्र पालटलं. त्यावेळी अचानक माझे आई-वडील माझ्या आजी-आजोबांच्या दारात येऊन उभे राहिले आणि मला आपल्याबरोबर घेऊन गेले. नशिबाने बारावीची परीक्षा झाल्यानंतर स्वत:च्या पायावर उभी राहण्याच्या उद्देशाने मी खासगी शिकवण्या घेण्यास सुरुवात केली होती. मला तीन लहान भाऊ होते; पण ते मला सर्वस्वी परके होते. या घरचं कुणीच माझ्याशी मायेनं वागत नसे. मला माझ्या आजी-आजोबांची सतत आठवण यायची. मी कधीकधी त्यांना भेटायला जात असे. अशीच एक दिवस मी त्यांना भेटून घरी परत आले, तर माझी आई माझ्यावर खूप चिडली. मी तिला घरकामात मदत करावी आणि मी शिक्षण सोडून द्यावं, असं तिचं म्हणणं होतं. ते ऐकून मला धक्काच बसला. मी पदवीचं शिक्षण घेत होते. मला शिकवण्या करून जे पैसे मिळत त्यातून मी माझ्या शिक्षणाचा खर्च भागवत होते. मग मी तिला घरकामात मदत करण्यास सुरुवात केली.

माझ्या वडिलांच्या कामाचं स्वरूप नक्की काय होतं, हे मला पडलेलं एक कोडंच होतं. काही दिवसांनंतर मला समजलं की, माझे आई आणि वडील हे दोघंही अनेकदा तुरुंगाची हवा खाऊन आले होते. माझे भाऊसुद्धा काहीही कामधंदा न करता दिवसभर नुसते उनाडक्या करत हिंडत असत. मी स्वत:साठी

एक अर्धवेळ नोकरी शोधली. मला नोकरी मिळताच मी मोठ्या उत्साहाने ती बातमी घरी येऊन सांगितली; पण मी नोकरी शोधण्याआधी माझ्या वडिलांची परवानगी घेतली नव्हती; त्यामुळे त्यांनी मला बेदम मारलं. त्यानंतर माझ्या आई-वडिलांनी माझं लग्न करून द्यायचं ठरवलं. मला काय करावं ते सुचेना. मग मी माझ्या आजी-आजोबांचा सल्ला घेण्यासाठी गेले; पण मला मदत करायची त्यांना भीती वाटत होती. मी माझी नोकरी तशीच चालू ठेवली. घरात रोज माझा छळ होतच होता. माझे भाऊसुद्धा मला मारहाण करण्याची एकही संधी सोडत नसत. ती तीन वर्षं हा माझ्या आयुष्यातला सर्वांत भयंकर काळ होता; पण मी तसंच शिक्षण पूर्ण करून पदवी प्राप्त केली. आता मला पूर्ण वेळाची नोकरी मिळाली. आता माझे आई-वडील माझ्याकडे माझ्या पगाराच्या पैशांची मागणी करू लागले. मी त्यांना माझ्या पगारातला काही हिस्सा देतच होते, पण त्यांना आणखी हवा होता. मग मी अर्धा पगार त्यांच्या हवाली करू लागले; तरीही त्यांचं समाधान होईना. मग मी माझ्या हक्कांसाठी लढा देण्याचा निर्णय घेतला; काही महिने ते शांत होते. त्यांनी माझ्यासाठी एक मुलगा शोधून काढला. त्या मुलाविषयी लोक बरं बोलत नसत. आपण घरातून सरळ पळून जावं, असाही विचार मनात डोकावून गेला; पण तसं काही न करता, पुढे काय घडतं याची वाट बघत राहिले.

एक दिवस त्यांनी त्या मुलाला घरी बोलावून घेतलं आणि मला त्याच्या सोबत फिरायला जाण्याचा आग्रह केला. मी नकार देताच त्यांनी मला मारहाण केली. मी ताबडतोब पोलिसांना फोन केला. त्यांनी माझी वैद्यकीय तपासणी केली. माझ्या आई-वडिलांना काही तासांसाठी तरी पोलिसांनी कोठडीत डांबून ठेवलं. त्यानंतर त्यांच्याशी समझोता करण्यासाठी पोलीस अधिकाऱ्यांनी मला बोलावून घेतलं. मी खूप विरोध केला. मला त्यांच्याशी मुळीच समझोता करायचा नव्हता; पण पोलिसांनी मला तसं करायला भाग पाडलं. मला पुन्हा कधीही त्रास दिला जाणार नाही, असं त्यांनी माझ्या आई-वडिलांकडून लेखी पत्र घेतलं; पण माझा काही त्या गोष्टीवर विश्वास नव्हता. मी माझ्या काही मित्र-मैत्रिणींपाशी माझं मन मोकळं केलं. त्यांनीच मला कराला-मांजरी येथे असलेल्या नवज्योती कौटुंबिक सल्ला केंद्राशी संपर्क साधण्याचा सल्ला दिला. तेथील समुपदेशकांनी माझ्या केसमध्ये लक्ष घातलं आणि आधार केंद्रात माझी राहण्याची सोयसुद्धा करून दिली.

कुठं चुकलं?

- जर आई-वडीलच बेजबाबदार असतील तर मुलाने कुठे जायचं?
- एखाद्या मुलाचे आई-वडीलच त्याचा छळ करत असतील यावर समाजाचा सहसा विश्वास बसत नाही.
- आज-कालच्या शिक्षकांनी विद्यार्थ्यांच्या समुपदेशकाची भूमिकासुद्धा पार पाडण्याची गरज आहे.

आपल्या माणसांनीच फसवलं

मी उत्तर प्रदेशातील एका मध्यमवर्गीय कुटुंबातील मुलगी आहे. मी तेवीस वर्षांची आहे. मी लहान वयातच माझ्या आई-वडिलांच्या प्रेमाला पारखी झाले. मी अवघ्या काही महिन्यांची असताना माझ्या वडिलांचं निधन झालं आणि त्या धक्क्यानं माझ्या आईच्या मनाचा तोल ढळला. मग माझ्या आजोबांनी (म्हणजे वडिलांच्या वडिलांनी) माझ्या आईला माझ्यासह घराबाहेर काढलं. नशिबानं माझ्या दुसऱ्या आजोबांनी (म्हणजे आईच्या वडिलांनी) आम्हाला आसरा दिला. आमचा सांभाळ केला. खरं तर त्यांना अजून दोन मुली होत्या; पण तरीही त्यांना आमच्या जबाबदारीचं ओझं होत असल्याचं त्यांनी आम्हाला कधीच जाणवू दिलं नाही. माझ्या मावशांनी मला सांभाळून लहानाचं मोठं केलं. काही दिवसांनी त्यांची लग्नं होऊन त्या सासरी गेल्या. मी दहावीची परीक्षा उत्तीर्ण होईपर्यंत सारं कसं सुरळीत चालू होतं.

अकरावीत मला शाळा बदलावी लागली. ती आमच्या घरापासून बरीच दूर होती. माझी आई तर भानावरच नसायची. तिचं मानसिक संतुलन ढळलेलं होतं. माझे आजी-आजोबापण आता म्हातारे झाले होते; त्यामुळे माझ्या मावशीनं असं सुचवलं की, आम्ही तिच्या घराजवळच घर घेऊन राहावं. (मावशी आणि काकांना मूलबाळ नव्हतं.) म्हणजे तिला माझी, माझ्या आईची, आजी-आजोबांची काळजी घेणं सोपं गेलं असतं. माझ्या आजोबांनी ते मान्य केलं. त्यांनी स्वतःची आयुष्यभराची पुंजी खर्च करून एक घर विकत घेतलं. आम्ही तिथे राहायला गेलो. माझे आजोबा त्यानंतर अगदी थोड्याच महिन्यांत निवर्तले. आम्ही या घरात राहायला आल्यापासून माझे काका म्हणजे माझ्या मावशीचे पती वारंवार आमच्या घरी येऊ लागले होते. ते व्यवसायानं वकील होते.

एक दिवस मी शाळेतून घरी आले, तर काका माझ्या खोलीत बसले होते. माझे आजोबा काही कामासाठी बाहेर गेले होते. त्यानंतर जे घडलं, त्याची मी कधी स्वप्नातही कल्पना केली नव्हती. काकांनी माझ्याशी अतिप्रसंग करण्याचा प्रयत्न

केला. मी कशीबशी त्यांच्या तावडीतून सुटले. तेवढ्यात घरी परत आलेल्या आजोबांनी सगळं काही पाहिलं. माझ्या मावशीनं माझं ताबडतोब लग्न लावून द्यायला हवं, असं आजोबांना सुचवलं. तिनंच एक स्थळसुद्धा आणलं. ती माणसं तिच्या चांगल्या परिचयाची असल्याचं तिनं सांगितलं. लगेच पुढच्याच आठवड्यात माझं लग्न उरकून घ्यायचं ठरलं.

मी अक्षरश: हतबुद्ध झाले; पण मला तर काही मत व्यक्त करण्याचं स्वातंत्र्यच नव्हतं. खरं तर माझ्या आजोबांनी माझं इतक्या लहान वयात लग्न लावून देण्याची मुळीच इच्छा नव्हती; पण ते इतके वयस्कर होते की, त्यांनी या लग्नाला काहीही विरोध दर्शवला नाही. त्यांच्यानंतर या दुष्ट जगात मी अगदीच एकटी पडेन याची त्यांना भीती वाटत होती. त्यावर माझं लग्न करून देणं हा एकच उपाय असल्याचं त्यांनी मला पटवून दिलं.

तरीही माझ्या आजोबांना घडलेल्या प्रकाराचा जो धक्का बसला होता, त्यातून ते काही सावरू शकले नाहीत. त्यांचा दुसऱ्याच दिवशी मृत्यू झाला; पण तरीही माझं ठरलेलं लग्न मात्र पुढे ढकलण्यात आलं नाही. अगदी साध्या पद्धतीनं माझं लग्न लावून देण्यात आलं.

माझ्या लग्नानंतर माझ्या आयुष्यातील दुर्धर काळाची सुरुवात झाली. मी लग्नात माहेराहून काहीच हुंडा आणला नव्हता. त्याबद्दल मला टोचून बोलण्याची आणि माझ्यावर तोंडसुख घेण्याची एकही संधी माझ्या सासरचे लोक सोडत नसत. माझा नवराही त्यांना सामील होता. त्यांनी मला असं सांगितलं की, माझ्या मावशीनं माझ्या लग्नात त्यांना भरपूर हुंडा देण्याचं मान्य केलं होतं; पण प्रत्यक्ष वेळ आल्यावर मात्र तिनं हुंडा दिलाच नव्हता. त्याबद्दल त्यांनी माझ्या मावशीशी आणि काकांशी बोलायचा प्रयत्न केल्यावर त्या दोघांनी माझ्या सासरच्या माणसांचं म्हणणं धुडकावून लावलं होतं. मावशी आणि काकांची माझ्याशी कोणत्याही प्रकारचा संबंध ठेवण्याची इच्छा नव्हती. काही दिवसांनी माझ्या आईची काळजी घेण्याचं निमित्त काढून मावशी आणि काका आमच्या (म्हणजे माझ्या माहेरच्या) घरी राहू लागले.

आता मी अगदी एकटी पडले होते. माझं रक्षण करायला कुणीच नव्हतं. मी मुकाट्याने सगळा छळ सहन करत जगत होते. माझ्यासमोर दुसरा काही पर्यायच नव्हता. माझ्या मावशीला आणि काकांना माझ्याशी काहीच देणंघेणं नव्हतं. माझ्या सासरच्यांनी माझा कितीही छळ केला, तरी त्याचा मावशी आणि काकांवर काहीच परिणाम होत नव्हता. अखेर संतप्त होऊन माझ्या सासरची माणसं माझ्या मावशीला व काकांना भेटायला गेली. त्यांच्या अशा वागण्याचा फार वाईट परिणाम होणार असल्याची त्यांना धमकी देऊन माझे सासू-सासरे परत आले. तरीही मावशी आणि काकांच्या वागण्यात काहीच फरक पडला नाही. अखेर माझ्या पतीनं घटस्फोटाचा दावा लावला. माझ्यावर दडपण

आणून त्यांनी परस्पर सामंजस्यानं आमचा घटस्फोट घडवून आणला.

घटस्फोटानंतर मी माहेरी परत येऊन मावशी व काकांबरोबर राहू लागले. त्या सुमारास एक तरुण वारंवार आमच्या घरी येत असे. त्यानं माझ्याशी मैत्री वाढवण्याचा बराच प्रयत्न केला. या घरात माझे काका मला सुखानं जगू देणार नाहीत, असं त्यानंच मला सांगितलं. त्यापेक्षा मी त्याच्याबरोबर घरातून पळून जावं आणि त्याच्या मदतीनं एखादी नोकरी मिळवावी, असं त्याचं म्हणणं होतं. तो मला त्याच्या गावी नेणार होता. माझीसुद्धा स्वतःच्या पायावर उभं राहण्याची इच्छा होतीच. मग मी माझ्या मावशीकडे थोडे पैसे मागितले. त्यावर तिनं पैसे तर दिलेच नाहीत. उलट माझीच खरड काढली. माझा मालमत्तेवर काहीही हक्क नसल्याचं तिनं बजावलं. घटस्फोटानंतर मला माझे दागिने परत मिळाले होते. ते मी तिच्याकडेच ठेवायला दिले होते. निदान ते तरी तिनं परत द्यावेत, अशी मी विनंती केली; पण तिनं तीसुद्धा धुडकावून लावली. ते दागिने लग्नात तिनंच मला घातलेले असल्यामुळे त्यांच्यावर माझा काहीही हक्क नव्हता, असं तिचं म्हणणं होतं.

मग त्या तरुणाबरोबर मी रिकाम्या हातानंच त्याच्या घरी गेले. त्यानं मला एका पी.सी.ओ.मध्ये नोकरी मिळवून दिली. (पी.सी.ओ. म्हणजे पब्लिक कॉल ऑफिस. येथून लोक स्थानिक राष्ट्रीय आणि आंतरराष्ट्रीय टेलिफोन कॉल्स करू शकतात.) काही दिवस सारं काही ठीक चाललं होतं. मग एक दिवस टेलिफोनवर त्या माणसाचं माझ्या मावशीची चालू असलेलं संभाषण माझ्या कानावर पडलं. त्यानं मी पार हादरून गेले. मला एक सत्य कळून चुकलं होतं. माझा खून करण्यासाठी माझ्या मावशीनं त्याला सुपारी दिलेली होती. माझ्या मृत्यूनंतर माझ्या आजोबांची सगळी मालमत्ता हडप करण्याचा मावशीचा डाव होता. ते राहतं घर माझ्याच नावावर होतं. ते मावशी व काकांना हवं होतं.

मी संधी मिळताच त्या माणसाच्या घरातून निसटले; पण त्यानं माझा पत्ता मिळवला. मला परत आणण्यासाठी त्यानं माझ्या मागावर काही गुंड धाडले. ते मला पकडणार इतक्यात एका तरुणानं माझी सुटका केली. तो मला त्याच्या घरी घेऊन गेला. मी त्याच्यावर पूर्ण विश्वास टाकून माझी सगळी कहाणी त्याला सांगितली.

मी काही दिवस त्याच्या घरी राहिले. तो बड्या घरचा होता. पुढे त्यानं मला लग्नाची मागणी घातली. मला पण तो आता आवडू लागला होता. मलाही त्याच्याशी लग्न करायचं होतं; पण त्याच्या घरच्या लोकांना ते मान्य नव्हतं. मग त्यानं माझ्यासाठी त्याचं घर सोडलं. आम्ही मंदिरात जाऊन साध्या पद्धतीनं विवाहबद्ध झालो. त्याच्या गावाच्या जवळच एक लहानसं घर भाड्यानं घेऊन आम्ही राहू लागलो. त्यानंही एक चांगली नोकरी धरली. तो परत कधीच स्वतःच्या घरी गेला नाही. मला मात्र मनातून सतत माझ्या आईची चिंता वाटायची.

एक दिवस मी धीर गोळा करून माझ्या मावशीला फोन केला. तिनं माझी माफी मागून मला घरी बोलावलं. मी माझ्या नवऱ्याला घेऊन तिला भेटायला गेले. माझ्या मावशीनं आम्हा दोघांच्या राहण्याची सोय घरी न करता एका गेस्ट हाउसमध्ये केली. तिनं तसं का केलं असावं, हे काही मला कळेना. थोड्याच दिवसांत आम्ही कुठेही बाहेर निघालो की, काही लोक आमचा पाठलाग करत असल्याचं आमच्या लक्षात आलं. त्यांचं वागणं आम्हाला संशयास्पद वाटलं. इथे नक्कीच काहीतरी पाणी मुरतंय अशी आमची खात्री पटली; पण त्यांचा कोणताही डाव यशस्वी होण्यापूर्वी आम्ही माझ्या आईला घेऊन तिथून पळ काढला. आम्ही जवळच्या रेल्वे स्टेशनकडे निघालो असताना काही गुंडांनी आमच्यावर हल्ला केला. त्यांनी माझ्या नवऱ्याला तर मारहाण केलीच पण आमच्या जवळचे सर्व पैसे लुबाडले. आम्ही जीव मुठीत धरून कशीबशी दिल्लीची ट्रेन पकडली.

आमच्याकडे अक्षरशः फुटकी कवडीसुद्धा नव्हती. कुणीतरी आम्हाला जहांगीरपुरीमधील नवज्योती कौटुंबिक सल्ला केंद्रात जाऊन मदत मागण्याचा सल्ला दिला. तिथल्या समुपदेशकांनी धावपळ करून माझ्या आईची एका वृद्धाश्रमात राहण्याची सोय केली. माझ्या नवऱ्याला नोकरी मिळवून देण्यासाठीसुद्धा त्यांनीच मदत केली.

मी ज्या कुणावर विश्वास टाकला, त्यांच्यापैकी जवळजवळ सर्वांनीच माझी फसवणूक केली. आता माझा आयुष्यात कुठल्याच गोष्टीवर विश्वास राहिला नव्हता; पण अखेर माझ्या मदतीला खरोखरच कुणीतरी धावून आलं होतं. माणसांच्या माणुसकीवरून उडून गेलेला माझा विश्वास आता हळूहळू परत येऊ लागला होता. आता माझ्या आयुष्यात खरोखरच सकारात्मक बदल घडून येईल, असा मला विश्वास वाटू लागला आहे.

कुठं चुकलं?

- दुर्बल व्यक्तींवर नेहमीच अन्याय होत असतो.
- दुष्प्रवृत्त माणसं स्त्रियांशी अतिप्रसंग करण्याची संधी सोडत नाहीत.
- बळी तो कान पिळी आणि दुर्बलांना सबल नेहमी दडपशाहीची वागणूक देणार, हा जंगलाचा कायदा आहे.

भाग : २

स्त्रियांचे प्रश्न

केसानं गळा कापला...

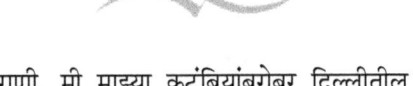

माझं नाव राणी. मी माझ्या कुटुंबियांबरोबर दिल्लीतील एका छोट्याशा वसाहतीत राहते. काही वर्षांपूर्वी प्रदीर्घ आजारात माझे वडील वारले. घराची चूल पेटती ठेवण्यासाठी माझ्या आईनं कामं धरली. माझा मोठा भाऊ सुद्धा नोकरी करून कुटुंबाला हातभार लावतो. माझ्या दोन लहान बहिणी व भाऊ यांचं अजून शिक्षणाच्या बाबतीत काय करायचं– चालू ठेवायचं का बंद करायचं– तेच ठरलेलं नव्हतं. मी मात्र पाचव्या इयत्तेनंतर शाळा सोडली.

माझ्या वडिलांच्या निधनानंतर आमची आर्थिक परिस्थिती अत्यंत हलाखीची झाली. मी काहीतरी काम शोधावं आणि मिळवायला सुरुवात करावी, असं आईचं मत होतं. आमच्या जवळच्या एका कारखान्यात मला नोकरी लागली. मला सुरुवातीचे काही महिने प्रशिक्षण देण्यात आलं व नंतर माझी नोकरी कायम झाली. तेथे माझ्यासारख्या जवळपास दोनशे मुली कामाला होत्या. तेथेच सुनीता ही सुद्धा कामाला होती. ही साधारण पंचविशीच्या घरात असेल. माझी तिच्याशी मैत्री झाली. तिचं घर आमच्या घराच्या जवळच होतं. त्यामुळे आम्ही बरोबर घरी परतू लागलो. असंच एक दिवस सकाळच्या वेळी तिने तिच्या भावाशी– म्हणजे प्रकाशशी– माझी ओळख करून दिली. प्रकाश रोज सकाळी बहिणीला सोडायला कारखान्यात यायचा, त्यातूनच आमची ओळख वाढत गेली.

सुनीताच्या भावाला माझ्याशी मैत्री करायची इच्छा होती, असं तिनेच मला सांगितलं. ते काही मला नीटसं समजलं नाही, कारण आमची मैत्री तर आता होतीच. पण कदाचित मैत्रीचा अर्थ काही लोकांच्या मनात काहीतरी वेगळा असेल, तो आपल्याला नीट माहीत नसेल, असं मला वाटलं. प्रकाशला खरंखुरं जाणून घेण्याची इच्छा तर मलाही होतीच. पुढे पुढे मी त्याच्यात इतकी गुंतत गेले की प्रकाशशी मैत्री करून मला जे काही मिळतंय तो आनंद नसून केवळ दु:खच आहे, याची जाणीवही मला तेव्हा झाली नाही.

मी, प्रकाश आणि सुनीता बरोबर अनेकदा बाहेर फिरायला जाऊ लागले. पुढे काही दिवसांनी मी व प्रकाश एकटेच, सुनीताला न घेता जाऊ लागलो. हे सगळं माझ्या आयुष्यात नव्यानं घडत होतं. या प्रकारच्या जगाची ओळखही मला नव्हती. मला वाटलं, इतर तरुण मुलींच्या आयुष्यातही हे असं काहीतरी घडतच असेल. एक दिवस प्रकाशने त्याचं माझ्यावर प्रेम असल्याचं सांगितलं आणि मी भेदरले. दूर झाले. या असल्या गोष्टींचा मला काहीही अनुभव नव्हता. फार मोठ्या प्रयत्नांनी मी कामावर जाऊ लागले. पुढे काय घडणार याची भीती मनात बाळगून! सुनीताने प्रकाशची बाजू मला समजावून सांगण्याचा प्रयत्न केला. तिला माझं मन वळवण्यात यश आलं व मी अधिकाधिक काळ प्रकाशच्या संगतीत घालवू लागले. आमच्या भेटीगाठी अधिक सुकर करण्यासाठी ती आता नेमाने आमच्या घरी ये-जा करू लागली. लवकरच प्रकाशचाही आमच्या कुटुंबाशी घनिष्ठ परिचय झाला. मी जेव्हा कधी प्रकाशबरोबर वेळ घालवे, तेव्हा त्याने मला दहा रुपये बक्षिसी देण्यास सुरुवात केली. 'तू कामावर जाऊ नकोस व माझ्यासोबत थांब,' असं त्याचं म्हणणं असायचं. 'तुला कारखान्यात जेवढा पगार मिळतो, तेवढे पैसे मीच तुला देत जाईन, म्हणजे तुझ्या आईला संशय यायला नको.' मी जेव्हा कधी कामावर खाडा करत असे, तेव्हा आपण कोणाचं काही नुकसान तर करत नाही, अशी भावना माझ्या मनात असे. मी कामावर जेवढे दिवस खाडा करेन, तेवढ्या दिवसाचा पगार ते कापत. पण मी मात्र संपूर्ण महिन्याचा पगार आईच्या हातात ठेवत होते. शिवाय प्रकाश मला प्रत्येक दिवसाचे दहा रुपये द्यायचा, ते वेगळंच. परंतु एक दिवस अघटित घडलं. माझ्या काकांना आजारपणामुळे हॉस्पिटलमध्ये ठेवावं लागलं. माझी आई दिवसभर त्यांच्याजवळ थांबली होती. तिला विश्रांती मिळावी म्हणून रात्री हॉस्पिटलमध्ये थांबण्याची प्रकाशने तयारी दाखवली. त्या रात्री मी सुनीताच्या घरी राहायला जावं, अशी सुनीतानं माझ्या आईची परवानगी काढली. ठरल्याप्रमाणे मी तिच्या घरी गेले. सुनीताने स्वयंपाक केला व आम्ही दोघी एकत्र जेवलो. जेवण होताच मला कसंतरी वाटू लागलं. आपल्याला काय होतंय, ते मला कळेना. 'तू दमली असशील तेव्हा कपडे बदलून झोप,' असं सुनीतानं मला सांगितलं. मी अंथरुणावर अंग टेकलं आणि अक्षरश: अर्धमेल्या स्थितीत झोपले. बहुदा माझी शुद्ध हरपली असावी. आजूबाजूला काय घडतंय ते काहीही मला समजत नव्हतं. मला भीतीदायक स्वप्नं पडत होती की माझ्यावर कुणी अत्याचार करीत होतं, हेही मला कळत नव्हतं. अखेर मला झोपेतून जाग आली. डोळे उघडून पाहते, तो प्रकाश अंथरुणावर माझ्या शेजारीच झोपला होता. मी उठून बसले आणि शरीरात जणू वेदनांचं मोहळ उठलं. मला प्रचंड प्रमाणात रक्तस्राव होत होता. ते पाहून मला धक्काच बसला. मला मादक द्रव्य देण्यात आलं होतं व रात्रभर माझ्यावर अत्याचार करण्यात आले होते.

मी तात्काळ उठून स्वयंपाकघरात गेले. सुनीता शांतपणे स्वयंपाकाला लागली होती. जणू काही काहीच घडलेलं नसावं, अशी. मी माझ्या बाबतीत जे काही घडलं ते तिला सांगितल्यावर तिनं मलाच वेड्यात काढलं. 'तुला भ्रम झालाय,' असं ती म्हणाली. आपला भाऊ आत्ताच दमून भागून हॉस्पिटलमधून आला आहे आणि घरात झोपायला दुसरी जागा नसल्यामुळे माझ्या शेजारी तो झोपला असल्याचं तिनं सांगितलं. मला जो रक्तस्राव सुरू झाला होता त्याबद्दल तिचं म्हणणं होतं, अचानक माझी पाळी सुरू झाली असेल. पण ते काही मला पटलं नाही. थोड्या वेळाने प्रकाश उठला व ऑफिसला जाण्यासाठी तयार झाला. मला घडल्या प्रकाराची इतकी शरम वाटत होती की, मी त्याला काहीही विचारू शकले नाही. काय घडलं, ते मला माहीतच होतं, पण मी भयभीत झाले होते.

भीतीपोटी घडल्या गोष्टीची वाच्यताही मी आईपाशी केली नाही. काही दिवसांनी मी परत कामावर जाण्यास सुरुवात केली व परत एकदा अत्यंत विचित्र अशा पेचप्रसंगात सापडले. मी प्रकाशला भेटणं का टाळते आहे, असं सुनीता मला सारखी विचारे. माझ्या बाबतीत जे काही घडलं होतं, त्यात गैर काहीच नाही, आजकाल सगळ्याच मुलींच्या आयुष्यात ते घडत असतं– असंही तिनं मला समजावलं. काहीशा अनिच्छेनंच मी परत प्रकाशच्या सहवासात वेळ घालवू लागले व नकळत त्याच्याकडे ओढली गेले. पण आता प्रकाशनं मला लग्नाचं वचन द्यावं, असं मला वाटत होतं.

एकदा माझं प्रकाशशी लग्न झालं की माझ्या आयुष्याला लागलेला कलंक आपोआप दूर होईल, असं मला वाटत होतं. मी त्याच्याकडे लग्नाचा विषय काढताच तो राजी झाला खरा– पण त्याच्या काही अटी होत्या. 'तू तुझ्या आईचं घर कायमचं सोडून आधी आमच्याकडे राहायला आलं पाहिजेस,' असं त्याचं म्हणणं होतं. त्यानं अलीकडे माझ्या आईविरुद्ध माझे कान भरवण्यास सुरुवात केली होती. माझाही त्याच्यावर विश्वास बसू लागला होता. मी जशी मनानं आईपासून दूर जाऊ लागले, तशी बारीकसारीक गोष्टींसाठी सुद्धा मी प्रकाशवर अवलंबून राहू लागले. मी जास्तीत जास्त काळ त्याच्या सहवासात व्यतीत करू लागले. तोही माझ्या शरीराचा हवा तसा उपभोग घेऊ लागला. पण ते ऐकून घेणं मला भाग होतं, कारण जर का त्यानं लग्नाला नकार दिला असता, तर माझं जगच उद्ध्वस्त झालं असतं.

एक दिवस त्यानं मला माझ्या घरी परत जाण्याऐवजी माझ्या एका मैत्रिणीच्या घरी जायला सांगितलं. त्यानं मला असं का करायला सांगितलं, हे काही मला समजेना. पण त्याबद्दल काही विचारण्याची माझ्यात धमक नव्हती. त्या रात्री मी घरी परतले नाही तेव्हा काळजी वाटून माझ्या आईनं पोलिसात तक्रार नोंदवली. तिच्याच विनंतीवरून पोलिसांनी प्रकाशला बोलावून घेतलं. पोलिसांनी त्याला माझ्याविषयी विचारताच त्याने सरळ कानावर हात ठेवले. शिवाय तो ठरल्याप्रमाणे मला

न्यायलासुद्धा आला नाही. अखेर एकदाचा तो मला येऊन भेटल्यावरसुद्धा त्यानं पोलिसांपुढे गेल्यावर काय जबानी द्यायची हे मला पढवलं. त्याच्याच सल्ल्यानुसार मी पोलिसांना सांगितलं : "मी घरातून पळून गेले, त्याचं कारण म्हणजे माझी आई!" परंतु काही स्थानिक लोकांनी मधे पडून माझं मन वळवलं व मी अखेर घरी परत आले. कोणाच्यातरी आग्रहामुळे मी नवज्योती नामक बिगरसरकारी सेवाभावी संस्थेने चालवलेल्या कौटुंबिक सल्ला केंद्राच्या समुपदेशकांना भेटले. मी आजपर्यंत माझं मन कोणापाशीही मोकळं केलं नव्हतं. पण त्या समुपदेशकांच्या आश्वासक वागण्यामुळे मला धीर आला व मी त्यांना सारं काही खरं खरं सांगितलं. त्या समुपदेशकांनी केवळ मला सहानुभूतीच दाखवली असं नाही, तर या प्रकरणी पोलिसांकरवी तपास सुरू करता येईल व त्यासाठी आपण मदत करू, असंही सांगितलं. त्या समुपदेशकांच्या प्रयत्नांमुळे मला प्रकाश अन्तर्यामी कसा आहे, हे समजलं.

त्याला केंद्रात बोलावून घेण्यात आलं. त्याने माझ्यासमोर माझ्याशी काहीही संबंध नसल्याचं खुशाल सांगितलं. उलट त्यानं माझी व माझ्या आईची बदनामी करण्यास सुरुवात केली. मी त्याला एक चपराक मारली. त्यानं माझी घोर फसवणूक केली होती. मला मूर्ख बनवलं होतं. माझ्यासारख्या परिस्थितीत असणाऱ्या इतर मुलींवर काय प्रसंग ओढवत असतील याची तर मला कल्पनाही करवत नाही.

कुठं चुकलं?

- घरी किंवा शाळेमध्ये ज्या मुलींना शिक्षणाची संधी मिळत नाही अशा मुली पापवासनेची शिकार फार सहजगत्या होतात.
- अशा मुलींचा निष्पापपणा, तसेच स्वत:च्या शरीराविषयी असणारं अज्ञान व वैज्ञानिक दृष्टिकोनाचा अभाव यामुळे पुरुष अशा मुलींचा गैरफायदा घेतात.
- निष्पाप व निराधार तरुण मुलींना पुरुष जेव्हा आपल्या वासनेची शिकार बनवतात तेव्हा अशा पुरुषांना या कामी दुसऱ्या स्त्रियाच मदत करतात. स्त्रियाच स्त्रियांच्या वैरी बनतात.

मंदिरात घडलेलं वादळ : पुजारी की पशू?

तुम्ही जर अत्यंत धार्मिक प्रवृत्तीचे हिंदू असाल, तर तुम्ही मला कदाचित पाहिलंही असेल. मी ज्या मंदिरात गेली अनेक वर्षे राहिले त्या मंदिरात तुम्ही जर कधी देवदर्शन व पूजापाठासाठी आला असाल, तर मंदिराच्या शेजारीच उभ्या असलेल्या गृहरचना संस्थेतील घरांच्या फरशा पुसताना तुम्ही मला पाहिलं असेल. कदाचित माझ्या आजीआजोबांना किंवा मामांना तुम्ही वाकून नमस्कारही केला असेल. ते त्या मंदिराचे पुजारी आणि माझा सर्वाधिक छळ ज्यांनी केला ते लोक सुद्धा हेच.

माझं नाव चेतना. मी आता तिशीच्या घरात आहे. माझे वडील सरकारी नोकर होते. माझी आई शिक्षिका होती. मला दोन मोठे भाऊ व एक धाकटी बहीण आहे. ते सर्वजण विवाहित आहेत व मीही विवाहित आहे. होय ना? माझ्या वडिलांना दारूचं व्यसन होतं. ते जवळजवळ रोजच माझ्या आईला मारहाण करत. अखेर मी सात वर्षांची झाल्यावर माझी आई मला माझ्या आजी-आजोबांबरोबर पाठवायला तयार झाली व अशा तऱ्हेने मी दिल्लीत येऊन दाखल झाले. मी त्यांच्या घरी सुखात राहीन, ते माझ्यावर माया करतील व माझ्या सर्व दैनंदिन गरजा पुरवतील असं मला वाटत होतं. तेथे पाच मामा आणि पाच मावश्या आमच्याबरोबर राहत होत्या. त्या सर्वांनी सुरवातीचे काही दिवस माझ्यावर प्रेमाचा वर्षाव केला, परंतु तो झरा लवकरच आटला.

त्यांच्या प्रेमामुळे भारावून जाऊन मीही त्यांना प्रत्येक कामात जमेल तेवढी मदत करण्यास सुरुवात केली. कोणाला प्यायला पाणी आणून दे, तर बाजारातून धावत जाऊन एखादी वस्तू आणून दे, अशी मदत मी करू लागले. माझ्या आजी-आजोबांची अत्यंत प्रतिष्ठित व्यक्तींमध्ये गणना होत असे व त्या मानमरातबामध्ये, कीर्तीमध्ये ते मशगूल होते. माझ्या मामांचे मात्र दुसरेच काहीतरी उद्योग चाललेले असत. लवकरच एक गोष्ट माझ्या लक्षात आली ती म्हणजे मला शाळेला पाठवण्याची त्यांची इच्छाच नव्हती. तसं मलाही त्याचं काही विशेष वाटत नव्हतं.

माझ्या आईने मला शाळेत पाठवण्यासंबंधी त्यांच्याकडे विचारणा केली की, त्यांचं उत्तर ठरलेलं होतं– ''आम्ही तिला बाहेरून परीक्षेला बसवणारच आहोत.'' कदाचित त्यांना असंही वाटत असावं की, चांगल्या घरच्या मुलींनी घराबाहेर पडता कामा नये. माझी आई व भावंडं घरी आपला आपला लढा लढतच होती. त्यामुळे मग त्यांनीही जास्त काळजी केली नाही.

माझा मोठा मामा नेहमीच दारूच्या नशेत असे. एकदा संध्याकाळच्या वेळी त्याने माझ्याशी अतिप्रसंग करण्याचा प्रयत्न केला. ही घटना मी कधीच विसरू शकणार नाही. त्या वेळी जर माझ्या धाकट्या मामाने– जयदीपमामाने हस्तक्षेप केला नसता, तर मी बेशुद्धच पडले असते. पण आपल्या स्वतःच्या मोठ्या भावाशी त्याने माझ्यासाठी झगडा केला. त्यामुळे माझ्या नजरेत तो एकदम हीरो बनला. परंतु ही माझी चूक ठरली. माझी फसवणूक झाली. जयदीपमामाने आता माझ्या मागे लागण्यास, माझ्याकडे वाईट नजरेने पाहण्यास सुरुवात केली. मी वयाने इतकी लहान होते की, मला काहीच समजत नव्हतं. एकदा रात्रीच्या वेळी मी माझ्या खोलीत झोपले होते. मला अचानक जाग आली. माझ्याजवळ कोणीतरी होतं. मी दचकून पाहिलं, तर तो जयदीपमामा होता. मला धक्काच बसला. त्याने एका हातानं माझं तोंड दाबून धरलं व माझ्यावर बलात्कार करण्याचा प्रयत्न केला. मी प्राणपणानं प्रतिकार केला, पण माझं काहीही चाललं नाही. त्यानं माझ्यावर पाशवी बलात्कार केला. मी तेव्हा केवळ तेरा वर्षांची होते. मी जोराजोरात किंचाळत सैरावैरा धावत सुटले, पण माझ्या हाका ऐकायला तिथे कुणीही नव्हतं. माझ्या हातात औषधाची बाटली पडली. ते विष आहे असं समजून मी ते पिऊन टाकलं. मी जेव्हा शुद्धीवर आले तेव्हा कुटुंबातील सर्वांनीच माझ्यावर दारू पिण्याचा आरोप केला. मी अक्षरशः सुन्न झाले. माझं येथून पुढील आयुष्य केवळ नरकसदृश असणार आहे, हे मला पुरतं कळून चुकलं आणि ते खरं ठरलं. त्यानंतर जयदीपमामाने माझा नियमितपणे उपभोग घेण्यास सुरुवात केली. मी जर नकार दिला, तर मला मारहाण होत असे. कोणीही त्याविषयी एक अक्षरही बोलत नसे. माझ्या आजी-आजोबांची तर अशीच समजूत झाली होती की, मला वेड लागलं आहे व घडलेल्या सर्व घटनांना मीच जबाबदार आहे. ते शांतपणे घरातून बाहेर पडून मंदिराकडे जात. तेथे लोक त्यांच्यापुढे आदरपूर्वक मस्तक झुकवून त्यांना अभिवादन करत. जयदीपमामा मला रोज झोपेचं औषध खाण्यातून देत असे. मला ते माहीत होतं, पण मी इतकी अशक्त झाले होते की, मी काही प्रतिकारही करू शकत नव्हते. मी नशिबाचा अटळ भोग म्हणून सारं काही सहन करत होते. मी जर ही गोष्ट माझ्या वडिलांच्या कानावर घातली तर ते माझ्या आईलाच या घडलेल्या घटनांना जबाबदार धरतील व मला माझ्या आजोळी पाठवल्याबद्दल ते

तिला कधीच माफ करणार नाहीत, याची मला पुरेपूर कल्पना होती. माझ्या वडिलांना माझ्या आईच्या माहेरचे नातेवाईक कधीच आवडत नसत, त्यामुळेच ते मला तिथे एकदाही भेटायला आले नव्हते. मी सतत झोपेच्या औषधाच्या अमलाखाली असे, त्यामुळे कधी कधी तर जयदीपमामाने माझ्यावर बलात्कार केलेला मला समजत सुद्धा नसे. पण दुसऱ्या दिवशी सकाळी तो मला त्या गोष्टीवरून टोमणे मारत असे. माझ्या जीवनात आशेचा साधा किरणसुद्धा नव्हता, त्यामुळे मी अलीकडे तक्रार करणं सोडूनच दिलं होतं. मी मूकपणे अश्रू ढाळत दिवस कंठत होते. शिवाय मला कामही भरपूर असे. एवढ्या मोठ्या घराचा व्याप सांभाळणं काही सोपं नव्हतं. शिवाय मी कधी कामाला नाही म्हटलं की, मला घरातील प्रत्येकजण मारत असे. दिवसभराच्या कामाने थकून-भागून मी रात्री बिछान्यावर अंग टाकलं की मग रात्रीच्या नरकयातनांना सामोरं जावं लागायचं. जयदीप एकीकडे सर्वांच्या समोर मला आपली दत्तक मुलगी म्हणायचा. त्यानंतर त्यानं एक स्वतंत्र फ्लॅट घेतला व मला तेथे घेऊन गेला. तेथे देवाच्या मूर्तीसमोर त्यानं शपथ घेतली व माझा पत्नी म्हणून स्वीकार केला. जयदीपनं माझ्यावर आजपर्यंत जे काही अत्याचार केले, त्यामुळे मला एकंदर तीन वेळा दिवस राहिले. प्रत्येक वेळेस त्याने माझा गर्भपात करवून घेतला. मी काहीही प्रतिकार केला नाही. मी त्याला फार घाबरत होते. तो मला अमानुष मारहाण करत असे. त्याच्या मारहाणीमुळे माझ्या दोन्ही कानांच्या पडद्यांना कायमची इजा झाली. माझ्या सर्वांगावर त्याच्या पाशवी कृत्यांच्या अजूनही खुणा आहेत.

एक दिवस मला दिवस राहिले असताना माझ्या पोटातल्या अर्भकाचा आतल्या आत अंत झाला होता. त्यासाठी दुसऱ्या दिवशी मला हॉस्पिटलमध्ये शस्त्रक्रियेसाठी नेण्यात येणार होतं. त्याच दिवशी सायंकाळी माझ्या वडिलांच्या निधनाची बातमी आली. काय करावं ते न समजल्यामुळे जयदीप मला माझ्या आईच्या घरी घेऊन गेला. तेथे माझ्या बाबतीत घडलेल्या कोणत्याही गोष्टीविषयी तोंडातून चकार शब्दसुद्धा न काढता मी ते मृत अर्भक पोटात घेऊन तेरा दिवस माझ्या आईकडे राहिले. "हिचं लग्न आम्हीच करून देऊ, त्याची काळजी तू करायची गरज नाही"– असं माझ्या आजोळच्या माणसांनी माझ्या आईला सांगितलं होतं. आता माझी धाकटी बहीणसुद्धा लग्नाच्या वयाची झाली होती, त्यामुळे माझी आई तिला घेऊन दिल्लीला आली.

जयदीपची नजर तिच्यावर पडली. त्याने तिच्याकडे वाकड्या नजरेने पाहाताच मी खवळून उठले. आता जयदीपला स्वत:लाच लग्न करावंसं वाटू लागलं होतं, पण माझ्याशी नव्हे– दुसऱ्याच कोणाशी तरी व त्याबद्दल तोंडावाटे ब्र सुद्धा न काढता मी त्याच्या लग्नसमारंभात सहभागी झालं पाहिजे, अशी त्याची अपेक्षा

होती. आणि मी जर तोंडावाटे एक अक्षर जरी काढलं तरी माझी जी गत झाली तीच माझ्या बहिणीचीही झाली असती. त्याची ती धमकी ऐकून मला धक्का बसला. तो आपलं म्हणणं नक्कीच खरं करून दाखवेल, अशी माझी खात्री होती. मग मी त्याच्या म्हणण्यापुढे मान तुकवली. माझ्या आयुष्यात एकही गोष्ट सरळ घडत नव्हती. मी अनेकदा विष प्राशन करून पाहिलं, पण त्यातून मी वाचले. एकदा जयदीपने मला भोसकलं. रात्रभर रक्तस्राव होत राहिला, पण त्यातूनही माझा जीव वाचला. एकदा त्यांनी मुद्दाम रस्त्यात अपघात घडवून आणला. त्यात माझे दात पडले, माझ्या ओठाला इजा होऊन टाके पडले. पण तरीही जीव गेला नाही. आता हे सगळं सहन करण्यापलीकडे गेलं होतं. जयदीपचं लग्न झालं. माझ्या आईची अवस्थाही भाजीपाल्यासारखी झाली होती. हे असं किती दिवस चालणार? ते काही नाही. आता आपण कायद्याची मदत घ्यायची, असं मी ठरवलं. मला तेथेही एक वेगळाच अनुभव आला. ज्या पोलिसांनी मला पूर्णपणे आधार देण्याचं वचन दिलं होतं, त्याच पोलिसांनी दुसऱ्याच दिवशी आपला शब्द फिरवला. जयदीपला बोलावून घेण्यात आलं. आपण एकदाही वाकडं वागलो नाही– असं त्याने सर्वांसमोर शपथेवर सांगितलं. त्याचप्रमाणे त्याच्या हातून नकळत जर कधी माझं मन दुखावलं गेलं असेल तर त्याबद्दल तो माझी क्षमा मागूनही मोकळा झाला. कागदोपत्री कोणत्याही घटनेचा काहीही पुरावा नसल्यानं ही संपूर्ण केस बंद करण्यात आली आहे, असं पोलिसांनी मला सांगितलं. हे खरं आहे का?

[लेखिकेने ही केस 'नॅशनल ह्यूमन राईट्स कमिशन' तसेच 'नॅशनल अँड स्टेट कमिशन फॉर विमेन' यांच्याकडे सोपवली आहे. कधीतरी अखेर चेतनाला न्याय मिळेल अशी आशा लेखिकेला वाटते.]

कुठं चुकलं?

- ज्या मुलींनी आपल्या मात्यापित्यांचा आधार गमावलेला असतो त्यांच्या बाबतीत काहीही घडू शकतं.
- जर वडील दारूच्या आहारी गेलेले असतील व आई दुर्बल, कमजोर असेल तर अशा मुलामुलींची परिस्थिती अधिकच दारुण होते.

त्राता झाला वैरी

माझं नाव अनिता. मी १९ वर्षांची असून मला एक लहान बहीण आहे– कीर्ती. ती सुमारे १४ वर्षांची असेल. आम्ही अगदी लहान असतानाच आमची आई वारली. तीन वर्षांपूर्वी आमच्या वडिलांचंही निधन झालं. या महाभयंकर जगात आम्ही पोरक्या झालो. एकट्या पडलो. बाबा अब्राहम– ९० वर्षांचा हा म्हातारा.. आमच्यासारख्या अनेक अनाथ मुलांना आजोबांच्या ठिकाणी होता. पण तोच आमचा काळ बनला. जी जी बालकं त्याच्या आश्रयाला गेली त्यांच्यापैकी कोणालाही या दुष्ट नजरेच्या माणसानं सोडलं नाही. मी त्याच्या कचाट्यातून कशीबशी स्वत:ची सुटका करून घेऊन पळून आले. पण माझ्यासारखी कितीक मुलं अजून त्याच्या आश्रयाने राहत आहेत.

माझे वडील आखाती देशात नोकरी करत होते. त्या वेळी आम्ही दोघी– मी व कीर्ती– अगदी लहान होतो. आम्ही दोघी शाळेत जायचो आणि दिल्लीला एका भाड्याच्या घरात राहायचो. माझी आई आजारी पडली आणि तिची शुश्रूषा करण्यासाठी माझे वडील दिल्लीला परतले. पण प्रदीर्घ आजारपणानंतर माझ्या आईचं निधन झालं. मला एक गोष्ट पक्की आठवते ती म्हणजे माझी आई वारल्यानंतर आमच्या नातेवाइकांपैकी कोणीही आम्हाला भेटायला घरी आलं नव्हतं. असं का ते मात्र मला माहीत नाही. कदाचित आमचे त्यांच्याशी चांगले संबंध नसतील. किंवा कदाचित आम्हा दोघी बहिणींच्या जबाबदारीचं ओझं घ्यावं लागेल, अशी भीती त्यांना वाटली असेल. आम्हा दोघी मुलींची देखभाल करायची विनंती त्या वेळी माझ्या वडिलांनी आमच्या अनेक नातेवाइकांपाशी केली. पण सर्वांनीच त्याला नकार दिला. माझ्या वडिलांनी आता परत कामावर न जाता भारतातच राहायचं ठरवलं व एका कारखान्यात नोकरी धरली. त्यातून त्यांना फारसे पैसे मिळत नव्हते, पण आमचं कसंबसं भागत होतं. आम्ही शाळेतही जात होतो. माझे वडील आमचं संगोपन फार उत्तम रीतीनं करत. ते फार मायाळू होते. त्यांनी आम्हाला आईची उणीव कधीच

भासू दिली नाही. मी त्या वेळी सुमारे सोळा वर्षांची असेन. एक दिवस माझे वडील कामावरून घरी परतले. ते थकलेले दिसत होते. त्यांचा चेहरा पांढराफटक पडला होता. मी त्यांना विचारलेल्या एकाही प्रश्नाचं उत्तर न देता ते शून्य नजरेनं, भकासपणे नुसते बिछान्यावर बसून राहिले. मी जोरात किंचाळले. ते ऐकून आमचे शेजारी धावून आले व त्यांनी माझ्या वडिलांना जवळच्या एका नर्सिंगहोममध्ये नेलं. परंतु तेथे त्यांनी वडिलांना दाखल करून घेण्यास नकार दिला, कारण त्यांची केस फारच गुंतागुंतीची होती. मग आम्ही त्यांना सरकारी रुग्णालयात घेऊन गेलो. तेथे त्यांना अतिदक्षता विभागात ठेवण्यात आलं. तीन दिवसांनंतरही त्यांच्या प्रकृतीमध्ये काहीच सुधारणा नव्हती. ते वाचण्याची काहीही शक्यता नसल्याचं मला सांगण्यात आलं. माझी सगळी स्वप्नं माझ्या डोळ्यासमोर धुळीला मिळाली. आता काय करावं, कोणाकडे धाव घ्यावी, तेच मला समजेना. आमच्यापाशी कोणीच नव्हतं. नातेवाइक नाहीत, स्नेही-सोबती नाहीत. फक्त वडील ज्या कारखान्यात कामाला होते त्या कारखान्याचा मालक तेवढा येई. तो कनवाळू होता. माझ्या वडिलांच्या निधनानंतर त्यांच्या अंत्यसंस्कारांची जबाबदारी सुद्धा त्यानंच उचलली. एवढंच नव्हे, तर त्यानं आम्हा दोघींना स्वतःच्या घरी स्वतःच्या कुटुंबासमवेत ठेवून घेण्याची सुद्धा तयारी दर्शवली. नाहीतरी आम्हाला जायला कोणतीही जागा नव्हती, त्यामुळे आम्ही त्या गोष्टीला राजी झालो. आम्ही त्यांच्या घरी स्वखुषीनं राहत असल्याचं एका कोऱ्या कागदावर आमच्याकडून लिहून घेण्यात आलं. 'आम्ही तुमचं शिक्षण पुढे चालू ठेवू व यथावकाश तुमची लग्नंही करून देऊ'– असं त्यांनी आम्हाला आश्वासन दिलं होतं. परंतु असं घडलं मात्र नाही. ते आम्हाला घेऊन महाराष्ट्रात असलेल्या त्यांच्या गुरूंकडे गेले व तेथे राहून त्यांच्या संप्रदायाचं शिक्षण घेण्यास त्यांनी मला सांगितलं. मी त्याविषयी प्रश्न करताच, त्यांनी उत्तर दिलं– 'आयुष्यात तुला ज्या कठीण अनुभवांना सामोरं जावं लागलं आहे, त्या धक्क्यातून सावरण्यासाठी तुला याची मदत होईल.' मी नाराजीनंच तेथे राहण्यास तयार झाले. कीर्ती मात्र त्या कुटुंबातच राहणार होती. निदान तिचं शालेय शिक्षण तरी चालू राहील– असा विचार मी केला. पण तसं घडलं नाही. ती त्यांच्या घरची कामं करत राहिली.

मी त्या गुरूंच्या आश्रमात जास्त काळ टिकू शकले नाही. मी तेथे त्रास देण्यास सुरुवात केल्यावर माझ्या पालकांना– मी ज्यांच्या कुटुंबात राहात होते त्यांना– तेथे बोलावून घेण्यात आलं. मी त्यांच्या घरी परतल्यावर मला एक धक्कादायक गोष्ट समजली. त्यांच्या मनातून माझं लग्न त्यांच्या ४५ वर्षांच्या पुतण्याशी लावून द्यायचं होतं आणि या गोष्टीसाठी माझी मानसिक तयारी व्हावी, म्हणून मला त्या आश्रमात पाठवण्यात आलं होतं. माझी त्या गोष्टीवर अत्यंत तीव्र

प्रतिक्रिया झाली व मी त्या घरातून पळून गेले. एकीकडे मी जेव्हा आश्रमात राहात होते तेव्हाच माझ्या आईच्या धाकट्या बहिणीनं कीर्तीला त्यांच्याकडून नेलं होतं. माझ्या या मावशीला कीर्तीचा असा अचानक पुळका कसा काय आला ते काही मला कळेना. पण आता आम्हाला ते एकमेव आश्रयस्थान उरलं होतं त्यामुळे मी पण तिच्याच घरी गेले. तेथे पोहोचताच तिने मला तर हाकलून दिलंच, पण माझ्याबरोबर कीर्तीलाही पाठवून दिलं. आमच्या स्वत:च्या नातेवाइकांच्या घरातच कीर्तीवर जे काही प्रसंग ओढवले होते, ते तिने नंतर मला सांगितले. मला त्यांची घृणा वाटली.

माझ्यापुढे फार मोठं संकट उभं होतं. इतक्या नाजूक, अशक्त बहिणीला घेऊन आता कुठे जायचं? ती रात्रीची वेळ होती. दहा वाजले होते. हिवाळ्याचे दिवस. कडाक्याची थंडी पडली होती. मी भयभीत झाले होते. माझ्या वडिलांचे एक जुने मित्र होते. त्यांची मला आठवण झाली. मी कीर्तीला घेऊन सरळ त्यांच्या घरी गेले. त्यांच्या घराचा पत्ताही नीट माहीत नव्हता. कशाबशा धडपडत आम्ही त्यांच्या घरी पोचलो. ते दयाळू होते. त्यांनी आम्हाला त्या रात्रीपुरता सहारा दिला. परंतु आमचं जास्त काळ राहणं त्यांच्या पत्नीला पसंत नव्हतं, म्हणून दुसऱ्या दिवशी सकाळी त्यांनी आम्हाला बाबा अब्राहम याने चालवलेल्या अनाथाश्रमात पोचवलं. तेथे सुमारे तीस मुली राहात होत्या. मी त्या सर्वांपेक्षा मोठी होते. त्यामुळे मला त्यांच्यावर देखरेख ठेवण्याची, त्यांची काळजी घेण्याची जबाबदारी देण्यात आली. या मुलींपैकी सर्वच काही अनाथ नव्हत्या. परंतु देणगीदारांनी सढळ हाताने आश्रमाला मदत करावी म्हणून जवळपासच्या झोपडपट्ट्यांमधून मुली आणून आश्रमात भरती करण्यात आल्या होत्या. अनाथालयात जेवढी मुलं जास्त, तेवढा देणगीचा ओघ जास्त. याशिवाय तेथे अठरा मुलगेही होते. पण ते सगळे वयानं खूपच लहान होते. त्या ठिकाणी अनाथाश्रमाच्या नावाखाली नक्की काय चालतं ते मला अगदी थोड्याच दिवसांत कळून चुकलं. बाबा अब्राहम आपली शारीरिक वासना शमवण्यासाठी सहा वर्षे व त्याहून अधिक वयाच्या निष्पाप मुलींचा वापर करत असे. मी स्वभावाने धीट असल्याने माझ्या वाट्याला जाण्याचं धाडस त्यानं केलं नाही. परंतु तेथील इतर मुलींचं दु:ख मला बघवत नव्हतं. मी मधूनच कधीतरी बंडखोरी करत असे. एक दिवस तो माझ्यावर अतिशय संतापला. त्यानं मला निघून जायला सांगितलं. मी त्याला विरोध केला. 'या ठिकाणी राहण्याचा मला पूर्ण अधिकार आहे' असं मी त्याला ठणकावून सांगितलं. आमच्यातील तंटा हळूहळू विकोपाला जात चालला होता. एव्हाना एक वर्ष लोटलं होतं. या काळात जेव्हा जेव्हा शक्य असेल तेव्हा तो आश्रमातील लहान मुलींचा गैरफायदा घेतच राहिला. मी त्याच्याविरुद्ध तक्रार तरी कोणापाशी करणार? मलाही डोक्यावर छपराची गरज होती. कीर्तीचा सांभाळ

करायचा होता. आम्हाला निदान त्या ठिकाणी अन्न, वस्त्र, निवारा मिळत होता. काही दिवसांपूर्वी एक जोडपं आश्रमात आलं. त्यांची मुलगी नुकतीच वारली होती. ती मुलगी साधारण वयानं माझ्याच एवढी होती. त्यांच्या धार्मिक भावनांना अनुसरून त्यांच्या गेलेल्या मुलीच्या आत्म्याला शांती मिळावी यासाठी त्यांना त्यांच्या मुलीएवढ्या वयाच्या दुसऱ्या एखाद्या मुलीच्या तोंडी घास घालायचा होता. त्यांच्या विनंतीला मान देऊन मला त्यांच्याबरोबर त्या समारंभासाठी पाठवण्यात आलं. कसं कोण जाणे परंतु त्या प्रेमळ व्यक्तींच्या सहवासात माझ्या डोळ्यांतून घळाघळा अश्रू वाहू लागले. मी हमसाहमशी रडले. माझ्या या कहाणीला अंतच नाही. एका कनवाळू स्त्रीनं मला आश्रय दिला, मला काम दिलं आणि आपल्या घरीच ठेवून घेतलं. परंतु कीर्तीलाही त्या आश्रमातून घेऊन येण्याची गरज होती. आता तिची सोय एका दुसऱ्या कुटुंबात करण्यात आली आहे. जरी कायदेशीररीत्या आम्हाला कोणी दत्तक घेतलेलं नसलं तरी आम्हाला सन्मानपूर्वक जगता येणं आता शक्य झालं आहे. परंतु आता माझे आश्रयदाते लवकरच हा देश सोडून चालले आहेत, त्यामुळे कीर्ती घाबरून गेली आहे. आमचे या कुटुंबातील आता किती दिवस उरले आहेत, देव जाणे.

कुठं चुकलं?

- एखाद्या संस्थेला देणगी देण्यापूर्वी देणगीदारांनी त्या संस्थेचा कारभार कसा काय चालतो याची जातीनं शहानिशा करणं जरुरीचं आहे. असं न करता अशा संस्थांना मदत देणं म्हणजे एकप्रकारे गैरव्यवहाराला खतपाणी घालण्यासारखं आहे.

- समाजकल्याण खात्यानं अशा धर्मादाय संस्थांची काटेकोर तपासणी केली पाहिजे आणि वारंवार भेटी देऊन तेथील कारभाराची चौकशी केली पाहिजे.

नाव शांती आणि...

माझं नाव शांती. मी अठ्ठावीस वर्षांची आहे. मला एक मुलगी आहे– तीन वर्षांची. परंतु माझ्या नशिबात शांती सोडून सर्व काही आहे. मी ओरिसामधील एका आश्रमात बालवाडी शिक्षिका म्हणून काम करत होते. तेथूनच मला इकडे दिल्लीला त्यांच्याच संस्थेमध्ये हिंदीचं प्रशिक्षण घेण्यासाठी पाठवण्यात आलं. येथे हिंदी शिकून नंतर परत जाऊन मला ते शाळेत शिकवायचं होतं. पण नियतीच्या मनात काही वेगळंच होतं. दिल्लीला गाडी पोचल्यावर मी प्लॅटफॉर्मवरती उतरून पर्समध्ये त्या संस्थेचा पत्ता शोधू लागले... तो काय... माझ्या हातून तो पत्ता हरवला होता. मी दिल्ली शहरात एकटी... ओळखीचं कोणी नाही. दिल्लीच्या तुघलकाबाद भागामध्ये आमच्या गावाकडची काही माणसं राहत होती, असं मी ऐकून होते. मी चालण्यास सुरुवात केली. चालता चालता अचानक मला आमच्या जातीची काही माणसं येताना दिसली. मी सुटकेचा निःश्वास सोडला. पण त्या लोकांनी मला आश्रय दिला नाही. मी रस्त्यावर नुसती भटकत होते. काय करावं, कुठे जावं... काही समजत नव्हतं. तेवढ्यात मला रस्त्यात एक पाटी दिसली– 'कामगार पाहिजेत' अशी. हाताने करण्याचं काम होतं. मी आत शिरले, चौकशी करण्यासाठी. तेथे एक कुटुंब राहात होतं. ती पाटी त्यांनीच लावली होती. ते लोक उत्तरप्रदेशातून आले होते. मला नीट हिंदी बोलता येत नव्हतं, पण माझी उडिया भाषा त्यांना थोडी थोडी समजली. नंतर त्यांच्याकडून मला असं समजलं की, पूर्वी त्यांच्याकडे फक्त उडिया कामगारच होते. त्यांनी मला काम दिलं; राहायला जागा दिली. मी तेथे रुळले व माझं लक्ष पूर्णपणे कामावर केंद्रित केलं. मला आता पगार मिळत होता, त्यात माझा दैनंदिन खर्च भागत होता. शिवाय थोडा पैसा मी माझ्या कुटुंबियांसाठी सुद्धा पाठवू शकत होते. आता मला दिल्लीमधील तो आश्रम शोधून काढण्याची गरज उरली नव्हती. आपण आता येथे दिल्लीतच स्थायिक व्हावं आणि ओरिसामध्ये राहत असलेल्या माझ्या कुटुंबियांना पैसे पाठवत राहावं, असा माझा बेत होता.

माझा माझ्या कुटुंबियांशी अर्थातच पत्रव्यवहार चालू होता. माझा भाऊ जवळच्या हरियाना राज्यात मजूर म्हणून काम करत असे. तो एकदा मला भेटायला आला. मला माझ्या आईवडिलांना भेटायची फार इच्छा होती. पण माझ्याकडे प्रवासखर्चासाठी पैसेच शिल्लक राहत नसत. जे काही पैसे मिळायचे, त्यातला काही भाग मी घराकडे पाठवत होते व उरलेल्या पैशात जेवणखाण, घरभाडं व इतर जीवनावश्यक गरजांचा खर्च भागवत होते. एक दिवस माझ्या मालकाने मला एका माणसाची गाठ घ्यायला सांगितलं. त्यानंतर मी त्या माणसाशी लग्न केलंच पाहिजे, असा त्यांनी आग्रह धरला. मी तेथे एकटी होते. मी त्या गोष्टीला खूप विरोध केला. मी जर त्यांचं म्हणणं ऐकलं नाही, तर माझी नोकरी जाईल, राहतं घर जाईल, असं त्यांनी मला धमकावलं. त्या धमकीला घाबरून मी त्यांच्या म्हणण्यापुढे मान तुकवली. त्यांनी मला एका देवळात नेलं आणि तेथे त्या माणसाशी माझं लग्न लावून दिलं. त्या देवळात त्या वेळी एका बाईने माझ्या मालकाला काही पैसे देताना मी पाहिलं. तिने मला विकत घेतलं आहे, हे मला नंतर कळलं. माझं ज्या माणसाशी लग्न लावून देण्यात आलं होतं, त्याची ती आई होती. माझ्या लग्नानंतर लगेच मी माझ्या मालकांकडे काही पैशांची मागणी केली. मला ओरिसाला जाऊन माझ्या आईवडिलांना भेटायचं होतं. मी वडिलांच्या संमतीशिवाय विवाह केला होता आणि तोसुद्धा जातीबाहेर– ही गोष्ट वडिलांना कळली होती व ते प्रचंड संतापले होते. परंतु ते लग्न तर झालंच होतं– आता मी ती घडलेली गोष्ट काही बदलू शकत नव्हते.

मी गावाकडून दिल्लीला परतले. येताना बरोबर त्या आश्रमाचा पत्तासुद्धा घेऊन आले. परंतु आता त्याचा काही उपयोग नव्हता. विवाहित स्त्रियांना त्या आश्रमात राहण्याची परवानगी नव्हती. म्हणजे आता माझ्याजवळ पत्ता होता खरा... पण त्या ठिकाणी मला जायचंच नव्हतं. मी माझ्या पतीकडे व त्याच्या त्या दुष्ट आईकडे जाऊन राहावं, अशी माझ्यावर सक्ती करण्यात आली. त्या घरात आजपर्यंत एकही दिवस असा गेला नसेल, ज्या दिवशी माझ्यावर शारीरिक व मानसिक अत्याचार झाले नाहीत. त्यात मला दिवस राहिले. काही झालं तरी या बाळाला जन्म द्यायचा, असं मी ठरवलं. पण त्याचबरोबर त्या बाळाला योग्य ठिकाणी दत्तक द्यायचं, हेही मी ठरवून टाकलं. कारण माझ्या अंगात काही त्या बाळाचा सांभाळ करण्याची ताकद नव्हती. मला बाळंतपणाच्या कळा सुरू झाल्या तेव्हासुद्धा आमच्या घरचं कोणीही माझ्या मदतीला आलं नाही. मी हाताने पोट दाबून धरलं आणि मदतीसाठी आरडाओरडा केला. माझे शेजारी माझ्या मदतीला धावून आले व माझी दया येऊन त्यांनी माझी काळजी घेतली, मला अन्नपाणी दिलं. माझी सासू दुष्ट होती आणि माझा पती बेअक्कल होता, ह्याची त्यांना पूर्ण कल्पना होती. तो निरुद्योगी, बेकार होता. तो स्वतःच्या आईलाच घाबरत असे व हे तो खुशाल स्वतःच सांगत असे. त्याला नोकरी तर कधीच नसायची.

कधी काही काम करून थोडेफार पैसे मिळालेच तर ते तो दारू पिण्यात वाया घालवायचा. त्यानंतर आम्ही ज्या झोपडीत राहत होतो, ती झोपडीच विकून टाकायची, असं माझ्या सासूनं ठरवलं. मला बेघर करण्याचा तिचा विचार होता.

मी घरच्या घरी कागदाच्या पिशव्या तयार करून त्या बाहेर नेऊन विकत असे. अशीच एक दिवस मी पिशव्या विकण्यासाठी बाहेर पडले. रस्त्यात एका नाटकाचा खेळ चालू होता. आमच्या वस्तीतील स्त्रियांच्या उद्धारासाठी काम करणाऱ्या 'नवज्योती' नामक बिगरसरकारी सेवाभावी संस्थेने ते नाटक बसवलं होतं. मी रस्त्यात उभं राहून ते संपूर्ण नाटक पाहिलं. जणू काही माझ्याच जीवनाची ती कहाणी होती. मला कुठे काही मदत मिळू शकेल का, असं मी त्यांच्या समुपदेशकाला विचारलं. दुसऱ्या दिवशी मी त्या संस्थेत गेले व माझी सगळी दु:खद कहाणी त्यांच्यापुढे मांडली. माझ्या पतीनं आपली जबाबदारी स्वीकारावी व माझ्या सासूनं माझा छळ थांबवावा, अशी माझी इच्छा असल्याचं मी त्यांना सांगितलं. समुपदेशकांनी हस्तक्षेप करण्याचा प्रयत्न केला, पण माझ्या सासूचा आमच्या वस्तीमध्ये दरारा आहे. ती तेथील राजकीय पक्षांचं थोडंफार काम करते. त्यामुळे तिचं कोणीच काहीही वाकडं करू शकत नाही. तिच्या तोंडात अत्यंत घाणेरड्या शिव्या आहेत. हे सर्वांनाच माहीत असल्यामुळे तिला बदनामीची काहीच भीती वाटत नाही. आपल्या पहिल्या सुनेला तिनंच जाळून मारलं हे ती उघडपणे सांगत फिरते व आता हिला (म्हणजे मला) सुद्धा सोडणार नाही, असंही ती म्हणते आणि ते खरंच आहे. परंतु 'नवज्योती' ही संस्था तिला हे असं करू देणार नाही, हेही मला माहीत आहे.

कुठं चुकलं?

- एकट्या-दुकट्या स्त्रियांनी लहान गावातून उठून मोठ्या शहरात स्थायिक होण्यासाठी येणं हे कधीकधी प्राणसंकट ओढवून घेण्यासारखं असतं. त्यांना त्याची फार मोठी किंमत मोजावी लागते.
- एक स्त्रीच दुसऱ्या स्त्रीची कट्टर शत्रू बनते.
- समाज आपल्याला वाळीत टाकेल या भीतीने स्त्रिया आपल्यावरील अत्याचार सहन करतात.
- किंमत वसूल केल्याशिवाय सहसा एक व्यक्ती दुसऱ्या व्यक्तीला मदत करताना दिसत नाही.

भोळेपणाची शिक्षा

माझं नाव शहाना. मी १६ वर्षांची असून, मला एक महिन्याचा मुलगा आहे. मी पश्चिम बंगालमधील एका लहानशा गावातून आले आहे. आम्ही पाच बहिणी आणि आम्हाला एक भाऊ आहे. माझ्या एका मोठ्या बहिणीचं लग्न झालं असून ती दिल्लीला राहते. माझे वडील आता हयात नाहीत; पण त्यांनी नियमितपणे कोणताही नोकरीधंदा केला नाही. माझी आई भीक मागून आम्हा सर्वांचं पोट भरायची. सुगीच्या दिवसांत आम्ही भावंडं शेतात मजुरी करून चार पैसे कमवायचो. राहिलेल्या दिवसांत मात्र भीक मागण्याखेरीज आमच्यापुढे काही पर्यायच नव्हता.

सुमारे पाच वर्षांपूर्वी माझी बहीण नोकरीच्या शोधात दिल्लीला गेली. तिथे तिला लगेच काम मिळालं. मग चार वर्षांपूर्वी माझ्या वडिलांबरोबर मीसुद्धा राजधानीच्या गावाला, दिल्लीला येऊन दाखल झाले. आम्ही कागद, कचरा गोळा करण्याचं काम करायचो. आम्ही केवळ महिनाभरच दिल्लीत राहून आमच्या गावी परत गेलो. माझ्या वडिलांना गंभीर स्वरूपाचा हृदयरोग होता. त्यातच त्यांचा अंत झाला.

त्यानंतर एक वर्षांनी मी दिल्लीला परत आले. दरम्यान, माझ्या बहिणीने लग्न केलं होतं. मी दिल्लीत आल्यावर माझ्या बहिणीच्या घरीच राहू लागले. थोड्या दिवसांत मुजीबूल नावाच्या माणसाच्या गोडाउनमध्ये मला कबाडी-भंगारवालीचं काम मिळालं. हा मुजीबूल म्हणजे माझं भविष्य आहे असं मी मनोमन समजत होते; पण या माणसाने नंतर माझं आयुष्यच उद्ध्वस्त करून टाकलं. मी त्याच्याकडे कामाला लागून काही महिने झाले आणि अचानक त्याच्या वडिलांनी ते गोडाउन बंद करून टाकलं. तसं करण्यामागचं कारण काही कळलं नाही. त्यानंतर मी रस्त्यावरच्या कचरा-पेट्यांमधून कागद, भंगार इत्यादी वेचायला सुरुवात केली. काही दिवसांनी मुजीबूलच्या वडिलांनी मला त्यांच्या एका युनिटमध्ये कामावर ठेवलं. तिथे मला थोडाफार पगार, कपडे आणि जेवणही मिळू लागलं.

एक दिवस मुजीबूलने माझ्याजवळ आपल्या प्रेमाची कबुली दिली. मला आश्चर्याचा धक्काच बसला. मला तो आपल्या काकांसारखा वाटायचा. मी त्याला तसं सांगताच त्याने रागावून त्याचा असल्या नात्यांवर विश्वास नसल्याचं सांगितलं. त्याने माझ्यावरचं प्रेम पुन:पुन्हा व्यक्त केलं, इतकंच नव्हे तर मी त्याच्याशी लग्न केलं नाही तर जीव देण्याचीही धमकी त्याने दिली. मी त्याच्यावर विश्वास ठेवावा म्हणून त्याने गयावया केली. माझे वडील हयात नव्हते; त्यामुळे त्याला लग्नास होकार देण्याचा मी निर्णय घेतला. उद्या खरंच त्याने जीव वगैरे दिला तर, अशी भीती मला वाटत राहायची.

मुजीबूलच्या घरात तळमजल्यावर मी एकटी एका खोलीत झोपत असे. एक दिवस रात्रीचा चोरून तो माझ्या खोलीत आला. मी त्याला तसं येण्याचं कारण विचारलं. त्यावर त्याने मला गप्प बसवलं. उगाच घरातले सगळे जागे झाले, तर आपल्याला दोघांनाही मार बसेल, असं त्याने मला सांगितलं. आधी मी गप्प बसायला मुळीच तयार नव्हते. 'तुझ्या आई-वडिलांना सांगेन,' अशी मी त्याला धमकी दिली; पण मग मला घाबरवण्यासाठी तो म्हणाला, 'जर का तू माझ्या आई-वडिलांना सांगायला गेलीस, तर मी इथून सरळ मुंबईला पळून जाईन. मग तू इथे एकटीच राहशील.' त्यानंतर त्याने माझी माफीसुद्धा मागितली आणि असा प्रकार परत कधीही घडणार नाही, असं आश्वासनसुद्धा दिलं. त्यानंतर तो निघून गेला; पण त्याने दिलेलं वचन मात्र पाळलं नाही. काही दिवसांनी परत रात्रीच्या वेळी माझ्या खोलीत येऊन त्यानं माझ्यावर बळजबरी केली. आमच्यात जे काही घडलं त्याचे काय परिणाम होणार अशी मला मनातून धास्ती वाटू लागली.

काही दिवसांनी मी पश्चिम बंगालमधल्या आमच्या गावी माझ्या आईला भेटायला गेले. माझ्याबरोबर मुजीबूलचे आई-वडीलसुद्धा होते. मुजीबूलने दोन महिन्यांनंतर माझ्या गावी येण्याचं मला वचन दिलं होतं. मी माझ्या आईबरोबर राहू लागले. एव्हाना आपल्याला दिवस गेले असल्याचं मला कळून चुकलं होतं. काही दिवसांनी मुजीबूल मला भेटायला आमच्या गावी आला; तेव्हा मी त्याला ते सांगितलं. मला गर्भपाताचं औषध देण्याचं कबूल करून तो निघून गेला; पण त्याने तेही वचन पाळलंच नाही.

माझी आई माझ्यासाठी स्थळं बघू लागली. काही दिवसांतच एक स्थळ आलं. माझ्या आईने माझ्यासाठी शोधलेल्या मुलाशी मी लग्न करावं असं मुजीबूलनं मला सांगितलं. मी गरोदर असल्याचं लग्नानंतर कुणाला कळणारसुद्धा नाही, अशीही त्यानं खात्री दिली. माझ्यावर ज्याने प्रेम केलं, त्याने माझा स्वीकार केला नाही. मग समाजात होणारी बदनामी टाळण्यासाठी मी एका रिक्षावाल्याशी लग्न केलं.

लवकरच माझं आयुष्य दु:ख आणि वेदनांनी भरून गेलं. माझं लग्न झाल्यानंतर लगेचच मी गरोदर असल्याचं माझ्या सासू-सासऱ्यांच्या लक्षात आलं. ते माझ्या आईला शिवीगाळ करू लागले. तिच्या अंगावर धावून गेले. 'ज्याचं मूल तुमच्या मुलीच्या पोटात वाढतंय, त्याच्याकडे तिला पाठवून द्या,' असंही ते म्हणाले. भरीत भर म्हणजे माझ्या असं कानावर आलं की, मुजीबूलने लग्न केलं होतं; पण तरीही आपल्या आईला घेऊन दिल्लीला जाण्याचा मी निर्णय घेतला.

आम्ही मुजीबूलला भेटायला गेलो; पण त्याने जबाबदारी साफ झटकली. तो सरळ कानावर हात ठेवून मोकळा झाला. माझ्या आईने सगळी हकिकत माझ्या वडिलांच्या कानावर घातली; पण त्याचा काहीच उपयोग झाला नाही. मग माझ्या आईने मला माझ्या नशिबावर सोडलं.

साधारण त्याच सुमाराला आमचा एक नातेवाईक नसीमन याने नवज्योतीच्या 'कौटुंबिक सल्ला केंद्रा'विषयी मला सांगितलं. तेथील समुपदेशकांनी मला वैद्यकीय उपचारांसाठी डॉक्टरांकडे नेलं; पण मला राहायला जागा नव्हती. मग नवज्योतीच्या डॉ. अनुजा सक्सेना यांच्या प्रयत्नांमुळे 'यंग विमेन्स ख्रिश्चन असोसिएशन' या संस्थेमध्ये माझी व्यवस्था करण्यात आली. तेथील कर्मचाऱ्यांनी मला जवळच्या लेडी हार्डिंग हॉस्पिटलमध्ये नेलं. तिथे माझ्यावर उपचार सुरू झाले. मी लहानखुरी होते, अशक्त होते; शिवाय माझं वयही विशीच्या आत होतं. माझी स्थिती पाहून त्या हॉस्पिटलमध्ये भेटलेली एक निर्मला नावाची स्त्री मला तिच्यासोबत पंजाबमधील एका शहरात घेऊन गेली. तिथे मला तिने एका हॉस्पिटलमध्ये दाखल केलं. या ठिकाणी माझी नीट काळजी घेण्यात आली. तिथे मी दीड महिना होते. माझी नैसर्गिक प्रसूती न होता ऑपरेशन करावं लागलं. मला मुलगा झाला. मला ते बाळ ठेवून घ्यायचं नव्हतं; पण डॉक्टरांनी माझं मन वळवलं. माझं बाळ खरंच सुंदर होतं. नंतर मी बाळाला घेऊन YWCA (यंग विमेन्स ख्रिश्चन असोसिएशन) मध्ये गेले काही दिवस तिथे राहिल्यानंतर मी नवज्योती मध्ये परत आले.

आता मी माझ्या बाळाची काळजी घ्यायचं ठरवलं आहे. माझी मोलकरीण म्हणून काम करायची किंवा कचरा, कागद गोळा करायचीसुद्धा तयारी आहे. माझ्या बाळाला मी स्वत:च्या हिंमतीवर वाढवणार आहे. मुजीबूलला किंवा त्याच्या घरच्यांना मी काहीही सांगायला जाणार नाही. मला त्यांच्याकडून काहीही नको. माझ्या सासऱ्यांची त्यांच्या मुलाची दुसरी पत्नी म्हणून माझा स्वीकार करण्याची तयारी आहे; पण त्यांना माझं मूल नको आहे. मला आता परत लग्न करायची इच्छा नाही. तसेच मला माझ्या आईकडे परत जायचीसुद्धा इच्छा नाही. कारण माझ्यामुळे गावात तिची बदनामी होईल. माझ्या बाळाने मोठं होऊन आयुष्यात यश कमवावं, एवढीच माझी इच्छा आहे.

कुठं चुकलं?

- गरिबी हा फार मोठा शाप आहे. माणसाच्या अध:पतनामागे अनेकदा गरिबी हेच कारण असतं.

- याच कारणाने अनेक असहाय तरुण मुलींचा गैरफायदा घेतला जातो.

- लहान वयात निराधार झालेल्या मुलींना अज्ञानामुळे खूप काही भोगावं लागतं.

एकामागोमाग एक लग्न

माझं नाव गीता. मी समाजशास्त्र विषयात कानपूर विद्यापीठाची द्विपदवीधर आहे. सध्या मी ३६ वर्षांची आहे. मी २९ वर्षांची असताना माझं लग्न झालं.

माझं लग्न माझ्या घरच्यांनी ठरवलं होतं. माझ्या सासरच्या माणसांची लग्न अत्यंत साधेपणाने करण्याची इच्छा होती. त्यांच्याकडची फारच थोडी माणसं लग्नाला उपस्थित राहू शकणार होती कारण घरात कुणीतरी आजारी होतं; पण आमच्या घरचं हे पहिलंच लग्न होतं; त्यामुळे मोठा हॉल घेऊन थाटामाटात लग्न करून देण्याची माझ्या वडिलांची इच्छा होती. माझ्या सासरच्यांनी ते मान्य केलं; पण त्यांनी लग्नासाठी खूप घाई सुरू केली.

लग्नाच्या दिवशी माझा पती आणि त्याच्या जवळचे अगदी थोडेच लोक लग्नाला उपस्थित होते. त्यांनी मला नावालासुद्धा काही दिलं नाही. त्यांनी कसल्याच प्रकारची तयारी करून आणली नव्हती. माझ्या घरच्या लोकांना ते फारच विचित्र वाटलं. त्यांनी माझ्या सासरच्या लोकांकडे चौकशी करताच ती त्यांच्या घरची रीत असल्याचं सांगण्यात आलं. 'आम्ही मुलीला आमच्या घरी नेल्यावर सर्व विधी यथासांग पार पाडू,' असं त्यांनी आश्वासन दिलं; पण एकदा मांडवात माझा पती आणि सगळं वऱ्हाड आल्यानंतर त्यांना परत पाठवणं अशक्य होतं; त्यामुळे तसंच माझं लग्न लावून देण्यात आलं.

लग्नानंतर मी सासरी गेले तर तिथे कोणत्याही प्रकारचा समारंभ, पूजा-अर्चा इत्यादी सोपस्कार करण्यात आले नाहीत. याउलट घरात फार चमत्कारिक वातावरण होतं. लोकांच्या वागण्यात चोरटेपणा होता. कसलीतरी गुप्तता बाळगण्यात आल्यासारखं भासत होतं. मला त्यांचा विश्वास वाटेना. माझं कुतूहल जागृत झालं; परंतु मला कुठूनही कसलीच माहिती मिळण्याची शक्यता दिसेना. मला बाहेरून आलेल्या, परक्या व्यक्तींना भेटू दिलं जात नव्हतं. मी आमच्या घरच्या मोलकरणींकडे चौकशी केल्यावर मला असं कळलं की, मी माझ्या नवऱ्याची

दुसरी बायको होते. त्याचं आधीच्या बायकोबरोबर बिनसलं होतं आणि त्यांच्या घटस्फोटाचा खटला कोर्टात चालू होता. त्या बायकांकडून मला असंही कळलं की, त्याला अडीच वर्षांची एक मुलगी होती. याचा अर्थ कायद्याच्या दृष्टिकोनातून मी त्याची बायकोसुद्धा नव्हते.

आमच्या लग्नानंतर चार महिन्यांनी माझ्या नवऱ्याला त्याच्या बायकोपासून घटस्फोट मिळाला. माझी आणि तिची प्रत्यक्ष भेट कधी झाली नाही; पण तिचा कधी या घरी परत येण्याचा विचार आहे का, असं मी एकदा फोनवर तिला विचारलं असता तिने ठामपणे सांगितलं, 'नाही, कधीच नाही.' पण माझे सासू-सासरे मला नेहमी धमकी देत, 'तू जर नीट वागली नाहीस, तर आम्ही तिला परत आणू.'

मला घरातून बाहेर पडण्याची किंवा कुणालाही भेटण्याची परवानगी नव्हती. मी माहेराहून विशेष काहीच न आणल्याबद्दल थोड्याच दिवसांत माझ्या सासूने मला टोमणे मारायला सुरुवात केली. दरम्यान, मला दिवस गेले. ही बातमी समजताच माझी सासू आणि माझा पती हे दोघेही संतप्त झाले. मी तातडीने गर्भपात करून घ्यावा असं त्यांनी फर्मान काढलं. ते मला एका नर्सिंग होममध्ये घेऊन गेले. डॉक्टरीण बाई मला तपासत असताना माझी गर्भपात करून घेण्याची इच्छा नसल्याचं मी त्यांच्या कानावर घातलं. त्यांनी माझा गर्भपात तर केला नाहीच, पण माझ्या इच्छेविरुद्ध मला गर्भपात करण्यास भाग पाडत असल्याबद्दल त्यांनी त्या दोघांची निर्भत्सना केली. मग आम्ही घरी आलो.

जसजसे दिवस जात होते, तसं माझं आयुष्य दारुण झालं होतं. माझी सासू रोज माझा छळ करत असे. कुणी मला वैद्यकीय तपासणीसाठी घेऊन जात नसे की कुणी माझी काळजी घेत नसे. माझे नऊ महिने जेव्हा भरले तेव्हा मी माझ्या माहेराहून घरच्या सर्वांसाठी कपडे, भेटवस्तू आणि रोख रक्कम घेऊन यावी, अशी तिनं मागणी केली. याशिवाय मेवा-मिठाई, फळफळावळ इत्यादि वस्तूही तिला हव्याच होत्या. त्यांच्या सगळ्या मागण्या माझ्या वडिलांनी पूर्ण केल्या. त्यानंतर मला बाळंतपणासाठी माहेरी पाठवण्यात आलं. पहिलं बाळंतपण माहेरीच झालं पाहिजे, अशी रीत असल्याचं माझ्या सासूने सांगितलं.

माझ्या बाळंतपणाची तारीख अगदी जवळ आलेली असतानाच मला हॉस्पिटलमध्ये जावं लागलं. तिथे मला तपासल्यावर डॉक्टरांचं असं मत पडलं की, संपूर्ण गरोदरपणाच्या काळात माझ्या प्रकृतीची जी काही अक्षम्य हेळसांड झाली होती, त्यामुळे माझी केस खूपच अवघड आणि गुंतागुंतीची झाली होती. अखेर मी एका बाळाला जन्म दिला. ते बाळ अपंग होतं. ते सुदृढ नसल्यामुळे चार दिवसांचं असतानाच गेलं. मी हॉस्पिटलमध्ये असताना माझी सासू आणि माझा नवरा मला फक्त एकदा भेटायला आले.

हॉस्पिटलमधून मी माझ्या सासरच्या घरी गेले. माझा नवरा त्याच्या आईच्या ताटाखालचं मांजर होता. आई जे काही सांगेल, ते तो निमूटपणे ऐकायचा. आता तिच्या सांगण्यावरून तो मला बदडून काढू लागला. परत एकदा तिच्या मागण्या सुरू झाल्या. त्या मागण्या जर पूर्ण करण्यात आल्या नाहीत, तर माझ्या नवऱ्याचं दुसरं लग्न लावण्यात येईल, अशाही ती मला धमक्या देत असे. मी तर हताश झाले होते. माझ्या नवऱ्यासाठी रोज स्थळं सांगून येत होती आणि मी मूकपणे उघड्या डोळ्यांनी सर्व काही बघत होते.

माझ्या सासरची माणसं आता निर्लज्जपणे माझ्याकडे कारची मागणी करत होती. माझ्या वडिलांनी कसेबसे पैसे गोळा करून कार खरेदी केली. ती माझ्या सासऱ्यांच्या नावे खरेदी करण्यात आली होती.

काही दिवसांनंतर मला माहेरी पाठवण्यात आलं. परत येताना रंगीत टी.व्ही. घेऊन ये, असं मला बजावण्यात आलं होतं. मी टी.व्ही. न घेताच परतले. ते त्यांना मान्य झालं नाही. त्यानंतर त्यांनी माझा अमानुष छळ सुरू केला. काही दिवसांनी माझ्या वडिलांनी काहीतरी धडपड करून त्यांना रंगीत टी.व्ही. घेऊन दिला.

त्यानंतर अचानक एक दिवस मला असं सांगण्यात आलं की, माझ्या सासूची मन:स्थिती अत्यंत वाईट असल्यामुळे मी माहेरी गेलेलंच बरं. घरची परिस्थिती जरा सुधारली की, मला माहेराहून सासरी परत आणण्याचं वचन माझ्या नवऱ्यानं मला दिलं.

त्यानंतर मी अनेकदा सासरी फोन करून परत येण्याची परवानगी मागितली; पण दरवेळी आणखी थोडे दिवस थांबण्यास सांगितलं जाई. काही दिवसांत माझ्या असं कानावर आलं की, माझा नवरा आणि सासू-सासरे दिल्लीला जाऊन स्थायिक झाले आहेत. मी कानपूरमधल्या त्यांच्या नातेवाइकांना फोन करून चौकशी केली; पण त्यांनी काहीच माहिती दिली नाही. आता मी सगळी आशा सोडून, नशिबावर हवाला ठेवून गप्प बसले.

सुमारे दोन वर्षांनंतर माझ्या नवऱ्याने मला फोन करून भेटण्याची इच्छा व्यक्त केली. मग मी कानपूरला त्याच्या बहिणीच्या घरी जाऊन त्याची भेट घेतली. त्याने मला त्याच्या सोबत घरी येण्यास सांगितलं. मी लगेच तयार झाले. मला वाटलं, त्याला स्वत:ची चूक उमगली असेल; पण मी त्याला एक अट घातली की, आधी त्यानं माझ्या माहेरी येऊन, सर्वांना स्वत:बद्दल सगळं काही सांगितलं पाहिजे. तो त्या गोष्टीस तयार झाला आणि मी त्याच्या सोबत दिल्लीला गेले.

काही दिवसांनी मला एक सी.डी. आणि काही फोटो सापडले. त्यावरून मला असं कळलं की, माझ्या नवऱ्याने तिसऱ्यांदा लग्न केलं होतं, इतकंच नव्हे तर त्याचा घटस्फोटसुद्धा झाला होता.

माझ्या दृष्टीनं तर काहीच बदललं नव्हतं. त्या लोकांच्या मागण्या वाढतच चालल्या होत्या; पण या खेपेला माझे वडील ठाम होते. ते या लोकांची एकही मागणी पूर्ण करायला तयार नव्हते. त्यांनी मला ते घर सोडून कानपूरला यायला सांगितलं. आता ते लोक माझ्या नवऱ्याचं चौथ्यांदा लग्न करून देण्याच्या विचारात आहेत. माझ्या सासू-सासऱ्यांना मी आता त्यांच्या घरात नको आहे. हे लग्न पार पडावं यासाठी त्यांनी राहतं घर सोडून दुसरीकडे राहायला जायचंसुद्धा ठरवलं आहे; पण मला मात्र ते घर सोडून जायचं नाही. मी जशी जाळ्यात सापडले, तशी आणखी एखादी स्त्री या लोकांच्या जाळ्यात सापडू नये, अशी माझी मनापासून इच्छा आहे. म्हणूनच मी नवज्योतीच्या कौटुंबिक सल्ला केंद्राकडे धाव घेतली आहे.

कुठं चुकलं?

- जोपर्यंत आपल्या समाजात आपल्या मुलाचा मोबदला पैशात आणि वस्तूंमध्ये वसूल करण्याचा मनोवृत्ती असलेल्या स्त्रिया आहेत, तोपर्यंत त्या आपल्या सुनांचं आयुष्य दु:खी करणारच.

- जोपर्यंत सुशिक्षित स्त्रिया घरच्यांकडून मिळत असलेली पोतेऱ्यासारखी वागणूक निमूटपणे सहन करत राहतील, तोपर्यंत त्यांची पिळवणूक होतच राहणार.

सुशिक्षित स्त्री की गरीब गाय?

आता मी इथे ज्या स्त्रीची कहाणी उद्धृत करणार आहे, तशा प्रकारच्या परिस्थितीला सामोरं जाण्याची मला जेव्हा कधी वेळ येते, तेव्हा मला असंच वाटतं की, आपल्या पोटी मुलगी जन्माला येणं हे बऱ्याच भारतीय माता-पित्यांना गेल्या जन्मीचं पाप असल्यासारखं वाटतं. हे अशा प्रकारचं विधान करून मी अनेकांचा रोष ओढवून घेणार आहे, याची मला पूर्ण कल्पना आहे; अर्थात सत्य हे कितीही कटू असलं तरी आपल्याला या सत्याला सामोरं जावंच लागेल. मी तुम्हाला आता उदाहरणादाखल एक हकिकत सांगणार आहे. ही गोष्ट माझ्यासमोरच घडली.

काही वर्षांपूर्वी मी मध्य प्रदेशातील एका मोठ्या शहरात काम करत असताना मला संकटात सापडलेल्या एका माणसाचा मदतीची याचना करणारा फोन आला. त्याने मला असं सांगितलं की, त्याची मुलगी कॉम्प्युटर सॉफ्टवेअर इंजिनिअर असून, काही दिवसांपूर्वी तिचं लग्न होऊन ती जवळच्या एका शहरात राहायला गेली; पण लग्नानंतर तिच्या पतीने आणि सासरच्या माणसांनी तिला माहेरी जाण्यास किंवा कुणालाही फोन करण्यास बंदी घातली होती; त्यामुळे हा माणूस अत्यंत काळजीत होता. त्याने कधीही त्यांच्या घरी फोन केला तर तिच्या सासरच्या माणसांची ठरलेली उत्तरं होती : 'ती घरी नाही' अथवा 'तिला आत्ता फोन घेणं शक्य नाही.' अर्थातच तिच्याकडे मोबाईल फोन नव्हता.

त्या मुलीच्या आई-वडिलांना बऱ्याच दिवसांत त्यांच्या मुलीची काहीच खबरबात नसल्याने ते चिंताग्रस्त असल्याचं त्यांनीच मला सांगितलं. ते असहाय होते. आपल्या मुलीच्या बाबतीत नक्की काय घडलंय, हे शोधून काढण्यात त्यांना मार्गदर्शन किंवा मदत करू शकेल, असं कुणीच नव्हतं. मी त्यांच्याकडून त्यांच्या मुलीचा टेलिफोन नंबर, तिचं संपूर्ण नाव इत्यादी माहिती घेतली. मी स्वत: त्यांच्या मुलीला फोन करून, तिने तातडीने आपल्या आई-वडिलांशी संपर्क साधावा, असा निरोप तिला देईन, असं त्यांना आश्वासन दिलं. त्या

मुलीची आई खरं म्हणजे खूप दु:खात होती. मुलीच्या काळजीने ती रडत होती; पण तिने इतक्या करुणपणे माझ्याकडे मदतीची याचना केली की, माझंसुद्धा अंत:करण हेलावलं. मला तिथल्या तिथे त्या मुलीला फोन करावासा वाटला. मग मी माझ्या मोबाईल फोनवरून तिच्या घरचा नंबर लावला. मी माझं नाव सांगितलं आणि घरच्या सुनेला एक निरोप द्यायचा आहे, असंही सांगितलं. मी तिचं नावही सांगितलं. ज्या माणसाने फोन उचलला होता तो त्याने एका वेगळ्याच माणसाकडे दिला. मी पुन्हा एकदा मी कोण आहे हे त्याला स्पष्ट करून सांगितलं.

मी एका वेगळ्याच शहरातून बोलत असल्याचं स्पष्ट करून त्याला म्हणालो, 'या मुलीला तिच्या आई-वडिलांशी ताबडतोब संपर्क साधायला सांगा. तिचे आई-वडील तिची काळजी करत आहेत.' माझा हा निरोप मी नक्की कुणाला दिला असं मी त्याला विचारताच त्याने मला तो त्या मुलीचा सासरा असल्याचं सांगितलं. त्यावरून मला असा अंदाज आला की, आधी ज्या माणसाने फोन उचलला, तो त्या मुलीचा नवरा असावा आणि त्याने तातडीने तो फोन आपल्या वडिलांकडे दिला असावा. त्या मुलीच्या सासऱ्यांनी घाईघाईने फोन ठेवून दिला. त्या मुलीच्या आई-वडिलांना वाटणारी चिंता रास्तच होती आणि या प्रकरणात नक्की कुठेतरी पाणी मुरत होतं, अशी माझी खात्रीच पटली. मी पुन्हा त्या नंबरवर फोन केला. मी जरा खडसावून म्हणालो, 'फोन अगदी परक्या व्यक्तीने उचलला तरीसुद्धा हा महत्त्वाचा निरोप त्या मुलीला दिला गेलाच पाहिजे.' मग त्या माणसाने मोठ्या नाइलाजाने मी सांगितलेला फोन नंबर टिपून घेतला आणि ती मुलगी घरी नसल्याचं पुटपुटत फोन ठेवला.

त्यानंतर एक तासाने मला त्या मुलीच्या सासऱ्यांचा फोन आला. त्या मुलीला काय निरोप द्यायचा आहे, याची त्याने खोदूनखोदून चौकशी केली. त्यावर तो निरोप त्याच्या सुनेसाठी असल्याचं मी जरा जोरात त्याला म्हणालो. त्यावर तो म्हणाला, 'ती घरात असली तरीसुद्धा निरोप काय तो तुम्ही मलाच सांगा.' मग मी सरळच विचारलं, 'तुमची सून स्वत:च फोनवर का येत नाही?' त्यावर तो तिरसटपणे म्हणाला, 'मी तिला तसं करण्याची परवानगी देणार नाही.' त्यानंतर तो असंही म्हणाला, 'पण काय हो? हे मला विचारणारे तुम्ही कोण?' त्यावर मी त्याला सांगितलं, 'मी एक कर्तव्यदक्ष महिला पोलीस अधिकारी असून मी माझ्या कर्तव्याचं पालन करत आहे.' ते ऐकून त्याने धाडकन फोन ठेवून दिला. मग मी त्या विभागातील पोलिसांना फोन करून ही हकिकत त्यांच्या कानावर घातली.

दरम्यान, मला असं समजलं की, त्या मुलीच्या मध्य प्रदेशात राहत असलेल्या

आई-वडिलांना धमकावण्यात आलं होतं आणि त्यांनी पोलिसात दिलेली तक्रार मागे घ्यावी यासाठी त्यांच्यावर दडपण आणण्यात येत होतं. या धमकावणीला त्या मुलीचे आई-वडील घाबरले आणि तडकाफडकी त्याच रात्री ट्रेन पकडून आपल्या मुलीकडे जायला निघाले. जाण्यापूर्वी त्यांनी मला फोन करून हे कळवलं. पोहोचल्यानंतर त्यांनी प्रथम तिथल्या पोलीस चौकीत जावं, असं मी त्यांना सांगितलं. पोलिसांची मदत घेऊन मगच त्यांनी आपल्या मुलीच्या घरी जावं, असा मी त्यांना सल्ला दिला. त्यांनी माझ्या सूचनांचं तंतोतंत पालन केलं. ते आई-वडील आपल्या मुलीशी बोलत असताना सर्व वेळ तिचा नवरा तिथे पहारा देत थांबला होता. त्या मुलीने आपण गरोदर असल्याचं आई-वडिलांना सांगितलं. तिला तीन महिने झाले होते; त्यामुळेच तिला आपल्या सासरच्या लोकांच्या किंवा पतीच्या विरोधात जाता येत नव्हतं, असं तिचं म्हणणं होतं.

यावेळी प्रथमच आपली मुलगी कोणत्या परिस्थितीत आहे, हे तिच्या आई-वडिलांना कळलं. आपले सासू-सासरे अत्यंत चिडक्या स्वभावाचे असून, आपलं आणि त्यांचं मुळीच पटत नसल्याचं तिनं कबूल केलं; 'पण आता मला दिवस गेले आहेत; त्यामुळे या घरात जर सुख आणि शांतता प्रस्थापित करायची असेल, तर मला माझ सासू-सासऱ्यांपुढे नमतं घ्यावंच लागेल,' असं ती म्हणाली. 'इथून पुढे मला तुमच्याशी संपर्क साधणं जमणार नाही,' असंही तिनं आपल्या आई-वडिलांना सांगितलं.

त्यावर तिची आई तिला स्पष्टच म्हणाली, 'हे बघ, आम्ही तुला इतकं शिक्षण कशासाठी दिलं? तू नोकरी करून स्वतःच्या पायावर उभं राहावंस, तुला स्वावलंबनाने जगता यावं, म्हणूनच ना? मग तू अशी परिस्थितीला शरण कशी काय जाऊ शकतेस?' त्यावर त्या मुलीकडे काही उत्तर नव्हतं. त्यानंतर त्या आई-वडिलांनी मला फोन करून स्वतः दाखल केलेली तक्रार मागे घेत असल्याचं सांगितलं.

या सगळ्या प्रसंगाची मला अतिशय चीड आली. काय ही आपल्याकडच्या उच्चशिक्षित मुलींची स्थिती? या केसमधली मुलगी तर कॉम्प्युटर इंजिनिअर होती. ही स्थिती निश्चितच आशादायक नाही. या अशा मुली घरात अक्षरशः नजरकैदेत जगत असतात. त्यांना असुरक्षिततेची आणि स्वातंत्र्याची भीती वाटते. आई-वडील असहाय असतात. थोडक्यात, आई-वडिलांनी आपल्याला एक मुलगी आहे हेच मुळी विसरून जायचं असतं, तसंच मुलींनीही आपल्या आई-वडिलांना विसरायचं असतं; पण मग या शिक्षणाचा, तथाकथित आधुनिकतेचा उपयोग काय? कुणाला आपल्या पोटी मुलगी जन्माला येऊ नये असं जर वाटलं, तर त्यात नवल ते काय?

कुठं चुकलं?

- जर शिक्षणाने मुली स्वावलंबी होणार नसतील, त्यांच्या अंगी आत्मविश्वास येणार नसेल तर त्या शिक्षणाचा काय उपयोग? अशा मुलींना सुशिक्षित न म्हणता केवळ साक्षर म्हणावं लागेल.

- आपल्या समाजात मुलीच्या दृष्टीने तिचं सासर हे कायम परकंच राहतं. ते खऱ्या अर्थानं तिचं घर कधीच होऊ शकत नाही.

- परावलंबी असलेल्या स्त्रीने गरोदर राहणं म्हणजे एक प्रकारे तुरुंगवासाची शिक्षाच आहे. तिने शरणागती पत्करल्यासारखीच आहे.

स्त्रीच स्त्रीची शत्रू असते

माझं वय विशीच्या आतलं आहे आणि मी एक विधवा आहे. माझं फारसं काहीच शिक्षण झालेलं नाही. वयाच्या पंधराव्या वर्षी माझं लग्न करून देण्यात आलं. माझा नवरा सरकारी कामावरच्या कंत्राटदाराकडे मजुरीचं काम करत असे. त्याचं वय लग्नाच्या वेळी माझ्या दुप्पट होतं. त्याची पहिली बायको वारली होती. आमच्या एका शेजारणीनं माझ्यासाठी त्याचं स्थळ सुचवलं आणि माझ्या आईनंसुद्धा फारशी चौकशी न करता माझं त्याच्याशी लग्न लावून दिलं. माझ्या लग्नात माझ्या आई-वडिलांनी त्यांच्या ऐपतीप्रमाणे जेवढा खर्च करणं शक्य होतं, तेवढा केला. त्यांनी माझ्याबरोबर फर्निचर, रंगीत टी.व्ही., शिवणाचं मशीन अशा बऱ्याच वस्तू माझ्या सासरी दिल्या. १०१ भांडी-कुंडी, माझ्यासाठी दागदागिने, तसंच माझ्या नवऱ्याला आणि त्याच्या घरच्यांनासुद्धा अहेरादाखल बरंच काही दिलं. त्याचबरोबर त्यांनी २१,००० रुपये हुंडासुद्धा दिला; पण लग्नानंतर माझा नवरा त्याचा सगळाच्या सगळा पगार त्याच्या आत्याकडे देत असे. ती विधवा होती आणि आमच्या घरीच राहायची. तो मला हातखर्चाला एक नवा पैसाही देत नसे. आमच्या घरात ही आत्याच माझ्या सासूची भूमिका बजावायची. संपूर्ण घरादारावर तिचीच हुकमत चालायची.

आमच्या लग्नाला तीन महिने झाल्यानंतर माझा नवरा दारू पीत असल्याचं माझ्या लक्षात आलं. दिवसेंदिवस त्याचं पिणं वाढत चाललं होतं. माझ्या असंही लक्षात आलं की, तो दारूमध्ये सोडा, पाणी असं काहीही न मिसळता थेट पीत असे. तो पहाटेच दारू प्यायला सुरुवात करायचा. आमच्याकडील शौचालय घराबाहेर होतं तर तो तिकडे जातानाही दारूची बाटली सोबत घेऊन जायचा. त्याचं हे व्यसन सुटावं म्हणून मी पुष्कळ प्रयत्न केले; पण कशाचाही उपयोग झाला नाही. मग मी घरातील दारूच्या बाटल्या फोडून टाकण्यास

आणि दारूने भरलेल्या प्लॅस्टिकच्या पिशव्या ओतून देण्यास सुरुवात केली; पण तो कुठून तरी दारू मिळवून आणत असे. घरचं कुणीच या बाबतीत माझ्या मदतीला धावून आलं नाही. त्याचा धाकटा भाऊ, बहीण किंवा विधवा आत्या यांच्यापैकी कुणीच नाही. ते सगळे मला म्हणायचे, 'त्याची जबाबदारी तुझ्यावर आहे. आता तूच त्याला सांभाळ.' माझा नवरा घरात घाण करायचा, सगळीकडे ओकून ठेवायचा. माझा सगळा वेळ ते साफ करण्यात जायचा. काही महिन्यांनंतर तो कामावरही खाडे करू लागला. तो खोटी कारणे देऊन, वैद्यकीय दाखले देऊन रजा मिळवायचा; पण हे असं किती दिवस चालणार? थोड्याच दिवसांत त्याला पगार मिळणं बंद झालं.

आता त्यानं व्यसन पुरे करण्यासाठी लोकांकडून पैसे उसने घेण्यास सुरुवात केली. घरखर्चासाठी तो मला एकही पैसा द्यायचा नाही. कधीकधी कपभर चहासाठीसुद्धा घरी दूध नसायचं. काही दिवसांनी लोकांनी त्याला उसने पैसे देणं बंद करून टाकलं. मग त्यानं भीक मागण्यास सुरुवात केली.

आमच्या लग्नाला एक वर्ष होण्याआधीच या दारूच्या व्यसनापायी माझ्या नवऱ्याचा मृत्यू ओढवला. त्याच्या मृत्यूमुळे हे विधवेचं जगणं माझ्या नशिबी आलं याचं दु:ख मला त्याच्या मरणापेक्षा अधिक झालं; कारण कसा का असेना, मला नवरा तर होता!

माझ्या नवऱ्याच्या मृत्यूला १५ दिवसही झाले नव्हते, तेव्हा माझ्या घरच्या लोकांनी आणि गावकऱ्यांनी, गावच्या पंचायतीने माझा कुंकुमविधी करून, माझ्या दिराशी माझं लग्न लावून द्यायचं ठरवलं. आमच्या गावची तशीच पद्धत होती; पण माझ्या नवऱ्याच्या आत्याला हे मान्य नव्हतं. आत्ता घाईने असा कुंकुमविधी करण्यापेक्षा एक वर्ष थांबून त्यानंतर रीतसर लग्न लावावं, असं तिचं म्हणणं होतं. त्यानुसार लग्नाची तारीखही पक्की करण्यात आली; पण या काळात तिने मला माहेरी पाठवलंच नाही, सासरीच ठेवून घेतलं. दुसऱ्याच दिवशी तिने मला माझ्या दिराच्या खोलीत ढकलून बाहेरून दार लावून घेतलं. मी खूप विरोध केला, पण माझ्या दिरानं माझं काहीच ऐकलं नाही. त्याच्या म्हणण्याप्रमाणे नाहीतरी आता तोच माझा 'मालक' होणार होता. दुसऱ्या दिवशी त्याने मला औषधाच्या गोळ्या देऊन त्यातली एक गोळी रोज घेण्यास सांगितलं. त्या गोळ्या नक्की कशासाठी होत्या, याची मला कल्पनासुद्धा नव्हती. त्या दिवसापासून मी त्याची बायको असल्याप्रमाणे राहू लागले.

काही महिन्यांनी माझ्या नवऱ्याच्या ऑफिसमधून माझ्या नावे काही चेक्स आले, कारण त्याच्या मृत्यूनंतर जे काही पैसे मिळणार होते, त्यासाठी 'नॉमिनी' म्हणून त्याने माझं नाव दिलं होतं. मला आत्याने स्वत:सोबत बँकेत नेलं आणि

अकाउंट काढून त्यात ते पैसे भरले. त्यानंतर काही दिवसांनी मला रोख रक्कम मिळाली. तीसुद्धा मी बँकेत जमा केली. माझ्या नवऱ्याच्या आत्याला ही गोष्ट समजताच तिने मला लाथा-बुक्क्यांनी तुडवलं. ते पैसे तिला न देता मी बँकेत भरले, हे तिला मुळीच सहन झालं नव्हतं. मग तिने मला घर सोडून जायला सांगितलं; पण माझी ते घर सोडून जायची तयारी नव्हती. माझं माझ्या दिराशी 'लग्न' झालं होतं. निदान मला तरी तसं वाटत होतं; पण तिने मला धक्के मारून बाहेर काढलं. आमच्या शेजाऱ्यांपैकी कुणीच माझ्या मदतीला धावून आलं नाही, कारण ती किती कजाग आहे, हे सर्वांनाच ठाऊक होतं. तिथून निघाल्यावर माहेरी जाण्याखेरीज माझ्याकडे दुसरा पर्याय नव्हता. माझ्या माहेरची परिस्थिती खूप वाईट होती. तशातच मी परत आले आणि त्यांच्यावर ओझं बनून तिथे राहू लागले. खरं तर मला दोन कमावते भाऊ आहेत; पण त्यांच्या बायका माझ्या आई-वडिलांना नीट वागवीत नाहीत. माझे भाऊ त्यांना एका पैशाचीही मदत करत नाहीत. माझे आई-वडील स्वतःला मिळणाऱ्या तुटपुंज्या उत्पन्नावर कसंतरी जीवन जगतात.

मला असं समजलं की, माझा दीर आणि त्याची आत्या बँक अधिकाऱ्यांना जाऊन भेटले. माझी प्रकृती बरी नसल्याचं त्यांना खोटंच सांगून माझा अकाउंटचा कारभार चालवण्याची परवानगी त्यांनी मागितली; पण नशिबाने त्यांचं काहीच चाललं नाही. बँकेच्या अधिकाऱ्यांनी त्यांचं म्हणणं ऐकलं नाही. त्या आत्याने माझ्या नवऱ्याच्या मृत्यूनंतर मला स्वतःकडे का ठेवून घेतलं आणि नंतर मला हाकलून का दिलं, हे आता मला कळतंय!

खरंतर मला त्या घरी परत जायचंय, तिकडेच राहायचंय. ते घर माझंसुद्धा आहेच की; मला दुसऱ्या कुणाशीही लग्न करण्याची इच्छा नाही. मला माझ्या घरी जाऊन राहण्यात, जी काही तुटपुंजी मालमत्ता असेल, त्यातला माझा वाटा मिळवून देण्यात कुणी मदत करेल का?

('नवज्योती'ने तिची केस कायदेविषयक मदतीसाठी 'लॉयर्स कलेक्टिव्ह' यांच्याकडे पाठवली आहे. तिने नवज्योतीच्या व्यवसाय प्रशिक्षण केंद्रात भरती होऊन आत्मनिर्भर व्हावं, यासाठी तिला प्रोत्साहन देण्यात आलं आहे.)

कुठं चुकलं?

- असहाय स्त्रियांना आपले कायदेशीर हक्क मिळवण्यासाठी जी किंमत मोजावी लागते, ती त्यांच्या ऐपतीबाहेरची असते.

- स्त्रियाच स्त्रियांच्या शत्रू बनतात आणि त्यांचे हक्क आणि त्यांचं छत्र हिरावून घेतात.

- आर्थिकदृष्ट्या परावलंबी स्त्रीचं जिणं फार कठीण असतं.

स्त्रियांनो, भिऊ नका; धाडस दाखवा

माझं नाव ज्योती. मी १८ वर्षांची आहे. माझं शिक्षण सातव्या इयत्तेपर्यंत झालं आहे. माझे आई-वडील लोकांच्या कपड्यांना इस्त्री करून आपला उदरनिर्वाह करतात. मी आणि माझी भावंडं दिल्लीच्या दक्षिण भागात असलेल्या ओखला येथील झोपडपट्टीत लहानाचे मोठे झालो. मी सोळा वर्षांची असताना आमच्या एका नातेवाइकांनी माझ्या लग्नासाठी एक स्थळ आणलं. हा मुलगा आमच्या जवळच राहणारा होता. त्याचासुद्धा कपड्यांना इस्त्री करण्याचाच व्यवसाय होता; पण त्याचे दोन भाऊ तसेच वडील पूर्णपणे त्याच्यावर अवलंबून असल्यामुळे माझ्या आई-वडिलांना माझ्यासाठी तो काही तितकासा पसंत नव्हता; पण अखेर माझं त्याच्याशीच लग्न लावून देण्यात आलं.

माझं सासरचं घर फक्त तीन खोल्यांचं असलं, तरी मी तिथे सुखात होते. माझा पती प्रेमळ होता. तो माझी खूप काळजी घ्यायचा; पण माझे दोन्ही दीर काही कामाचे नव्हते. ते रिकामटेकडेपणाने वेळ घालवत. रोज सकाळी लवकर उठून ते घराबाहेर पडत ते एकदम रात्री उशिरा घरी येत. दिवसभर ते नुसते इकडेतिकडे उनाडक्या करत. सुरुवातीच्या काळात मी त्या बाबतीत कधीच काही बोलले नाही; पण काही दिवसांनंतर मी त्यांना त्यांच्या भविष्याबद्दल विचारायला सुरुवात केली. त्यानंतर आमच्यामध्ये वादविवाद होऊ लागले. मी त्या गोष्टी कधीही माझ्या पतीच्या कानावर घातल्या नाहीत. माझे सासरे मात्र माझ्या बाजूचे होते. त्यांची वागणूक चांगली होती. विशेषत: स्त्रियांशी ते अत्यंत गोड बोलत; पण काही दिवसांनंतर मला माझ्या सासऱ्यांबद्दल संशय येऊ लागला. ते येणाऱ्या-जाणाऱ्या प्रत्येक स्त्रीकडे पाहून डोळा मारत, शीळ वाजवत. त्यांच्या अशा वागण्याविषयी आपल्या पतीला सांगावं की नाही, अशा पेचात मी सापडले होते; पण एक दिवस मात्र सगळा धीर गोळा करून त्याला हे सांगितलं. त्यावर त्याने मला जे काही उत्तर दिलं, ते ऐकून मला धक्काच बसला. त्याच्या म्हणण्याप्रमाणे त्याला ही गोष्ट आधीपासूनच माहीत होती; पण

त्या बाबतीत तो काहीच करू शकत नव्हता. मी आश्चर्यचकित झाले. आपल्या पतीने या गोष्टीची आपल्याला आधीच कल्पना कशी दिली नाही, असं मला वाटलं. एव्हाना एक गोष्ट माझ्या लक्षात येऊन चुकली होती, ती म्हणजे माझी विवाहित असलेली नणंद केवळ सण-समारंभापुरतीच माहेरी येत असे. एरवी कधी ती इकडे पाऊलही टाकत नसे. मी एकदा तिला त्याबद्दल सरळच विचारलं, त्यावर तिनं मला असं सांगितलं की, वडिलांचं स्त्रियांच्या बाबतीतलं जे गैरवर्तन होतं, त्यामुळेच तिच्या भावांनी तिचं लवकर लग्न लावून दिलं होतं. लग्नानंतर ती फारशी माहेरी येत नसे, तेही त्याच कारणाने. मी मात्र स्वभावाने मुळीच भित्री नव्हते; त्यामुळे मी माझ्या सासऱ्यांना सरळ जाब विचारला. त्यातून आमच्यात भांडणं सुरू झाली.

आता माझे सासरे सरळसरळ बायकांना घरी आणू लागले. ते त्यांना माझे कपडे, माझी सौंदर्य प्रसाधनं वापरायला देत; त्यामुळे माझा संताप होत असे. मी स्वत:च्या डोळ्यांनी अनेकदा त्यांना त्या स्त्रियांबरोबर आमच्या घरी अश्लील वर्तन करताना पाहिलं आहे. काही दिवसांनी असभ्य, वाईट नजरेच्या पुरुषांचीसुद्धा आमच्या घरात वर्दळ सुरू झाली.

घरात हे असले सगळे प्रकार चालू असताना मी आठ महिन्यांची गरोदर होते. त्यानंतर माझी आई मला बाळंतपणासाठी माहेरी घेऊन गेली. मला एक मुलगी झाली. काही महिन्यांनी मी माझ्या नवऱ्याच्या घरी परत गेले. तिथे गेल्यावर आमच्या घराची अवस्था पाहून मला प्रचंड धक्का बसला. मी माझ्या सासऱ्यांची खोली झाडत असताना मला तिथे वापरून फेकून दिलेलं निरोध सापडलं. ते पाहून माझ्या तळपायाची आग मस्तकाला गेली. दुसऱ्या दिवशी ते त्यांच्या काही मित्रांना घेऊन घरी आले. त्यांच्यासमोर उगाचच मला हाका मारून हे दे, ते दे असं काहीबाही सांगू लागले. माझ्याशी बोलण्याचा प्रयत्न करू लागले. तरीही मी गप्प राहिले; पण त्यांनी मला अधिकच त्रास देण्यास सुरुवात केली. मग मात्र मी त्यांच्या एक श्रीमुखात ठेवून दिली. माझ्या नवऱ्याला ते अजिबात आवडलं नाही. त्याने मला घराबाहेर काढलं. त्यानंतर मी माझ्या आईकडे परत गेले.

या घटनेला आता एक वर्ष उलटून गेलं आहे. दरम्यान, माझ्या काही शेजाऱ्यांनी माझ्या आईला दिल्लीच्या दक्षिण भागात असलेल्या श्रीनिवासपुरी येथील नवज्योती कौटुंबिक सल्ला केंद्राविषयी सांगितलं. तेथील समुपदेशकांनी माझ्यात आणि माझ्या पतीमध्ये समझोता घडवून आणला आणि त्याला वेगळं बिऱ्हाड करून माझ्यासोबत सुखाने संसार करण्याचे फायदे पटवून दिले. त्या समुपदेशकांच्या आणि स्थानिक पोलिसांच्या मदतीमुळे मी वेगळा संसार थाटून माझा पती आणि आमची मुलगी यांच्या सोबत राहू लागले.

कुठं चुकलं?

- जर स्त्रीने आपल्या पतीच्या घरी राहत असताना एखाद्या मुद्द्यावरून बंड पुकारलं, तर त्या स्त्रीचा सासरच्या माणसांकडून स्वीकार होत नाही. स्त्रियांनी गरीब गाईप्रमाणे खालमानेने जगावं अशीच सगळ्यांची अपेक्षा असते.

- स्त्रीने जर आजूबाजूला घडत असलेल्या अन्याय आणि अत्याचाराविरुद्ध आवाज उठवायचं ठरवलं, तर तिला कुणाच्यातरी भक्कम आधाराची गरज असते. तो जर नसेल तर त्या स्त्रियांचा अपमान केला जातो.

इन्डिसेंट प्रपोझल

माझं नाव पूजा. मी २२ वर्षांची आहे. आम्हा पाच भावंडांमध्ये मी सर्वात मोठी. माझे वडील दिल्लीतील एका रेस्टॉरंटमध्ये स्वयंपाकी होते. माझं शाळेचं शिक्षण पूर्ण झाल्यावर लगेच त्यांनी माझं लग्न करून टाकलं. तेव्हा मी फक्त १७ वर्षांची होते. आमच्या नातेवाइकांपैकीच एकानं माझ्यासाठी हे स्थळ आणलं. माझ्या सासरच्या लोकांना आपण अगदी नीट ओळखत असलचा त्यानं दावा केला. माझ्या आई-वडिलांचा त्याच्या सांगण्यावर इतका विश्वास बसला की, त्यांनी लग्नाआधी त्या मुलाची एकदासुद्धा भेट घेतली नाही. माझ्या नवऱ्याचा दुधाचा धंदा होता. तो त्याच्या काका-काकूंबरोबर राहत असे. त्याचे आई-वडील उत्तर प्रदेशातील एका खेड्यात राहत असत.

लग्नाच्या वेळी माझ्या नवऱ्याचा चेहरा फुलांच्या माळांनी (सेहरा) पूर्णपणे झाकलेला असल्याने मी त्याला पाहिलंच नव्हतं. आमचं लग्न झाल्यावर मी त्याला जेव्हा पहिल्यांदा पाहिलं, तेव्हा मला त्याची खूप भीती वाटली. माझ्या अपेक्षेपेक्षा तो वयाने फारच मोठा वाटत होता. मी त्याच्या काकूला त्याबद्दल विचारताच ती म्हणाली, 'त्याचा चेहरा वयाच्या मानाने जास्त प्रौढ आहे.' आमच्या लग्नाला अगदी थोडेच दिवस झाल्यावर त्याने रोज सकाळी खूप लवकर घराबाहेर पडायला सुरुवात केली. तो रात्री उशिरा घरी येत असे. सुरुवातीला भीतीपोटी मी त्याला त्याबद्दल काहीच विचारलं नाही; पण आपल्या कामाचं स्वरूपच असं असल्याचं त्याने स्वत:हूनच माझ्यापाशी स्पष्ट केलं. त्याची काकू नेहमी माझी समजूत घालायची. सगळे पुरुष असेच असल्याचं ती मला सांगायची. इतकंच नव्हे, तर तो आपलं काम इतकं मनापासून करतो, ही चांगलीच गोष्ट असल्याचंही बोलून दाखवायची; पण काही दिवसांतच आमच्या घरची शिधापत्रिका माझ्या हाती पडली. त्यावरून माझा नवरा माझ्या दुप्पट वयाचा असल्याचं सत्य मला समजलं; पण आता त्याविषयी काही करायला खूप उशीर झाला होता.

एक दिवस माझ्या आईला कोणीतरी निनावी फोन करून माझ्या नवऱ्याचं आधीच एक लग्न झालं असून, त्याला मुलंदेखील असल्याचं सांगितलं. फार उशीर होण्याआधीच माझ्या आई-वडिलांनी या प्रकरणी लक्ष घालावं, असाही सल्ला त्या फोन करणाऱ्याने दिला. दुसऱ्याच दिवशी या प्रकरणाची शहानिशा करण्यासाठी माझे आई-वडील आमच्या घरी आले; पण त्यांच्या कानावर आलेला हा प्रकार सपशेल खोटा असल्याचा कांगावा माझ्या सासरच्यांनी केला. तोपर्यंत मीसुद्धा माझ्या आई-वडिलांना माझा पती वरचेवर घरातून गायब होत असल्याचं सांगितलेलं नव्हतं. इकडे माझ्या नवऱ्याचं आधीच एक लग्न झालं असल्याबद्दलचे फोन माझ्या वडिलांना वारंवार येऊ लागले. मग माझे वडील चौकशीसाठी माझ्या नवऱ्याच्या दुकानात गेले. त्या दुकानाच्या वरच्या मजल्यावर एक बाई राहत असल्याचं त्यांना आढळलं. ते पाहून त्यांना धक्काच बसला. चौकशीअंती असं कळलं की, ती बाई त्या जागेत भाड्याने राहत असून तिच्या नवऱ्याचा ट्रान्सपोर्टचा व्यवसाय होता.

एक गोष्ट माझ्या लक्षात आली होती. माझ्या नवऱ्याच्या काकूचं वागणं बदललं होतं. माझ्या पाठीशी उभं राहण्याऐवजी आजकाल ती मला टोचून बोलू लागली होती. मी आणि माझा नवरा त्यांच्या घरात फुकट राहत असल्याचे ती टोमणे मारत असे. मी एकदा त्याविषयी माझ्या नवऱ्याकडे तक्रार केली. त्यावर त्याने मला दुसरं बिऱ्हाड करण्यासाठी माहेराहून पैसे घेऊन येण्यास सांगितलं. मग मी माझ्या वडिलांना आमच्यासाठी एखादं घर भाड्यानं मिळतंय का, ते बघायला सांगितलं. आम्ही वेगळं राहू लागलो. आता तरी आपल्या नवऱ्याचं वागणं सुधारेल. तो आपली नीट काळजी घेईल, असं मला वाटत होतं; पण तसं घडलंच नाही. उलट तो माझ्याकडे पूर्णपणे दुर्लक्ष करू लागला. तो लागोपाठ बरेच दिवस घराबाहेर राही. त्याबद्दल मी काहीही म्हणायला तोंड उघडलं की, तो मला शिवीगाळ, मारहाण करू लागला.

दरम्यान, माझ्या वडिलांनी बरीच चौकशी केल्यावर माझ्या नवऱ्याचं आधी एक लग्न झाल्याची बातमी खरी असल्याचं त्यांना कळलं; पण आता त्याबद्दल आम्ही काहीच करू शकत नव्हतो. माझे वडील मला त्यांच्या घरी परत नेऊ शकत नव्हते की माझ्या पतीविरुद्ध फिर्यादही करू शकत नव्हते; त्यामुळे मी तशीच त्याच्यासोबत राहत होते. माझी परिस्थिती अत्यंत दुर्दैवी होती.

आम्हाला त्याच्या पहिल्या लग्नाविषयी कळलंय हे जेव्हा माझ्या नवऱ्याला समजलं, तेव्हा परिस्थिती अधिकच बिकट झाली. तो माझा अनन्वित छळ करू लागला. पुढचा-मागचा कसलाही विचार न करता मला लाथा-बुक्क्यांनी तुडवू लागला. त्याला वाटलं, त्याच्या छळाला कंटाळून मी त्याला सोडून जाईन; पण मी तसं करत नाही म्हटल्यावर त्याने एक दिवस मला ओढत, फरफटत घराबाहेर

हाकलून दिलं. त्याला माझ्या बरोबर संसार करण्यात काडीइतकाही रस नसल्याचं त्यानं मला स्पष्ट सांगितलं. त्यानंतर माझ्या आई-वडिलांनी त्याच्याविरुद्ध 'क्राइम अगेन्स्ट विमेन सेल'मध्ये तक्रार दाखल केली. माझ्या नवऱ्याला आठ महिन्यांच्या तुरुंगवासाची शिक्षा झाली. त्यानंतर त्याला मुक्त करण्यात आलं. यमुना पुष्टा या दिल्लीमधील सर्वांत मोठ्या झोपडपट्टीच्या परिसरात नवज्योतीने चालू केलेल्या कौटुंबिक सल्ला केंद्राविषयी आमच्या एका शेजाऱ्याने माझ्या आई-वडिलांना सांगितलं. माझे आई-वडील आणि मी त्या केंद्रात गेल्यावर तिथल्या अधिकाऱ्यांनी मला एका वकिलाकडे पाठवलं. आता तोच आम्हाला मार्गदर्शन करत आहे. मला नवऱ्याकडून पोटगी मिळावी यासाठी मी दावा लावला आहे, कारण मला माझ्या आई-वडिलांवर भार होऊन राहण्याची इच्छा नाही.

कुठं चुकलं?

- मुलींना आपल्या समाजात ओझं मानलं जातं.

- जोपर्यंत मुलींना आपलं लग्न कुणाशी व्हावं हे ठरविण्याचा अधिकार मिळत नाही, तोपर्यंत त्यांची एखाद्या वस्तूप्रमाणे देवाण-घेवाण होतच राहणार.

- गुन्हेगारामध्ये सुधारणा घडवून आणण्याचे प्रयत्न करण्याऐवजी जर त्याला नुसतीच कडक शिक्षा देण्यात आली तर तो निष्पाप लोकांवर अधिकच अत्याचार करतो.

स्त्रीचं दुःख आता अरण्यरुदन उरलेलं नाही

मी तीस वर्षांची स्त्री आहे. माझं नाव सुमित्रा. मी उत्तर प्रदेशातली आहे. १३ वर्षांपूर्वी दिल्लीतल्या एका माणसाशी माझं लग्न झालं. माझी H.S.Cची परीक्षा संपताच आमच्याच एका नातेवाइकांनी माझ्यासाठी हे स्थळ आणलं.

मी दिसायला अगदीच सामान्य असून, माझा वर्णसुद्धा काळाच आहे; त्यामुळे माझ्या आई-वडिलांना माझ्या लग्नाची सतत चिंता वाटायची; पण त्याहूनही जास्त चिंता त्यांना या गोष्टीची वाटायची की, आपली ही काळी, कुरूप मुलगी पत्करायला जो तयार होईल, त्याला त्या बदल्यात किती हुंडा द्यावा लागेल? त्यामुळे हे स्थळ येताच माझ्या आई-वडिलांनी पुढचा-मागचा काहीही विचार न करता माझं लग्न लावून दिलं.

माझ्या सासरी एकत्र कुटुंब होतं. घरात नऊ माणसं होती. माझा नवरा एक सुशिक्षित यशस्वी उद्योजक असून, त्याची बरीच मालमत्ता आहे. दिल्लीच्या मध्यवर्ती भागात दोन दुकानं आहेत, असं मला सांगण्यात आलं होतं. परंतु माझ्या लग्नाला १५ दिवस होताच माझा नवरा एका खासगी कंपनीत नोकरीला असल्याचं त्यानं स्वतःच मला सांगितलं. त्या कंपनीमध्ये काही टक्के भागीदारी मिळवण्यासाठी त्याला ५०,००० रुपयांची गरज होती. ते पैसे मी माझ्या आई-वडिलांकडून आणावेत, असं त्याचं म्हणणं होतं. मला धक्का बसला. माझ्या आई-वडिलांची ते पैसे देण्याची ऐपत नाही, असं मी स्पष्ट सांगताच माझा नवरा आणि सासरची माणसं गप्प बसली. काही दिवसांत मीही त्यांच्या या मागणीबाबत विसरून गेले.

त्यानंतर थोड्याच दिवसांत बारीकसारीक गोष्टीवरून माझी सासू मला खवचटपणे बोलू लागली. छोट्याछोट्या गोष्टींवरून भांडण उकरून काढू लागली. माझ्या घरकामात ती सतत चुका काढून सर्वांसमोर मला त्यावरून बोलायची. आणखी काही दिवस गेल्यावर माझ्या सासरच्या माणसांचा उद्धटपणा खूपच वाढला. सर्वजण मला अपमानास्पद वागणूक देऊ लागले. माझ्या पतीने हळूहळू एकेका गोष्टीची मागणी सुरू केली. आधी त्याने सीलिंग फॅनची आणि नंतर कुलरची मागणी

केली. नंतर त्यांनी मला माझ्या माहेरी पाठवून दिलं. त्यांच्या सगळ्या मागण्या पूर्ण करून मगच घरी यायचं, अशीही तंबी दिली.

माझ्या आई-वडिलांची आर्थिक स्थिती मुळीच चांगली नव्हती; पण तरीही त्यांनी काहीतरी धावपळ करून सगळ्या गोष्टी जमवल्या. काही दिवसांनी माझा नवरा मला घरी न्यायला आला. त्याने सगळ्या वस्तू घेतल्या; पण माझ्या सासरच्या माणसांची हाव वाढतच चालली होती. काही दिवसांनी माझ्या सासू-सासऱ्यांनी मायक्रोवेव्ह ओव्हनची मागणी केली. ही गोष्ट माझ्या माहेरच्यांच्या अगदीच ऐपतीबाहेरची होती. मग माझ्या माहेरच्या काही नातेवाइकांनी पुढाकार घेऊन, या प्रकरणी हस्तक्षेप करायचं ठरवलं. आता माझ्या सासू-सासऱ्यांवर दडपण आल्यामुळे ते समझोता करायला तयार झाले.

तोपर्यंत माझ्या आयुष्याचा पुरता खेळखंडोबा झालेलाच होता. माझ्या रंगरूपावरून मला टोमणे मारण्याची एकसुद्धा संधी माझ्या नणंदा सोडत नसत. माझा नवरा दिवसच्या दिवस घराबाहेर राहू लागला. मला जर या घरी राहायचं असेल, तर मी माझ्या माहेरच्या माणसांशी संबंध तोडायचा, असं माझ्या सासू-सासऱ्यांनी मला सांगितलं.

एक दिवस त्यांनी घराचं दार आतून लावून घेऊन, मला खूप मारहाण केली. माझ्याच ओढणीनं माझा गळासुद्धा दाबण्याचा प्रयत्न केला. मग मी रोजच्या रोज डायरी लिहीत असून, घरात जे जे काय घडतं, त्या सगळ्याची नोंद ठेवते असं त्यांना सांगितल्यावर त्यांनी ते थांबवलं. (प्रत्यक्षात मी अशी डायरी वगैरे लिहिलीच नव्हती!) पण त्यानंतर त्यांनी मला तीन दिवस तळघरात कोंडून ठेवलं. मी कुणालाही काहीही न सांगण्याच्या अटीवरच माझी सुटका करण्यात आली. त्यानंतर काही दिवसांत मी कसाबसा चोरून माझ्या भावाशी संपर्क साधला. त्याने माझ्या नवऱ्याशी बोलून माझा छळ थांबवण्याची विनंती केली; पण त्याचा काहीही उपयोग झाला नाही. मग नाइलाजाने मी माझ्या भावासोबत माहेरी निघून गेले. त्यानंतरही माझ्या सासरच्या माणसांनी मला सुखानं जगू दिलं नाही. मी घटस्फोटाचा दावा लावावा असं त्यांचं म्हणणं होतं; पण आम्ही तसं काहीही करायचं नाही, असं ठरवलं होतं कारण त्यामुळे आमच्याच कुटुंबाची समाजात नाचक्की झाली असती.

माझ्या सासरच्या माणसांनी मला कधीच त्यांच्या घरी परत न नेण्याचा निर्णय घेतला होता; पण आमच्याकडून वसूल केलेला हुंडा परत करायला मात्र ते तयार नव्हते. पुढे आमचीही सहनशक्ती संपली. आम्ही विमेन्स क्राइम सेलमध्ये केस दाखल केली. बऱ्याच दिवसांपासून आम्ही त्या खटल्याच्या सुनावणीची वाट पाहात आहोत; पण अजून आमच्या सुनावणीची तारीख नक्की होत नाही; त्यामुळे आम्हाला खूप त्रास होत आहे.

दरम्यानच्या काळात मी नवज्योती कौटुंबिक सल्ला केंद्रामध्ये जाऊन भेटले. माझी अजूनही घटस्फोटासाठी मानसिक तयारी नाही. हेही चित्र पालटेल, सगळं काही ठीक होईल, असं माझ्या मनाला वाटतं. मी या दलदलीत खोल रुतत चालले आहे. 'नवज्योती'नेच माझी यातून सुटका करावी, अशी मी अपेक्षा करत आहे.

कुठं चुकलं?

- आपल्या देशात अजूनही स्त्रियांकडे एक उपभोग्य वस्तू म्हणून पाहिलं जातं.

- आपली शिक्षण पद्धती आणि समाजव्यवस्थेतून स्त्रियांच्या सक्षमीकरणाचे फारसे प्रयत्न होत नाहीत; त्यातून स्त्रियांना स्वावलंबी बनवण्यात येत नाही.

- कुटुंबांनी या बाबतीतली जबाबदारी उचलायला हवी, परंतु लग्न हे पवित्र बंधन आहे, असं कुणी मानतच नाही.

जेव्हा स्त्रीचा नाइलाज होतो, तेव्हा...

माझं नाव रिता. मी २७ वर्षांची आहे. मी नेपाळची आहे. आम्ही एकूण सात बहिणी आणि दोन भाऊ. त्यामध्ये मी सगळ्यात धाकटी. साहजिकच मी लाडाकोडात वाढलेली. मला शाळेत जायला मुळीच आवडत नसे; त्यामुळे माझ्या आई-वडिलांनीसुद्धा माझ्यावर तशी जबरदस्ती केली नाही. मी माझ्या आईला घरकामात मदत करत असे. सतराव्या वर्षीच माझं लग्न करून देण्यात आलं. माझा नवरा खूप प्रेमळ होता. माझी काळजी घ्यायचा. आम्ही माझी सासू आणि दोन दिरांसोबत राहायचो. लग्नाला एक वर्ष झाल्यावर आम्हाला मुलगा झाला.

आमच्या लग्नानंतर पहिली चार वर्षं माझा नवरा शेतात काम करत होता. त्यावेळी बरेचदा मी आई-वडिलांकडे राहत होते. माझ्या नवऱ्याची त्याविषयी फारशी काही तक्रारही नव्हती. तो मला भेटायला अनेकदा माहेरी येत असे. आम्हाला अजून एक मुलगा झाला. माझ्या वडिलांनी आता जास्त पैसे कमावण्यासाठी मुंबईला जाण्याचा सल्ला दिला. त्याच्यासोबत माझा दीरसुद्धा गेला. तीन वर्षं तो मुंबईला होता. त्या काळात तो केवळ एकदा मला भेटायला आला. त्यानंतर अचानक मला माझ्या पतीचं निधन झाल्याचीच बातमी मिळाली. त्याच्या दहन संस्कारांनंतर मला ते समजलं. काविळीने त्याचा मृत्यू झाल्याचं मला समजलं.

तो ज्या कंपनीत कामाला होता त्या कंपनीच्या मालकाने नुकसानभरपाई म्हणून माझ्या दिराला दोन लाख रुपये दिले; पण त्याविषयी मला मात्र काहीच सांगण्यात आलं नाही. (मला ते खूप उशिरा समजलं) माझ्या सासूने त्यानंतर सगळी मालमत्ता हडप केली. माझ्या मुलांचा वाटासुद्धा तिनंच बळकावला. माझ्याजवळ फुटकी कवडीसुद्धा नव्हती. मला नाइलाजानं माझ्या बहिणीकडे राहावं लागलं. तिने मला पुनर्विवाह करण्याचा सल्ला दिला. तिने माझ्यासाठी एक स्थळसुद्धा सुचवलं; पण तो माणूस म्हातारा होता आणि त्याची पत्नी हयात होती. मी ते स्थळ नाकारलं. माझ्या मेहुण्यांचा चुलतभाऊ मनोहर वरचेवर माझ्या बहिणीच्या घरी येत असे.

आम्हाला दोघांनाही परस्परांविषयी आपुलकी वाटू लागली होती. मग आम्ही लग्न करायचं ठरवलं. लग्नानंतर काही महिने आम्ही माझ्या बहिणीच्या घरी राहून त्यानंतर माझ्या आईकडे राहायला गेलो. माझ्या आईला माझं हे दुसरं लग्न पसंत नव्हतं. एक दिवस माझ्या नवऱ्याने नोकरीच्या शोधात दिल्लीला जायचं ठरवलं. मीसुद्धा त्याच्या सोबत जावं, असा तो हट्टच धरून बसला. त्यावेळी माझा मुलगा फक्त चार वर्षांचा होता. मी त्याला बरोबर घेऊन गेले. मोठ्या मुलाला आईकडे ठेवलं. सुरुवातीला आम्ही गोविंदपुरी झोपडपट्टीत राहिलो. ही दिल्लीच्या दक्षिण भागात आहे. इथेच मी गरोदर असल्याचं माझ्या लक्षात आलं. मनोहर क्वचित कधीतरी दारू पीत असे; पण दिल्लीला आल्यावर त्याचं हे दारू पिणं बरंच वाढलं. तो माझ्याशी भांडण काढायचा आणि मला आणि माझा मुलगा नीरज याला मारहाण करायचा. काही दिवसांनंतर आम्ही गोविंदपुरीमधून दुसऱ्या एका झोपडपट्टीत राहायला गेलो.

एकदा होळीच्या दिवशी तो दारू पिऊन, तर्र होऊन घरी आला. ती दुपारची वेळ होती. तो माझ्याशी भांडून घाईघाईने कुठेतरी निघून गेला. संध्याकाळी बऱ्याच उशिरा तो घरी आला. 'नीरजचं जेवण झालं का?' असं त्याने मला विचारलं. नीरज जेवून झोपला असल्याचं मी त्याला सांगितलं. मी मनोहरसाठी जेवण गरम करत असताना त्याचे अचानक झोपलेल्या नीरजला उठवून बेदम बदडून काढलं. मग त्याने नीरजला पाण्याने भरलेल्या पिंपात बुडवलं. आपण नीरजला ठार मारलं असल्याचं सांगत तो उन्मादात हसत सुटला. नीरजला पाण्याच्या पिंपात निपचित पडलेलं पाहून तो मरण पावला असल्याचा माझा समज झाला. मी संतप्त होऊन स्वयंपाकघरातली सुरी उचलून माझ्या नवऱ्याच्या पाठीत खुपसली; जोरात रक्तस्राव होऊ लागला आणि तो जमिनीवर कोसळला. आपल्या नवऱ्याला रक्ताच्या थारोळ्यात पडलेलं पाहून माझी शुद्ध हरपली. शुद्धीवर येताच मी शेजाऱ्यांना बोलावून घेऊन त्यांना पोलिसांना फोन करायला सांगितलं. पोलिसांनी नीरजला हॉस्पिटलमध्ये आणि मला तिहार जेलमध्ये नेलं. माझ्यावर मनोहरच्या खुनाचा आरोप ठेवून मला तुरुंगात टाकण्यात आलं.

नीरज बरा झाल्यावर तोही कारागृहात माझ्यासोबत राहायला आला. तिथे एका कक्षात आम्ही असंख्य कैदी स्त्रिया एकत्र राहत होतो. तिहार कारागृहात पाच वर्षांच्या आतल्या मुलांना आपल्या आईसोबत राहण्याची परवानगी होती. आपल्या सोबत इथे तुरुंगात राहिल्यामुळे आपला मुलगा गुन्हेगार होणार अशी काळजी मला नेहमी वाटत असे. इथे तुरुंगात राहावं लागल्यामुळे आपल्या मुलाचा बाहेरच्या जगाशी संपर्कच तुटल्यासारखा झाला आहे, असा विचार माझ्या नेहमीच मनात यायचा. दरम्यान, माझा खटला सुरू झाला. माझा वकील माझी बाजू व्यवस्थित मांडू शकला नाही. मी खून करण्याच्या उद्देशाने मनोहरवर हल्ला चढवला नव्हता,

हे मी न्यायालयात पटवून देऊ शकले नाही. माझ्या आयुष्यात सगळं उलटसुलट चालू होतं; पण अंधारात आशेचा किरण दिसावा तशी इंडिया व्हिजन फाउंडेशन ही संस्था माझ्या मदतीला आली. तुरुंगात शिक्षा भोगत असणाऱ्या स्त्रियांच्या मुलांसाठी ही संस्था पाळणाघर चालवत असे. तेथे राहिल्यामुळेच माझा मुलगा गुन्हेगार होण्यापासून वाचला. पुढे त्यांनी 'क्राइम होम चाईल्ड प्रोजेक्ट' या उपक्रमाअंतर्गत त्याला एका उत्तम निवासी शाळेत घातलं. ही शाळा तिहार तुरुंगाच्या बाहेर होती. माझ्या मुलीचा जन्म तीन वर्षांपूर्वी तुरुंगातच झाला. तिची काळजीसुद्धा इंडिया व्हिजन फाउंडेशनतर्फेच घेतली जात आहे. दुर्दैवी स्त्रियांच्या आयुष्यात आशेचा किरण घेऊन जणू देवानेच या संस्थेला पाठवलं आहे.

कुठं चुकलं?

- शिक्षणाचा अभाव हा एक शाप आहे.
- जी स्त्री आपल्या निष्ठुर, उलट्या काळजाच्या नवऱ्यावर पूर्णपणे अवलंबून असते, तिचा नियती क्रूरपणे बळी घेते.
- गरिबी हासुद्धा अशा दुर्दैवी स्त्रियांच्या जीवनाला लागलेला शाप आहे.

सहनशक्तीचा अंत

मी हरियाणातील एका गरीब कुटुंबातली १९ वर्षांची मुलगी आहे. मला चार भावंडं आहेत. माझे वडील मजुरीचं काम करतात. आम्हाला लहानाचं मोठं करण्यासाठी त्यांनी अक्षरश: काबाडकष्ट केले. मी अभ्यासात खूप हुशार होते. शाळेत सगळ्या शिक्षकांची लाडकी होते. मी जेव्हा दहावीच्या वर्गात होते तेव्हा गावातल्याच एका बड्या घरचा मुलगा आमच्या वर्गात येऊन दाखल झाला. तो गावातल्या दुसऱ्या एका शाळेतून आला होता. आमची मैत्री झाली. आम्ही एकमेकांसोबत वेळ घालवू लागलो. आमची बोर्डाच्या परीक्षेच्या आधीची पूर्वपरीक्षा चालू होती. एक दिवस परीक्षेहून घरी जात असताना तो मला माझ्या घरापर्यंत पोहोचवायला येण्याचा हट्ट धरून बसला. आम्ही शेतातून घरी जात असताना त्याने माझ्या विरोधाला न जुमानता माझा मुका घेतला आणि त्यानंतर माझ्यावर बलात्कार केला. मी खूप रडत-ओरडत त्याला प्रतिकार करण्याचा प्रयत्न केला, गयावयाही केली; पण त्याने मला सोडलं नाही. त्यानंतर ही गोष्ट कुणालाही न सांगण्याची ताकीद देऊन त्यानं मला सोडलं.

एक महिन्यानंतर माझी मासिक पाळी चुकली; पण त्याबद्दल कुणालाही काहीही सांगण्याचं धैर्य माझ्यापाशी नव्हतं. जसजसे दिवस जात होते तसतशी माझी प्रकृती खालावत चालली होती. मी बोर्डाच्या परीक्षेत अनुत्तीर्ण झाले. सर्वांनाच धक्का बसला. माझ्या आई-वडिलांना माझ्या प्रकृतीचीसुद्धा चिंता वाटत होती. ते मला एका बाईकडे घेऊन गेले. ही बाई घरगुती औषधे देऊन लोकांवर उपचार करत असे. तिने मला तपासून मला कावीळ झाल्याचं सांगितलं. तिने मला औषधं दिली; पण त्याने माझ्या तब्येतीत काहीच फरक पडला नाही. मी आता पूर्णपणे पिवळ्या वर्णाची दिसू लागले होते. एव्हाना मला चार महिने झाले होते.

याच सुमाराला माझ्या वडिलांची बहीण आमच्या घरी आली. ती जवळच्या एका खेड्यात राहत असे. माझी खंगलेली प्रकृती पाहून मला ती तातडीने तिच्या

गावातल्या प्राथमिक आरोग्य केंद्रात घेऊन गेली. तिथे ती सफाई कामगार म्हणून नोकरी करायची. तिथल्या तपासणीत मी चार महिन्यांची गरोदर असल्याचं लक्षात आलं. ही बातमी ऐकून माझ्या आई-वडिलांनी मला पुष्कळ मारलं. मी घडलेला प्रकार त्यांना सांगितला. यानंतर नक्की काय करायचं याचा निर्णय घेण्यात बरेच दिवस निघून गेले. माझे आई-वडील असहाय होते. तो मुलगा बड्या घरचा होता. त्या लोकांविरुद्ध काहीही आवाज उठवण्यास माझे आई-वडील धजावत नव्हते. त्यांना आपली नाचक्की होईल याची भीती वाटत होती. मग त्यांनी मला जवळच्या गावी एका डॉक्टरकडे नेलं. माझा गर्भपात करण्यासाठी त्याने अव्वाच्या सव्वा रकमेची मागणी केली. त्याची खूप मनधरणी केल्यावर तो थोड्या कमी पैशात हे काम करायला तयार झाला. त्याने मला गर्भपाताचं औषध दिलं; पण त्याचा काहीच उपयोग झाला नाही. मला सातव्या महिन्यातच मूल झालं.

ते मूल घेऊन स्वत:च्या गावी परत जाण्याएवढं धैर्य काही माझ्या अंगात नव्हतं. मी माझ्या आईसोबत ट्रेनने आमच्या गावी परत येत असताना त्या बाळाला घेऊन ट्रेनच्या शौचालयात गेले आणि तिथल्या कमोडच्या भोकातून ते मूल खाली टाकून दिलं. मला वाटलं, आता माझ्या मागची कटकट संपली; पण मी माझ्या गावी परत आल्यानंतर चौथ्या दिवशी माझ्या घरी पोलीस आले. मी माझ्या बाळाचं नक्की काय केलं, असं त्यांनी मला विचारलं. मी गर्भपात करून घेण्यासाठी ज्या दवाखान्यात गेले होते, त्यावर पोलिसांनी धाड टाकली होती. तिथेच त्यांना माझी आणि माझ्या बाळाची माहिती मिळाली होती. पोलिसांनी मला चौकीवर नेलं. तिथे त्यांनी मला सोडण्यासाठी माझ्या भावाकडे वीस हजार रुपयांची लाच मागितली. माझ्या भावाची तेवढे पैसे उभे करण्याची ऐपत नव्हती. मग इंडियन पीनल कोड कलम ३०२ अन्वये माझ्यावर गुन्हा दाखल करण्यात येऊन मला हरियाणामधील भोंडसी येथील तुरुंगात पाठवण्यात आलं. (३०२ हे कलम खुनाच्या आरोपासाठी लावण्यात येते.)

माझी जामिनावर सुटका व्हावी यासाठी माझा भाऊ प्रयत्न करत आहे; पण मला जामीन मिळेल की नाही देव जाणे! या सर्व प्रकरणामुळे आमच्या कुटुंबाच्या वाट्याला जी नाचक्की आणि बदनामी आली, त्या धसक्याने माझे वडील वारले. मी तुरुंगात असताना इतर कैद्यांना जेव्हा मी केलेल्या कृत्याविषयी कळलं, त्यानंतर मला कुणीच सहानुभूती दाखवेना. एका निष्पाप जीवाची हत्या केल्याबद्दल सर्वजण माझा तिरस्कार करू लागले. या गोष्टीला चार महिने झाले आहेत. मी एकटी तुरुंगाच्या एका कोपऱ्यात बसून असते. मी कुणाशीही बोलत नाही. मी फक्त जामीन मंजूर होण्याची वाट बघत असते. एक दिवस नवज्योतीच्या काउन्सेलरने मला तुरुंगात सुरू असलेल्या शिवणकामाच्या क्लासचा लाभ घेण्यास सांगितलं. मी तसं

केलं. याच संस्थेने चालू केलेल्या आध्यात्मिक वर्गांनाही मी जाते. मी माझं उर्वरित आयुष्य कसं जगायचं याविषयी काहीच बेत आखलेले नाहीत; पण अजूनही माझ्या मनात एक आशा जागृत आहे. माझी सुटका झाल्यावर माझ्या आयुष्यात नक्कीच काहीतरी बरं घडेल असं मला नेहमी वाटतं.

कुठं चुकलं?

- एखाद्या माणसावर आंधळेपणाने विश्वास टाकणं धोकादायक असू शकतं.
- मुलींनी आपलं कौमार्य शाबूत राखण्यासाठी स्वतःच्या शीलाची डोळ्यांत तेल घालून जपणूक केली पाहिजे.
- समाजात नाचक्की किंवा बदनामी होईल या भीतीने काही गोष्टी गुप्त ठेवल्याने आयुष्यभराचं नुकसान होऊ शकतं.

अतिरेक

माझ्या कुटुंबाच्या इच्छेनुसार माझी मासिक पाळी सुरू होण्याआधीच माझं लग्न लावून देण्यात आलं. त्यानंतर तीन महिन्यांनी शाळेची वार्षिक परीक्षा संपल्यानंतर मला माझ्या नवऱ्याच्या घरी पाठवण्यात आलं. (मधल्या काळात माझी मासिक पाळी सुरू झाली होती.) माझा नवरा त्याच्या भावाच्या दुकानात काम करत असे. पहिल्या दिवसापासूनच तो माझ्याकडे केवळ एक उपभोग्य वस्तू असल्यासारखं पाहत असे. आपल्या वासना पुरवण्यासाठी तो माझा वापर करे. तो माझ्यापेक्षा दहा वर्षांनी मोठा होता; त्यामुळे मी त्याला इतकी घाबरून होते की, भीतीपोटी तोंडावाटे ब्र सुद्धा काढण्याची माझी हिंमत नव्हती. मी खूप निष्पाप होते. जे काय चाललं होतं, त्याचा धड अर्थसुद्धा मला कळत नव्हता. तो दिवसेंदिवस माझ्याशी पशूप्रमाणे वागायचा, माझ्यावर रोज अत्याचार करायचा. मी वयाने फार लहान असल्यामुळे त्याचा सामना कसा करायचा, हेही मला समजत नव्हतं. दिवसभर मी घरकाम शिकून घ्यायची धडपड करत असे आणि रात्रभर त्याच्या त्या अत्याचाराला मूकपणे तोंड देत असे. मी दिवसभर रडत असे. त्याला मी कधी रडताना दिसले की, माझं शरीर काळंनिळं पडेपर्यंत तो मला मारायचा. एकदा त्याने मला इतक्या जोरात मारलं की मला जखम होऊन त्यातून रक्तस्राव होऊ लागला.

लग्नाला सहा महिने झाल्यानंतर एक दिवस माझा गर्भपात झाल्याचं माझ्या लक्षात आलं. त्यानंतर तब्येत सुधारण्यासाठी मी पंधरा दिवस माझ्या आईकडे राहायला गेले; पण पंधराव्या दिवशी माझा नवरा येऊन मला घरी परत घेऊन गेला. मला वेदना झाल्या तरी त्याला त्याचं काहीच सोयरसुतक नसे. मी जर त्याची वासना पुरवण्यात कुठे कमी पडले, तरच फक्त त्याला त्रास व्हायचा. त्याचा परिणाम म्हणून पुढच्याच महिन्यात मला परत दिवस गेले. मला मुलगी झाली. त्यानंतर लागोपाठ एक मुलगा आणि त्याच्या पाठीवर एक मुलगी झाली. मी अवघी एकोणीस वर्षांची होते आणि तीन मुलांना लहानाचं मोठं करण्याची जबाबदारी

माझ्यावर होती. एव्हाना माझ्या नवऱ्याचं त्याच्या भावाशी कडाक्याचं भांडण होऊन ते दोघे वेगळे झाले होते. आता तो छोटी-मोठी कामं करत असे. साहजिकच त्याला मिळणारं उत्पन्न अनियमित झालं. माझ्या मुलांचा व्यवस्थित सांभाळ करता यावा म्हणून मी इकडेतिकडे काम बघू लागले. माझ्या डोक्यावरची जबाबदारी वाढतच चालली होती. माझ्या नवऱ्याकडून मला कोणत्याच प्रकारची मदत मिळत नव्हती. जर घरचं सर्व काही मलाच बघावं लागत होतं, तर मग मी माझ्या नवऱ्यासोबत राहत तरी का होते, असा प्रश्न अलीकडे मलाही पडू लागला होता. अखेर मी कसाबसा धीर गोळा करून त्याला विरोध करण्यास सुरुवात केली. त्याने माझा अपमान केला किंवा मला छळण्यास सुरुवात केली, तर मी प्रतिकार करू लागले.

एक दिवस तो एका मुलीला घेऊन घरी आला. ती आपली दुसरी बायको असल्याचं त्याने मला सांगितलं. त्यानंतर एक महिन्याच्या आत स्वतःच्या आई-वडिलांच्या दबावाखाली हात टेकून त्याने तिला सोडलं. तरीपण माझ्या दृष्टीने आता या सगळ्याचाच अतिरेक झालेला होता.

दिल्लीच्या कराला माजरी भागात असलेल्या नवज्योती कौटुंबिक सल्ला केंद्राविषयी मी ऐकलं होतं. मी तिथल्या अधिकाऱ्यांना जाऊन भेटले. त्यांनीच मला घटस्फोट मिळवून दिला. आता जेव्हा मी घडलेल्या घटनांचा विचार करते तेव्हा माझ्या नवऱ्याचं वर्तन सुधारण्याची वाट बघत मी पंधरा वर्षं त्याच्याजवळ का राहिले, याचंच मला आश्चर्य वाटतं; पण अखेर सगळ्याचाच अतिरेक झाला. इतक्या वर्षांत जर त्याचं वागणं सुधारलं नाही, पोटच्या मुलांसाठीसुद्धा जर त्याने आपलं वागणं बदललं नाही, तर मग तो पुढे तरी कधी बदलणार?

कुठं चुकलं?

- आपण कशा प्रकारच्या मुलांना जन्म देतो. त्यांच्यावर कसले संस्कार करतो?
- आपण आपल्या मुलींना बळीचा बकरा कशासाठी बनवतो?
- पालक म्हणून आपण आपल्या मुलाला किंवा मुलीला लग्नासाठी खरोखर तयार करतो का?

आशेचा किरण अजूनही आहे

माझं नाव मीरा. मी तेवीस वर्षांची आहे. मी आत्तापर्यंत चार वर्षं तुरुंगवासात घालवली आहेत. ज्या माणसासाठी मी माझ्या घरच्यांना तोडलं, मागचे सगळे पाश तोडले आणि दिल्लीला आले, तोच माणूस माझ्या आयुष्याला लागलेला एक शाप ठरला.

मध्य प्रदेशातील एका खेड्यात अत्यंत गरीब घरात माझा जन्म झाला. माझ्या वडिलांचं उत्पन्न इतकं तुटपुंजं होतं की, आम्हा भावंडांना शिक्षण देणं माझ्या आई-वडिलांना शक्यच नव्हतं. माझी सगळी भावंडं निदान थोडं फार तरी लिहायला-वाचायला शिकली; पण मला स्वत:लाच शिक्षणाचा इतका कंटाळा होता की, मी निरक्षरच राहिले. मी दिवसभर उनाडक्या करत असे. मी पार बिघडून गेले.

मी जशी मोठी झाले, तशी माझी आमच्याच गावच्या सरला नावाच्या एका मुलीशी मैत्री झाली. आम्ही दोघी बांधकामाच्या ठिकाणी मजुरीचं काम करू लागलो. चित्रपटात आणि दूरदर्शनवर आम्ही ज्या भपकेबाज राहणीविषयी बघायचो, त्याचीच स्वप्नं आम्ही दोघी बघू लागलो. रंगीबेरंगी, चमकदार मोहमयी दुनियेची आणि कमी कष्टात पैसा कमावण्याच्या कल्पनेची आम्हाला भुरळ पडली. साधारण याच सुमाराला माझी महेश नावाच्या एका नेपाळी माणसाशी ओळख झाली. सरला त्याला 'काका' म्हणायची. सरलाच्या आई-वडिलांच्या घरात तो भाडेकरू म्हणून राहत होता. तो अनेकदा परगावी दौऱ्यावर जायचा. तो आमच्यासाठी छान छान भेटवस्तू आणायचा आणि शहरातल्या गोष्टी आम्हाला रंगवून सांगायचा.

मला महेशचं आकर्षण वाटू लागलं. आम्हाला दोघांना लग्न करायचं होतं, पण माझ्या घरच्यांना महेश मुळीच पसंत नव्हता. मग आम्ही पळून जायचं ठरवलं. महेशने गावच्या मंदिरात सरलाच्या साक्षीनं माझ्याशी लग्न केलं. मग आम्ही दिल्लीला आलो. सरलासुद्धा आमच्या बरोबर आली.

महेशने ड्रायव्हरची नोकरी धरली. काही दिवसांनंतर स्वत:च्या पगारात घरखर्च

भागत नसल्याचं कारण सांगून त्याने मला नोकरी धरायला लावली. सरला मात्र घरीच असायची.

सरला आणि महेश यांचे काका आणि पुतण्यांचे संबंध आहेत असाच माझा विश्वास होता; त्यामुळे माझ्या मनात त्या दोघांबद्दल कधीच संशय आला नाही. आम्ही एक झोपडी भाड्याने घेऊन राहत होतो. ही एका बड्या माणसाच्या मालकीची होती. त्याला एक मुलगा होता. सरलाचं त्याच्याशी सूत जुळलं. मी जेव्हा ही गोष्ट महेशच्या कानावर घातली, तेव्हा तो संतापला. त्याने सरलाला धमकी देऊन कोंडून ठेवलं. तिने स्वत:ची सुटका करून घेऊन जवळच्या पोलीस ठाण्यात आम्हा दोघांविरुद्ध तक्रार नोंदवली. सरलाचं अपहरण आणि तिच्यावर बलात्कार करण्यात महेशला साहाय्य केल्याचा आरोप माझ्यावर ठेवण्यात आला. माझी रवानगी तुरुंगात करण्यात आली. त्यावेळी मी गरोदर होते.

महेशने सर्व गुन्हा मला स्वत:च्या अंगावर घेण्यास सांगितलं. मी तसं केलं. माझ्यावर खटला झाला. मला पाच वर्षांच्या तुरुंगवासाची शिक्षा झाली. नंतर मला असं समजलं की, सरलाने माझ्यावर दोषारोप करून महेश निरपराध असल्याचं साक्षीत सांगितलं होतं. महेशची सुटका होताच त्याने सरलाशी लग्न केल्याचंसुद्धा माझ्या कानावर आलं. मी निराशेच्या गर्तेत जाऊन रुतले. त्यावर उपाय म्हणून मी औषधं घेऊ लागले. तुरुंगातून सुटका झाल्यानंतर पुढे काय या विचाराने मला सुटकेचीच भीती वाटू लागली.

जेल सुपरिंटेंडंट साहेबांनी कामिनी गोगिया यांच्याशी माझी ओळख करून दिली. त्या इंडिया व्हिजन फाउंडेशनच्या प्रोजेक्ट डायरेक्टर होत्या. आता एका नवीन आयुष्याला सुरुवात करण्याची आशा मला आता वाटू लागली आहे.

कुठं चुकलं?

- लहान वयात वाईट संगत लागून मुलं वाया गेली तर पुढील आयुष्यात त्याची फार मोठी किंमत मोजावी लागते.
- चित्रपटातील जग आणि खरं जग यात खूप तफावत असते.
- अज्ञानामुळे स्त्रियांचा हकनाक बळी जातो.

अखेरचा उपाय : घटस्फोट

मी १९ वर्षांची मुलगी असून मागासवर्गीय जातीत जन्माला आले. माझे वडील मजूर आहेत. माझी आई गृहिणी आहे. मी अभ्यासात हुशार होते, पण माझ्या आई-वडिलांनी मला दहावीच्या पुढे शिकू दिलं नाही, कारण मी जास्त शिकले तर मला नवरा मिळण्यात अडचणी येतील, असं माझ्या आई-वडिलांना वाटत होतं. आम्ही उत्तर प्रदेशातील एका खेड्यात राहतो.

एक दिवस माझ्या वडिलांच्या नातेवाइकाने माझ्यासाठी स्थळ आणलं. तो मुलगा कमावता असल्याने माझे आई-वडील या लग्नाला तयार झाले. माझी लग्नाआधी त्या मुलाला एकदा तरी भेटण्याची इच्छा होती, पण आई-वडिलांना तसं सांगण्याचा मला धीरच झाला नाही. लग्नाच्या दिवशी मला घुंघट घ्यावा लागल्यामुळे त्यावेळीसुद्धा मला माझ्या नवऱ्याकडे नीट बघता आलं नाही. दुसऱ्या दिवशी माझी सासरी पाठवणी झाली. तिथेही रात्री तो मला भेटायला आलाच नाही. तो फार कामात असल्याचं मला सांगण्यात आलं. त्यानंतर प्रथेनुसार मी एका आठवड्यासाठी माहेरी आले. अखेर माझा नवरा मला परत न्यायला जेव्हा घरी आला, तेव्हा मी त्याला पाहिलं. तो माझ्यापेक्षा वयाने बराच मोठा असल्याचं पाहून मला धक्काच बसला. पहिल्या दिवसापासूनच तो माझ्या समोर अवघडल्यासारखा वागे. सुरुवातीला मला वाटलं, माझी सवय होईपर्यंत तो असा वागतोय. हळूहळू तो सरावेल; पण कित्येक महिने लोटले तरीही परिस्थिती 'जैसे थे' च राहिली. मी त्याच्याशी मनमिळाऊपणे वागण्याचा, त्याची काळजी घेण्याचा खूप प्रयत्न केला; पण तरीही तो माझ्याशी फारसं बोलत नसे. आणखी एक गोष्ट माझ्या लक्षात आली. माझ्या नवऱ्याच्या काकाची बायको वारंवार आमच्या घरी यायची. तिच्याशी त्याची पुष्कळच मैत्री होती. त्याविषयी मी माझ्या सासूला विचारताच तिला माझा राग आला. माझ्या नवऱ्यानेही मला शिवीगाळ सुरू केली. त्यानंतर मी गप्प राहिले. माझा नवरा आणि त्याची काकू यांचं एकमेकांशी जे वागणं होतं, ते मला मुळीच रुचत नसे; पण मी त्याविषयी कुणाजवळ काही बोलले नाही. एक दिवस आमच्या एका नातेवाइकाने मला जी गोष्ट

सांगितली, त्याने मला धक्का बसला. माझ्या नवऱ्याला माझ्या सासू-सासऱ्यांनी दत्तक घेतलं होतं. शिवाय त्याचे आणि त्याच्या काकूचे अनैतिक संबंध असल्याची सर्वत्र चर्चा होती. त्यानंतर जेव्हा जेव्हा ती काकू आमच्या घरी येई, तेव्हा मी तिच्याशी कडकपणे वागायला सुरुवात केली; पण एक दिवस माझ्या नवऱ्याने माझ्या थोबाडीत ठेवून दिली. घरी आलेल्या पाहुण्यांशी कसं वागावं, याची मला अक्कल नसल्याचा आरोपही त्याने केला. त्यावर मी त्याच्याशी भांडले. त्यानंतर त्याने मला इतकी मारहाण केली की, मला दोन दिवस घराबाहेरच पडता आलं नाही. त्यानंतर त्या काकूने आणि माझ्या नवऱ्याने सभ्यतेच्या सगळ्या मर्यादा ओलांडल्या. ती आता रोजच आमच्या घरी येऊ लागली. आमचे कोणीही नातेवाईक हस्तक्षेप करण्यासाठी पुढे आले नाहीत. मला माझ्या आई-वडिलांच्या घरी निघून जायचं होतं; पण मला तसं करण्यास बंदी घालण्यात आली. अखेर एक दिवस माझे आई-वडील मला भेटायला आमच्या घरी आले असताना मी त्यांना सगळं काही सांगितलं आणि ते मला माहेरी घेऊन गेले. त्यानंतर त्यांनी आमच्या नातेवाइकांचा सल्ला घेतला. सर्वांचं असं मत पडलं की, हे प्रकरण दोन्ही पक्षांनी एकत्र भेटून, चर्चा करून समजुतीने सोडवावं. त्यानुसार माझ्या नवऱ्याला आणि त्याच्या नातेवाइकांना बोलावून घेण्यात आलं. त्याने माझी माफी मागून मला घरी परत नेलं; पण परिस्थितीत काहीही बदल झाला नाही. त्यानंतर मात्र मी घटस्फोट घेण्याचं ठरवलं. एकदा माझा हा निर्णय पक्का होताच मी नवज्योतीच्या कौटुंबिक सल्ला केंद्राकडे मदतीसाठी गेले. माझ्या आई-वडिलांनी मला भक्कम पाठिंबा दिला. तिथल्या समुपदेशकांनी मला मार्गदर्शन केलं. मला घटस्फोट मिळाला. एका खेडेगावात राहणं एखाद्या घटस्फोटितेच्या दृष्टीने अजिबात सोपी गोष्ट नाही; पण स्वतःचं अस्तित्व हरवून जगण्यापेक्षा हे कितीतरी बरं आहे.

कुठं चुकलं?

- आंधळेपणाने लग्नबंधनात अडकणं म्हणजे जुगार खेळण्यासारखंच आहे.
- एखाद्या लग्नाचा डाव जर फसला तर उगाच त्या बंधनात अडकून राहू नये.
- मागासवर्गीय जाती-जमातीतील मुली अजूनही बंधनातच अडकलेल्या आहेत.

अनपेक्षित संकटांचा सामना

मी २४ वर्षांची विधवा स्त्री असून, मला तीन मुलं आहेत. मी माझ्या आई-वडिलांची सर्वांत मोठी मुलगी. मी दिल्लीतील एका अत्यंत गरीब कुटुंबात लहानाची मोठी झाले. माझ्या वडिलांनी माझं लग्न वयाच्या सोळाव्या वर्षी एका ऑटोरिक्षा चालवणाऱ्याशी करून दिलं. माझे सासू-सासरे कामावर जात; त्यामुळे संपूर्ण घराची देखभाल मीच करत असे. घरच्या महत्त्वाच्या गोष्टींमध्ये माझं मत कधीच विचारात घेतलं जात नसे; पण मला त्याचं काहीच वाटत नसे. काही दिवसांतच मला मुलगा झाला आणि मी त्याच्या संगोपनात रमून गेले.

पुढच्या तीन वर्षांत मला आणखी दोन मुलं झाली. याच सुमाराला माझा नवरा रोज उशिरा घरी येऊ लागला. सुरुवातीला मी त्याच्या या उशिरा येण्याची विशेष चिंता केली नाही. पण एका रात्री तो दारू पिऊन, तर्र होऊन घरी आला तेव्हा मात्र मी काळजीत पडले. दुसऱ्या दिवशी सकाळी मी त्याला जाब विचारला, तेव्हा आपण काही जुन्या मित्रांना भेटल्यामुळे गंमत म्हणून दारू घेतल्याचं त्याने सांगितलं; पण त्यानंतर एक महिन्याच्या आत त्यानं रोजच दारू पिऊन घरी येण्यास सुरुवात केली, तशी आमच्यातली भांडणंसुद्धा वाढू लागली.

माझ्या सासू-सासऱ्यांनी त्याबद्दल आपल्या मुलाला जाब विचारण्याऐवजी मलाच दूषणं द्यायला सुरुवात केली. मी त्याची नीट काळजी घेत नसल्याचा त्यांनी आरोप केला. त्यांनी मला टोमणे मारले नाहीत, असा अक्षरश: एकही दिवस गेला नसेल. त्याचं ते वागणं, ते टोमणे असह्य झाल्यावर मी माहेरी निघून गेले; पण माझे आई-वडील त्याबद्दल नाराज असल्याचं माझ्या लक्षात आलं. ही आणखी जास्तीची जबाबदारी घेण्याची त्यांची परिस्थितीच नव्हती. मग ते माझ्या सासू-सासऱ्यांशी बोलले. त्यात असं ठरलं की, मी आणि माझ्या

नवऱ्यानं आपल्या मुलांना घेऊन वेगळं बिऱ्हाड करावं. माझ्या नवऱ्याला जर त्याच्या आई-वडिलांच्या आधाराशिवाय संसाराची, मुला-बाळांची जबाबदारी एकट्यानं घ्यावी लागली, तर त्याचं वागणं आपोआपच सुधारेल, असं सर्वांना वाटत होतं; पण झालं उलटंच! आता तर त्याला घरीसुद्धा दारू प्यायला मोकळं रान मिळालं. आता तर तो आपल्या मित्रांनासुद्धा दारूपार्टीसाठी घरी आणू लागला.

मला नोकरी करण्यासाठी घराबाहेर पडणं शक्य नव्हतं, कारण माझी मुलं फार लहान होती. त्यांची काळजी घेणारं घरी कुणीच नव्हतं. माझ्या नवऱ्याने दारू सोडावी म्हणून मी त्याचं मन वळवण्याचा कितीतरी प्रयत्न केला; पण व्यर्थ! एक दिवस माझा नवरा त्याच्या मित्राबरोबर दारू पीत बसला होता. अचानक त्यांच्यात वादावादी सुरू झाली. त्याचं रूपांतर भांडणात झालं. त्या भरात त्याच्या मित्राने सुरा काढून माझ्या नवऱ्याच्या पोटात खुपसला.

माझ्या नवऱ्याला हॉस्पिटलमध्ये दाखल करण्यात आलं. दोन महिन्यांनी तिथेच त्याचा मृत्यू झाला. माझ्या सासू-सासऱ्यांनी माझा स्वीकार केला नाही, उलट माझ्या नवऱ्याच्या मृत्यूला कारणीभूत झाल्याचा त्यांनी माझ्यावर ठपका ठेवला; पण ते माझ्या मुलांना स्वीकारायला तयार होते. माझा आणि माझ्या मुलांचा सांभाळ करण्याची माझ्या आई-वडिलांची परिस्थितीच नव्हती. 'तुझ्या मुलांना सासू-सासऱ्यांकडे ठेवून तू एकटी आमच्याकडे राहायला ये,' असं त्यांनी मला सांगितलं, पण मी ते मान्य केलं नाही.

माझ्या मुलांचे केविलवाणे चेहरे मला बघवेनात. मग मी नवज्योती कौटुंबिक सल्ला केंद्राशी संपर्क साधला. माझ्या सासरच्या माणसांनी माझा स्वीकार करावा यासाठी नवज्योतीच्या समुपदेशकांनी त्यांना समजावून सांगण्याचा खूप प्रयत्न केला. त्यांनी या कामी पोलिसांचीसुद्धा मदत मागितली; पण सासू-सासरे ऐकायला तयार नव्हते. मग समुपदेशकांनी निराधार विधवा योजनेतून मला पेन्शन मिळवून दिली.

आता मी स्वत:च्या पायावर उभं राहण्यासाठी काम शोधते आहे. मला आता कुणावरही अवलंबून राहण्याची इच्छा नाही. मला मिळणाऱ्या पेन्शनमुळे खूप मदत होत आहे. निदान मी आता ताठ मानेनं जगू शकते.

कुठं चुकलं?

- स्त्रियांना त्यांच्या स्वत:च्या बाबतीतले निर्णयसुद्धा स्वत: घेण्याची मुभा नसते.

- स्त्री ही एकदा आई झाली की, आपल्या मुलांसाठी कितीही अत्याचार सहन करायला तयार होते. आपल्या आयुष्यावर इतरांना हुकमत गाजवू दिल्यामुळे स्त्रिया गुलामगिरीचं जिणं पत्करतात.

कामाच्या ठिकाणी होणाऱ्या पिळवणुकीचा प्रतिकार करा

मी एक मध्यमवयीन महिला असून, दिल्लीमध्ये सरकारी खात्यात कारकून आहे. मला एका परीक्षेच्या आधारे ही नोकरी मिळाली. त्यापूर्वी माझी मुलाखतही घेण्यात आली होती. कामाच्या ठिकाणी पहिल्या दिवसापासूनच मी सर्वांशी मिळून-मिसळून वागत असे; त्यामुळे सर्वांचं माझ्याविषयी चांगलं मत होईल, असं मला वाटत होतं; पण तिथल्या पुरुष कर्मचाऱ्यांनी माझ्या मोकळेपणाने वागण्याचा चुकीचा अर्थ लावला. बरेच सहकारी उगीच काहीतरी निमित्त काढून माझ्या टेबलापाशी बोलायला येऊ लागले. कधीकधी ते मला त्यांच्या कक्षातही बोलावून घेत.

माझा एक सहकारी तर सतत माझ्याकडे टक लावून बघत असे. मी त्याच्याकडे दुर्लक्ष केलं. त्यानंतर त्याने माझ्या रंगरूपाविषयी घाणेरड्या, अश्लील कॉमेंट्स करायला सुरुवात केली. मी त्याकडेही दुर्लक्ष केलं; पण माझ्या तशा वागण्याने त्याला उत्तेजनच मिळालं. पुढच्या महिन्यात मला जेव्हा माझ्या पगाराचा चेक मिळाला तेव्हा त्या चेकच्या पाकिटावर अश्लील चित्रं होती. याबद्दल कुणाकडे तक्रार करावी, तेच मला कळेना. माझे वरिष्ठही पुरुष असल्यामुळे ही गोष्ट त्यांना नेऊन दाखवणं मला फार अवघड वाटू लागलं. मग मी एका सहकारी महिलेशी याबाबत बोलले. तिने मला असल्या गोष्टींकडे दुर्लक्ष करण्याचा सल्ला दिला. तिच्या मते अशी तक्रार केल्यानं उलट माझीच बदनामी झाली असती.

त्या घाणेरड्या सहकाऱ्याला टाळण्यासाठी मी कामावर बरेच खाडे करू लागले. त्याचा माझ्या नोकरीच्या रेकॉर्डवर परिणाम होऊन माझी एका कमी महत्त्वाच्या खात्यात बदली करण्यात आली. तिथे जवळपास सर्वच सहकारी पुरुष होते. तिथेही मला पुन्हा तसाच त्रास होऊ लागला.

या सगळ्या गोष्टी घडत असल्याने माझ्या कौटुंबिक जीवनावर वाईट परिणाम

होऊ लागला. माझ्या प्रकृतीवरही परिणाम झाला. माझं कशातच लक्ष लागत नसे. माझ्या नवऱ्याने मला अनेकदा माझ्या अस्वस्थतेचं कारण विचारलं, पण मी त्याला सगळं सांगावं की नाही अशा संभ्रमात मी पडले. अखेर एक दिवस धीर गोळा करून मी त्याला सगळं खरंखरं सांगून टाकलं. ते ऐकताच तो प्रचंड संतापला. हे सगळं मी त्याला आधीच का सांगितलं नाही, याचा त्याला फारच राग आला.

मग त्याने मला नवी दिल्ली येथील जहांगीरपुरीमध्ये असलेल्या नवज्योती कौटुंबिक सल्ला केंद्राची मी मदत घ्यावी असं सुचवलं. माझ्या नवऱ्याने घेतलेल्या पुढाकारामुळेच मी या केंद्रात जाऊन मदत मागू शकले. गप्प राहून अन्याय सहन करण्यापेक्षा न्याय मिळवण्यासाठी मी लढा द्यायला हवा, असं त्याचं म्हणणं होतं. केंद्रातील समुपदेशकांनी मला फार मोठं नैतिक पाठबळ दिलं. माझ्यापुढे असलेल्या अनेक पर्यायांची त्यांनी मला माहितीसुद्धा दिली आहे. मला नक्की काय हवं आहे, याचा मी विचार करत आहे; पण आता निदान मला न्याय मिळण्याची आशा तरी वाटू लागली आहे.

(स्त्रियांना कामाच्या ठिकाणी ज्या लैंगिक छळाला सामोरं जावं लागतं त्या संदर्भात सर्वोच्च न्यायालयाने १३ ऑगस्ट १९९७ रोजी एक वटहुकूम काढून त्या संदर्भातील मार्गदर्शक तत्त्वं स्पष्ट केली आहेत, याची सर्वांनी नोंद घ्यावी.)

कुठं चुकलं?

- कामाच्या ठिकाणी आपले कायदेशीर हक्क काय आहेत याची स्त्रियांना कल्पना असली पाहिजे.
- कामाच्या ठिकाणी होत असलेल्या कोणत्याही प्रकारच्या छळाला निर्भयपणे सामोरं जाण्याचं आणि अन्यायाला प्रतिकार करण्याचं धाडस स्त्रियांनी दाखवलं पाहिजे.

मुलगी बिघडली तर जबाबदार कोण?

मी भारताच्या ईशान्येकडील एका राज्यातली एक आई आहे. मी आयुष्यात खूप काही सोसलं आहे. मी समाजकल्याण विभागात काम करत असले तरी खुद्द माझ्या घरातले प्रश्न सोडवण्यात मी अपयशी ठरले आहे.

एक गोष्ट मी कबूल करते की, माझा संसार सुखाचा झाला नाही. माझी एकुलती एक मुलगी माझे आणि माझ्या पतीचे सतत होणारे झगडे, भांडण-तंटे बघतच लहानाची मोठी झाली; पण घरचं वातावरण इतकं गढूळ असूनही ती अभ्यासात खूप चांगली होती. तिची उत्तम वाढ होत होती. मला तर वाटलं की, घरातील या अडचणी पाहिल्यामुळे तिच्यामध्ये लवकर परिपक्वता आली असावी; पण माझी ती समजूत किती चुकीची होती, हे मला काही दिवसांतच समजून चुकलं. तिचे एका लग्न झालेल्या माणसाशी संबंध असल्याचं एक दिवस माझ्या लक्षात आलं. त्यावेळी तिचं वय विशीच्या आत होतं. मी कशीबशी तिची समजूत काढून तिला त्या प्रेम प्रकरणातून बाहेर काढलं. तिचं शालेय शिक्षण झाल्यावर मी तिला पुढील शिक्षणासाठी दिल्लीला पाठवायचं ठरवलं. तिथे तिने अतिशय उत्कृष्ट कॉलेजमध्ये प्रवेश घेतला.

कॉलेजच्या पहिल्या वर्षी ती सतत माझ्या संपर्कात होती. त्यानंतर मात्र तिचा संपर्क कमीकमी होत गेला. ती सुटीच्या काळातही घरी येणं टाळू लागली. तेव्हाच मला काहीतरी गडबड आहे, अशी शंका आली. पुन्हा एकदा तिचे एका माणसाशी संबंध असल्याचं माझ्या लक्षात आलं. हा माणूस तिला शिवीगाळ, मारहाणसुद्धा करत असे. तिने त्याच्याशी असलेले संबंध तोडावेत, यासाठी तिचं मन वळवण्याचा मी खूप प्रयत्न केला; पण त्याचा काहीच उपयोग झाला नाही. तिने त्याच्याशी संबंध ठेवलेच. तो माणूस फक्त स्वत:च्या वासनापूर्तीसाठी तिचा उपयोग करत असल्याचं जेव्हा तिच्या लक्षात आलं, तेव्हा तिने त्याच्याशी संबंध तोडले. मी मनाशी असा विचार केला की, या अनुभवातून ती चांगला धडा शिकली असेल; त्यामुळे आता तीच चूक ती तिसऱ्यांदा करणार नाही; पण तो माझा गैरसमज होता. पुन्हा एकदा एका माणसाशी

तिचे प्रेमसंबंध जुळले. हे प्रकरण तर आधीच्या दोन प्रकरणांहूनही वाईट होतं. हा माणूस विचित्र होता. त्याने तिचा शारीरिक आणि आर्थिक गैरफायदा घेतला. एव्हाना मी तिचा नाद सोडूनच दिला होता. हळूहळू आमचा संपर्कही कमीकमीच होत होता. तिच्या विविध प्रकरणांविषयी इतर लोकांकडून वेळोवेळी माझ्या कानावर येत होतं. मला वाटलं, ती पदवीधर झाल्यावर तिला परत घरी बोलावून घ्यावं; पण तसं घडलं नाही. तिने पदव्युत्तर अभ्यासक्रमासाठी नाव नोंदवलं आणि ती दिल्लीतच राहिली. तिची एकामागोमाग एक प्रेमप्रकरणंही चालूच होती. या प्रकारात अनेकांनी तिची शारीरिक आणि मानसिक पिळवणूक केली. तिने अनेकदा नोकऱ्या धरल्या; पण एकाही नोकरीत ती टिकली नाही. दरवेळी तिला कामावरून काढून टाकण्यात यायचं.

एव्हाना मी तर तिच्याविषयी आशाच सोडून दिली होती. अचानक एक दिवस माझ्या मैत्रिणीकडून असं कानावर आलं की, माझी मुलगी अगदी अल्प मोबदल्यात लोकांना 'उपलब्ध' असते. तिला दारू आणि सिगारेटचं व्यसन लागल्याचंही माझ्या कानावर आलं. मी तिचा शोध घेण्याचा बराच प्रयत्न केला; पण तिचा कुठे पत्ताच लागत नव्हता. मग मी जवळच्या पोलीस ठाण्यात गेले. तिथून त्यांनी मला जहांगीरपुरी भागात असलेल्या नवज्योती कौटुंबिक सल्ला केंद्राकडे पाठवलं. त्यांनी मला दिल्ली पोलिसात याविषयी रीतसर तक्रार नोंदवण्यास मदत केली. माझ्याकडे असलेले काही पत्ते आणि फोननंबर मी पोलिसांना दिले. त्या आधारे त्यांनी तिचा शोध घेण्यास सुरुवात केली आहे. माझी मुलगी सापडली की, मी तिला घरी घेऊन जाणार आहे आणि नव्याने आयुष्य सुरू करायला सांगणार आहे. हे काम खूप कठीण आहे यात शंकाच नाही.

आमचं वैवाहिक जीवन सुखाचं नसल्यामुळेच माझी मुलगी अशी वाया गेली याची मला पूर्ण कल्पना आहे. माझी मुलगी त्याची साक्षीदार होती, त्यातच तिचा बळी गेला. कदाचित घरच्या अशांत वातावणामुळेच तिला सतत असुरक्षित वाटत राहिलं असावं.

कुठं चुकलं?

- मुलांचं व्यवस्थित संगोपन करून, त्यांना लहानाचं मोठं करणं ही आजच्या पालकांची फार मोठी जबाबदारी आहे.
- आई-वडिलांचा, विशेषत: आईचा आपल्या मुलांशी असलेला अनुबंध कधीच तुटत नाही.
- एका वाईटातून दुसरं वाईट घडत जातं. हे चक्र कुठेतरी थांबवण्याची गरज असते.

शापित जीवन

मी एक २४ वर्षांची तरुणी असून, उत्तराखंडमधील कोपऱ्यातल्या एका खेडेगावातली आहे. उत्तराखंड हे राज्य तिथले डोंगर-दऱ्या, थंड हवेची ठिकाणं आणि निसर्गसौंदर्यासाठी प्रसिद्ध आहे; पण इथे इतकं दारिद्र्य आहे की, बऱ्याच लोकांना दोन वेळचं अन्नसुद्धा मिळण्याची मारामार आहे. मी खूप लहान असतानाच माझे वडील वारले; त्यामुळे त्यांच्याबद्दल मला काहीच आठवत नाही. माझी आई सतत आजारी असायची. आमच्या घरी अन्न-वस्त्रांसारख्या मूलभूत गोष्टींचीसुद्धा सदा चणचण असे. माझी आई सतत अंथरुणाला खिळलेली असल्याने सगळं घरकाम मलाच करावं लागायचं. कधीतरी शेजारीपाजारी उरलंसुरलं अन्न आम्हाला द्यायचे. वयाच्या बाराव्या वर्षीच घर चालवण्यासाठी मी लोकांकडे घरकाम करू लागले. मी सोळा वर्षांची झाले आणि माझी आई वारली. मला शाळेत जाऊन शिकण्याची कधी संधीच मिळाली नाही.

माझ्या आईच्या निधनानंतर मी एकटी पडले. आमचे काही शेजारीपाजारी आणि दूरचे नातेवाईक यांच्या मदतीवर मी आता राहत होते. ते जमेल तेवढी मदत करतच होते. एकदा माझं लग्न करून दिलं म्हणजे आपली जबाबदारी संपेल, असं त्यांना वाटे; त्यामुळे त्यांनी आणलेल्या स्थळाला होकार देण्यावाचून माझ्यापुढे दुसरा काही पर्यायच नव्हता. एका नातेवाइकाने माझं लग्न लावून दिलं. लग्न अत्यंत साधेपणाने पार पडलं. माझा नवरा वेठबिगारी कामगार होता. तो दिल्लीत आपले आई-वडील आणि दोन भावंडांबरोबर राहत असे.

मी दिल्लीला आले. मी माझ्या सासरच्या घरच्या नव्या वातावरणात रुळण्याचा, माझ्या सासू-सासऱ्यांच्या आज्ञेचं पालन करण्याचा आटोकाट प्रयत्न केला. घरचं सगळं काम मी एकटी करत असे. माझ्या नवऱ्याचं आणि सासू-सासऱ्यांचं सगळं काही ऐकत असे. माझी कशाबद्दलही तक्रार नव्हती. एकंदरित मी आयुष्याबद्दल समाधानी होते.

माझ्या लग्नाला काही महिने झाल्यावर नवरा आणि सासू-सासरे माझ्याशी खूप विचित्रपणे वागू लागले. मी जे काही करीन, त्यात ते चुका काढायचे. मला त्यामागचं कारणच कळायचं नाही; पण जसजसे आणखी थोडे दिवस जातील, तसतसं त्यांचं वागणं सुधारेल, अशी मला आशा वाटत असे; पण परिस्थिती अधिकच बिघडत गेली.

या सगळ्यामागे नक्की काय कारण असेल असा मी विचार करत असतानाच आमच्या एका शेजाऱ्याने मला असं सांगितलं की, माझ्या नवऱ्याला एक स्थळ सांगून आलं होतं आणि मुलीकडचे लोक पुष्कळ हुंडा द्यायला तयार होते; पण माझ्या घरच्या माणसांना याविषयी जाब विचारण्याचं धाडस माझ्याकडे नव्हतं. मी तशीच काही न बोलता त्यांच्याकडे राहिले. त्यांनी केलेले अपमान आणि छळ सहन करत राहिले. मला ते घर सोडून दुसरीकडे कुठे जायला जागाच नव्हती.

त्यातच मला मुलगा झाला. आता तोच माझ्या आयुष्याचा केंद्रबिंदू बनला.

माझा मुलगा काही महिन्यांचा असताना एक दिवस मी स्वयंपाकघरात शिरले तर गॅसच्या शेगडीचं बटण उघडंच असल्याचं माझ्या लक्षात आलं. त्यावेळी जर मी काडी पेटवली असती, तर तिथे आगीचा भडकाच उडाला असता; पण तरीही मी त्या गोष्टीची कुणापाशीही वाच्यता केली नाही. मला मारून टाकण्यासाठीच हा कट रचण्यात आला होता, हे तर उघडच होतं. काही दिवसांनी एका किरकोळ मुद्द्यावरून माझ्या सासू-सासऱ्यांनी माझ्याशी भांडण उकरून काढलं आणि रागाच्या भरात माझ्यावर केरोसीन ओतण्याचा प्रयत्न केला. माझ्या किंकाळ्या ऐकून आमचे शेजारी धावत आले आणि त्यांनी माझी सुटका केली.

या घटनांमुळे मला माझ्या सासू-सासऱ्यांची भीती वाटू लागली. ज्या नातेवाइकाने माझं लग्न ठरवलं होतं, त्याला मी जाऊन भेटले. मग त्याने माझ्या सासू-सासऱ्यांशी बोलणी करून आमच्यात समेट घडवून आणला. त्यानंतर काही दिवस ते माझ्याशी नीट वागत होते; पण काही दिवसांतच त्यांनी परत मला छळण्यास सुरुवात केली. मी जे काही करीन ते त्यांच्या पसंतीलाच उतरत नसे. मग ते त्यावरून मला टोमणे मारत.

एव्हाना कधीतरी मीही आवाज उठवून माझं मत स्पष्टपणे मांडू लागले; त्यामुळे परत आमच्यात भांडणे होऊ लागली. अशाच एका भांडणाच्या वेळी माझ्या सासू-सासऱ्यांनी एका दोरखंडाने माझा गळा आवळून जीव घेण्याचा प्रयत्न केला. मी कशीबशी स्वत:ची सुटका करून घेऊन धावतच जवळच्या पोलीस ठाण्यात गेले. त्यांच्याविरुद्ध गुन्हा दाखल करण्यात आला. क्राइम अगेन्स्ट विमेन सेलमध्ये खटला सुरू झाला. अनेक वेळा न्यायालयासमोर सुनावणी झाली. त्यानंतर त्यांनी

स्वत:च्या वागण्याबद्दल माफी मागितली. त्यानंतर असं ठरलं की, मी आणि माझ्या नवऱ्यानं वेगळं बिऱ्हाड करून राहायचं.

माझ्या नवऱ्याच्या कामाच्या ठिकाणापासून जवळच एक घर घेऊन आम्ही राहू लागलो. तिथे आम्ही काही महिने व्यवस्थित राहिलो. गोष्टी सुरळीत झाल्या. मग एक दिवस माझ्या नवऱ्याने मला घरी येऊन असं सांगितलं की, त्याच्या आई-वडिलांनी त्याचं नाव टाकलं होतं. त्यांच्या मालमत्तेमधली फुटकी कवडीही त्याला देण्यास ते तयार नव्हते; त्यामुळे संतापून माझ्या नवऱ्याने या सगळ्याचं खापर माझ्या डोक्यावर फोडलं.

काही दिवसांनंतर तो एकदा कामावरून घरी परत आलाच नाही. मी जागोजागी त्याचा शोध घेतला, पण व्यर्थ. माझ्या सासू-सासऱ्यांनी माझ्याविरुद्ध तक्रार नोंदवली. मीच त्याचं अपहरण घडवून आणलं, असं त्यांचं म्हणणं होतं. याच सुमारास मी गरोदर असल्याचं माझ्या लक्षात आलं. अशा परिस्थितीत मी कुठे जाणार होते? माझ्या सासू-सासऱ्यांनी मला आसरा देण्याचं नाकारलं.

मी ज्या भाड्याच्या घरात राहत होते, त्याचं भाडं चुकतं करण्यासाठी माझ्याकडे पैसेच नव्हते. आमच्या घरमालकाने एक महिन्यानंतर मला घराबाहेर काढलं. माझी प्रकृती अत्यंत खालावली होती. माझ्या तेरा महिन्यांच्या मुलाची उपासमार होत होती. याच सुमारास मला कुणीतरी जहांगीरपुरीमधल्या नवज्योती कौटुंबिक सल्ला केंद्राविषयी सांगितलं. मी केंद्रात जाऊन मदत मागितली. तेथील समुपदेशकांनी एका आधार केंद्रात माझी तात्पुरती सोय केली. मी एक आठवडाभर तिथे राहिले. दरम्यानच्या काळात समुपदेशकांनी स्थानिक पोलीस अधिकाऱ्यांच्या मदतीने माझ्या सासू-सासऱ्यांवर दडपण आणून मला त्यांच्या घरी ठेवून घेण्यास भाग पाडलं.

आता माझा स्वीकार करण्यावाचून माझ्या सासू-सासऱ्यांपुढे दुसरा काही पर्यायच नव्हता. समुपदेशक वारंवार आमच्या घरी भेटीला येत. माझे सासू-सासरे माझी आणि माझ्या मुलाची हेळसांड करत नाहीत ना, ते आमची नीट काळजी घेत आहेत ना, याची ते चौकशी करत. अधूनमधून मला त्रास देण्याचा माझे सासू-सासरे प्रयत्न करत असत; पण आता मला त्याचं काही वाटेनासं झालं होतं. निदान आता माझ्या डोक्यावर छप्पर होतं आणि तेवढंच मला पुरेसं होतं.

माझं गरोदरपण खूप अवघड गेलं. बाळंतपणाच्या वेळी माझं ऑपरेशन करावं लागलं. मला मुलगा झाला. माझ्या सासू-सासऱ्यांनी त्यावेळी मला काहीच आधार दिला नाही. मी हॉस्पिटलमध्ये असताना ते मला भेटायलासुद्धा आले नाहीत. आता माझा दुसरा मुलगा मी दत्तक देणार आहे, कारण त्याला वाढवण्याची माझी ऐपत नाही. माझी प्रकृती सुधारली की, मी कुठल्यातरी व्यवसायाचं प्रशिक्षण घेणार आहे आणि स्वत:च्या पायावर उभी राहणार आहे.

कुठं चुकलं?

- कधीकधी नियती फार क्रूरपणे वागते.
- अनेक लोक नशिबापुढे हार मानून गप्प बसतात. संकटांचा सामना करत नाहीत.
- अनाथ मुलींचा कुणीच वाली नसतो. त्यांचं सदासर्वकाळ शोषण होतं.

भाग : ३

पोलिसांकडून छळ

जेव्हा पोलीसच छळवादी बनतात

माझं नाव तारा केरकर. माझा जन्म गोव्यातील एका लहानशा खेड्यात झाला. माझं सगळं आयुष्य तिथेच गेलं. माझे वडील एका सरकारी खात्यात ड्रायव्हर म्हणून कामाला होते; पण त्यांचं खूप वर्षांपूर्वी निधन झालं. आमच्या आईसोबत आम्ही चार बहिणी आणि तीन भाऊ उरलो. माझ्या आईला खूप प्रयत्नांनी एका हॉस्पिटलमध्ये मोलकरीण म्हणून काम मिळालं. ती कशीबशी आमचं पोट भरू लागली. काही काळानंतर माझी एक बहीण आणि दोन भाऊ वारले; पण दु:खाचे इतके आघात सोसूनही माझी आई डगमगली नाही. तिने धीराने संकटांना तोंड देत आमचं कुटुंब सावरलं.

मी सीनिअर सेकंडरी लेव्हलपर्यंतच शिक्षण घेतलं. दुर्दैवाने मी परीक्षेच्या दिवशीच आजारी पडले आणि अनुतीर्ण झाले; त्यामुळे मी अत्यंत उदास आणि निराश झाले. त्या भरातच मी पुढे न शिकण्याचा निर्णय घेऊन टाकला.

मी सतरा वर्षांची असताना एका कौटुंबिक कार्यक्रमाच्या वेळी माझी आणि माझ्या नवऱ्याची भेट झाली. तो पोलीस होता. कशी काय कोण जाणे! पण मी त्याला आवडले. त्याने मला लग्नाची मागणी घातली; पण आमच्या कुणालाच ही कल्पना पसंत पडली नाही. तो पोलिसात होता, हे त्यांना पसंत नव्हतं. पोलिसांच्या गैरवर्तनाचे फार भयानक किस्से त्यांनी ऐकले होते; त्यामुळे त्यांना पोलिसांचा तिटकारा होता. विशेषत: माझ्या आईचा तर या लग्नाला कडाडून विरोध होता.

माझ्या घरच्या लोकांना पोलिसांचा एवढा तिटकारा असूनसुद्धा मी मात्र त्याच्याकडे आकृष्ट झाले होते. मला त्याच्याविषयी प्रेम वाटत असल्याचं माझ्या घरच्यांच्या लक्षात येताच ते दुखावले गेले. 'या गोष्टीचे परिणाम वाईट होतील,' अशा स्वरूपाच्या धमक्या त्यांनी मला द्यायला सुरुवात केली; पण माझ्यावर त्या गोष्टीचा काहीही परिणाम झाला नाही. त्यांचं मला अशा प्रकारे धमकावणं सतत दोन वर्षं चालू होतं. अखेर माझ्या घरच्यांच्या विरोधाला न जुमानता आम्ही एका छोट्या

मंदिरात विवाहबद्ध झालो. या लग्नासाठी माझी धाकटी बहीण आणि तिची एक मैत्रीण अशा दोघीच हजर होत्या. माझ्या सासरच्यांकडूनही कुणीच आलं नव्हतं. माझ्या सासरी सासू आणि एक नणंद आहे एवढंच फक्त मला ठाऊक होतं; पण खरं तर तेव्हा मला या कशानंही काहीच फरक पडला नाही. मला फक्त माझ्या बाजूला माझा पती हवा होता आणि जोवर तो माझ्या सोबत होता तोवर दुसऱ्या कशाचीच मला चिंता नव्हती.

मी लहानपणापासूनच स्वतंत्र विचारांची आणि जे काही मनात येईल ते मुळीच आडपडदा न ठेवता बोलून टाकणारी आहे; त्यामुळे मला कधी दुसऱ्यांनी घालून दिलेल्या नियमांनुसार वागावं लागेल, बंधनात राहावं लागेल, असा विचारही मी केला नव्हता. लग्नानंतर आपलं पूर्ण आयुष्य बदलून जाणार आहे, याची मात्र मला कल्पना होती. 'त्या नव्या वातावरणात रुळायला आपल्याला किती वेळ लागेल?' असा विचार माझ्या मनात येत होता.

माझ्या सासरी मी पहिल्यांदा पाऊल टाकलं आणि सगळंच बिनसलं. त्याच दिवशी माझं माझ्या सासूशी आणि नणंदेशी कडाक्याचं भांडण झालं. मी आणि माझा नवरा, आम्ही दोघंही संतापलो. माझ्या नवऱ्याने तेव्हा मला सांगितलं की, त्यानं माझ्याशी लग्न करणं त्याच्या घरच्यांना मुळीच पसंत नव्हतं आणि त्यावरून ते त्याच्यावर चिडलेले होते; पण मी माझ्या मनाची समजूत घातली. सगळी नव्यानं सुरुवात करायची, असं मनोमन ठरवलं.

काही दिवसांत मला एका रात्रशाळेत नोकरी मिळाली. सोयीसाठी आम्ही माझ्या माहेरच्या घरी राहायला गेलो; पण आम्ही आमची स्वतंत्र चूल मांडली. (माझं नोकरीचं ठिकाण माझ्या माहेरच्या घराजवळ होतं.) माझा नवरा अधूनमधून त्याच्या आईला भेटायला घरी जात असे; पण तो कधीही तिकडे जाऊन आला की, वैतागलेला असायचा. आता आम्हा दोघांमध्ये अधूनमधून छोट्या-छोट्या कुरबुरी सुरू झाल्या होत्या. कधीतरी त्याचं रूपांतर भांडणातही होत असे.

असेच दिवस जात होते. मला आठवा महिना लागला होता. काही दिवसांपासून मला खाली बसता येत नसे; त्यामुळे मी माझ्या नवऱ्याचे कपडे धुऊ शकत नव्हते. संध्याकाळी तो कामावरून घरी परतल्यावर जर त्याचे कपडे धुवून तयार नसले, तर त्याच्या तळपायाची आग मस्तकात जात असे. मी त्याला माझी अडचण समजावून सांगायला गेले, तर त्याने माझ्या तोंडात ठेवून दिली. यानंतर पुढे जे काही घडलं, त्या सगळ्याची सुरुवात याच घटनेपासून झाली.

तो बरेचदा काहीही कारण नसताना कुठल्यातरी दुसऱ्याच गोष्टीचा राग माझ्यावर काढायचा. कामाचा प्रचंड ताण, त्यामानाने मिळकत कमी, भरीत भर म्हणून आईचं आणि बहिणीचं टोचून बोलणं या सगळ्याचा परिणाम म्हणून तो घरी येऊन मला

मारहाण करत असे. आजकाल भीतीने माझी बोलतीच बंद झाली होती. मला त्याची दहशत वाटू लागली होती. आता त्याला माझा संशय येऊ लागला होता. तो मला कुणाशीही बोलू देत नसे. आमच्या घरी कुणी आलेलं किंवा मी बाहेर गेलेलं त्याला चालत नसे. मी माझ्याच घरी जणू कैदेत राहत होते.

मला मुलगा झाल्यावरही माझ्या नवऱ्याकडून मारहाण चालूच राहिली. जगणं चालू होतं; पण अत्यंत दारुण अवस्थेत. माझ्या आत कुठेतरी जळत होतं. त्यातूनच प्रेरणा घेऊन मी कशीतरी जगत होते; पण तरीही काहीतरी खंबीर पाऊल उचलण्यासाठी जे धैर्य लागतं, ते काही माझ्या अंगी येत नव्हतं. आता आपण स्वत:च स्वत:ला मदत केली पाहिजे हे मला कळत होतं; पण कधीही बोलण्यासाठी तोंड उघडलं की, तो मारहाण करून मला गप्प बसवायचा. तो पोलीस असल्यामुळे मला अशा खुबीनं मारायचा की, माराचे वळही कुणाला दिसू नयेत. माझं शरीर मात्र दिवसभर ठणकत राहायचं, तरी बाहेरून कुणाला काही पत्ताच लागायचा नाही. तो माझे सुंदर लांबसडक केस ओढायचा. त्या केसांचा वापर तो माझे हाल करण्यासाठी करायचा. केसाने ओढत, फरपटत नेऊन तो मला भिंतीवर आपटायचा. मला मरणयातना व्हायच्या, पण मी कशीतरी चिवटपणे जगत होते.

एव्हाना माझ्या सर्व वासना मरून गेल्या होत्या; पण त्याला कधीही गरज पडली की शरणागती पत्करून मी माझं शरीर त्याच्या स्वाधीन करत असे. अर्थात वेदनांनी बधीर झालेलं माझं शरीर त्याला काहीच प्रतिसाद देत नसे; त्यामुळे तो अधिकच संतापायचा. मग त्याने मला बदफैली ठरवण्यास सुरुवात केली. त्याच्या या मारहाण करण्यामुळे दोन वेळा माझा गर्भपात झाला. या सर्व हालअपेष्टांमुळे मी अत्यंत अशक्त झाले होते. एकदा तर माझ्या शरीरात कित्येक दिवस मृत गर्भ तसाच होता; त्यामुळे मी मरणाच्या दारात जाऊन परत आले. तरीही माझ्या नवऱ्याच्या वागण्यात काहीही बदल झाला नाही.

आता यावेळी मात्र मी स्वत: काहीतरी कृती करण्याचा निर्णय घेतला. एव्हाना मला एक मुलगी झाली होती. मी व्यवसाय प्रशिक्षण वर्गाला जाण्यास सुरुवात केली. ही गोष्ट मी माझ्या नवऱ्यापासून लपवून ठेवली. मी प्रशिक्षण संपवून हस्तकलेत प्रावीण्य मिळवल्यानंतर घरच्या घरी छोट्याछोट्या कलाकुसरीच्या वस्तू बनवून त्या घरोघरी जाऊन विकण्यास सुरुवात केली. मी लोकांचे कपडेही शिवून देऊ लागले. हळूहळू माझ्याकडे येणाऱ्या गिऱ्हाइकांची संख्या वाढू लागली. मी जे काही पैसे मिळवत होते, ते मी माझ्या मुलांसाठी खर्च करत असे. मी पुन्हा एकदा नव्याने माझं व्यक्तिमत्त्व फुलवलं, माझा गेलेला आवाज परत मिळवला. त्यानंतर मी जवळपासच्या गटांमध्ये सहभागी होऊ लागले. त्यातूनच मला राजकारणाची गोडी लागली. सुरुवातीच्या काळात या क्षेत्रात मला जरा संघर्ष करावा लागला, पण

पुढे मी या क्षेत्रात बरीच प्रगती केली. अजूनही माझ्या नवऱ्यात काही सुधारणा झालेली नव्हती.

एक दिवस मी कामावरून घरी परत आल्यावर माझ्या मुलीने मला सांगितलं की, तिने आपल्या वडिलांना एका शेजारणीसोबत नको त्या अवस्थेत पाहिलं. मी संतापले. आता माझ्या अंगी प्रचंड आत्मविश्वास आणि धैर्य आलं होतं. मी बंड पुकारलं आणि माझ्या नवऱ्याला सोडलं.

त्यानंतर परत एकदा आयुष्य नीट वळणावर आणण्यासाठी खूप कष्ट पडले; पण मी आता राजकारणात उतरले होते. आमच्या क्षेत्रातल्या लोकांना स्थानिक राजकारणातील माझ्या कामाचं मोल कळलं होतं; त्यामुळे त्यांनी मला भक्कम पाठिंबा दिला. तो जर नसता, तर पोलिसांनी माझ्या नवऱ्याच्या केसालाही धक्का लागू दिला नसता, अशी माझी खात्री आहे. अर्थात आत्ताही त्यांनी फार कडक कारवाई केलेली नाहीच; पण आता मला त्या गोष्टीमध्ये काहीच रस उरला नव्हता. माझ्या आयुष्याला आता नवा अर्थ प्राप्त झाला होता– समाजकार्य करणं आणि इतरांसाठी जगणं.

आता मी नगरसेविका आहे आणि स्त्रियांच्या सबलीकरणासाठी कार्यरत असणाऱ्या एका सेवाभावी संस्थेची अध्यक्ष आहे. मला असं वाटतं की, माझ्या नवऱ्याने जेव्हा पहिल्यांदा माझ्या तोंडात मारली, तेव्हाच मी त्याला थांबवलं असतं तर? मग गोष्टी काही वेगळ्याच घडल्या असत्या; इतकं दुःख वाट्याला आलं नसतं.

कुठं चुकलं?

- लग्न हा एक जुगार आहे. जर विचार न करता आंधळेपणाने लग्न केलं तर ते अपयशी ठरतं.

- कौटुंबिक हिंसाचाराला पहिल्याच वेळी आळा घातला नाही तर पुढे तो वाढतच जातो.

- पोलीस खात्याला जर समाजाच्या उपयोगी पडायचं असेल तर त्यांनी आपल्या कर्मचाऱ्याविरुद्ध आलेल्या तक्रारीकडे कधीही दुर्लक्ष करू नये.

पोलिसांना परोपकाराचे मोल नाही

पीटर कॅम्यू. मी सत्तर वर्षांचा आहे. मी मूळचा जर्मनीचा पण आता कायमचा भारतात स्थायिक झालो आहे. मी एकोणीस वर्षांपूर्वी पहिल्यांदा भारतात आलो, प्रवासी म्हणून. माझं आजवरचं आयुष्य अत्यंत सुखा-समाधानात गेलं होतं, त्यामुळे आता भारतात राहून गोरगरिबांना मदत करावी असं मी ठरवलं. मी येथे सामाजिक कार्य करत असतो, लोकांच्या आरोग्यासाठी काम करत असतो. ज्या अनाथ, असहाय, निराधार लोकांना मी मोफत औषध देतो, ते मला 'डॉक्टर' म्हणतात. दिल्लीच्या श्रीमंत वस्तीत, हमरस्त्यावरील फूटपाथवर मी माझा ओपन एअर दवाखाना थाटला आहे. एक खुर्ची आणि औषधांनी भरलेल्या दोन बॅगा एवढ्या सामानानिशी मी तेथे बसतो. माझ्याकडे येणारे रुग्ण म्हणजे रस्त्यावरचे भिकारी, महारोगी आणि मादक द्रव्यांच्या आहारी गेलेले लोक. त्यामुळे मी त्यांच्याकडून पैसे घेत नाही. मला बर्लिनहून दरमहा निवृत्तीवेतन येते व त्यातूनच मी या सगळ्या औषधांचा व माझ्या दवाखान्याचा खर्च भागवतो.

माझे वडील आमच्या देशातील फार महत्त्वपूर्ण राजकीय नेते आहेत. मी इथे भारतात आल्यानंतर खरजेने भरलेल्या रुग्णांना वेदनांनी विव्हळताना पाहिले. खरं तर तेव्हापर्यंतच्या आयुष्यात मी कधीच दुःख व वेदना पाहिलेल्या नव्हत्या. हे रुग्ण भर चौकात वेदनांनी पिळवटून विव्हळत पडलेले होते पण आजूबाजूचे लोक त्यांची जराही पर्वा न करता आपापल्या कामाला जात होते. या घटनेने मला असे वाटते की, आपण या देशातून परत मायदेशी जाऊच नये. इथेच थांबावे आणि या दुर्लक्षित लोकांची जमेल तशी सेवा करावी. भारतात येण्याची माझी ही काही पहिली वेळ नव्हे. या देशाच्या ओढीनं यापूर्वीसुद्धा मी येथे आलो होतो आणि तेव्हाही मला अनंत अडचणींना तोंड द्यावं लागलं होतं.

मी अगदी पहिल्यांदा माझ्या पत्नीसह भारत भेटीस आलो. येथील कुशाग्र बुद्धीच्या मुलांना आपण जमेल तेवढी मदत करावी या इच्छेने आम्ही एक

मुलगा व एक मुलगी दत्तक घेतली. त्यांच्या शिक्षणाचा सर्व भार उचलला. पुढे त्यांना आम्ही उच्च शिक्षणासाठी जर्मनीला नेले. पुढच्या वेळी परत एकदा आम्ही भारतात आलो तेव्हा आम्हाला दोन भाऊ भेटले– रमेश आणि सुरेश. या मुलांसाठी जेवढं शक्य होईल तेवढं करण्याची आमची इच्छा होती. ते दोघेही फार कुशाग्र बुद्धीचे होते. त्यांची उच्च शिक्षण घेण्याची इच्छा होती. त्यांची आई निवर्तली होती व त्यांना आपल्या आजारी वडिलांची काळजी घ्यावी लागे. अखेर आम्ही त्या पूर्ण कुटुंबालाच दत्तक घेतलं. त्यांच्या शिक्षणाचा खर्च तसंच इतर दैनंदिन गरजा आम्हीच भागवू लागलो. अगदी थोड्याच दिवसात आम्ही सुरेशला जर्मनीला बोलावून घेतलं आणि रमेश मात्र भारतातच राहिला. मी त्याला आणि त्याच्या वडिलांना येथे फ्लॅट घेऊन दिला व त्यात ते दोघे राहू लागले.

त्यानंतर पुन्हा एकदा मी भारतात परत आलो. आता मात्र काहीही झालं तरी आपण भारतातच राहायचं असं मी ठरवलं. दिल्लीच्या रस्त्यांवरचं दुःख व दारिद्र्य आम्ही पाहिलं होतं, त्यामुळे आता रमेशजवळच राहायचं असं आम्ही ठरवलं. आमच्या दुःस्वप्नाची सुरुवात ही अशी झाली. लवकरच मला ते घर सोडून पळून जाणं भाग पडलं; कारण रमेश मला वाटला होता तसा चांगला मुलगा वगैरे मुळीच नव्हता. मी जर्मनीहून जो काही पैसा भारतात घेऊन आलो होतो तो सर्वच्या सर्व त्यानं लुबाडला. आता तर येथे राहण्यात आपल्या जिवाला सुद्धा धोका आहे असं मला वाटू लागलं. पण झाल्या गोष्टीबद्दल मी दोष तरी देणार कुणाला? मग आपलं नशीबच हे असं– असा मनाशी विचार करून मी गप्प बसलो. इथली भाषा, कायदेकानू, रीतीरिवाज या कशाकशाचंच मला ज्ञान नव्हतं. मी कुणापाशी गाऱ्हाणं सुद्धा घेऊन जाऊ शकत नव्हतो आणि खरं सांगायचं तर माझी तशी इच्छा सुद्धा नव्हती. आपण इथेच राहायचं आणि रस्त्यावरच्या गोरगरिबांना, गरजू लोकांना मदत करायची असा मी दृढनिश्चयच केला होता. तो निश्चय अधिकच पक्का होण्यासाठी तसंच कारण घडलं. मी एव्हाना रस्त्यावरच्या फेरीवाल्यांचा विश्वास संपादन केला होता. ते आता माझ्या अवतीभवती गराडा घालू लागले होते. सुरुवातीला मला फार जड गेलं, कारण त्या वेळी माझं इंग्रजी भाषेवर म्हणावं तेवढं प्रभुत्व नव्हतं. पण हळूहळू आम्ही कोणत्या ना कोणत्या मार्गानं परस्परांशी संवाद साधू लागलो.

मी आता शहराबाहेर राहू लागलो. मी माझ्या कुटुंबियांकडून पैसे मागवून घेतले. माझ्याबरोबर आता माझ्या घरात आणखी काही मुले राहत होती. त्यातलाच एक म्हणजे कृष्णा. चौदा वर्षांचा हा गोड मुलगा सतत माझ्याबरोबर असायचा. त्याचं माझ्यावर फार प्रेम होतं. पण सुंदरला हे पाहवेना. हा सुंदर एक भुरटा चोर होता. तो नेहमी माझ्या घराच्या आसपास घुटमळत असे. आमच्या घरून

तो पैसे व दारूही चोरायचा. त्याला सुधारण्याचे मी पुष्कळ प्रयत्न केले. हा सुंदर आमच्या घरी आला की, ते कृष्णाला आवडायचं नाही, पण त्या वेळी त्याची समजूत घालायचो.

एव्हाना मी माझा छोटासा दवाखाना थाटला होता. माझ्या साध्यासुध्या औषधोपचारांचा येथील निराधार, निराश्रित लोकांना चांगला उपयोग होऊ लागला होता. मी अत्यंत प्रेमानं त्यांच्यावर उपचार करायचो आणि हळूहळू त्याचे आश्चर्यकारक परिणाम दिसू लागले होते. औषधोपचार करणं हे तसं सोपं होतं. फक्त अडाणी लोकांचं अज्ञान दूर करावं लागायचं. माझ्याकडे उपचारासाठी येणाऱ्या लोकांमध्ये व्यसनाधीन लोक बरेच असायचे. त्यातील काही मादक द्रव्ये चोरून विकणारे होते तर काही चक्क भुरटे चोर होते. अर्थात ते काय करतात याच्याशी माझा काही संबंध नव्हता. तो प्रश्न संबंधित अधिकाऱ्यांचा होता. माझं काम होतं, त्यांना बरं करणं, सल्ला देणं. त्यांना सुधारण्याचा प्रयत्न करणं. त्यांच्यापैकी काही माझं म्हणणं ऐकत तर काही त्याकडे दुर्लक्ष करीत.

एका सायंकाळी मी घरी पोहोचलो. घरात शिरून पाहतो तर काय, कृष्णा रक्ताच्या थारोळ्यात निश्चेष्ट पडलेला होता. तो गतप्राण झालेला होता. त्याचा खून कोणी केला असावा हे माझ्या लगेच लक्षात आलं. पोलिसांना कळवताच ते तातडीनं हजर झाले. मला जी काही माहिती होती ती मी त्यांना सांगितली. सुंदरचा पत्तासुद्धा सांगितला. पण त्यातून काहीच निष्पन्न झालं नाही. उलट पोलिसांनी मला व माझ्यासोबत राहणाऱ्या मुलांना त्रास द्यायला सुरुवात केली. अखेर एक दिवस मला घर सोडून जाणं भाग पडलं, त्याचं कारण– खुद्द पोलिसांनीच माझं घर साफ केलं, सगळ्या चीजवस्तू लुटून नेल्या. आम्हाला जीवन जगणं असह्य होऊन बसलं.

एक दिवस मी परतलो आणि बघतो तर काय, माझ्या घरातलं सगळं सामान रस्त्यावर फेकलेलं होतं आणि मी ज्या अनाथ मुलांचा सांभाळ करत होतो ती दहा मुलं फुटपाथवर निमूटपणे बसून राहिली होती. माझ्या एका 'जिवलग'(!) डॉक्टर मित्राचंच हे कृत्य होतं. त्याची स्वत:ची बरीच हॉस्पिटल्स होती. त्यानेच माझ्या घरमालकावर दबाव आणून मला घराबाहेर काढलं होतं. माझा हा 'डॉक्टर मित्र' माझे अजूनही बरेच पैसे देणं लागतो. त्यानं आणि त्याच्या मुलाने नंतर सुद्धा मला बऱ्याच यातना दिल्या आहेत.

आम्ही वरील प्रसंगानंतर सर्वजण परत दिल्लीला गेलो. भरवस्तीत एका हाऊसिंग सोसायटीमध्ये फ्लॅट घेऊन राहू लागलो. माझ्यासोबत इतकी लहान लहान मुले माझ्या घरात राहत आहेत या गोष्टीचा तसेच मी करत असलेल्या कामाचा माझ्या शेजाऱ्यापाजाऱ्यांना संशय येऊ लागला. त्यांनी माझ्याविरुद्ध

पोलिसात तक्रारी नोंदवल्या. हा माणूस हेर आहे. हा लहान मुलांना पळवतो इत्यादी. नाही नाही त्या अफवा त्यांनी माझ्याविषयी पसरवण्यास सुरुवात केली. त्यांनी माझ्या घरचं वीज व पाणीसुद्धा तोडलं. मला घरकामासाठी गडीमाणसं मिळेनात. रोज सायंकाळी पाहावं तर माझ्या घराचं कुलूप तोडलेलं असे. माझ्याकडे माझे स्वत:चे एकदम उंची जातीचे एकंदर चौदा कुत्रे होते. एक दिवस त्यांना कुणीतरी पळवून नेलं. त्या कुत्र्यांना विकून त्या चोराला चांगली घसघशीत किंमत मिळाली असणार; कारण ते अत्यंत दुर्मिळ जातीचे होते. ह्या सगळ्या भयानक अनुभवामधून गेल्यानंतर माझा निश्चय अधिकच दृढ झाला. आता काहीही दुबळेपणा करायचा नाही, खचून जायचं नाही असं मी ठरवलं. स्थानिक पोलिसांनी माझा जो काही छळवाद मांडला होता त्यामुळे मी परत एकदा हताश होऊन ही जागा सोडली व मी शहरातील एका लहानशा हॉटेलात खोली घेऊन राहू लागलो. असं आयुष्य चाललं होतं.

या देशाच्या सर्वोच्च अधिकारपदी बसलेल्या व्यक्तीकडे म्हणजे खुद्द पंतप्रधानांकडेच दाद मागायला आता जायचं, असं मी ठरवलं. मी पंतप्रधानांच्या भेटीसाठी गेलो खरा, पण तेथील सुरक्षा कर्मचारी काही मला आत सोडेनात. मी पण तेथे आग्रहच धरून बसलो. अखेर माझा दृढनिश्चय पाहून एका अधिकाऱ्यानं मला येऊन सांगितलं– ''पंतप्रधान तुमची उद्या नक्की भेट घेतील.'' ते ऐकून मी हॉटेलात परत जायला निघालो तेव्हा ते अधिकारी म्हणाले, ''आम्ही तुम्हाला गाडीतून तुमच्या हॉटेलात सोडतो.'' मी त्याप्रमाणे गाडीत बसलो, पण प्रत्यक्षात मात्र ते मला हॉटेलाऐवजी पोलिस ठाण्यात घेऊन गेले. तेथे त्यांनी मला तब्बल आठवडाभर डांबून ठेवलं. देशभरातील सर्व इनव्हेस्टिगेटिंग एजन्सीज्मधून लोक येऊन माझ्यावर प्रश्नांचा भडिमार करू लागले. एक विशिष्ट ऑफिसर वगळता बाकी सर्वजण माझ्याशी तसे व्यवस्थित वागत होते. त्या एका अधिकाऱ्याने माझा अतोनात छळ केला, मला मारहाण केली. त्या प्रकाराची आता मला सवय होऊन गेली होती.

अखेरीस एकदाची माझी सुटका झाली. मी हॉटेलात परतलो. तेथे बघतो तर काय माझ्या सगळ्याच्या सगळ्या चीजवस्तू चोरीला गेल्या होत्या. मी जी अनामत रक्कम भरली होती ती जप्त करण्यात आली होती. ती मला परत मिळावी असा मी हट्ट धरून बसलो. तेव्हा त्यांनी मला थोबाडीत मारली. या गोष्टीबद्दल मी जवळच्या पोलिस ठाण्यात तक्रार नोंदवायला गेलो तर उलट तेथे मलाच मारहाण झाली.

नंतरचे सहा आठ महिने मी माझ्या रुग्णांना आणि मुलांना घेऊन हनुमानमंदिरा-बाहेरील फूटपाथवर मुक्काम ठोकला. माझा मोफत दवाखाना चालूच होता.

माझ्या एका रुग्णाला पोलिसांनी पकडून नेलं. अमली पदार्थांची विक्री केल्याचा आरोप त्याच्यावर ठेवण्यात आला होता. त्याच्याविषयी चौकशी करण्यासाठी मी जवळच्या पोलिस ठाण्यात गेलो. माझा हा रुग्ण निरपराध आहे, असं मी त्यांना वारंवार सांगितलं, तर उलट त्यांनी मलाच हद्दपार करण्याची धमकी दिली. नंतर ते रात्री घरी आले व त्यांनी जबरदस्तीने एक बांबू माझ्या तोंडातून व गुद्द्वारातून आत खुपसला. हे कृत्य ज्या विशिष्ट हवालदारानं केलं, त्याला मी चांगलाच ओळखतो. त्याने माझ्या घोट्यावर अनेक वार केले व माझा पाय मोडला. मी अक्षरश: उद्ध्वस्त झालो. मग मी माझ्या घरी फोन करून माझ्या कुटुंबियांशी बोललो, पण त्यांना माझ्या अवस्थेवरून वाटलं, मी दारूच प्यायलो आहे.

थोड्या वेळानंतर तेथील ऑफिसर माझ्याजवळ आला व त्याने माझी समजूत काढली. तसंच मला जरा तडजोड करण्याची विनंती केली. त्यानं मला स्वत:बरोबर कोर्टात नेण्याचं वचन दिलं. 'तुला सरकारतर्फे तुझ्या दवाखान्यासाठी दरमहा दोन हजार रुपयांची ग्रँट मिळवून देईन' असंही प्रलोभन त्याने मला दाखवलं. मी त्या गोष्टीस राजी झालो. मला तर त्यांची भाषाही समजत नव्हती. कोर्टात काय जे घडलं तेही समजत नव्हतं. पण कोर्टातून थेट माझी रवानगी तिहार जेलमधेच करण्यात आली. मी तिथे तीन महिने राहिलो. निदान पोलिसांच्या कचाट्यातून तेवढीच सुटका झाली. मग तीन महिन्यांनंतर मला परत एकदा कोर्टापुढे उभं करण्यात आलं. पोलिसांनी माझ्यावर जे काही आरोप ठेवले होते ते मात्र या कोर्टापुढे सिद्ध करू शकले नाहीत. त्यामुळे माझी सुटका झाली. जेलमधले ते तीन महिने मी फार भयानक अवस्थेत काढले. सुटकेच्या वेळी माझं वजन इतकं घटलं होतं की, मला नेण्यासाठी आलेल्या माझ्या ओळखीच्या काही परदेशी प्रवाशांना आश्चर्याचा धक्काच बसला. त्यांनी परत गेल्यानंतर माझ्या कुटुंबियांपाशी जाऊन माझी स्थिती वर्णन केली व 'त्याला ताबडतोब घरी घेऊन या.' असा सल्ला दिला. 'अन्यथा तो काही फार काळ जिवंत राहणार नाही.' असंही ते म्हणाले.

त्यानंतरचे काही दिवस एखादी गणवेशातील व्यक्ती माझ्या नजरेस पडली किंवा पोलिसांच्या गाडीचा सायरन जरी ऐकू आला तरी माझा जिवाचा नुसता थरकाप होई. माझ्या कुटुंबियांनी मला कळवलं, 'आम्ही तुला विमानाचं तिकीट पाठवून देतो, तू ताबडतोब निघून ये.' पण ती गोष्ट ऐकताच माझ्या मुलांच्या डोळ्यात जे भय उमटलं ते पाहताच मी परत न जाण्याचा निश्चय केला.

परत एकदा कुणीतरी माझ्याकडचे ५००० रुपये लुबाडले. आता तक्रार करण्यासाठी परत एकदा पोलिस ठाण्याची पायरी चढण्याची माझी काही हिंमत

नव्हती. अखेर मी कोणत्यातरी अंतःप्रेरणेने गृहमंत्र्यांच्या घरचा फोन फिरवला. यावेळी कशी कोण जाणे पण नशिबानं मला साथ देण्याचं ठरवलं होतं. कारण फोन खुद्द मंत्रीमहोदयांनीच उचलला. माझं गाऱ्हाणं ऐकून घेऊन त्यांनी 'एक तासाच्या आत मदत पाठवून देतो' असं आश्वासनसुद्धा दिलं. प्रत्यक्षात मात्र केवळ चौदा मिनिटातच मदत हजर झाली. पोलिस आले व एका तासाच्या आतच मला सगळे पैसे परत मिळाले.

परत मला पैशाची गरज भासू लागली. आपण आपल्या डॉक्टर 'मित्रा'ची भेट घ्यावी, असं मी ठरवलं. मी सुनील नावाच्या एका लहान मुलाला बरोबर घेऊन त्याच्याकडे पोचलो. माझ्या त्या 'मित्रा'ने व त्याच्या मुलाने मला बेदम मारहाण केली. सुनीलने मध्ये पडण्याचा प्रयत्न करताच त्यालाही मारण्यात आलं. सुनील अत्यंत संवेदनाशील मुलगा होता. तो खूप महत्त्वाकांक्षीसुद्धा होता. 'काहीही झालं तरी आता आपण नुसतं हात चोळत गप्प बसायचं नाही.' असं त्यानं मला सांगितलं. नंतर त्याला नैराश्याने घेरलं. दोन दिवसांनंतर त्याचा मृतदेह रेल्वे रूळावर मिळाला. एकतर त्याने गाडीखाली जीव तरी दिला असणार नाहीतर त्याला रूळावर ढकलण्यात तरी आलं होतं.

माझी ही कहाणी अशीच चालू आहे. पोलिसांकडून मला जे काही अनुभव आले, जी काही वागणूक मिळाली ती तर अक्षरशः मन सुन्न करणारीच आहे. आणखी अशा कितीतरी घटना आहेत. शहरातील अनेक पोलिस ठाण्यांशी माझा जवळचा संबंध आला आहे. अनेकदा पोलिस ठाण्यातील अधिकारी ड्यूटीवर दारू पिऊन हजर झालेले मी डोळ्यांनी पाहिले आहेत. ते किती बेजबाबदार, संवेदनाशून्य, भ्रष्टाचारी आणि अनैतिक मार्गांचा अवलंब करणारे असतात हे मी फार जवळून अनुभवलं आहे.

हे सर्व काही असूनसुद्धा मी इथेच राहतोय, जगतोय, गोरगरिबांना मदत करतोय. मी भारत सोडून जाऊच शकत नाही. या देशाविषयी मला जे प्रेम वाटतं, त्या प्रेमाची पाळंमुळं इतकी खोल रुजलेली आहेत, की मला हा देश सोडून जाणं शक्यच नाही. ज्या पोलिसांनी गुन्हेगारांना पकडून शासन करायचं असतं, कायद्याची अंमलबजावणी करायची असते, तेच उलट दुर्बलांवर, पीडितांवर आणखी अन्याय, आणखी अत्याचार करतात. जनतादेखील त्यांच्या पुढे अजिबात विरोध दर्शवित नाही. पोलिसांचं उद्दामपणाचं वागणं लोक खाल मानेनं सहन करत राहतात. हे सारं काही खरं आहे, मी स्वतःच ते जवळून पाहिलं आहे, अनुभवलं आहे.

कुठं चुकलं?

- स्वत:ला जर एखाद्या प्रदेशातील स्थानिक कायद्याचं ज्ञान नसेल, रीतिरिवाजांची पुरेशी ओळख नसेल, तर एखाद्या परक्या व्यक्तीवर विश्वास टाकणं फार महागात पडू शकतं.

- पोलिसांच्या उद्दामपणाविरुद्ध जनता आवाज उठवत नाही.

- वरिष्ठ अधिकारी जनसामान्यांच्या गाऱ्हाण्यांची दादच घेत नाहीत. त्यांना मदत करण्याऐवजी त्यांच्यावरच संशय घेतात. त्यांनी नोंदवलेल्या तक्रारीविषयी संशय व्यक्त करतात.

- पोलिसांनी आपलं कर्तव्य जर निष्ठेनं व काटेकोरपणे पार पाडलं तर कितीतरी यातना टाळता येऊ शकतात.

पोलिसांच्या जीवघेण्या तऱ्हा

माझं नाव जीवनानंद. मी २१ वर्षांचा आहे. मी मूळचा राजस्तानचा पण आमचं कुटुंब आता दिल्लीला एका छोट्याशा घरात राहतं. हे घर आम्ही मोठ्या कष्टानं बांधलं आहे. माझे वडील व्यवसायाने गवंडी आहेत. ते जेव्हा जमेल तेव्हा काम करतात; म्हणजे जेव्हा दारूच्या नशेत नसतील तेव्हा. माझ्या आईने मला आणि माझ्या धाकट्या बहिणीला फार कष्ट करून लहानाचं मोठं केलं आहे. तिने वेगवेगळ्या ठिकाणी कामं केली. आता तिला केंद्र सरकारच्या हॉर्टिकल्चर विभागात नोकरी आहे. तिला नक्की किती पगार मिळतो याची काही मला कल्पना नाही; पण मला एक गोष्ट नक्की ठाऊक आहे. तिच्या पगारातली निम्मी रक्कम माझ्या वडिलांच्या दारूवरच खर्च होते. राहिलेल्या अर्ध्या पगारात कसाबसा आमच्या कुटुंबाचा खर्च भागतो.

मला आठवतं, आम्ही लहान असताना अनेकदा मी आणि माझी बहीण अर्धपोटी राहायचो. कधीतरी न जेवता राहायचो. माझे वडील दारूच्या धुंदीत घरी यायचे. जर आम्ही त्यांच्याकडे आम्हाला भूक लागली आहे अशी तक्रार केली तर ते आम्हाला अमानुषपणे बदडून काढत. ते आम्हा सर्वांनाच मारहाण करत; पण ते माझ्या आईचा सर्वात जास्त छळ करत. यातही कहर म्हणजे आम्हाला मनसोक्त बदडून झाल्यावर ते आम्हाला घराबाहेर काढून आतून कडी लावून घेत. मग आम्हाला शेजाऱ्यापाजाऱ्यांच्या घरी आश्रयाला जावं लागे. त्यांच्या वागण्याला काहीच धरबंधच नव्हता. हे असं बरेच दिवस चालू राहिलं.

मी मोठा झालो तसा शाळेत जाऊ लागलो; पण आठव्या इयत्तेत असताना मला शाळा सोडावी लागली, कारण जीवनावश्यक गोष्टींवर होणारा खर्च खूप वाढला होता आणि माझ्या आईचं उत्पन्न पुरे पडत नव्हतं.

घरी राहून वेळ फुकट घालवण्याऐवजी मी काहीतरी कौशल्य आत्मसात करायचं ठरवलं. मी माझ्या चुलत भावाकडे गेलो. तो कुशल कारागीर होता. तो

उत्तम भरतकाम करायचा. त्याने मला ती कला शिकवली. सुरुवातीला त्याने मला काम दिलं. त्याबद्दल त्याने मला पैसेसुद्धा दिले. मी माझी पहिली कमाई आणून माझ्या आईच्या हातात दिली. त्यानंतर मला जवळच्या एका कारखान्यात नोकरी लागली. मी माझ्या कामात निपुण होतो. लवकरच मी माझ्या सहकाऱ्यांमध्ये लोकप्रिय झालो. मला तेवढेच काय ते मित्र होते. मी त्यांच्याजवळ, तसेच काही शेजाऱ्यांजवळ माझ्या अडचणींबद्दल बोलत असे. काही दिवसांनी मी त्यांच्यावर खूप अवलंबून राहू लागलो. मी परावलंबी असल्यामुळेच एक अपघात घडला आणि त्याने माझं जीवन कायमचं बदलून गेलं. माझे काही मित्र गुन्हेगारी प्रवृत्तीचे होते. ते काही गुन्ह्यांमध्ये अडकले होते. पोलिसांकडे त्यांची बदमाश म्हणून नोंद होती; पण ही गोष्ट मला फार उशिरा कळली आणि ती मला आणि माझ्या कुटुंबाला फार महागात पडली.

मी नोकरी करून, कुटुंबाचा थोडाफार भार उचलून माझ्या आईला मदत करत होतो. आता आईसुद्धा नोकरीत कायम झाली होती.

मी अठरा वर्षांचा असताना एकदा संध्याकाळच्या वेळी माझ्या मित्रांसोबत घरी येत होतो. आमच्या काही मित्रांना सोडायला आम्ही एका बसस्टॉपपाशी गेलो तेव्हा तिथे बराच गडबडगोंधळ चालू होता. मी नेहमी चालतच घरी जायचो; पण माझे काही मित्र बसने जायचे. माझा मित्र ज्या बसमध्ये चढला त्या बसमध्येच भांडण चालू होतं. (ती बस सुरू होऊन लगेच थांबली होती.) आम्ही इतर लोकांप्रमाणे कुतूहलाने बघत उभे राहिलो. काही क्षणांत त्या भांडणाने उग्र स्वरूप धारण केलं. रक्तपात झाला. मुळात ते भांडण कशामुळे चालू झालं होतं, ते कोणामध्ये चाललं होतं हे काहीच आम्हाला ठाऊक नव्हतं. अचानक एक माणूस आमच्या पुढ्यात कोसळला. त्याच्या पोटात कुणीतरी सुरा खुपसला होता. त्याच्या जखमेतून भळाभळा रक्त वाहत होतं. तो तडफडत होता. तो आमच्या डोळ्यांदेखत मरण पावला; पण अंधार असल्यामुळे त्याच्यावर नक्की कुणी हल्ला केला, ते काही आम्हाला समजलं नाही. बरेच प्रवासी बसमधून उतरून निघून गेले. आम्ही खूप घाबरलो. काय करावं, ते आम्हाला कळेना. काही वेळात तिथे पोलीस आले आणि त्यांनी आम्हाला तिथून हाकलून लावलं. आम्ही पळून गेलो. त्यावेळी तिथे नक्की काय घडलं हे काही दिवसांनंतर आमच्या कानावर आलं.

दुसऱ्या दिवशी माझ्या आईने मला तिच्या बहिणीच्या घरी पाठवलं. आम्हाला पैशांची गरज होती आणि माझ्या मावशीशिवाय आम्हाला मदत करू शकणारं दुसरं कुणीच नव्हतं. मी दिवसभर तिच्याकडेच राहिलो. तिने मला रात्रीही आग्रहाने तिथेच ठेवून घेतलं. दुसऱ्या दिवशी सकाळ होताच पोलीस माझा शोध घेत आले. ते मला आमच्या घराजवळ असलेल्या पोलीस चौकीत घेऊन गेले. तिथे माझ्या वडिलांना

पाहून मला धक्काच बसला. पोलिसांनी माझ्या वडिलांना घरी जायला सांगितलं. मला काही प्रश्न विचारून नंतर सोडून देण्यात येईल, अशी त्याने त्यांची समजूत घातली. पोलिसांनी मला रात्रभर चौकीतच ठेवून घेतलं. मी त्यांना त्याचं कारण विचारताच त्यांनी मला असं सांगितलं की, खरा गुन्हेगार कोण हे मला माहीत असल्याची त्यांची खात्री होती आणि ते त्यांना माझ्याकडून काढून घ्यायचं होतं; पण वास्तविक मला त्यातलं काहीच माहीत नव्हतं. मी त्यांना तसं सागितलं तेव्हा त्यांनी मला खूप मारहाण केली. त्यानंतर त्यांनी मला तिथे असलेल्या काही मुलांसमोर नेलं आणि त्यातल्या ज्या कुणाला मी ओळखत होतो त्यांची नावं सांगायला सांगितली. मी त्या सर्वच मुलांना ओळखत होतो. मी पोलिसांना तसं सांगितलं; पण मी त्या मुलांना ओळखत असल्याचं मॅजिस्ट्रेटच्या समोर सांगितलं पाहिजे असं त्यांनी मला सांगितलं. ते मला मॅजिस्ट्रेटच्या समोर घेऊन जाणार होते. त्यांचं असं म्हणणं होतं की, बसमधला खून त्या मुलांनी केला आहे, असं मी मॅजिस्ट्रेटसमोर सांगावं; पण मी त्या मुलांबद्दल असं काहीतरी खोटंनाटं सांगितलं, तर ती मुलं मला सोडणार नाहीत, याची मला खात्री होती; त्यामुळे आपण असं काही सांगायचं नाही, असं मी मनाशी ठरवलं होतं. दुसऱ्या दिवशी कोर्टामध्ये मी त्या मुलांना ओळखत असल्याचं सांगितलं नाही. धक्कादायक गोष्ट अशी की, कोर्टाने माझ्यावर आणि इतर सहा मुलांवर खुनाचा आरोप ठेवला आणि तिहार जेलमध्ये आमची रवानगी करण्यात आली. मी मॅजिस्ट्रेट साहेबांच्या समोर कितीतरी विनवण्या केल्या, पण त्याचा काहीही उपयोग झाला नाही.

तुरुंगातील आयुष्य हे बाहेरच्या जगापेक्षा खूपच निराळं होतं. आयुष्यात आत्तापर्यंत मी खूप काबाडकष्ट केले होते; पण तुरुंगात मी जे काही भोगलं, त्याच्या तुलनेत ते कष्ट काहीच नव्हते. तिथे असलेल्या सर्वांनी माझा छळ केला. ज्यांच्यावर खटले चालू होते अशा कैद्यांपासून ते गुन्हा शाबित झालेले गुन्हेगार, इतकंच काय पण तुरुंगातील कर्मचारीसुद्धा मला छळत. मी मुळात अबोल असल्याने ही तक्रार घेऊन कधीच कुणापुढे गेलो नाही. माझे आई-वडील माझ्या सुटकेसाठी कुणाकुणाला जाऊन भेटत होते. जंगजंग पछाडत होते; पण त्यांची कुठेच दाद लागत नव्हती. वकिलांनी त्यांच्याकडून पैसे काढण्यापलीकडे काहीच केलं नाही. मी तीन वर्षं तुरुंगात काढली. माझ्यावरचा खटला अजून न्यायालयासमोर उभा राहिला नव्हता. माझी जामिनावर सुटका व्हावी म्हणून माझ्या आई-वडिलांनी जवळपास ८०,००० रुपये खर्च केले. त्यांच्यासाठी ही रक्कम खूप मोठी होती; पण त्याचा काहीही उपयोग झाला नाही. ते खूप भोळेभाबडे होते. कायद्यातल्या खाचाखोचांचं त्यांना काहीच ज्ञान नव्हतं. वकिलांनी त्यांना जे जे करायला सांगितलं, ते त्यांनी केलं. थोडक्यात सांगायचं तर त्यांना वकिलांनी लुबाडलं.

जसा काळ गेला, तसा मी माझ्या कोशातून बाहेर आलो. मी तुरुंगातल्या बंदीजन बांधवांच्या चेहऱ्यावर हसू आणू शकतो, हे मला कळलं. तुरुंगात कार्यरत असणाऱ्या काही संस्थांची, विशेषत: 'द फॅमिली' नावाच्या संस्थेची मला खूप मदत झाली. मी करमणुकीचे कार्यक्रम करू लागलो; त्यामुळे माझं मन इतर गोष्टींत गुंतलं. माझं खच्ची झालेलं नीतिधैर्य हळूहळू मला परत मिळालं.

अचानक एक दिवस न्यायालयाने आम्हाला निर्दोष घोषित केलं गेलं. तुरुंगातून सुटका होताक्षणी मी माझ्या घरी गेलो. लवकरच एक गोष्ट मला कळून चुकली, तुरुंगातून सुटून बाहेर आल्यावर माणसाचं आयुष्य कदम कठीण होऊन जातं. आजूबाजूच्या लोकांनी मला लागट बोलून, टोमणे मारून हैराण केलं; पण मी मनावर न घेण्याचा निश्चय केला होता. लोकांच्या बोलण्यावर काही प्रतिक्रिया व्यक्त न करता मी गप्प बसत असे. तुरुंगात मला जे शिक्षण मिळालं, त्याची मला निश्चित मदत झाली; पण त्याने माझं तुरुंगाबाहेरचं आयुष्य मात्र सोपं झालं नाही. माझ्या सुटकेला तब्बल सात महिने झाल्यानंतर मला कशीबशी नोकरी मिळाली. आता माझं पोट भरण्यास मी समर्थ आहे; पण आयुष्याची वाट अजूनही कठीणच आहे. माझ्या आयुष्यात पुन्हा कधी सूर्योदय होणार की नाही, कोण जाणे!

कुठं चुकलं?

- मुलांचे वडील जर दारूच्या व्यसनाच्या आहारी गेलेले असले तर मुलांच्या जडणघडणीवर त्याचा विपरीत परिणाम होतो. त्यांचं बालपण हरवून जातं.
- अप्रामाणिक पोलीस कर्मचाऱ्यांमुळे कुटुंबं उद्ध्वस्त होतात.
- वकिलांचं भरमसाट शुल्क भरून कुटुंबाची आर्थिक स्थिती डबघाईला येते; शिवाय हाती काहीच लागत नाही.
- पोलीस गरीब लोकांकडून स्वत:ला पाहिजे तसा कबुलीजबाब मिळवतात. त्यासाठी ते दडपशाहीचा वापर करतात.

लढा दिलात तर कायदा तुमची साथ देईल

मी एक ३५ वर्षांची स्त्री आहे. माझा जन्म दिल्लीचा. इथेच मी लहानाची मोठी झाले. इंडस्ट्रियल ट्रेनिंग इन्स्टिट्यूट (ITI) या संस्थेतून मी इलेक्ट्रॉनिक्सचा डिप्लोमा प्राप्त केला. माझं लग्न एका सुशिक्षित कुटुंबात झालं. लग्नाला एक वर्ष झालं आणि माझ्या मुलीचा जन्म झाला. मला माझ्या शिक्षणाचा उपयोग होईल असं काहीतरी करण्याची इच्छा होती. माझ्या पतीने मला पाठिंबा दिला. आमच्या घराच्या जवळ मी माझ्या दिराच्या मदतीने कारखाना चालू केला. आम्ही स्पेअर पार्ट्सचं उत्पादन करू लागलो. दिल्लीतील जुन्या रेल्वे स्टेशनजवळ आमच्या मालकीचं एक घर होतं. ते आम्ही तीन विद्यार्थिनींना भाड्याने दिलं होतं. एक दिवस तीन पोलीस कॉन्स्टेबल आमच्या कारखान्यात आले. आमच्या कारखान्यामुळे पर्यावरण दूषित होत असल्यामुळे तो बंद करावा लागेल, असं त्यांनी सांगितलं. त्यावर मी त्यांच्याकडे कायदेशीर कागदपत्रांची मागणी करताच ते माझ्या अंगावर ओरडले आणि शिवीगाळ करत निघून गेले.

काही दिवसांनंतर ते माझ्या घरी आले आणि मी वेश्यागृह चालवत असल्याचा त्यांनी आरोप केला. मी त्यांच्यासोबत पोलिस ठाण्यात जाण्यास तयार झाले. त्यानंतर मी माझ्या नवऱ्याला फोन करून हा प्रकार त्याच्या कानावर घातला. विचित्र गोष्ट अशी की, त्यांनी मला पोलीस ठाण्यात नेलंच नाही. ते मला त्यांच्या एका फ्लॅटमध्ये घेऊन गेले. तिथे माझ्या घरात भाड्यानं राहणाऱ्या त्या तीन मुलीसुद्धा बसल्या होत्या. मग त्यांनी माझ्याकडे २५,००० रुपये लाच मागितली आणि ती मिळाल्यावरच आम्हाला सोडण्यात येईल असं सांगितलं. आम्ही तसं करण्यास नकार दिल्यावर त्यांनी आम्हाला शिवीगाळ केली आणि आमच्या समोरच स्वत:च्या अंगातले गणवेश उतरवून दुसरे कपडे घातले.

आम्ही या लोकांविरुद्ध काहीतरी कृती करण्याच्या विचारात असतानाच एक पोलीस कंट्रोल व्हॅन तिथे आली आणि मला अटक करण्यात आली. माझा नवरा

एका वकिलाला घेऊन तिथे आल्यावर त्यांनी माझ्यावर वेश्यागृह चालवत असल्याचा आरोप ठेवण्यात आल्याचं सांगितलं. मी न्यायालयात जामिनासाठी अर्ज केला, पण तो नामंजूर झाला.

जेव्हा न्यायालयात खटला उभा राहिला तेव्हा मला अटक करणारे तीन पोलीस कॉन्स्टेबल तिथे उपस्थितही नव्हते. ते पाहून मला धक्काच बसला. दर वेळी नवीनच कुणीतरी माणसं साक्षीसाठी येत होती. मी खूप आरडाओरडा केला; पण त्याचा काही उपयोग झाला नाही. माझे वकीलही फारसं काही करू शकले नाहीत.

माझ्यावर खटला चालू असताना मला भोंडसी येथील कारागृहात पाठवण्यात आलं. हे कारागृह हरियाणा राज्यात आहे. हा खटला लढण्यासाठी मला जवळपास एक लाख रुपये खर्च आला. मला नैराश्यानं घेरलं होतं. तुरुंगात मी कुणाशी काहीही बोलत नसे. एक दिवस 'नवज्योती'कडून एक समुपदेशक आल्या आणि त्या माझ्याशी बोलल्या. मला व्यवसाय प्रशिक्षण केंद्रात जाऊन काहीतरी प्रशिक्षण घेण्यासाठी त्यांनी उद्युक्त केलं. निराशेच्या गर्तेतून बाहेर येण्यासाठी त्यांनी मला खूप मदत केली. मी पुन्हा एकदा जामिनासाठी अर्ज केला. याखेपेस तो मंजूर झाला. आता मी कायदेशीर मार्गाने अन्यायाविरुद्ध लढा द्यायला मोकळी आहे.

कुठं चुकलं?

- अनेकदा कायद्याची अंमलबजावणी करणारे स्वत:च दुष्ट आणि अप्रामाणिक असतात.
- कधीकधी कायद्याची अंमलबजावणी करणाऱ्या लोकांना जाब विचारणारं कुणीच नसतं; त्यामुळे पीडित व्यक्ती जरी निरपराध असली तरी दुर्बल असल्याने प्रतिकार करू शकत नाही. अनेकदा न्यायसंस्थाही सामान्य माणसांच्या बाबतीत संवेदनक्षमता दाखवत नाहीत.

पोलिसांनी लग्नाचं प्रमाणपत्र पाहिलंच नाही

मी एक मुस्लिम तरुण असून, दिल्लीच्या निर्वासित वसाहतीत राहतो. तीन भावंडांमध्ये मी सर्वात मोठा मुलगा. माझे वडील एका कारखान्यात कामाला होते आणि माझी आई गृहिणी होती. घरी आम्ही पाचच माणसं असलो तरी आमचे अनेक नातेवाईक त्याच वस्तीत राहत असत. आमचे सर्वांचे एकमेकांशी खूप चांगले संबंध होते. आमची राहणी अगदी साधी होती. आर्थिक परिस्थिती अगदी बेताची असल्यामुळे कधीतरी जेवणाचेही हाल होत असत.

मी अभ्यासात हुशार होतो. मला दिल्ली युनिव्हर्सिटीच्या एका कॉलेजात प्रवेश मिळाला. मी कॉलेजच्या पहिल्या वर्षाला असताना माझ्या वर्गात एक मुलगी होती. काही दिवसांतच आमची ओळख झाली आणि बघताबघता आमची दृढ मैत्रीही झाली. आम्ही एकमेकांचे जिवाभावाचे मित्र झालो. मला ती खूप साधी आणि सरळ वाटली. तिच्याहून अधिक चांगला जीवनसाथी आपल्याला शोधूनही सापडणार नाही, असं मला वाटलं. तिलाही नेमकं तसंच वाटलं.

पण आमच्या दोघांच्याही घरचे लोक फारच सनातनी असल्यामुळे त्यांची प्रतिक्रिया काय होईल याची आम्हाला खूप काळजी वाटत होती. आम्ही पदवीधर झाल्यावर तिच्या घरचे लोक लग्नासाठी तिच्यामागे लकडा लावतील असं तिला वाटत होतं; पण तोपर्यंत मी आर्थिकदृष्ट्या स्वावलंबी झालो नसल्यामुळे काय करावं तेच मला कळत नव्हतं. मग आम्ही चोरून लग्न करायचं ठरवलं, म्हणजे तशीच जर काही अडचण आली तर निदान आम्ही सुरक्षित होतो.

आम्ही चोरून लग्न केलं; पण दोघंही आपापल्या घरी, आपापल्या आई-वडिलांसोबतच राहत होतो. आमचं लग्न झाल्याची गोष्ट आम्ही गुप्तच ठेवली होती. (काही दिवसांनी आम्ही आमच्या लग्नाची रीतसर नोंद करून तसं प्रमाणपत्रसुद्धा मिळवलं.) काही महिन्यांनंतर कसं कोण जाणे पण तिच्या भावाला खरं काय ते कळलं. तो माझ्या घरी आला आणि जबरदस्तीनं मला त्याच्या घरी घेऊन गेला. मी त्याच्या बहिणीचा नाद

सोडावा म्हणून त्याने माझ्यावर बरंच दडपण आणलं. काय घडतंय ते जेव्हा माझ्या बायकोच्या लक्षात आलं तेव्हा तिनं पोलिसांना फोन केला. आम्हाला पोलिसांकडून संरक्षण मिळेल, असं तिला वाटत होतं; पण तसं काहीच घडलं नाही. आम्हाला मदत करण्याऐवजी पोलीस माझ्या बायकोला घेऊन गेले आणि मी तिला कायमचं विसरून जावं, असं त्यांनी मला सांगितलं. मी त्यांच्या खूप विनवण्या केल्या; पण त्याचा काहीही उपयोग झाला नाही.

तीन दिवसांनंतर मला माझ्या बायकोचा फोन आला. तिच्या भावाच्या घरी तिला बंद करून ठेवण्यात आलं होतं; पण तिने तिथून स्वत:ची कशीतरी सुटका करून घेतली होती. तिने ताबडतोब त्या भागातील पोलीस चौकीत जावं, असा मी तिला सल्ला दिला.

परत याही वेळी पोलीस आमच्या मदतीला आलेच नाहीत. त्यांनी मुलीच्या आई-वडिलांचीच बाजू घेतली. आमच्या लग्नाचं प्रमाणपत्र पाहण्यास त्यांनी नकार दिला आणि तिला तिच्या वडिलांबरोबर पाठवून दिलं. मी तिच्यापासून दूर राहावं, अन्यथा परिणाम वाईट होतील, अशी मला त्यांनी धमकी दिली. मी माझ्या बायकोचा खूप शोध घेतला, पण त्याचा काही उपयोग झाला नाही कारण तिचे आई-वडील तिला घेऊन, राहातं घर सोडून दुसरीकडे निघून गेले होते.

माझ्या घरच्यांपैकी कुणीही मला पाठिंबा दिला नाही, कारण तसं केल्यावर काय होईल अशी त्यांना भीती वाटत होती. त्यानंतर दीड महिन्याने पुन्हा मला माझ्या बायकोचा फोन आला. ती तिच्या नातेवाइकांकडे पंजाबमध्ये राहत असून, ते तिचं दुसरीकडे लग्न लावून द्यायच्या प्रयत्नात असल्याचं तिनं मला सांगितलं.

मी फार अस्वस्थ झालो. माझा पोलिसांवरचा विश्वासच उडाला होता; त्यामुळे मी जहांगीरपुरीमधील नवज्योती कौटुंबिक सल्ला केंद्रात गेलो. तेथील समुपदेशकांनी मला तक्रारअर्ज लिहिण्यास मदत केली. मग मी पत्रं बनवून ती पोलीस न्यायालय आणि राष्ट्रीय मानवाधिकार समिती या सर्वांना पाठवली. नवज्योतीच्या मदतीने मी दिल्ली हायकोर्टात फिर्याद दाखल केली. तेथील अधिकाऱ्यांनी मला या प्रकरणी प्रसारमाध्यमांची मदत घेण्याचा सल्ला दिला. त्याचा खूप उपयोग झाला. माझ्या पत्नीने टेलिव्हिजनवर प्रसारित झालेलं वृत्त पाहिलं. तिने कुठूनतरी त्या वाहिनीचा दूरध्वनी क्रमांक मिळवून त्यांच्याकडून नवज्योतीच्या समुपदेशकांशी संपर्क साधला.

तिने समुपदेशकांना स्वत:चा ठावठिकाणा कळवला. प्रसारमाध्यमं आणि नवज्योतीच्या मदतीने मी माझ्या पत्नीची नजरकैदेतून सुटका केली. विभागीय पोलीस ठाण्यात दोन्ही कुटुंबांची एकत्र भेट झाली. या वेळी या प्रकरणात इतकी माणसं गुंतली होती की, पोलीस माझ्या आणि माझ्या पत्नीच्या मागे उभे राहिले. आता मी आणि माझी पत्नी एका उज्ज्वल भविष्याची स्वप्नं बघत, संसार करत आहोत.

कुठं चुकलं?

- अनेकदा कुटुंबातील लोक दिलेल्या परिस्थितीचा स्वीकार करत नाहीत.
- पोलिसांनी नागरिकांच्या तक्रारींवर तात्काळ कारवाई केली आणि ते न्यायाने वागले तर समाजातील दुःख दूर होण्यास मदत होईल.

भाग : ४

व्यसनाधीनता

धोक्याचा प्रदेश

मी ३५ वर्षांचा असून, मला पत्नी आणि एक ११ वर्षांचा मुलगा आहे. माझं त्यांच्यावर खूप प्रेम आहे आणि त्यांच्याशिवाय जगण्याची मी कल्पनासुद्धा करू शकत नाही. मी जवळपास दोन वेळा मरणाच्या दारात जाऊन परत आलो आहे; एकदा मी कीटकनाशकाची आख्खी बाटली पिऊन टाकली होती आणि दुसऱ्या खेपेला मी माझ्या मनगटाची शीर कापून घेतली होती. आम्ही सगळे माझ्या आई-वडिलांबोबर आणि धाकट्या भावाबरोबर दिल्लीला आमच्या स्वत:च्या घरात एकत्र राहतो. माझ्या एकुलत्या एका बहिणीचं लग्न झालं आहे आणि ती तिच्या कुटुंबीयांसोबत दुसऱ्या शहरात राहते.

माझे वडील हॉर्स रायडिंगचे ट्रेनर होते आणि घोड्यांच्या रेसच्या क्षेत्रात त्यांनी मोठं नाव कमावलं होतं. त्यांची मिळकत भरपूर होती. आमची आर्थिक परिस्थिती अतिशय उत्तम होती. सगळी सुखं आमच्यापुढे हात जोडून उभी होती. परंतु माझ्या वडिलांच्या व्यक्तिमत्त्वाची एक काळीकुट्ट बाजू मात्र कुणालाच ठाऊक नव्हती. त्यांना मादक द्रव्याचं सेवन करण्याचं आणि दारू पिण्याचं व्यसन होतं. या दोन्ही गोष्टी ते आमच्या डोळ्यांदेखतच करत असत. नशेत असले की, ते माझ्या आईशी भांडण उकरून काढून, तिला अमानुषपणे मारहाण करत. मी लहान असताना मला त्यांच्या या अशा वागण्याचं कारणच कळायचं नाही. मी आईला या बाबतीत काहीही प्रश्न विचारले तरी ती कधी त्याचं सरळ उत्तर देत नसे. माझी उत्सुकता वाढतच गेली आणि त्यातून मीही त्याच मार्गाला लागलो. अगदी प्रथम मी बिअर आणि सिगारेटने सुरुवात केली. या दोन्ही गोष्टी मी माझ्या वडिलांच्या साठ्यामधून चोरत असे. त्यानंतर हळूहळू मला माझ्या वडिलांप्रमाणे गांजा, चरस यांचं सेवन करण्याची सवय जडली.

मला अजून आठवतं. मी जेव्हा पहिली सिगारेट ओढली तेव्हा मी फक्त तेरा वर्षांचा होतो; पण मी तसं करण्यामागे एक कारण होतं. आम्ही उन्हाळ्याच्या

दिवसांत घराच्या गच्चीवर झोपत असू. एक दिवस रात्रीच्या वेळी मी माझ्या आई-वडिलांना नको त्या अवस्थेत पाहिलं. ते नक्की काय घडत होतं हे मला समजत नव्हतं. ते पाहून आपल्याला नेमकं काय वाटलं, हेही समजत नव्हतं. दुसऱ्या दिवशी सकाळी मी आईला आदल्या रात्री घडलेल्या गोष्टीबद्दल प्रश्न विचारायला सुरुवात केली; पण तिने मला दूर ढकलून विषय बदलला. तिने माझ्या प्रश्नाचं व्यवस्थित उत्तर दिलं नाही. तिनं ते दिलं असतं, तर बरं झालं असतं. तिच्या त्या वागण्यामुळे माझ्या मनात भीती निर्माण झाली. मग मी पळत जाऊन एक सिगारेट उचलली आणि अगदी माझे वडील पेटवून ओढायचे तशीच ओढायला सुरुवात केली. त्यानंतर आपण आपल्या वडिलांप्रमाणे आणखी काय करावं, असा विचार माझ्या मनात आला.

शाळेत असताना सुरुवातीची काही वर्षं मी अभ्यासात खूप हुशार होतो. वर्गात नेहमी पहिला क्रमांक पटकावत असे. परंतु माझी अभ्यासातली प्रगती हळूहळू कमी होऊ लागली. एकेकाळी परीक्षेत ९० टक्के गुण मिळवणारा मी पाचव्या इयत्तेत दोन वेळा अनुत्तीर्ण झालो. त्यानंतर माझ्या वडिलांनी दुसऱ्या गावात काम घेतल्यामुळे मी तिकडच्या शाळेत प्रवेश घेतला. आधीच्या शाळेत मी अनुत्तीर्ण झालो असल्याची पूर्ण कल्पना असूनही नव्या शाळेच्या मुख्याध्यापकांनी मला वरच्या वर्गात कसा काय प्रवेश दिला, हे कोडं मला आजतागायत सुटलेलं नाही.

या वेळेपर्यंत मला धूम्रपानाची आणि दारूची चटक लागली होती. माझ्या अंगात शारीरिक बदल होत होते. तारुण्यसुलभ भावनांनी थैमान घालण्यास सुरुवात केली होती. कामभावनचं शमन कसं करायचं ते कळत नव्हतं. माझ्या मनाचा गोंधळ उडाला होता. आपल्या आयुष्यात काय चाललंय हेच मला उमगत नव्हतं.

शाळेत असतानाच मी वयात आलो. माझं अभ्यासातलं लक्ष पूर्णपणे उडालं. मी शिक्षण सोडू नये असा माझ्या आई-वडिलांनी खूप आग्रह केला; पण मी त्यांना जुमानलं नाही. मुळात माझं अभ्यासात का लक्ष लागत नव्हतं याचा खोलवर जाऊन त्यांनी आजवर कधी विचार केलेला नसताना आता मी त्यांचं का ऐकायचं, असा माझा त्यावर युक्तिवाद होता.

मला भविष्यात काय करायचंय, असं माझ्या आई-वडिलांनी विचारलं, त्यावर माझी 'जॉकी' होण्याची इच्छा असल्याचं मी त्यांना सांगितलं. घोड्यांच्या शर्यतीच्या व्यवसायात पैसा चांगला मिळत असे आणि त्यासाठी शैक्षणिक पात्रतेची गरज नव्हती. माझं शरीर चांगलं सुदृढ होतं. मी माझ्या वडिलांना काम करताना पाहिलेलं होतं. माझ्या वडिलांच्या वशिल्यामुळे मला चेन्नईच्या 'ॲप्रेंटिस जॉकी ट्रेनिंग स्कूल'मध्ये तीन वर्षांच्या अभ्यासक्रमासाठी प्रवेश मिळाला; पण मी माझ्या वडिलांकडून या विषयातलं इतकं काही शिकून घेतलं होतं की, मी तो अभ्यासक्रम एका वर्षातच

पूर्ण केला. सहा महिन्यांनंतर मला 'जॉकी' म्हणून काम करण्याचा परवाना मिळाला आणि मी उमेदवार म्हणून व्यवसाय प्रशिक्षण घेताघेताच थोडेफार पैसेही मिळवण्यास सुरुवात केली. अर्थात या सुरुवातीच्या पहिल्या वर्षात मी दारू आणि सिगारेटला स्पर्शसुद्धा केला नाही, कारण आमच्या शाळेचे या बाबतीतले नियम अत्यंत कडक होते; पण मी जेव्हा शाळेतून बाहेर पडून 'जॉकी' म्हणून काम करण्यास सुरुवात केली तेव्हा हातात मुबलक पैसा येण्यास सुरुवात झाली आणि माझ्या व्यसनाने पुन्हा मान वर काढली. आता सिगारेटपासून मादक द्रव्यांचं सेवन करण्यापर्यंत माझी मजल गेली आणि बिअरऐवजी मी दारूचे इतर सर्व प्रकार आजमावून पाहू लागलो. स्वत:ला अमली पदार्थांचं इंजेक्शन टोचून घेणं आणि वेश्यागृहाची पायरी चढणं आता नित्याचंच झालं. त्यावेळी मला ज्या काही मित्रांची संगत लागली होती, त्याचाच हा परिणाम होता. हे सत्र असंच सुरू राहिलं. मी कुठेही गेलो, तरी घोड्यांच्या शर्यतींच्या क्षेत्रात खळबळ माजवत होतो. मला भरपूर पैसे मिळत होते– कोणत्या घोड्यावर पैसा लावण्यात फायदा आहे ही बातमी मी चोरून लोकांच्या कानी घालत होतो, कोणता घोडा हमखास जिंकणार हे त्यांना सांगून पैसे मिळवत होतो. मी लवकरच 'टॉप-क्लास जॉकी' झालो.

माझ्या व्यसनीपणाविषयी आणि मादक द्रव्यांचं सेवन करण्याच्या सवयीविषयी माझ्या घरच्यांच्या कानावर आलं. त्यांनी मला दिल्लीला घरी परत येण्याचा आग्रह केला. मग मी दिल्ली रेसकोर्सवर काम करू लागलो. तिथेसुद्धा मी पुष्कळ पैसे मिळवले. माझं मादक द्रव्ये, दारू आणि स्त्रियांचा उपभोग घेणं चालूच होतं. माझे हे सगळे धंदे थांबावेत म्हणून माझ्या आईनं जबरदस्तीनं गावाकडच्या एका अशिक्षित मुलीशी - निशाशी माझं लग्न लावून दिलं. कुठलीच सुशिक्षित मुलगी माझ्या बरोबर राहणार नाही याची माझ्या आईला पूर्ण कल्पना होती; पण त्या लग्नाचा काहीही फायदा झाला नाही. काही दिवसांनंतर आम्हाला मुलगा झाला.

एकदा घोड्यांची शर्यत चालू असताना मला फार मोठा, जीवघेणा अपघात झाला. त्यातून मी मरतामरता वाचलो; पण माझ्या बरगड्या आणि हातापायाची हाडं मोडून मला जागोजागी गंभीर इजा झाली. मला पाच महिने हॉस्पिटलमध्ये राहावं लागलं. जेव्हा मला घरी सोडण्यात आलं, तेव्हा भविष्यात मला कधीही घोड्यावर बसता येणार नाही, असं सांगून मगच घरी जाऊ देण्यात आलं. माझ्या आयुष्याला जणू उतरती कळा लागली. आधी सांगितल्याप्रमाणे मी दोन वेळेला स्वत:ला संपवण्याचा प्रयत्न केला.

माझ्याकडचे सगळे पैसे माझ्या उपचारांवर संपून गेले होते. नवीन कमाई होतच नव्हती. माझे वडील अजूनही मादक द्रव्यांच्या व्यसनाच्या विळख्यात गुरफटलेले होते. माझ्या कुटुंबाची परिस्थिती खूपच खालावली होती. माझे वडील मला आणि

माझा धाकटा भाऊ मनू याला रोज मादक द्रव्यं आणून देत असत. मनू आता खूप खंगला होता. त्याची प्रकृती अत्यंत खालावली होती. आता तर मनू अगदी मरणाच्या दारात पडलेला आहे. आता आम्ही कुणी त्याच्यासाठी काही करू शकू, असं मला वाटत नाही. त्याला कुणीही काही समजुतीच्या गोष्टी सांगायला गेलं, काही उपदेश केला, तरी तो ऐकतच नाही.

आमच्या घरच्या सर्वच मौल्यवान वस्तू आम्हाला विकाव्या लागल्या; पण अशा परिस्थितीतसुद्धा माझी पत्नी निशा अत्यंत खंबीरपणे माझ्या पाठीशी उभी राहिली. मला तिनंच उपचारांसाठी नवज्योतीमध्ये आणलं. मी यातून नक्की बरा होईन, असा तिला विश्वास आहे; पण मनूच्या अंगी जगण्याची जिद्द निर्माण करेल असं कुणीच त्याच्या आयुष्यात नाही. नवज्योतीचे समुपदेशक आता त्याला समजावून त्याचं मन वळवण्याचा प्रयत्न करत आहेत.

कुठं चुकलं?

- अनेक पालकांच्या हे लक्षातच येत नाही की, त्यांच्या वागण्याचा परिणाम थेट त्यांच्या मुलांवर होत असतो.

- ज्या आई-वडिलांना स्वत:लाच घातक, चुकीच्या सवयी आहेत, त्यांच्या वागण्याचा त्यांच्या किशोरवयीन मुलांवर आणि मुलींवर विपरीत परिणाम होतो.

- लहानपणी जडलेल्या वाईट सवयी पुढे कॅन्सरप्रमाणे बळावतात, त्यामुळे मनुष्याच्या शरीराची अपरिमित हानी होते.

डोंट एंटर द ड्रॅगन, प्लीज...

मी एका कोट्यधीशाचा मुलगा आहे. माझे वडील अनिवासी भारतीय असून युरोपातील एका देशात राहतात. माझं लग्न झालं असून मला सहा वर्षांची मुलगी आहे. मला मादक द्रव्याचं व्यसन असून मी त्यांच्या पुरता आहारी गेलो आहे, आणि असं असून सुद्धा माझी पत्नी मला सोडून गेली नाही. उलट तिनं माझा सांभाळ केला, माझी काळजी घेतली. माझी मुलगी सारखी माझ्या नावाचा जप करायची. मला आता खूप शरम वाटते, पण मी नवज्योतीमध्ये येईपर्यंत माझ्यात काहीही सुधारणा नव्हती. 'नवज्योती' या संस्थेचं एक व्यसनमुक्ती केंद्र आहे व हे दिल्ली पोलिस फौंडेशनतर्फे चालवण्यात येतं. यापूर्वी परदेशात एकूण चार वेळा मी व्यसनमुक्तीसाठी उपचार घेतले, त्यासाठी पाच हजार पौंडाहूनही जास्त खर्च आला, पण तरीही त्याचा काही उपयोग झाला नाही; कारण ती उपचारपद्धती वरवरची होती व समुपदेशनही टेलिफोनवरूनच होत असे. मी हे आता म्हणू शकतो कारण मी दोन्ही ठिकाणच्या पद्धती जवळून पाहिल्या आहेत.

आत्तापर्यंत मला आणि माझ्या आईवडिलांना असंच वाटत होतं की, याहून काही चांगलं उपलब्धच नाही. आयुष्यात पहिल्यांदाच व्यसनमुक्तीच्या या उपचारांचा माझ्यावर खरोखरच काहीतरी परिणाम झाला आहे, फरक जाणवू लागला आहे. आता मी मागे वळून पाहणार नाही. मला आत्मविश्वास प्राप्त झाला आहे.

पण तरुण माणसांनी माझ्या उदाहरणावरून काहीतरी शिकावं म्हणून मी माझी दु:खद कहाणी सांगणार आहे. मी केवळ कुतुहलापोटी मादक द्रव्यं व अमली पदार्थांचे स्वत:वर प्रयोग केले. माझे मित्र मादक द्रव्यांचा वापर करत, सिगारेटी ओढत व सेवन करत. त्यांचं पाहून मीही सुरू केलं. आपण त्यांच्यातलेच आहोत... पाहू या तरी, काय होतं ते.. या भावनेतून हळूहळू मला त्याची चटक लागली व ती भयंकर होती. मी झोपेच्या गोळ्याही खाऊ लागलो. त्यांचीही मला सवय जडली. माझी गरज आणखी वाढली. त्यानंतर मी अमली पदार्थांची इंजेक्शन्स

घेऊ लागलो. मी वाईटाच्या गर्तेत ओढला जात होतो. माझं 'मी'पण हरवत चाललं होतं. मला पैशांची सदोदित निकड भासायची. मी लोकांना लुबाडणं सुरू केलं. मला आता दलालांच्या व मादक द्रव्यं विकणाऱ्या लोकांच्या संगतीत राहण्याची सवय लागली होती. मी तर आता गुन्हेगारी जगतातील लोकांनासुद्धा लुबाडण्यास सुरुवात केली. पण त्यांनी माझ्याविरुद्ध काही अधिकृत कारवाई केली नाही, कारण ते स्वत:च कायदेभंग करत होते. शिवाय माझ्या कुटुंबियांचे हात कुठपर्यंत पोचले आहेत याची त्यांना पुरेपूर कल्पना होती.

माझ्या या व्यसनापायी मी माझ्या आईला, वडिलांना आणि पत्नीला अमर्याद दुखवलं आहे. मी माझ्या मुलीकडे आजवर कधीही नीट लक्ष दिलेलं नाही. मी जवळजवळ प्रत्येक श्वासागणिक माझ्या कुटुंबियांशी खोटं बोलत असे. माझे काय उद्योग चालले आहेत, याची माझ्या आईवडिलांना पुरेपूर कल्पना होती, पण ते त्याबद्दल काहीही करू शकत नव्हते. ते अगतिक होते.

मी घरच्या माणसांना दु:खाच्या खाईत लोटलं होतं. मोठा मुलगाच असा भरकटल्यामुळे काय करावं ते त्यांना कळेनासं झालं होतं. माझी आई तर सतत रडत राहायची. झोपेची गोळी घेतल्याशिवाय तिला रात्रीची झोपसुद्धा लागायची नाही. माझ्या वडिलांजवळ इतकी संपत्ती होती, पण त्यांना त्या संपत्तीचा काहीही मोह नव्हता. नुसती धनदौलत काय कामाची? आपला मुलगा मादक द्रव्याच्या ओव्हर डोसने कधीही मरू शकतो, ही भीती त्यांच्या मनात सतत असे.

माझे माझ्या पत्नीशी शारीरिक अथवा मानसिक पातळीवर काहीही संबंध नव्हते. मी मादक द्रव्याचं सेवन करत असल्याचं पाहून ती अक्षरश: रोज जिवंतपणी मरण भोगत होती. आम्हा दोघांचं एकमेकांवर निरतिशय प्रेम होतं, त्यामुळे ती मला सोडून सुद्धा जाऊ शकत नव्हती. अखेर एक वेळ अशी आली की, महिनोन् महिने मी व ती एकमेकांशी शरीरसंबंध ठेवत नव्हतो. मला गरज होती ती फक्त अमली पदार्थांची, बस्. मी तिच्याकडे यत्किंचितही लक्ष पुरवत नव्हतो.

मी जरी बरा झालो, तरी सुद्धा या लोकांचं माझ्या वागण्यानं जे नुकसान झालेलं आहे, ते मी कसं काय भरून काढू शकणार आहे? मी ज्या लोकांना भावनिक व मानसिकदृष्ट्या उद्ध्वस्त करून टाकलं आहे, अशा लोकांचा विश्वास संपादन करणं हे माझं काम आहे. आयुष्यातील छोट्या छोट्या गोष्टीमध्ये मी आता आनंद घेणार आहे. उदाहरणार्थ, माझ्या मुलीचा नाश्ता बनवणं, तिला शाळेसाठी डबा भरून देणं, तिला आणि आमच्या कुत्र्याला घेऊन बागेत फिरायला जाणं, माझ्या पत्नीला बरोबर घेऊन जाणं इत्यादी. कारण एवढे दिवस मी माझ्या पत्नीची अक्षम्य हेळसांड केली आहे. मला संगीतात विलक्षण रस आहे, त्यामुळे मी माझं संगीतक्षेत्रातील काम चालूच ठेवलं आहे. माझ्या घरी छोटासा रेकॉर्डिंग स्टुडिओ

आहे, मी या कामासाठी त्याचा वापर करेन. मी शारीरिकदृष्ट्या सुद्धा आता पूर्वीसारखा खणखणीत तब्येतीचा राहिलो नाही. परंतु आता मी भरपूर व्यायाम व शारीरिक कसरत करून पूर्वीची बलदंड देहयष्टी कमावणार आहे. पूर्वी मी कौंटी लेव्हल क्रिकेट आणि रग्बी खेळत असे. मी माझ्या देशाचं प्रतिनिधित्व सुद्धा केलं आहे. त्या वेळी माझे आईवडील माझ्याबरोबर दौऱ्यावर येत असत. आता पूर्वीसारखं तर मला कधीच खेळता येणार नाही, पण मी निदान काही थोडीफार तरी पातळी गाठण्याचा प्रयत्न करणारच आहे.

मी कदाचित माझ्या वडिलांच्या फॅक्टरीमध्ये व्यवस्थापनाचं काम करण्यास सुरुवात करेन. सुरुवातीच्या काळात माझ्या कामात जो खंड पडला आहे, त्यानंतर मी आता परत नव्याने काम सुरू करण्याची व स्वतःला व्यस्त ठेवण्याची गरज आहे.

कुठं चुकलं?

- आपण जेव्हा तरुण आणि श्रीमंत असतो तेव्हा आपल्याला आपली चूक कळून येत नाही, आणि अखेर ती जेव्हा कळून येते तेव्हा फार उशीर झालेला असतो.

- व्यसनाधीनतेमुळे तारुण्य संपून जातं व माणसाजवळ जे काही असतं ते संपून जातं.

- व्यसनाधीनतेमुळे आईवडील, पत्नी, मुलं व कामकाज या सर्वांवरती दुष्परिणाम घडून येतात.

- केवळ पैसा असला म्हणजे योग्य उपचार मिळतात असं नाही. त्याहूनही इतर बऱ्याच गोष्टी आवश्यक असतात व या गोष्टी फार सहजतेने प्राप्त होत नाहीत.

दारूच्या गर्तेत...

मी बिहारमधील बक्सर नावाच्या खेड्यातून आलो. माझं नाव पंकज कुमार तिवारी. मी केवळ १३ वर्षांचा आहे. पण मी फार खोडकर, व्रात्य मुलगा होतो. मी कोणाचं ऐकत नसे व सारखी भांडणं काढत असे. मी मधूनच गायब होत असे. मला वळण लागावं म्हणून माझ्या आईनं मला जवळच्या एका निवासी शाळेत घातलं. त्यामुळे आता मला केवळ परवानगी घेतल्यावरच घरी जायला मिळत असे. माझ्या घरी माझे आई, वडील व माझे पाठचे तीन भाऊ आणि एक बहीण आहे. माझे वडील एका सरकारी संस्थेत शिपाई आहेत, व आई घरकाम करते. आमचं स्वत:चं घर आहे व आम्ही सुखात राहात होतो.

वयाच्या बाराव्या वर्षी मी घर सोडून पळालो, कारण माझ्या हातून कधीही काहीही चूक घडली की, माझी आई मला मारत असे. मी आरडाओरडा करत असे. मला मारल्यानंतर ती स्वत:सुद्धा रडत असे. मी शाळेच्या अभ्यासात पहिला क्रमांक मिळवावा, अशी तिची इच्छा असे. मी सहाव्या इयत्तेपर्यंत शिकलो. माझी आई अभ्यासाच्या बाबतीत फार कडक शिस्तीची असल्यामुळे ती मला रोजच मारू लागली. मलासुद्धा इतर मुलांप्रमाणे खेळावंसं वाटे. माझ्या वडिलांचं मात्र माझ्यावर प्रेम होतं. 'याला मारू नकोस', असं माझे वडील माझ्या आईला अनेकदा सांगत, पण माझ्या आईनं त्यांचं कधीच ऐकलं नाही. घरात सर्वांना तिचंच ऐकावं लागेल. माझे वडील स्वभावाने फार गरीब होते, त्यामुळे ते निमूटपणे आमच्या आईचं ऐकून घेत.

मी माझ्या मित्रांकडून दिल्लीविषयी बरंच काही ऐकलं होतं. तिथलं आयुष्य किती सुंदर होतं, तिथे बघण्यासारखी मोठी मोठी कितीतरी ठिकाणं होती; तिथे राहायला किती मजा आली असती इत्यादी. आपण दिल्लीतच राहून लहानाचं मोठं व्हावं, तिथेच मिळवायला सुरुवात करावी... तिथे नोकरी मिळणं नक्कीच इथल्यापेक्षा सोपं असेल... असे विचार माझ्या मनात येत. मग एक दिवस माझ्या आईनं मला मारायला सुरुवात करताच मी पळून गेलो. मला आईचा राग आला होता. तिला

दु:ख पोचवायची माझी इच्छा होती.. म्हणून मी ट्रेनमध्ये बसलो आणि सरळ स्वप्ननगरी दिल्लीचा रस्ता पकडला.

मी तिकिटाशिवाय प्रवास केला. भूक लागल्यावर आजूबाजूच्या प्रवाशांकडे अन्नासाठी हात पसरला. अशा रीतीनं मी दिल्लीला पोहोचलो. तोपर्यंत तरी मला काहीही पश्चात्ताप झाला नव्हता. मला भूक लागली होती, मी एकटा होतो व त्याची मला भीती वाटत होती. मी रेल्वे स्टेशनच्या बाहेर उभा राहून रडत होतो, तेव्हा मनीष नावाचा एक मुलगा माझ्याजवळ आला व त्यानं मला रडण्याचं कारण विचारलं. मी माझी कहाणी त्याला सांगितली. त्यानं मला यमुना पुष्ठा येथे असलेल्या त्याच्या झोपडीत नेलं. (दिल्लीतील ही सर्वांत मोठी झोपडपट्टी आहे) तो सोळा वर्षांचा होता, पाकीटमार होता, तो दारुडा होता आणि मादक द्रव्यांचंही त्याला व्यसन होतं. मी एक वर्षाचा असताना दारूची चव घेतली होती. सणासुदीला प्रसाद म्हणून माझे वडील किंवा काका मला एखादा पेग प्यायला देत असत. तशीच मी भांगेची चवही घेतली होती. आमच्या कुटुंबात सणासुदीच्या दिवशी दारू आणि भांग सर्वांनाच देण्यात येते. मला त्या दोन्हींची सवय होती.

मी शाळेत मित्रांबरोबर विड्या ओढायचो. मी आता दिल्लीत मनीषबरोबर राहू लागलो. एक दिवस त्याने मला सिगारेट ओढायला दिली. ती ओढल्यावर मला वेगळंच काहीतरी वाटलं. मला झोपही आली. दुसऱ्या दिवशी परत तसंच घडलं. थोड्याच दिवसांत मी सिगारेटच्या चांदीमधून अमली पदार्थ ओढू लागलो. एक दिवस मला जाग आली तर मनीष वेदनेने विव्हळत गडाबडा लोळत होता. मला पण कसंसंच वाटत होतं. आपल्याला हे काय होतंय, तेच मला कळत नव्हतं. मी मनीषला विचारताच तो म्हणाला, 'रोजचं मादक द्रव्य मिळालं नाही की, हे असंच होत.' पण त्याला कोणाच्याच पाकिटावर हात साफ करायला मिळाला नव्हता. त्या वेळी मादक द्रव्यांच्या महाभयानक विळख्यात आपण सापडलो आहोत, याची मला जाणीव झाली. या गोष्टीला सहा महिने लोटले. त्यानंतर एकदा तो नशा करून धुंदीतच घरी परतला. त्याच्या खिशात बरेच पैसे होते. तो आला आणि लगेच झोपला. आमच्या झोपडीला दारच नव्हते. तो उठला तेव्हा त्याचे पैसे गायब झाले होते. त्याने माझ्यावर चोरीचा आळ घेतला व मला घरातून हाकलून दिलं. मी घर सोडून निघालो. आता मी फूटपाथवर झोपू लागलो.

तेथे मला दुसरा एक मुलगा भेटला, त्याचं नाव वीरू. तो वीस वर्षांचा होता. मला मादक द्रव्यांचं व्यसन जडलेलं आहे, ही गोष्ट त्यानं लगेचच ओळखली. त्यानं मला तसं विचारलं व मी होकार देताच त्यानं मला आपला भाऊ मानलं. तो भंगार, कचरा गोळा करत असे व त्यालाही मादक द्रव्यांचं व्यसन होतं. त्यानंतर सहा महिने मीही कचरा गोळा करण्याचं काम केलं.

मी कारखान्यामधून पुठ्ठ्याची खोकी चोरून ती विकू लागलो. मी ऐंशी रुपये कमवायचो व त्यातून एक ग्रॅम मादक द्रव्य विकत घ्यायचो. जवळच्या देवळापाशी उभं राहिलं की रोज कोणी तरी अन्नदान करायचं, त्यामुळे मला पुन्हा फुकट जेवण मिळायचं.

एक दिवस मी असाच यमुना पुष्ठा झोपडपट्टीपाशी मादक द्रव्यं ओढत असताना जवळ एक गाडी थांबली व त्यातून एक कनवाळू गृहस्थ उतरले. मादक द्रव्याचं सेवन किती हानीकारक असतं, हे त्यांनी मला नीट समजावून सांगितलं. 'तू अजून खूप लहान आहेस.' असं ते म्हणाले. ही सवय सोडणं शक्य आहे व परत चांगलं जीवन जगता येणं शक्य आहे, अजून वेळ गेलेली नाही– असं त्यांनी मला सांगितलं. माझी जर तशीच इच्छा असली तर मला माझ्या आईवडिलांकडे पोचवायला सुद्धा ते तयार होते. मला खरं तर घरी जायचं होतं, पण माझ्या या व्यसनाधीनतेमुळे मी जाऊ शकत नव्हतो. 'मी उद्या तुमच्या बरोबर येईन.' असं मी त्यांना सांगितलं. मी माझ्या मित्राला ही गोष्ट सांगताच त्यानं मला त्या माणसाची मदत घेण्यापासून परावृत्त केलं. मी परत एकदा व्यसनाच्या गर्तेत जाऊन अडकलो. आश्चर्याची गोष्ट अशी की ते भले गृहस्थ परत एकदा माझा शोध घेत तेथे आले. उपचार घेण्याची किती आवश्यकता आहे हे त्यांनी परत एकदा समजावून सांगितलं व मदतीचा हात पुढे केला. मी विरोध केला. पण त्यांनी आपल्या सहकाऱ्याच्या मदतीने बळजबरीने मला आपल्या गाडीत बसवलं व 'नवज्योती'मधील व्यसनमुक्ती केंद्रात आणलं. ते सद्गृहस्थ म्हणजे डॉक्टर भारत भूषण. ते या केंद्राचे प्रमुख आहेत. त्यांनी मला अंघोळ घातली, स्वच्छ कपडे घालायला दिले आणि खायला अन्न दिलं. मग माझ्यावर उपचार सुरू झाले. मला हे व्यसन लागण्यापूर्वी जसा होतो तसाच मी काही दिवसांनंतर झालो. मला उपचार चालू असताना कधी तरी प्रचंड त्रास होत असे. त्या वेळी तेथे माझा अत्यंत काळजीपूर्वक सांभाळ केला जाई. अजून मी येथेच आहे. सुधारण्याचा मार्गावर आहे. माझ्या शिक्षणाची सुद्धा येथेच व्यवस्था करण्यात आली आहे. आता मला असं वाटतं की, मी माझ्या आई-वडिलांकडे परत जाऊ शकेन. मी मोठा झाल्यावर पोलिस अधिकारी होणार आहे.

नवज्योतीमधून माझ्या आईवडिलांना पत्र पाठवण्यात आलं आहे व त्यांना येथे मला भेटण्यासाठी बोलावण्यात आलं आहे. मी आता घरी परत जाणार आणि जरी कधी आईनं मारलं, तरी मी पळून जाणार नाही. तिचं माझ्यावर किती प्रेम होतं हे मला आता कळतंय.

कुठं चुकलं?

- मुलं सुधारावीत म्हणून त्यांना मारणं ही अत्यंत चुकीची पद्धत आहे. उलट त्याचा विपरीत परिणाम होतो व मुलांच्या मनावर त्याच्या खोलवर जखमा होतात.

- व्यसनाधीनता व गुन्हेगारी या एकाच नाण्याच्या दोन बाजू आहेत. त्यामुळे गुन्हेगारीला जर आळा घालायचा असेल तर व्यसनाधीनतेचा मुद्दा आधी विचारात घ्यायला हवा.

नशेच्या धुरानं कोळपली तरुणाई

मी एकवीस वर्षांचा आहे. मी एका शेतकऱ्याचा मुलगा असून मादक द्रव्यांच्या व्यसनापासून मुक्त होण्याच्या मार्गावर आहे. वयाच्या सातव्या वर्षी मी मादक द्रव्यांच्या सेवनाला सुरुवात केली. माझे वडील जसे आजारपणाने अंथरुणाला खिळले आणि त्यांचा माझ्यावरील वचक कमी झाला तसा मी या व्यसनाच्या आहारी गेलो. मी शाळेला दांडी मारून सिगारेटी फुंकत हिंडू लागलो. ही गोष्ट लक्षात आली व मला बेदम मार देण्यात आला. माझी शुद्ध हरपली. मग माझ्या आईनं व भावानं मला गावातील एका भोंदू वैदूकडे उपचारासाठी नेलं. त्यानं असं सांगितलं, ''या मुलाला श्वसनाचा त्रास आहे, त्यामुळे त्याला विडीचे एक-दोन झुरके ओढू द्या, म्हणजे याचा हा त्रास कमी होईल.'' त्यानंतर मी श्वासोच्छ्वासाच्या त्रासाची कधीही तक्रार केली की लगेच माझा भाऊ आणि माझे काका मला मुक्तपणे विड्या ओढू देत. हळूहळू मला विड्या ओढायची सवयच जडली आणि माझ्याचसारखे विड्या ओढणारे मित्र सुद्धा मला मिळाले. माझ्या काकांच्या मित्रानं मला अफूची चटक लावली. मी थोड्याच दिवसांत त्याच्या आहारी गेलो. एकदा माझ्या शेजाऱ्यानं मला अफूची नशा करताना पाहिलं आणि माझ्या आईवडिलांना जाऊन सांगितलं. माझ्या आईवडिलांनी मला मारहाण करून खोलीत बंद करून ठेवलं. दुसऱ्या दिवशीपासून मला कधीही कोणी एकटं सोडेनासं झालं. एका महिन्यानंतर माझं हे अफूचं व्यसन सुटलं, परंतु माझं विड्या ओढणं चालूच होतं. जेव्हा कधी संधी मिळेल तेव्हा मी चरस सुद्धा ओढायचो. हे असं वर्षभर चालू होतं. त्यानंतर एका देवळात राहणाऱ्या एका साधूबाबाच्या संगतीनं मी हशीशही ओढू लागलो. मी शाळा सुटल्यावर या बाबाला भेटायला जात असे. आता मला हशीशचं व्यसन जडलं.

कधी कधी मी शाळेला बुट्टी मारल्याची गोष्ट माझ्या आई-वडिलांच्या कानावर जायची. मग मी घरच सोडलं. मला बाहेरचं मुक्त आयुष्य इतकं आवडू लागलं की, आपणही बाबा व्हायचं, असं मी ठरवलं. एक दिवस मी साधूबाबाबरोबर दुसऱ्या

गावाला गेलो. हे ठिकाण आमच्या घरापासून १०० किलोमीटरवर होतं. तेथे मी भिक्षा मागण्यास सुरुवात केली. दिवसभर मी दारोदार भिक्षा मागत हिंडायचो आणि सायंकाळी सर्व मिळकत बाबाच्या हवाली करायचो. त्यानंतर मला माझ्या वाट्याचं हशीश मिळायचं. असे सहा-सात महिने गेले, पण एक दिवस माझ्या आई-वडिलांना माझा पत्ता लागला व ते मला घरी घेऊन गेले. एकदा परत गेल्यावर थोड्याच दिवसांत मला जुन्या मित्रांची संगत परत जडली. आता ते सगळे स्मॅक या अमली पदार्थाच्या आहारी गेले होते. या व्यसनाचा खर्च भागवण्यासाठी ते सगळे विविध प्रकारचे गुन्हे करू लागले होते. मला स्मॅकचं आकर्षण वाटल्यामुळे मीही त्यांच्या उद्योगात सामील झालो. परंतु त्यात एकच अडचण होती- ती म्हणजे, जवळचा स्मॅकचा साठा संपला की माझी स्थिती फारच वाईट होत असे. माझं पूर्ण शरीर वेदनेनं ठणकू लागायचं. त्यानंतर अतिप्रचंड नैराश्याच्या गर्तेत गेल्यासारखं वाटायचं. शिवाय हे द्रव्य हशीशपेक्षा किती तरी महाग होतं, मग मी पाकीटमारी व भुरट्या चोऱ्या करण्यास सुरुवात केली. मी घरातून वस्तू व पैसे चोरू लागलो व त्यामुळे तेथेही अडचणीत आलो. अनेकदा मी गुन्हे करताना पकडला गेलो व पोलिसांच्या तावडीत सापडलो, पण माझे मित्र दरवेळी जामीन भरून माझी सुटका करत.

माझी प्रकृती आता खालावत चालली होती. माझ्या घरच्यांना आता माझी अतोनात काळजी वाटू लागली होती. माझ्या कुटुंबाची माझ्यामुळे समाजात नाचक्की होत होती, पण तरीही मी माझी गैरवर्तणूक काही सोडली नाही. आपण मादक द्रव्यांचं हे व्यसन सोडून द्यावं हा विचार अधूनमधून माझ्या मनात तरळत असे. माझी आई व माझा मोठा भाऊ यांनी सुद्धा– ''ही मादक द्रव्यांची वाईट सवय एक तर आपण होऊन सोडून दे नाहीतर निदान व्यसनमुक्तीचे रीतसर उपचार तरी घे'' अशा विनवण्या सारख्या चालवल्या होत्या. एक दिवस मी पूर्णपणे नशेने चूर झालेल्या अवस्थेत जुगार खेळत असतानाच त्या अड्ड्यावर धाड पडली. मला अटक झाली व पाच महिने कैदेची शिक्षा झाली. मी पोलिस कोठडीत एक महिनाभर होतो. त्या वेळी माझ्यावर व्यसनमुक्तीसाठी उपचार करण्यात आले, त्यामुळे जेलमधील पुढचे चार महिने मी व्यसनमुक्त राहिलो, पण मी ज्या दिवशी सुटून बाहेर आलो त्याच दिवशी परत स्मॅकचं सेवन केलं.

नंतर एकदा रेडक्रॉसने चालवलेल्या व्यसनमुक्ती केंद्रात मला दाखल करण्यात आलं, पण तेथे मी कसाबसा एक आठवडाच राहिलो व नंतर घरी परत आलो. मी जेव्हा कधी व्यसनातून मुक्त होण्याचा प्रयत्न करे, तेव्हा मादक द्रव्याची ओढ मला अस्वस्थ करे. त्यात मित्रांचा दबावही असे. मग परत मी माझे जुने उद्योग सुरू करत असे- चोऱ्यामाऱ्या, दरोडे व पाकीटमारी. माझ्या कुटुंबियांच्या दृष्टीनं हा फार खडतर कालावधी होता. ते जो कोणी दिसेल, त्याच्याकडे या बाबतीत मदत मागत होते. एक

दिवस माझ्या भावाच्या मित्राने 'नवज्योती व्यसनमुक्ती' केंद्राविषयी त्याला सांगितलं. माझ्या आई-वडिलांनी 'नवज्योती' मध्ये फोन करून व्यसनमुक्तीच्या उपचार पद्धतीची चौकशी केली व मला तेथे जाऊन उपचार घेण्यास प्रवृत्त केलं. तेथे दाखल होऊन उपचार घेण्यास सुरुवात झाल्यावर त्यांची उपचार पद्धती किती अभिनव आणि किती यशस्वी होती हे मला कळलं. पहिल्या महिन्यात मला संपूर्ण नॅचरोपॅथीची उपचार पद्धती सुरू केली, त्यामुळे माझी गमावलेली शरीरप्रकृती मला परत मिळाली. माझ्या इतर व्याधींसाठी मला होमिओपॅथीचे उपचार सुरू करण्यात आले. त्यानंतर माझ्यावर पुढील उपचार सुरू झाले. यामध्ये मनातील संताप, नैराश्य, एकाकीपणा, मानसिक दडपण इत्यादी भावना कशा ओळखाव्यात व त्यांचा सामना कसा करावा, हे मला शिकवण्यात आलं. माझ्यावर उपचार सुरू करून सहा महिने झाल्यानंतर मला विपश्यना शिबिरासाठी पाठवण्यात आलं. यामध्ये संताप व मानसिक ताणतणावांचा सामना कसा करावा हे मी जास्त खोलात जाऊन शिकलो व मला माझी स्वत:ची ओळख पटली. आता मला पूर्वीपेक्षा खूपच जास्त मन:शांती प्राप्त झाली आहे. माझी सहनशीलता व सोशिकपणा बऱ्याच प्रमाणात वाढला असून माझा तापटपणा बराच कमी झाला आहे. शिवाय मी धूम्रपान पूर्णपणे सोडलं आहे. सहा महिने उपचार घेतल्यानंतर मला घरी सोडण्यात आलं, त्यानंतर तीन महिने मीच केंद्रात स्वयंसेवक म्हणून काम केलं. हे काम करत असताना मी मुद्दामच केंद्रात राहत होतो. जर या काळात मलाच कधी काही अडचण जाणवली, त्रास झाला तर मी तेथील डॉक्टर अजय ग्रोव्हर यांची किंवा माझ्या समुपदेशकांची अथवा केंद्रातील इतर सहकाऱ्यांची मदत घेऊ शकत होतो. 'नवज्योती'ने मला जगण्याची नवीन संधी प्राप्त करून दिली आहे व जीवनाचे फार मोठे धडे दिले आहेत, परंतु हे धडे मी माझं पूर्ण बालपण गमावल्यानंतर व किशोरवय कोळपून गेल्यानंतर शिकलो.

कुठं चुकलं?

- लहान वयात जर वाईट संगत लागली तर व्यक्तीच्या जीवनाला आधारभूत असणारा पायाच निखळून पडतो.

- लहान मुलांना समजून घेऊन, त्यांची योग्य काळजी घेऊन त्यांना व्यवस्थित मार्गदर्शन करण्याऐवजी त्यांना नुसती शिक्षा करत राहण्याचे परिणाम महाभयंकर असतात.

व्यसनाधीनतेचा शेवट, हा धूर..

मी चौदा वर्षांचा आहे. माझं नाव रफिक. मी कानपूरजवळच्या एका खेड्यातील असून मी अमली पदार्थांच्या पूर्णपणे आहारी गेलेलो आहे. माझे वडील एक टांगा चालवत. कामावर जाण्यापूर्वी ते दारू पीत. तसेच कामावरून आल्यावरही घेत. आम्ही एकंदर सात भावंडं. माझ्या लहान भावानं एकदा मासा समजून भाजलेली पाल खाल्ली व त्यातच त्याचा मृत्यू झाला. आम्ही सर्व भावंडं जवळच्या मदरसामध्ये कुराणाचे पाठ घेण्यासाठी जात असू. पण मला ते शिकण्यात काहीच रस नव्हता, त्यामुळे मी काही ना काही सबब सांगून पळून येत असे. त्यामुळे तेथील मौलवी मला रागावत. पुढे पुढे मी त्यांना टाळू लागलो. मला अक्षरओळखही नाही– लिहिता-वाचता येत नाही. माझे वडील घरी येऊन केवळ दारू पिऊन थांबत नसत, तर काही ना काही कारण काढून माझ्या आईला मारहाण करत. ते ज्या दिवशी आईला मारत, त्या दिवशी आम्हाला न जेवता उपाशीच झोपावं लागे, कारण अन्न शिजवणार तरी कोण? कधीतरी माझी आई मला जवळच राहत असलेल्या आमच्या आजोबांच्या घरी (तिच्या वडिलांकडे) पाठवायची. त्यांच्याकडून पैसे उसने आणून आम्ही बाहेरून डबा आणून जेवायचो.

मी माझ्या मामाच्या संगतीनं गांजा ओढाण्यास सुरुवात केली व लवकरच मला त्याची चटक लागली. मी ज्या खेड्यात राहत होतो ती गंगा नदीपासून जवळच असलेली एक कोळ्यांची वस्ती होती. गंगा नदीच्या पात्रातून आम्ही नाणी व इतर मौल्यवान वस्तू काढायचो. रोजच्या जेवणासाठी आम्ही मासे पकडायचो. ते आम्ही विकायचोसुद्धा. कधी तरी बुडणाऱ्या माणसांना आम्ही वाचवायचो.

एक दिवस एका तरुण मुलीनं आत्महत्येच्या इराद्यानं गंगेत उडी घेतली. पण आम्ही तिला वाचवलं. तिचं एका तरुणावर प्रेम होतं. पण वडिलांनी लग्नाला विरोध केल्यानं रागाच्या भरात तिनं गंगेत उडी मारली होती. गंगा नदीत नाणी टाकण्याच्या मिषानं ती आत उतरली व तिनं हे केलं. आम्ही जवळच्या एका

तराफ्यावर होतो. आमच्यातील काही मुलांनी नदीत उडी मारून तिला वर काढलं. तिचं पोट पाण्यानं फुगलं होतं. आम्ही तिला पालथं टाकलं. पोटातील पाणी बाहेर पडताच ती शुद्धीवर आली. त्या मुलीच्या वडिलांनी आम्हाला बक्षीस म्हणून १००० रु. रोख दिले. त्यांनी ते आमच्या आईच्या स्वाधीन केले. ती ते पैसे घेऊन ताबडतोब सावकाराकडे गेली व त्याच्याकडे गहाण टाकलेली चांदीची भांडी व दागिने तिनं सोडवून आणले. त्या वस्तू घरी परत आलेल्या पाहून माझ्या वडिलांना खूप आनंद झाला. मी जेव्हा कधी मासे पकडण्यासाठी पाण्यात बुड्या मारायला जायचो, तेव्हा मी गांजा ओढायचो. एक दिवस माझ्या वडिलांनी ही गोष्ट डोळ्यांनी पाहिली व त्यांनी मला भरपूर मारलं. पण मी माझ्या मामाबरोबर आणि मित्रांबरोबर गांजा ओढणं चालूच ठेवलं. माझे काही मित्र मला दिल्ली व मुंबईच्या सुरस आणि चमत्कारिक कथा सांगत. मी मनानेच कल्पनाविश्वात रममाण होऊन जाई. त्या कथेत आपण स्वत: आहोत अशी कल्पना करत बसे. मग मी घरातून पळून जायचं ठरवलं. माझे वडील दारूच्या नशेत असताना मी त्यांच्याकडचे पाचशे रुपये लंपास केले व दिल्लीच्या गाडीत बसलो. मी रेल्वे गाडीतील शौचकूपात लपून प्रवास केला. गाडी दिल्लीला पोचल्यावर मी बाहेर आलो. प्लॅटफॉर्मवरून बाहेर पडल्यावर तेथे एक रिक्षावाला काहीतरी अमली पदार्थ ओढत बसला होता. मला वाटलं त्याच्याकडे गांजा असेल. मी त्याला तसं विचारताच त्याने त्याच्या जवळचं 'स्मॅक' ऊर्फ हेरॉईन नामक मादक द्रव्य मला देऊ केलं. ''हे गांजापेक्षा कितीतरी छान असतं. तू हेच ओढत जा!'' असं त्यानं मला सांगितलं.

मला दिल्लीत राहायला कोठेही ठावठिकाणा नव्हता. मग त्यानंच मला त्याच्या झोपडीत नेलं. मी माझ्या जवळचे पैसे त्याच्यापाशी ठेवायला दिले. मी रोज त्याच्याकडे अमली पदार्थाची मागणी करायचो. मग तो मला चोऱ्यामाऱ्या करून पैसे आणण्यास सांगायचा. रस्त्यात पडलेल्या बेवारस गोष्टी मी उचलायचो व त्या विकून पैसे मिळवायचो व तेच पैसे त्याला देऊन त्याच्याकडून अमली पदार्थ घ्यायचो. त्याने मला पाकीटमारी सुद्धा शिकवली. ब्लेडचा अर्धा तुकडा तोंडात कसा लपवायचा हे त्यानंच मला दाखवलं. कित्येकदा आम्ही दोघं पाकीटमारीसाठी एकदमच बसमध्ये चढायचो. ज्याचं पाकीट मारायचं असेल त्या माणसाच्या अगदी जवळ तो उभा राहायचा. मग थोड्या वेळाने तो त्या माणसाला धक्का द्यायचा व मी तेवढ्यात त्याचं पाकीट मारायचो. जर का मला कुणी पकडलं तर मी जवळच्या ब्लेडने स्वत:च्या चेहऱ्यावर वार करायचो. एकदा का रक्त गळू लागलं की नसती भानगड नको म्हणून लोक घाबरून बाजूला होत व मला जाऊ देत. (ही कहाणी सांगणाऱ्या मुलाच्या चेहऱ्यावर ब्लेडच्या जखमांचे पाच वण होते.)

एक दिवस अमली पदार्थांसाठी व्याकूळ होऊन तळमळत मी रस्त्यावरील

फूटपाथवर पडलो होतो. मी वेदनेनं विव्हळत होतो. तेव्हा डॉ. भारत भूषण यांनी मला उचललं व यमुना पुष्टा नवज्योती सेंटरमध्ये उपचारांसाठी आणलं. पण माझी काही उपचार घेण्याची इच्छा नव्हती, त्यामुळे मी तेथून पळून गेलो. डॉक्टरांनी माझा पाठलाग केला व मला परत आणलं, पण मी परत पळालो. मग गल्ली- शाळेच्या प्रमुख शकीरा मॅडम यांना मी सापडलो. त्यांनी मला सराई रोहीला पोलिस स्टेशन येथे असलेल्या नवज्योतीच्या सीनियर सेंटरमध्ये दाखल केलं. आता मी इथेच असतो. डॉ. अजय ग्रोव्हर हे गेला महिनाभर माझ्यावर उपचार करत आहेत. उपचार घेत असताना सुरुवातीला नैराश्याचे झटके येऊन ज्या वेदना होतात– विथ् ड्रॉवल पेन्स– त्यांतून आता मी बाहेर पडलो आहे. येथे माझ्यासोबत माझ्याच वयाची आणखी आठ मुलं आहेत. शिवाय आणखी बहात्तर माणसं आमच्याप्रमाणे उपचार घेत आहेत. पण मला नाही इथे राहायचं. मी परत एकदा ब्लेडने माझा चेहरा रक्तबंबाळ करून घेईन आणि पळून जाईन. मला घरी जायचं आहे. माझी मैत्रीण सबीना बारा वर्षांची आहे. तिला भेटायचंय. पण मी मादक द्रव्यं घेतो हे जर तिच्या घरच्यांना कळलं, तर ते तिचं लग्न दुसऱ्याशी लावून देतील. मी या सेंटरमधे राहून लिहायला शिकत आहे. मला अक्षरओळख झाली आहे.

कुठं चुकलं?

- आपण आपल्या मुलांकडे दुर्लक्ष केल्यामुळे त्यांचं व पर्यायानं आपल्या देशाचं केवढं नुकसान होत आहे, याकडे आपण कधीच लक्ष पुरवत नाही.

- बेजबाबदार माणसं वाढत्या संख्येनं मुलांना जन्माला घालतात. पुढे ही मुलं समाजावर भार होऊन बसतात.

- काही मदरसा व शाळांमधून मुलांना योग्य शिक्षण न मिळाल्यामुळे ती आपल्या पायावर उभी राहू शकत नाहीत. त्यांची ही स्थिती जन्मभर तशीच राहते.

'नवज्योतीनं' दाखवला नवा प्रकाश

मी एक नुकती विशी उलटून गेलेली स्त्री आहे. मी व्यवसायानं कॉम्प्युटर सॉफ्टवेअर प्रोग्रॅमर आहे. मी दिल्ली येथे नोकरी करते. माझं कुटुंब पंजाबात राहतं. घरी आई-वडील आहेत व एक भाऊ आहे. 'व्हॉट वेंट रॉंग' हे सदर मी नियमित वाचते. मला त्यात खूप रस वाटतो, कारण त्यातून बरंच काही शिकण्यासारखं असतं. अशाच एका लेखात मी मादक द्रव्यांच्या व्यसनाच्या आहारी गेलेल्या व्यक्तीविषयी वाचलं. ही व्यक्ती आता पूर्णपणे बरी झाली असून नवं जीवन सुरू करण्याच्या बेतात आहे. याच लेखात 'नवज्योती'नं चालवलेल्या व्यसनमुक्ती केंद्राविषयी मी वाचलं. मग मी इंटरनेटवरून त्याचा शोध घेतला. मला त्यांची वेबसाईट मिळाली व त्यांचा व्यसनमुक्तीचा उपक्रम संपूर्णतया कसा काय राबवला जातो हेही सविस्तर वाचायला मिळालं. मी त्याच साईटवरून त्यांच्या पत्त्यावर एक ई मेलही पाठवलं. त्यांच्या ऑर्गनायझिंग सेक्रेटरी अरविंद कौर यांच्याकडून मला तातडीनं उत्तर आलं. त्यांनीच मला व्यसनमुक्ती केंद्राचे प्रोजेक्ट डायरेक्टर मि. ग्रोव्हर यांच्याशी संपर्क कसा साधायचा हेही सांगितलं. माझ्या वडिलांना व भावाला व्यसनमुक्त कसं करायचं, ही माझ्यापुढील फार मोठी समस्या होती. मला तेथे माझ्या सर्व प्रश्नांची योग्य ती उत्तरं मिळाली. मग मी माझ्या वडिलांना दिल्लीला येण्यास सांगितलं. येथे या आणि येथील उपचारपद्धती प्रत्यक्ष डोळ्याने पाहून मग त्याचा लाभ घ्या, असं सुचवलं.

माझे वडील लष्करातून निवृत्त झाले असून ते निवृत्तीनंतर ट्रान्सपोर्टच्या धंद्यात जेव्हा शिरले, तेव्हाच ते अफूच्या व्यसनाच्या आहारी गेले. काही वर्षांतच त्यांचं रोजचा अफूचा ठराविक डोस घेतल्याशिवाय चालेनासं झालं व ही गोष्ट आम्हाला कळून चुकली. गेल्या निवडणुकीत खुद्द राजकारणातील नेतेमंडळींनीच फुकट मादक द्रव्यांचं वाटप केलं व त्यातूनच त्यांना हे व्यसन जडलं. पूर्वी ही नेतेमंडळी फुकट दारूचं वाटप करायची. संपूर्ण निवडणुकांच्या कालावधीत मादक द्रव्यांची

विक्री करणाऱ्या मंडळींचा धंदा चांगलाच तेजीत चालला. या मादक द्रव्यांची विक्री व सेवनाच्या प्रकरणात आमच्या येथील एका स्थानिक पोलिस कॉन्स्टेबलचे हात गुंतले होते, ही गोष्ट मला नीट माहीत आहे. मादक द्रव्याची विक्री करणारे हे लोक सधन घरांमधील कोवळ्या तरुणांना हेरतात. त्यांना सुरुवातीला मोफत मादक द्रव्य नमुन्यादाखल पुरवतात, लवकरच या मुलांना त्याचं व्यसन लागतं व त्यानंतर त्यांना ती द्रव्यं विकत घेणं भाग पडतं. जेव्हा त्यांना पैशाची चणचण भासू लागते, तेव्हा ही मुले स्वत:च या मादकद्रव्यांची विक्री करण्याच्या धंद्यात शिरतात. त्यामुळे त्यांची रोजची गरजही आपोआप भागते. काही मुले पकडली जातात व ती लगेच जामिनावर सुटतातसुद्धा. काही मुलांना तर जेलमधे जाण्याची वेळ सुद्धा येत नाही. त्याच्या आतच त्यांची सुटका होते. ही गोष्ट मी स्वत: डोळ्याने पाहिली आहे आणि त्यामुळेच अशा मुलांना कायद्याचं मुळी काहीही भय वाटत नाही. जर प्रत्यक्ष मादक द्रव्यांचं सेवन करताना अथवा त्यांची विक्री करताना कोणी पकडलं गेलंच, तरीही त्या व्यक्तीला शिक्षा अगदी क्वचितच् होते.

परंतु माझ्या भावाची केस मात्र या गोष्टीला अपवाद ठरली. माझ्या भावाकडे बावीस ग्रॅम 'स्मॅक' नामक मादक द्रव्य सापडलं म्हणून त्याला अटक झाली. सहा महिन्यांची तुरुंगवासाची शिक्षा भोगावी लागली. तुरुंगात असताना तेथेही रोज नित्यनेमानं त्याला मादक द्रव्यांचा पुरवठा होतच असे. त्यामुळं त्याचं व्यसन तसंच चालू राहिलं. कुटुंबातील कोणीही त्याला तुरुंगात भेटायला गेलं की मादक द्रव्य विकत घेण्यासाठी त्याची पैशाची मागणी असे. त्याची तुरुंगातून सुटका झाल्यानंतर तर त्याचं व्यसन राजरोजसपणे चालू झालं.

या तुरुंगवासानंतर स्थिती सुधारण्याऐवजी पार बिघडून गेली. योगायोगानं अशी गोष्ट घडली की आमच्याजवळ राहणाऱ्या एका कुटुंबातील एक मुलगा व्यसनाधीन होता. त्यानं ते व्यसन सोडावं म्हणून त्याच्या घरच्या लोकांनी त्याचा बराच पाठपुरावा केल्याचा परिणाम म्हणून त्या मुलानं सरळ आत्महत्या केली. त्यामुळे माझ्या भावाला मादक द्रव्याचं व्यसन सोडण्याविषयी काही सल्ला देण्यास आम्ही कचरू लागलो.

परंतु तो लेख वाचल्यानंतर माझ्या मनातली आशा बळावली. माझ्या वडिलांनी दिल्लीला येण्याचं तात्काळ मान्य केलं. 'नवज्योती'मध्ये उपचार घेण्याचंही मान्य केलं. ते मि. ग्रोव्हर यांना तसेच समुपदेशकांना भेटले; त्यांचं सर्व म्हणणं माझ्या वडिलांनी व्यवस्थित ऐकून घेतलं, त्यांच्या सर्व अटी मान्य केल्या व उपचार घेण्याचं ठरवलं. त्याचे परिणाम आम्हाला पाहायला मिळाले. माझे वडील पूर्णपणे व्यसनमुक्त झाले. त्यानंतर त्यांनी माझ्या भावाला व्यसनमुक्ती केंद्रामध्ये उपचारांसाठी आणलं. माझ्या भावानेही आपण होऊन उपचार घेण्याचं मान्य केलं व सध्या तो

उपचार घेत आहे. या वर्षाच्या अखेरीस माझं लग्न होणार आहे. आपण कधी एकदा लवकरात लवकर बरे होऊन या लग्नाच्या तयारीला लागू, असं माझ्या भावाला वाटतं.

कुठं चुकलं?

- सुरुवातीला माणसं मादक द्रव्यांचं सेवन करतात, परंतु कालांतराने ही द्रव्यच माणसाचा घास घेतात.

- जेव्हा कायद्याची अंमलबजावणी करणारे स्वत:च कायदेभंग करण्यास सुरुवात करतात किंवा दुसऱ्यांच्या दु:खांच्या व वेदनेच्या बाबतीत उदासीन बनतात तेव्हा समाजात मादक द्रव्याची व्यसनाधीनता झपाट्याने वाढते.

- तुरुंगामध्ये कैद्यांच्या सुधारासाठी काही विशिष्ट उपक्रम राबवण्यात येत असतील तर व्यसनमुक्त होण्यासाठी तुरुंग हेच योग्य ठिकाण ठरू शकतं.

मादक द्रव्याने केला घात

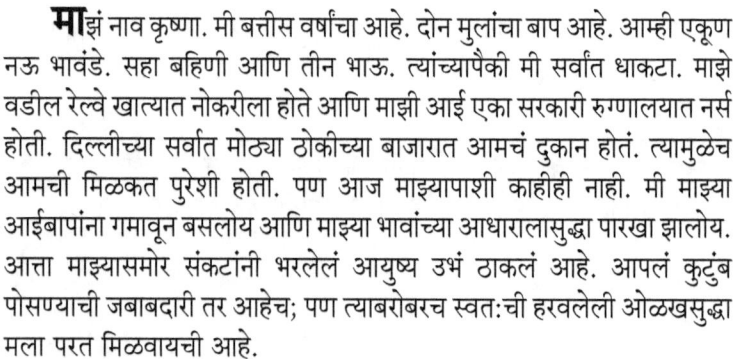

माझं नाव कृष्णा. मी बत्तीस वर्षांचा आहे. दोन मुलांचा बाप आहे. आम्ही एकूण नऊ भावंडे. सहा बहिणी आणि तीन भाऊ. त्यांच्यापैकी मी सर्वांत धाकटा. माझे वडील रेल्वे खात्यात नोकरीला होते आणि माझी आई एका सरकारी रुग्णालयात नर्स होती. दिल्लीच्या सर्वात मोठ्या ठोकीच्या बाजारात आमचं दुकान होतं. त्यामुळेच आमची मिळकत पुरेशी होती. पण आज माझ्यापाशी काहीही नाही. मी माझ्या आईबापांना गमावून बसलोय आणि माझ्या भावांच्या आधारालासुद्धा पारखा झालोय. आत्ता माझ्यासमोर संकटांनी भरलेलं आयुष्य उभं ठाकलं आहे. आपलं कुटुंब पोसण्याची जबाबदारी तर आहेच; पण त्याबरोबरच स्वत:ची हरवलेली ओळखसुद्धा मला परत मिळवायची आहे.

मी आमच्या कुटुंबातील सर्वात धाकटा असल्यामुळे साहजिकच लहानपणी माझे पुष्कळ लाड झाले. शाळेत असताना तर मी जे काही मागेन ते मला मिळत असे. अर्थात कधी हातात रोख पैसे दिले जात नसत. मला जे काही हवं असेल, ते माझे आई-वडील मला स्वत:च आणून देत असत, कारण हातात पैसा दिला तर मी बिघडून जाईन अशी त्यांना भीती वाटत असे.

मी इयत्ता नववीत असताना पहिल्यांदा माझ्या मित्रांच्या नादाने शाळा बुडवली. पण लवकरच ही गोष्ट नित्याची होऊन बसली. आम्ही शाळा बुडवून सिनेमाला जायचो. मित्रांपुढे रुबाब दाखवायला माझ्याजवळ कधीच पुरेसे पैसे नसत. आपण मित्रांच्या खर्चानं सिनेमाला किंवा हॉटेलात खायला गेलं तर कधीतरी आपल्यालाही त्यांच्यासाठी खर्च करणं भाग पडतं, तसंच माझं होई. पण मी आईवडिलांपाशी पैशासाठी कितीही विनवण्या केल्या तरी माझे आईवडील ती गोष्ट मान्य करतच नसत. त्यांना मी लहान वाटत असे.

त्यानंतर मी माझ्या वडिलांच्या पाकिटातून पैसे चोरण्यास सुरुवात केली. हळूहळू ते माझ्या अंगवळणी पडलं. पण काही झालं तरी माझ्या मनात

अपराधीपणाची भावना खोलवर कुठेतरी तेव्हा सुद्धा होतीच. पहिले काही दिवस आपल्या पाकिटातून पैशांची चोरी होत असल्याचं माझ्या वडिलांचा लक्षात सुद्धा आलं नव्हतं. नंतर मात्र पैसे गहाळ होत आहेत असं त्यांच्याही लक्षात आलं, पण तरीसुद्धा माझा संशय कुणालाही आला नाही.

मी दहावी पास झालो कारण मी अभ्यासात चांगला होतो; पण पुढे मात्र माझ्या अभ्यासावर आणि माझ्या एकंदर आयुष्यावरच मोठा परिणाम झाला. हळूहळू मित्रांनी मला सिगारेट्स आणि मादक द्रव्यांची गोडी लावली. मी अजूनही शाळेत जातच होतो; पण मधूनच मी तिथून पळ काढत असे. मादक द्रव्ये आणि जोडीला मित्रांची साथसंगत माझ्या दृष्टीने अगदी दुग्धशर्करा योगच होता तो.

पुढे मी पदवीधरही झालो. अर्थात अभ्यासात नव्हे तर 'मादक द्रव्यां'च्या विषयात! एकीकडे मन अपराधी भावनेने जळत राही. पण ती भावना मी मनात तशीच दडपून टाकली होती. मी नेहमी एकटा राहायचो. माझ्या हातून कधीही एखादी चूक घडली की मी पळून जाऊन चुपचाप एका कोपऱ्यात बसून राहत असे. त्या क्षणी सर्व गोष्टी माझ्यासमोर फेर धरून नाचू लागत– माझे आईवडील, माझी भावंडे, इतकंच नव्हे तर माझे शिक्षक सुद्धा. मी बिघडत चाललो आहे, वाईट मार्गाला लागलो आहे हे माझ्या शिक्षकांच्यासुद्धा आता लक्षात आलं होतं. मला चांगल्या मार्गाला लावण्यासाठी त्यांनी पुष्कळ प्रयत्न केले होते. पण खरं तर मी आता त्या सगळ्याच्या पलीकडेच पोचलो होतो. मला आता कशाचीही आणि कुणाचीही तमा नव्हती. फक्त मी, माझी मादक द्रव्ये आणि माझ्या भोवती पसरलेला व मला प्रिय असणारा काळोख, एवढंच. त्या काळोखाचीच तर मला गोडी लागली होती.

लवकरच ही गोष्ट माझ्या कुटुंबियांच्या लक्षात आली. त्यांनी माझे डोळे उघडण्याचा अगदी आटोकाट प्रयत्न केला. पण मी त्यांचे सगळेच्या सगळे प्रयत्न धुळीला मिळवले. आमचे संबंध त्यामुळे खूपच ताणले. नशीब इतकंच की माझ्या प्रेमळ आईचं माझ्यावरचं प्रेम तिळमात्रसुद्धा कमी झालं नव्हतं आणि माझे वडीलही एका विशिष्ट मर्यादेपेक्षा जास्त शिस्त मला लावू शकत नव्हते.

एव्हाना माझ्या मित्रांनी मला उसने पैसे देणं बंद केलं होतं. त्याचमुळे पैसे मिळवण्याचा आणखी एखादा मार्ग शोधणं गरजेचं होतं. सर्वांत सोपा मार्ग म्हणजे चोरी! कधी स्वत:च्या घरात तर कधी दुकानात.

माझ्या कुटुंबियांनी याबद्दल मला चुकून जरी जाब विचारायचा प्रयत्न केला, तरी मी घरातून पळून जायचो. याच काळात काही अत्यंत दुर्धर घटना घडल्या. मी जेव्हा जेव्हा आईकडे पैशाची मागणी करायचो, तेव्हा तेव्हा ती माऊली ती मागणी पुरवायची. पण अखेर साठवलेली गंगाजळी तरी किती दिवस पुरणार? कशीबशी माझ्या बहिणींची लग्ने पार पडली. आता आमच्या घरच्यांच्या जवळ फुटकी

कवडीसुद्धा शिल्लक नव्हती. माझे भाऊ आता माझ्यापासून दुरावले. माझे वडील तर डोळ्यांत पाणीत आणून माझ्याकडे पाहत. त्यांनी तसं पाहिलं, की माझ्या जीवाचा संताप होत असे. मी त्यांना अद्वातद्वा बोलायचो. माझ्या या उद्धट वागण्यापायी त्यांनी माझ्या डोळ्यांदेखत प्राण सोडले. त्यांना पक्षाघाताचा झटका येऊन माझ्यासमोर ते जे खाली कोसळले ते कायमचेच. हे जग ते तेव्हाच सोडून गेले. पण माझी आई मला अजूनही साथ देतच होती; जमेल तसा पैसा पुरवत होती. तो पैसा ती कुठून आणि कसा उभा करायची, देव जाणे, बहुतेक जवळचं जे काही किडूकमिडूक होतं, ते हळूहळू एकेक करून ती विकत असावी.

अखेर या सर्व गोष्टी पोलिसांच्या कानावर गेल्या. मला अटक करण्यासाठी ते हजर झाले. परत माझ्या आईने कुठूनतरी पैसे उसने काढले, धडपड केली आणि मला त्यांच्या कचाट्यातून सोडवलं. ते निघून गेले. आईने परत मला उपचारांसाठी दाखल केलं. एकंदर असं अडतीस वेळा तिनं मला उपचारांसाठी भरती केलं पण प्रत्येक वेळी मी तेथून पळ काढत असे. अखेर माझ्या आईच्या सहनशक्तीचा सुद्धा अंत झाला. आता तिनं स्वत: जाऊन पोलिसांना पैसे दिले आणि मला अटक करून घेऊन जाण्याची विनंती केली. पोलिसांनी मला पकडून माझी रवानगी तुरुंगात केली. पण परत आईच्या हृदयाला पाझर फुटला व तिनं स्वत: जामीन भरून मला सोडवून आणलं. एव्हाना मी मादक द्रव्यांच्या पुरता आहारी गेलो होतो. मी बदलण्यास तयार नव्हतो. मी माझं मादक द्रव्यांचं सेवन तसंच चालू ठेवलं.

मी मुंबईला पळून आलो आणि सरकारी धान्याच्या दुकानातील वस्तू चोरून काळ्या बाजारात विकण्याच्या धंद्यात लागलो. दोन वर्षांनंतर मी पुन्हा दिल्लीला गेलो. तेथे पोलिस माझा तपासच करत होते. परत एकदा आईनं मला घरात घेतलं. पण आता माझं मादक द्रव्याचं व्यसन पुरवण्यासाठी आईकडे पैसे नव्हते.

त्यानंतर मी लोकांना लुबाडणाऱ्या भामट्यांच्या नादाला लागलो. त्यांची टोळीच होती. आम्ही निरागस वाटणाऱ्या लोकांशी गोड गोड बोलून त्यांना फशी पाडायचो व त्यांच्याजवळचे पैसे व चीजवस्तू लुबाडायचो.

हे असं काही दिवस चालू होतं. आता तर मी, माझे नातेवाईक, माझ्या विवाहित बहिणी व मेहुण्यांनासुद्धा लांडीलबाडी करून फसवायचो. मी कधीतरी सुधारेन अशा आशेनं आईनं माझं लग्न सुनिताशी करून दिलं. पण तसं घडायचं नव्हतं. माझी ही असली स्थिती पाहून सुनिताला सुद्धा धक्का बसला. माझ्या या व्यसनाधीनतेपुढे तिनं आणि आईनं हात टेकले. कधी धमकावणं, तर कधी हुंदके आणि अश्रुपात.. असं माझं आयुष्य चालू होतं.

पण आता तर माझी शारीरिक स्थितीसुद्धा पुरती खालावली होती. माझ्या पहिल्या मुलीचा जन्म झाला. तिला पाहून माझ्यात किंचितशी सुधारणा झाली.

नवज्योती संस्थेत उपचारांसाठी जाण्यास मी तयार झालो. तेथील सल्लागारांनी व कर्मचाऱ्यांनी माझ्यावर अविश्रांत मेहनत घेऊन मला बरे केले. त्यांनी मान पाठ एक करून काम केलं, पण त्यांना त्यात यशही आलं. 'नवज्योती'च्या अथक परिश्रमांमुळेच आज गेली सात वर्षे मी व्यसनमुक्त जीवन जगत आहे.

पण या सगळ्याचे दुष्परिणाम झाल्याशिवाय कसे राहतील? माझी दशा पाहून माझ्या आईने दु:खाने प्राण सोडले. तिच्याबरोबर माझ्या डोक्यावरचं छप्परसुद्धा गेलं. माझ्या भावांनी मला व माझ्या मुलांना व बायकोला घराबाहेर काढलं. परंतु आता ह्या वेळेपर्यंत मी पुरेसा व्यसनमुक्त झालो असल्याने मला माझं विस्कटलेलं आयुष्य पुन्हा नव्याने उभं करता आले. परत याही वेळी 'नवज्योती'च माझ्या पाठीशी उभी राहिली. स्वानुभवातून 'शिकून' शहाणे झालेले, तावून सुलाखून निघालेले माझ्यासारखे लोक, सल्लागार म्हणून नवज्योतीला हवेच असतात. मादक द्रव्यांच्या आहारी गेलेल्या युवकांच्या आयुष्याची कशी धूळधाण उडते याचा प्रत्यक्ष अनुभव माझ्या गाठीशी आहे. एक तरुण आयुष्य या व्यसनाधीनतेच्या गर्तेत जाऊन कसे खोलवर रुतते ते मी स्वत: अनुभवलेलं आहे. मी तर अक्षरश: नरक भोगलाय, पण सुदैवानं मी त्यातून कसातरी वाचलो आहे.

आता मी गेली काही वर्षे व्यसनमुक्त आहे. मी किशोरवयीन, पौगंडावस्थेच्या उंबरठ्यावर उभ्या असणाऱ्या शेकडो युवकांशी सुसंवाद साधतो आणि त्यांना व्यसनांपासून दूर राहण्यास शिकवतो. ते त्यांच्या नशिबी येऊ नये म्हणूनच माझी ही सगळी धडपड चालू आहे. यातूनच समाजऋण फेडण्याचा अल्पस्वल्प प्रयत्न मी करत आहे.

कुठं चुकलं?

- मुले पौगंडावस्थेत असताना त्यांचे पाऊल वाकडे पडू शकते. अशा वेळी पालक जर दक्ष असतील, शिस्तप्रिय असतील तर ते आपल्या मुलांना बहकण्यापासून वेळीच वाचवतात. पण त्यांनी जर मुलांकडे दुर्लक्ष केलं, तर त्याचे परिणाम फार वाईट, दु:खद होतात.

- शाळेतील शिक्षकांनी अशा बहकलेल्या मुलांविषयी थोडी जरी आत्मियता दाखवली, तरी ते अशा मुलांना वेळीच वाचवू शकतात.

- पोलिसांनी जर कर्तव्यदक्षता दाखवली, वेळच्या वेळी आपापल्या परिसरात गस्त घालून सावधगिरी बाळगली तर समाजातील कित्येक गैरप्रकार उघडकीस येऊ शकतात.

दारूने केला बुद्धिमंताचा विनाश

माझं नाव शारदा. मी विधवा असून मला दहा मुले आहेत. माझ्या स्वतःच्या आयुष्याची, तसंच माझ्या कुटुंबियांची जबाबदारी माझ्यावर आहे. माझा मुलगा गुन्हेगारीच्या मार्गावर आहे हे मला माहीत होतं. पण ती गोष्ट टाळण्यासाठी मी काहीही करू शकले नाही. परिस्थितीच अशी होती. माझं माझ्या मुलांवर अपार प्रेम होतं. कितीही झालं तरी सर्वात प्रथम मी एक आई होते.

मी एका सनातनी कुटुंबातील सर्वात मोठी मुलगी. मला आठवीपर्यंतचं शिक्षण घेणं शक्य झालं. माझी आई दाईचं काम करत असे. मला नर्स बनवण्याचा तिचा विचार होता, पण माझं सतराव्या वर्षीच ओमप्रकाशशी लग्न झालं. तो एका विख्यात शहनाईवादकांच्या घराण्यात जन्मला होता. त्यांच्या घराण्याची मोठी परंपरा होती. त्यांच्या आजोबांनी सुरू केलेल्या परंपरेचं तोही पालन करत असे व गणतंत्र दिवशी नवी दिल्ली येथे निघालेल्या मिरवणुकीत शहनाई वाजवत असे. आमचा १२ वर्षांचा मुलगा विकास आज अशा प्रकारच्या परेडमध्ये सहभागी होत असलेला पाहण्यासाठी आज माझा नवरा हयात नाही. खरं सांगायचं तर आमच्या या मुलाला शहनाई वाजवण्याची कला माझ्या नवऱ्यानं कधीच शिकवली नाही. माझ्या मुलांनी स्वतःच आमच्या कुटुंबाची परंपरा शिकून घेण्याचा ध्यास घेतला. नियतीचीच तशी इच्छा असावी.

माझा पती एक श्रेष्ठ दर्जाचा शहनाईवादक होता. दिल्लीत अत्यंत सुरक्षित वातावरणात आम्ही शांततापूर्ण जीवन जगत होतो. तेव्हा मला तीन मुलं होती. दोन मुलगे व एक मुलगी. माझ्या तिसऱ्या अपत्याचा जन्म झाला तेव्हा माझी आई मला भेटायला आमच्या घरी आली. 'आता तुमचा संसार परिपूर्ण आहे तरी तू संतती नियमनाचे ऑपरेशन करून घे,' असा सल्ला तिने मला त्यावेळी दिला. परंतु माझ्या सासरच्या माणसांचे विचार वेगळे होते. त्यांनी या गोष्टीस कडाडून विरोध केला. 'तुम्ही आमच्या भानगडीत पडू नका.' असं त्यांनी माझ्या आईस ठणकावलं व तिला घराबाहेर काढलं.

माझ्या नवऱ्याला मॉरिशसच्या एका कार्यक्रमात शहनाईवादकाची संधी मिळाली. हा खरोखरच फार मोठा सन्मान होता. तो मॉरिशसला गेला आणि येताना असंख्य मानचिन्हे व पैसा घेऊन परत आला. सोबत आमचं दुर्दैवही घेऊन आला. मॉरिशसच्या त्या मुक्कामात त्याला दारूचं व्यसन जडलं होतं. आम्ही कितीदातरी हस्तक्षेप करून पाहिला, पण त्यानं आमचं काही एक ऐकलं नाही. हळूहळू बघता बघता तो या व्यसनाच्या पूर्णपणे आहारी गेला. आमच्या अध:पतनाची सुरूवात झाली ती इथेच. थोड्याच दिवसात आम्ही रस्त्यावर आलो.

त्यातच त्याला वाईट संगत जडली. तो सतत घराबाहेर राहू लागला. त्याला शहनाईवादनासाठी बाहेर गावची निमंत्रणे येत. त्यामुळे दिवसा तो त्यात व्यस्त राही. पण रात्री मात्र तो दारू पिण्यात घालवत असे.

माझ्या कुटुंबाचा प्रसार वाढला. घरातील खाणारी तोंडे वाढली. घरची चूल पेटती ठेवण्यासाठी नवऱ्याकडून मदत शून्य असे. माझी सासू म्हातारी होती. तिला सहा मुली होत्या, तसेच माझा नवरा वगळता आणखी दोन मुलगे होते. ही सर्व माणसे माझ्याजवळच राहत होती. मी कोणत्याही कारणाने तोंडातून 'ब्र' जरी काढला तरी माझा नवरा मला मारहाण करत असे. माझ्या मुलांच्या पोटात घास घालण्यासाठी मी हार बनवून घाऊक बाजारात विक्रीसाठी ठेवू लागले. त्यातून जे काही चार पैसे हाती येत त्यातूनच मी माझी दहा मुले व घरातील इतर लोकांच्या पोटाला घालू शकत होते. एवढ्यानं भागलं नाही-माझ्या नवऱ्याला माझं कामासाठी बाहेर पडणं रुचेना. कधीही मी चेहरा पदराने पूर्णपणे झाकल्याशिवाय घराबाहेर पडलेच किंवा कामाच्या निमित्ताने एखाद्या सार्वजनिक ठिकाणी वावरताना दिसले, तर तो मला तिथेच चारचौघांच्या समोर मारहाण करायचा. पुढे तर त्याने माझ्या चारित्र्याचासुद्धा संशय घेण्यास सुरूवात केली. हे सारं फार यातनामय होतं. तरीसुद्धा मी सर्व काही सहन करत होते. हेही दिवस पालटतील, असा विचार मी मनाशी करत होते. पण तसं घडायचं नव्हतं.

आम्ही ज्या घरी राहत होतो, ते फार जुनं होतं. एक दिवस रात्रीच्या वेळी अचानक ते कोसळलं. नशिबानं त्या वेळी माझ्या मुलीला झोपेतून जाग आली होती. त्यामुळे तिनं वेळीच आम्हा सर्वांना जागं केलं, आम्ही बाहेर पळत आलो व आमचा जीव वाचला.

आम्हाला जवळच्या एका भग्न घरात आसरा घ्यावा लागला. तत्पूर्वी लोकांनी त्याचा उपयोग एखाद्या कचरा पेटीसारखा करण्यास सुरूवात केली होती. त्या ठिकाणी राहणं म्हणजे अक्षरश: नरकात राहण्यासारखं होतं. माझ्या नवऱ्याला त्याची काहीही फिकीर नव्हती.

परिस्थिती सुधारण्याचं काहीसुद्धा लक्षण नव्हतं. अशातच माझ्या मुलीची

प्रकृती बिघडली, चिंताजनक झाली व पुढे त्याचं निदान मेनिंजायटिस असं करण्यात आलं. आता काय करावं ते मला काही सुचेना. इलाजासाठी तिला आठ महिने हॉस्पिटलात ठेवावं लागलं. ती त्यातून बरी झाली असली तरी तिच्या संवेदना पुरत्या गेल्या. या आठ महिन्यात मला तिच्या सोबत बराच काळ हॉस्पिटलात घालवावा लागायचा. घाईघाईनं स्वयंपाकपाणी आवरून हॉस्पिटलात येऊन तेथील वॉर्डात बसून मी गजरे गुंफण्याचं काम उरकत असे. त्यानंतर होलसेल बाजारपेठेत जाऊन ते गजरे खपवण्याची माझी धडपड चालायची. या सर्व काळात माझा नवरा केवळ एकदा किंवा दोनदाच हॉस्पिटलात आला. या सर्व गोष्टींचे जे काही दुष्परिणाम व्हायचे ते झालेच. माझा मुलगा विनोद चांगल्या मार्गाला लागावा म्हणून मी जी काही धडपड केली होती, ती सर्व निष्फळ ठरली. वयाच्या अवघ्या चौदाव्या वर्षी त्याला खुनाच्या आरोपाखाली अटक झाली. त्या काळात त्याच्याकडे लक्ष ठेवण्यासाठी मी जर घरात राहू शकले असते, तर मला वाटतं, हे असं घडलं नसतं.

विनोद भावनिकदृष्ट्या माझ्या खूपच जवळ होता. बाकीची मुलेही होतीच. पण विनोदला आपल्या वडिलांचं बेताल वागणं अजिबात सहन होत नसे व याच कारणाने त्याचं व माझ्या नवऱ्याचं पटत नसे. 'विनोदला शहनाईवादनाची कला शिकवा' असं मी माझ्या नवऱ्याला अनेकदा विनवून सांगितलं, पण तो मात्र विनोदचा रागराग करत असे. 'आपल्या मुलांपैकी एकाचीही शहनाई वाजवण्याची लायकी नाही' असं तो म्हणत असे. त्यावर मी जर काहीही बोलण्याचा प्रयत्न केला, तर उलटा मलाच मार खावा लागायचा. या सर्व काळात विनोदच्या अंतर्यामी अंगार पेटलेला असावा, असंच मला आता वाटतं. आपल्या वडिलांच्या अशा वागण्यामुळे त्याला असहाय्य वाटत राही. त्यातूनच त्याला वाईट संगत लागली आणि तो संकटात सापडला. त्याला ज्या गुन्ह्यासाठी अटक करण्यात आली होती, तो गुन्हा मात्र त्याने खरोखरच केला नव्हता. त्याने स्वतःच ती गोष्ट मला सांगितली. साऱ्या जगाचं काही का म्हणणं असेना, पण माझा माझ्या विनोदवर विश्वास आहे. त्यावेळी त्या विशिष्ट गुन्ह्यातून विनोदची निर्दोष सुटका झाली, पण आज मात्र त्याला एका महाभयंकर गुन्ह्यासाठी दोषी ठरवण्यात आलं आहे. त्याला मोठी शिक्षासुद्धा ठोठावण्यात आली आहे. त्या गुन्ह्यात आपला हात असल्याचं त्यानं माझ्यापाशी कबूलसुद्धा केलं आहे. अर्थात त्यानं हेही मला सांगितलं, 'माझ्या वडिलांचं प्रेम परत मिळवण्यासाठीच मी हे केलं. माझे वडील दारूडे असल्याबद्दल समाज माझी हेटाळणी करत होता. माझी आई अन्नपाणी मिळवण्यासाठी दारोदारी भटकते आहे या गोष्टीची लोक निर्दयपणे चेष्टा करत होते. या सर्वांना अद्दल घडवण्यासाठीच मी हे केलं.'

मी त्याला कधीही उपदेश करण्यासाठी चार शब्द सांगू लागले, की तो म्हणायचा, 'मी आता या मार्गावरून खूप पुढे जाऊन पोचलो आहे. आता मागे वळणं अशक्य आहे.' त्याचं वर्तन सुधारावं म्हणून मी त्याचं लग्नसुद्धा करून दिलं. पण त्याचाही काहीही उपयोग झाला नाही.

विनोदला एक मुलगाही आहे. तो एका निवासी शाळेत शिक्षण घेत आहे. इंडिया व्हिजन फौंडेशन या सामाजिक संस्थेने त्याच्या शिक्षणाची सोय केली आहे. नवज्योती या आणखी एका सेवाभावी संस्थेने माझं विस्कटलेलं आयुष्य सावरण्यासाठी मदत केली आहे. त्यांच्या सल्लागारांनी माझ्या संपूर्ण कुटुंबासाठी मदत केली आहे. त्यांच्या सल्लागारांनी माझ्या संपूर्ण कुटुंबासाठी फार मेहनत घेतली. माझ्या नवऱ्याला सुधारण्यासाठीही त्यांनी फार प्रयत्न केले. एवढंच नव्हे तर त्यांनी मला समाजात सन्मानानं जगण्याची संधी प्राप्त करून दिली.

ज्या दिवशी मला माझं हरवलेलं सुख परत मिळालं, त्या दिवशी मी खूप रडले. मी विनोदला भेटायला जेलमध्ये गेले होते. तेथून मी परत येत असताना माझ्या दुसऱ्या मुलाच्या-म्हणजे अजयच्या-वयाचा एक मुलगा मला भेटला. तो डोक्याने अर्धवट होता. लोक त्याच्याकडे बघून हसत होते. ते पाहून माझ्या पोटात तुटलं. 'माझ्याही मुलाची अशीच गत झाली तर?' असा विचार मनात येऊन मला रडू कोसळलं. मी तशीच कशीबशी घरी पोचले, तेव्हा माझे डोळे रडून रडून लाल झाले होते. ते पाहून माझ्या नवऱ्याने विचारले, 'काय झालं?' त्याच्या मनात असा विचार येणं ही खरोखर देवाचीच कृपा म्हणायची. माझ्या नवऱ्याने नंतर माझ्याजवळ क्षमायाचना केली. आता आपण नक्की सुधारणार, असा त्याने निश्चय केला. त्याने माझ्या मुलांना शिकवण्यास सुरूवात केली. अजूनही त्याची दारू पिण्याची सवय पूर्णपणे गेली नव्हती. पण पिण्याचं प्रमाण मात्र खूपच कमी झालं होतं. तरीही एव्हाना दारूनं आतून सगळं शरीर पोखरून निघालं होतं. दोन वर्षांपूर्वी त्याचा मृत्यू झाला. संसाराच्या जबाबदारीचं सगळं ओझं माझ्या एकटीच्या खांद्यावर टाकून तो निघून गेला. पण माझा मुलगा विकास मात्र वडिलांकडून जे काही थोडंफार शिकला, त्याचा उपयोग आज करतोय. त्याच्या व इतर मुलांच्या रूपानं मला जीवनसंगीत मिळालंय. माझ्या आयुष्याचा आता तोच आधार आहे.

कुठं चुकलं?

- दारू हा शाप असून ती दारू पिणाऱ्या माणसाला तर खतम करतेच, पण तत्पूर्वी त्याच्या कुटुंबियांना आयुष्यातून उठवते.

- समाजातील अशा व्यसनाधीनतेमुळे सर्वात जास्त छळ होतो तो स्त्रिया व मुलांचा.

- घरातून होणारा छळ स्त्रिया मुकाट्यानं सहन करतात व त्याचमुळे त्यांचा छळ करणारे अधिकच निडर बनतात.

- स्वत:ची गर्भधारणा होऊ द्यायची की नाही हे ठरवण्याचा हक्क व स्वत:चे कुटुंब मर्यादित ठेवण्याचे स्वातंत्र्य हे स्त्रियांना केवळ शिक्षणाच्याच माध्यमातून प्राप्त होऊ शकते, नुसत्या साक्षरतेने नव्हे.

भामटेगिरीत आपण साथीदार

माझं नाव मेरी. मी पंचेचाळीस वर्षांची आहे. चेन्नईच्या एका मध्यमवर्गीय कुटुंबात माझा जन्म झाला. माझे वडील शेतकरी होते व आई गृहिणी. चार बहिणी आणि दोन भावांमधली मी सर्वात धाकटी. माझ्या वडिलांच्या धाकट्या बहिणीला, म्हणजे माझ्या आत्येला मूलबाळ नव्हतं. मी पाच वर्षांची असताना तिने मला दत्तक घेण्याची इच्छा प्रदर्शित केली. माझ्या वडिलांनी ती मान्य केली व मी सोनपत येथे आले. तेथे आल्यावर मला पूर्णपणे वेगळ्याच संस्कृतीचं दर्शन घडलं. त्यासाठी माझ्या मनाची तेव्हा पूर्ण तयारी झालेली नव्हती.

आश्चर्याची गोष्ट अशी की मला वसतीगृहात ठेवण्यात आलं. अर्थात झालं ते एका अर्थी चांगलंच म्हणायचं. माझ्या आत्यानं मला कधीच नीट वागवलं नाही. शाळेला सुटी पडली की मी घरी येई. त्यावेळी ती मला स्वत:च्या मैत्रिणींच्या शेतात कामासाठी पाठवी. पुढे तर मला असंही समजलं की माझ्या शालेय शिक्षणाचा आणि वसतीगृहाचा सर्व खर्च माझे वडील करत असत.

ज्या वयात माणसाला खऱ्या प्रेमाची व मायेची गरज भासते, त्याच वयात मी मायेला, वात्सल्याला पारखी झाले. मनाच्या त्या दोलायमान अवस्थेत कशीबशी मी अकरावीची परीक्षा उत्तीर्ण झाले. पुढील शिक्षणाचा खर्च उचलणं माझ्या वडिलांना झेपत नव्हतं, त्यामुळे माझं शिक्षण तिथेच थांबलं. मी चिंतेत पडले. माझ्या डोळ्यासमोर माझ्या शिक्षणाचा विचार नव्हता, तर उरलेलं आयुष्य या आत्याच्या सोबत कसं काढायचं, ही चिंता मला भेडसावीत होती. काही दिवसात माझं व्हिक्टरशी लग्न झालं. व्हिक्टर माझ्यापेक्षा अकरा वर्षांनी मोठा होता. दिल्ली बस स्थानकापाशी विडी-सिगारेट विकण्याचा त्याचा छोटासा ठेला होता. व्हिक्टरने लग्नानंतर माझ्या आत्याच्या घरी येऊन मुक्काम ठोकला. पण आत्यानं तीन दिवसांनंतर त्याला घराबाहेर काढलं. मग आम्ही दिल्लीत त्याच्या एका मित्राच्या घरी राहायला गेलो. तिथे आम्ही वर्षभर राहिलो. अखेर कशीबशी दिल्लीच्याच एका झोपडपट्टीत आमची राहण्याची सोय

झाली. माझ्या वैवाहिक जीवनाची सुरुवातच मुळी दु:खाने झाली. व्हिक्टर मला रोज शिवीगाळ करे, मारहाण करे. माझ्याशी लग्न करण्यापूर्वी त्याने माझ्या आत्याला त्याबद्दल भरपूर पैसे मोजले होते, ही गोष्ट तो मला वारंवार बोलून दाखवत असे. खरं तर हे सगळं सांभाळणं आता दिवसेंदिवस अत्यंत कठीण होत चाललं होतं. डोळ्यात पाणी आणून मी एकेक दिवस कंठत होते.

अशी तीन वर्षे लोटली. व्हिक्टरने आता घरखर्चासाठी पैसे देणं बंदच करून टाकलं होतं. त्याला जो काही पगार मिळे तो सगळाच्या सगळा तो दारूवरच खर्च करून टाकत असे. आयुष्य फार कठीण होऊन बसलं होतं. व्हिक्टरला व माझ्या दोन मुलांना पोसण्याची जबाबदारी आता पूर्णपणे माझ्यावरच येऊन पडली होती. अखेर एक दिवस आमच्यावर उपाशी मरण्याची वेळ आली, तेव्हा मी कामाच्या शोधात बाहेर पडले. जवळपासच्या काही स्त्रिया निसार नामक दुकानदाराकडे कामाला जात असत. मी पण काम मिळवण्यासाठी त्याच्यापाशी गेले. तो दयाळू होता. त्याने त्याच्या जवळचा माल माझ्याजवळ दिला व तो प्लॅस्टिकच्या बाटल्यांमध्ये भरून विकण्यास मला सांगितला. सुरूवातीला एकदम बराच माल त्याने मला उधारीत दिला. प्रत्येक बाटली पंधरा रुपयांना विकून त्यातील नऊ रुपये निसारला व उरलेली रक्कम मला असा सौदा ठरला. हा सौदा मला फारच फायदेशीर वाटला. मी इतर स्त्रियांप्रमाणेच निसारकडे विक्रेती म्हणून कामाला लागले.

मी नक्की काय करत होते याची मला नीटशी जाणीव होण्यापूर्वीच मी मादक द्रव्ये विकण्याच्या धंद्यात पूर्णपणे गुंतले होते. तरुण विद्यार्थ्यांना आणि शाळेतील मुलांना मी अमली पदार्थ पुरवत होते. ही मुले खरेदीसाठी आमच्या झोपडपट्टीत येत. विशेष म्हणजे मी व माझ्यासारख्या अनेक स्त्रिया अमली पदार्थांच्या विक्रीसाठी भर रस्त्यावर उभ्या राहत असू. आपण सरळसरळ पोलिस चौकीच्या समोर उभे राहून मादक द्रव्यांची विक्री करत होतो, या नुसत्या कल्पनेने सुद्धा अंगाला कापरं भरतं, जिवाचा थरकाप होतो. पण गंमत म्हणजे पोलिसांनी कधीही आम्हाला पकडलं नाही. नंतर समजलं, की निसारनंच त्यांचे हात ओले केले होते व त्यामुळे ते डोळ्यावर कातडं ओढून बसले होते.

अशा प्रकारे मला मात्र आता भरपूर पैसे मिळू लागले. दररोज किमान हजार बाटल्या विकल्या जात. अशी दोन वर्षे लोटली. आता मला आणखी दोन मुले झाली होती. पण त्यांच्या खर्चाची चिंता आता मला नव्हती. मी पुरेसं मिळवत होते. व्हिक्टर अजूनही माझा छळ करतच होता. पण आता मला त्या गोष्टीचा म्हणावा तेवढा त्रास होत नव्हता. त्याला रोज हवी तेवढी दारू पुरवून मी त्याचं तोंड बंद ठेवलं होतं.

अचानकपणे आयुष्यातील सुख संपुष्टात आलं. ज्या पोलिसांनी एवढे दिवस आम्हाला सांभाळून घेतलं, तेच पोलिस आता हात धुवून आमच्या मागे लागले.

आमच्या जिल्ह्याच्या पोलिस प्रमुखांची बदली होऊन तेथे ज्या नवीन पोलिस प्रमुख (डेप्युटी कमिशनर ऑफ पुलिस) रूजू झाल्या होत्या, त्या अत्यंत कडक शिस्तीच्या होत्या. आम्हाला आमचे सर्व धंदे ताबडतोब बंद करावे लागले. आम्ही आमची मिळकत सुरक्षित ठिकाणी दडपून ठेवली. आपल्याला अटक होणार अशी आम्हाला सारखी भीती वाटत होती. मी अनेक दिवस पोलिसांना चकवा दिला. पण एक दिवस अखेर त्यांनी मला पकडून पोलिस चौकीत नेले.

पोलिस चौकीत नेल्यावर माझी कसून झडती घेण्यात आली. पण माझ्यापाशी काहीच सापडलं नाही. लवकरच एक गोष्ट माझ्या लक्षात आली. माझी चौकशी करणाऱ्या त्या माणसाला फक्त माझ्याजवळचे पैसे लुबाडण्यात रस होता. त्याने माझ्याकडे एक लाख रुपयांची मागणी केली. मी त्याला मान्यता दिलीसुद्धा असती, पण मग मनात विचार आला-एकदा आपण ह्याची मागणी मान्य केल्यावर हा आपल्याला सोडेलच असं कशावरून? त्यानंतर एका कॉन्स्टेबलनं कुठून तरी पाच ग्रॅम हेरॉईन पैदा करून आणलं. ते माझ्याजवळ सापडलं असल्याचा पुरावा तयार करायचा, असा त्यांचा डाव होता. एकदा मी त्यांना लाच देण्यास नकार दिला म्हटल्यावर त्यांनी अखेर तेच केलं. दुसऱ्या दिवशी सकाळी मला कोर्टासमोर उभं करण्यात आलं. त्यानंतर माझी रवानगी जेलमध्ये झाली.

केवळ तीनच दिवसांनी माझी तेथून जामिनावर सुटका झाली. पोलिसांना साक्षीदार उभा करता न आल्यामुळेच माझी सुटका झाली असावी. माझी सुटका होताच आमच्या विभागातील एका वरिष्ठ अधिकाऱ्याने मला बोलावून घेतलं व डेप्युटी कमिशनर ऑफ पुलिस मॅडमकडे नेलं. त्या मॅडम फार कनवाळू होत्या. त्यांनी माझी चौकशी करताच माझा बांध फुटला व मी रडत रडत माझ्या जीवनाची कहाणी त्यांना ऐकवली. त्यांनी माझं सर्व बोलणं शांतपणे ऐकून घेतलं व त्यानंतर सुधारण्यासाठी एक संधी देण्याची तयारी दर्शवली. काहीही झालं तरी ही संधी आता हातची घालवायची नाही, असं मी ठरवलं होतं. परत मादक द्रव्यांची विक्री करून समाजाचा रोष ओढवून घेण्याची माझी तयारी नव्हती. आमच्या शेजारपाजाऱ्यांनी तर गुन्हेगारीचा शिक्का माझ्यावर मारलेलाच होता. मी तुरुंगात असताना माझ्या सर्वच्या सर्व साठवलेल्या पैशांवर डल्ला मारून व्हिक्टरने जो पळ काढला होता तो पुन्हा कधीच परतून आला नाही. निसारलाही पोलिसांनी पकडून तुरुंगात टाकलं.

पोलिसांनी निसारच्या दुकानाची जागा जप्त केली व त्या जागेत महिलांसाठी एक शिवणकला केंद्र उघडलं. आम्ही मादक द्रव्ये विकणाऱ्या एकूण पंचवीस जणी त्या केंद्रात शिवणकाम शिकण्यासाठी जाऊ लागलो. आता आपलं लवकरच पुनर्वसन होणार अशी आशा आमच्या मनात निर्माण झाली. अजूनही त्या पोलिस अधिकारी मॅडमचं मात्र समाधान झालेलं नव्हतं. त्यांनी आम्हाला बोलावून घेतलं

आणि झोपडपट्टीतील मुलांसाठी शाळा सुरू करण्यास सांगितलं. त्याबद्दल मला मानधन देण्यात यावं अशी त्यांनी शिफारस केली. पुढे त्यांनीच दिल्ली पोलिस फौंडेशनची स्थापना केली. या फौंडेशनतर्फे आजही झोपडपट्टीतील बालकांच्या शिक्षणाची सोय केली जाते. त्यांचा झोपडपट्टीत शाळा चालवण्याचा जो उपक्रम आहे, त्या उपक्रमांतर्गत शिक्षिका म्हणून माझी निवड झालेली आहे. जी मुले इकडे-तिकडे रिकामपणी फिरून वेळ व्यर्थ दडवत असतात किंवा मोलमजुरीची कामे करतात, अथवा गुन्हेगारी जगतात प्रवेश करण्यासाठी आतुर असतात अशा मुलांना गोळा करून त्यांना शाळा शिकवण्याचं काम आम्ही करतो.

मी जेव्हापासून मादक द्रव्यांची विक्री करणं बंद केलं व या दुर्दैवी मुलांच्या शिक्षणाची जबाबदारी उचलली तेव्हापासून माझं आयुष्यच पूर्णपणे बदलून गेलं. ज्या समाजाने पूर्वी गुन्हेगार म्हणून माझी हेटाळणी केली होती, त्याच समाजात आता मला मानाचं स्थान प्राप्त झालं आहे. माझ्या चार मुलांबरोबर मी आता सुखासमाधानाचं आयुष्य जगत आहे. इतरही अनेक लोकांसाठी माझं आयुष्य हे एक उदाहरण बनलेलं आहे. मी आता केवळ माझ्या स्वत:चीच मदत करत नाही तर मी इतरांनासुद्धा मदत करते आहे, याचं मला समाधान वाटतं.

कुठं चुकलं?

- जेव्हा मुलांना आईवडिलांच्या प्रेमाची सर्वाधिक गरज असते, तेव्हा आईवडिलांनी त्यांना पुरेशा प्रमाणात प्रेम दिलं पाहिजे. मुलांच्या आयुष्याचा आधारस्तंभ म्हणजे आईवडील.

- अल्कोहोल हे सदासर्वकाळ निषिद्धच मानायला हवं. कष्ट करून, मेहनतीने मिळवलेल्या पैशांमधून कुटुंबियांचा व घरादाराचा खर्च चालवणे अपेक्षित असते, पण प्रत्यक्षात मात्र हा पैसा दारूपायी खर्च होताना दिसतो.

- मादक द्रव्याची विक्री करणाऱ्यांना पुष्कळ पैसा मिळतो. त्या व्यसनाच्या आहारी गेलेल्या लोकांची ते मादक द्रव्य रोजच्या रोज मिळवण्यासाठी सतत धडपड चालू असते. त्यासाठी कितीही पैसा खर्च करावा लागला तरी तो करण्याची त्यांच्या मनाची तयारी असते.

- अशा व्यसनाधीनतेला आळा घालण्याची ताकद खरं तर पोलिसांकडे असते, पण दुर्दैवाने ते या कामाला प्राधान्य देताना दिसत नाहीत.

मादक द्रव्ये आणि दारूच्या गर्तेत

माझं नाव दीपक. पण मी माझ्या नावाला कधीही जागलो नाही. माझ्या कुटुंबियांच्या आयुष्यात तर आता केवळ अंध:कार पसरलेला आहे. मी बेचाळीस वर्षांचा आहे. मला पाच मुले आहेत-दोन मुलगे आणि तीन मुली. माझे वडील फार गरीब कुटुंबातले होते. ते गवंडीकाम करत; परंतु त्यांना कायमस्वरूपी काम नसल्यामुळे नियमित उत्पन्न नव्हतं.

मी माझ्या वडिलांचा सर्वात मोठा मुलगा. मला तीन बहिणी आणि चार भाऊ आहेत. आमच्या घरचं वातावरण शिक्षणाला अजिबात पोषक नव्हतं, त्यामुळे आमच्यापैकी कोणीच व्यवस्थित शिक्षण घेतलं नाही. मी अनेकदा शाळेत जायचो, हजेरी लावायचो आणि नंतर मित्रांबरोबर खुशाल पळून जायचो. माझ्या आई-वडिलांना या गोष्टीचा पत्ताच नसायचा. आमच्या शिक्षकांना तर कसलीच फिकीर नव्हती.

शिक्षण नाही, तशात घरची गरिबी. त्यातूनच मी बालकामगार बनलो. वयाच्या अवघ्या बाराव्या वर्षी मी माझ्या वडिलांच्या सोबत कामाला जाऊ लागलो. पुरेसा पैसा मिळत नव्हता. आयुष्य असंच चाललं होतं. पुढे मी निराळ्या धंद्यात पडण्याचं ठरवलं.

वयाच्या पंधराव्या वर्षी मी ब्रीफकेसची हँडल्स बनवण्याच्या कारखान्यात नोकरीला लागलो. मी पहिली सिगारेट कधी ओढली ते काही नीटसं आठवत नाही. पण ते आता रोजचंच होऊन गेलं. घर सोडून फार लहान वयात पैसा मिळवण्यासाठी बाहेर पडल्याचा दुष्परिणाम म्हणून मला फार वाईट संगत लागली. दु:खाची गोष्ट अशी की, मला त्या गोष्टीची जाणीव फार उशिरा झाली. मित्रांच्या संगतीने मी दारू पिण्यासही सुरूवात केली. दारूच्या धुंदीत आमची खडाजंगी होई. त्यातूनच मी वेगवेगळ्या भांडणतंट्यात गुंतू लागलो. मुळातच माझा स्वभाव तापट होता. त्यामुळे मी अनेकदा लफड्यात गुंतून अडचणीत येत असे. माझे कुटुंबीय मला समजावण्याचा, सावरण्याचा अनेकदा प्रयत्न करीत, पण त्याचा काहीही उपयोग झाला नाही.

माझ्या आईचं माझ्यावर खूप प्रेम होतं. पण एक दिवस एका क्षुल्लक

कारणावरून ती मला खूप रागावली. मला तिचा इतका राग आला की, मी आमच्या घराजवळच्या एका अड्ड्यामध्ये जाऊन मादक द्रव्ये विकत आणली आणि माझ्या आईसमोर मुद्दामच सिगारेट ओढण्यास सुरूवात केली. मला तो पुरुषार्थ वाटला. पण बिचारी आई! तिच्या डोळ्यासमोर तिच्या स्वप्नांचा, आशेचा चक्काचूर झाला. काही दिवसांच्या अवधीत मी मादक द्रव्यांच्या पुरता आहारी गेलो.

माझ्या सवयी बदलत नव्हत्या. माझ्या कामात नियमितपणा नव्हता. पण माझ्याजवळ एक ईश्वरी देणगी होती, ती म्हणजे माझ्या हातात उपजतच असलेले निर्मितीचे कौशल्य. इतर कामगारांपेक्षा माझं काम हे नेहमी सरस असे. त्यामुळेच मी जेव्हा जेव्हा काम करायचो, तेव्हा तेव्हा मला इतरांपेक्षा अधिक पैसे मिळत.

माझं वय वाढत चाललं होतं. मी लग्न करावं असा माझ्या कुटुंबियांचा आग्रह चालला होता. कारण मी सर्व भावंडांमध्ये मोठा होतो. मला अनेक मुली सांगून येत होत्या. माझ्या दारू पिण्याच्या सवयीविषयी सीमाच्या आईवडिलांना पूर्णपणे कल्पना होती. पण तरीसुद्धा त्यांनी तिचा विवाह माझ्याशी करून दिला. माझ्या आयुष्यातील एक आशेचा किरण म्हणजे माझी पत्नी सीमा होय. पण मी मात्र तिला केवढं दु:ख आणि वेदनाच दिल्या. दुसरं काहीच नाही. आज मी जिवंत आहे, तो केवळ तिच्याचमुळे. मी दारू पिणं, मादक द्रव्यांचं सेवन करणं सोडावं, म्हणून सीमानं माझ्या परोपरीनं विनवण्या केल्या. पण त्यात तिला यश यायचं नव्हतं.

मला जर ही व्यसने नसती तर मला माझ्या कुटुंबियांचा उदरनिर्वाह करण्यापुरते पैसे मिळत होते. मित्रांच्या संगतीने अखेर माझी नोकरी गेली आणि मी मादकद्रव्ये विकण्याच्या धंद्यात शिरलो. पोलिसांना या गोष्टीचा सुगावा लागला. त्यांनी मला जाच करण्यास सुरुवात केली. कधीकधी मी खरोखरच या व्यवहारात गुंतलेला असायचो, पण कधीकधी माझा अक्षरश: त्या भानगडीत काहीही हात नसायचा; आणि तरीही ते मला येऊन त्रास द्यायचे. त्यांची पैशांची मागणी दिवसेंदिवस वाढत चालली होती. त्यांचा ससेमिरा सुद्धा वाढत होता. अखेर त्या त्रासाला कंटाळून मी मादक द्रव्यांची विक्री करणं बंद केलं.

मी परत माझ्या मित्रांकडे आलो. आता त्यांनी माझी काही खिसेकापूंशी गाठ घालून दिली. त्यांच्या नादाने मी खिसेकापू बनण्याचा अयशस्वी प्रयत्न करून पाहिला, पण प्रत्येकवेळी मला अटक झाली. पोलिसांनी पकडून चौकीत नेल्यावर तेथे जी काही मारहाण होई, ती सहन करण्यापेक्षा हा धंदा नको, असं मी ठरवलं. मग मी दुसऱ्या उद्योगधंद्याच्या शोधात फिरू लागलो. मी रिक्षा चालवण्यास सुरवात केली. एकीकडे माझे पालथे धंदे चालूच होते - खिसे कापणे, मादक द्रव्ये विकणे, लोकांना सुऱ्याचा धाक दाखवून लुबाडणं नाहीतर सरळ भोसकणं. मला पोलिस दरवेळी कोठडीत टाकत तर कधी माझी रवानगी जेलमध्ये सुद्धा करत. दरवेळी मी जामिनावर माझी सुटका

करून घेई. प्रत्येकवेळी माझी आई माझ्या पाठीशी उभी राही व मला त्यातून सोडवे.

मादक द्रव्ये आणि एकांतवास यांच्या सोबतीने मी आयुष्य कंठत होतो. पोलिस काही सुखानं जगू देत नव्हते. काही ना काहीतरी निमित्त नाहीतर एखादा खटला उभा करत होते. मी एकंदर आठ वेळा जेलच्या वाऱ्या करून आलो होतो. पण १९९० साली जेव्हा मला मादक द्रव्यांच्या एका खटल्यात पकडून तुरुंगात टाकण्यात आलं, तेव्हाही मी तब्बल तीन वर्षे तिहार जेलमध्ये काढली.

जेलमधील आयुष्य तसं सुरळीत चाललं होतं. मला येथे अनेक दोस्त सुद्धा मिळाले होते. जेलमध्ये मादक द्रव्ये मुबलक प्रमाणात उपलब्ध होती, व त्यासाठी लागणारा पैसा पुरवण्यास माझी आई होतीच. माझ्या पत्नीच्या व मुलांच्या डोळ्यांमधील अश्रूंचा माझ्या मनावर काही म्हटल्या काही परिणाम होत नव्हता. सीमा घरी कामे आणून करी व कसंबसं माझ्या कुटुंबाचं पोट भरी. पण मी तुरुंगात असतानाच आई हे जग सोडून गेली आणि मी पुरता उद्‌ध्वस्त झालो.

जेलमधून सुटका झाल्यानंतर सुद्धा माझं मादक द्रव्यांचं सेवन आपलं चालूच होतं. मित्र, नातेवाईक जिथून मिळेल तिथून मी पैसे उसने घेऊन माझं व्यसन पुरवत होतो. अखेर एक एक करत सर्वजण माझ्यापासून दुरावले. माझे स्वतःचे कुटुंबीय सुद्धा मला परके झाले. माझ्या पत्नीनं मला पैसा पुरवणं बंद करून टाकलं. मी पूर्णतया एकाकी झालो. हताश, निराश झालो.

एक दिवस 'नारकॉटिक्स ॲनॉनिमस' या संस्थेतून एक समुपदेशक माझी भेट घेण्यासाठी आला. तो मला त्यांच्या एका मीटिंगला घेऊन गेला. तेथे व्यसनातून मुक्त झालेल्या कितीतरी व्यक्तींशी माझी गाठ झाली. हळूहळू मी त्या सर्वांच्यात मिळून मिसळून गेलो. मी रोज सायंकाळी तिथे जाऊ लागलो. व्यसनमुक्त होण्याची प्रबळ इच्छा मला होऊ लागली. त्यातूनच मी व्यसनमुक्ती व पुनर्वसन केंद्रात गेलो.

आता गेले दोन महिने मी पूर्णपणे व्यसनमुक्त आहे. 'नवज्योती' ही सेवाभावी संस्था माझी काळजी घेत आहे. ही संस्था माझ्यासारख्या अनेक व्यसनाधीन व्यक्तींना आसरा देते आणि नवीन आयुष्याची सुरुवात करून देते. मी नवज्योतीमध्ये स्वयंसेवक म्हणून काम करत आहे. आणि एका उज्ज्वल, सुखी भविष्याची स्वप्ने पाहत आहे.

कुठं चुकलं?

- गरिबी, अज्ञान, अशिक्षितपणा व वाईट संगत तसेच शालेय शिक्षणाची हेळसांड, पोलिसांची उदासीनता, तुरुंगाच्या व्यवस्थापनाचा भ्रष्टाचार या सर्वांचा एकत्रित परिणाम म्हणून दुःख व वेदना निर्माण होतात.

दारू पिणे ही कसली मर्दानगी?

माझं नाव प्रकाश. मी सत्तावीस वर्षांचा असून जवळच्या एका खेड्यातून आलो आहे. दोन भाऊ आणि दोन बहिणींमधला मी सर्वात मोठा. माझे वडील सैन्यातून निवृत्त झालेले होते. प्रेमळ आईच्या पंखाखाली आम्ही मुले अत्यंत सुखासमाधानानं आयुष्य जगत होतो. माझी कहाणी आजच्या तरूण मुलांनी जरूर ऐकण्यासारखी आहे. माझ्या वडिलांची अनेकदा वेगवेगळ्या दूरदूरच्या ठिकाणी बदली होत असे. मग त्यांच्या अनुपस्थितीत कुटुंबप्रमुखाची जबाबदारी मलाच उचलावी लागत असे. त्यातूनच माझं अध:पतन झालं.

आमच्या घरचा दुग्धव्यवसाय होता. आमच्याकडे पाचसहा म्हशी होत्या. त्यांची देखभाल माझी आई करीत असे. मी सर्वात मोठा त्यामुळे मी तिच्या डेअरीच्या कामात मदत करत असे. त्याचप्रमाणे मी घरकामात सुद्धा मदत करत असे. शाळेत मी एक बेताच्या वकुबाचा विद्यार्थी होतो. पुढे मी शाळेच्या उच्चमाध्यमिक वर्गात पदार्पण केलं. माझ्या वैयक्तिक आणि सामाजिक अध:पतनाला सुरुवात झाली ती येथेच. मी खेड्यातून आल्यामुळे माझी इतर काही माझ्याचसारख्या खेडवळ मुलांशी दोस्ती झाली होती. माझा जिवलग मित्र रमेश हा कुस्तीगीर होता व त्याच्या सहवासात मला फार आनंद होत असे. आम्ही दोघे कायम तंटाबखेडा करत असू. लोकांना मुद्दाम दुखावून त्यांच्याशी भांडण उकरून काढत असू. लोकांना मुद्दामच घाबरवायचं, एकंदर अवतीभवती दहशत निर्माण करायची अशा आमच्या उद्योगांमुळे आम्हाला आमच्या परिसरात 'हीरो'चं स्थान प्राप्त झालं. मग मी भोवतालचे लोक जणू काही माझे प्रजाजन आहेत, अशा थाटात त्यांच्याशी वागू लागलो. तसं करताना मला प्रचंड आनंद होत असे. ज्या लोकांचा मी पूर्वी छळ केला होता, तेच लोक आता माझा प्रत्येक शब्द झेलायला तयार होते. माझ्या अवतीभवती गोंडा घोळत होते. परीक्षेत सामुदायिक कॉपी करण्यासारखे उद्योग करत करत मी पुढच्या इयत्तेत जात होतो. माझे शिक्षक इतके उदासीन होते, की

त्यांनी कधीच पुढे होऊन मला माझ्या चुका दाखवून दिल्या नाहीत. मी बाहेर काय वाटेल ते उद्योग केले तरी धारा काढायच्या वेळी बरोबर घरी हजर होत असे, त्यामुळेच घरच्यांना माझ्या उद्योगांची काहीही कल्पना नव्हती.

मी सतरा वर्षांचा झालो होतो. लहानसहान धंदे करणाऱ्या लोकांमध्ये माझी उठबस होती. याच सुमाराला कुणीतरी मला पहिल्याप्रथम दारू पाजली. दारू पिणं हे पुरुषार्थाचं लक्षण आहे अशा समजुतीनं मीही ती प्यायली आणि त्यातून मिळणाऱ्या नशेची मला चटक लागली. हळूहळू मी नित्यनेमाने दारू पिऊ लागलो. घरातील वस्तू, वाणीसामान इ. च्या खरेदीसाठी आई मला जे काही पैसे द्यायची त्यातून उरलेली रक्कम खिशात घालून मी माझं व्यसन पुरवू लागलो. माझा मित्र रमेश याला माझं हे दारू पिणं बिल्कुल पसंत नव्हतं. या कारणामुळे तो मला दुरावला. पण मला मात्र त्याचं विशेष काही वाटलं नाही. मी एव्हाना कॉलेजात प्रवेश घेतला होता. माझे वडील निवृत्त झाले होते. त्यांना मिळणारं निवृत्तीवेतन बेताचंच होतं. याशिवाय दुधाच्या धंद्यातून थोडाफार पैसा मिळत होता. त्यात आमचं कसंबसं भागत होतं. मला आणखी पैसा हवा होता. मला लोकांपुढे भपका मिरवायचा असायचा. अशातच कोणीतरी मला चरसची सिगारेट ओढायला दिली. सुरुवातीला ओढल्यानंतर मला जडजड वाटलं, पण थोड्या वेळाने मनावरचा सर्व ताण नाहीसा होऊन हलकंफुलकं वाटू लागलं व ते मला आवडलं.

कॉलेजची फी भरण्यासाठी मी घरातून पैसे घेई व ते खिशात घालत असे. कॉलेजशिक्षणाला माझ्या दृष्टीनं काहीच महत्त्व नव्हतं. माझी कॉलेजातील हजेरी कमी भरली तरीसुद्धा माझ्यासारख्या गुंडाविरूद्ध ब्रसुद्धा काढण्याची कोणाची हिंमत नव्हती. त्यामुळेच परीक्षेला बसण्याची परवानगी सुद्धा मला मिळाली. माझं उद्दाम वर्तन माझ्या वडिलांच्या लक्षात आलं व त्यांनी नापसंती व्यक्त केली. पण त्यावेळी माझी आई मध्ये पडली व तिनंच त्यांना शांत केलं. माझे काका वाहतूक व्यवसायात होते. त्यांच्याशी अलिकडे माझी जवळीक वाढू लागली होती. मी वारंवार त्यांना भेटायला जात असे. मग मला त्यांच्या ट्रकमधून प्रवास करायला मिळे. वेगवेगळ्या तऱ्हेच्या ट्रक ड्रायव्हरांच्या संगतीत माझा वेळ मजेत जाई. ते मला अफू व दारू मुबलक प्रमाणात पुरवत. मी ड्रायव्हिंग शिकून घेतलं. यातून आपला उदरनिर्वाह उत्तमप्रकारे चालेल, अशी माझी समजूत होती. शिवाय मादक द्रव्ये व दारूचा पुरवठा चालू राहील, तसेच वडिलांच्या रागीट नजरेपासून दूर राहता येईल, हा हेतूही होताच.

मी एखादा व्यवसाय सुरू करून स्थिरस्थावर व्हावं, अशी माझ्या वडिलांची इच्छा होती. नेमकी त्याच वेळी दिल्ली पोलिसात भरती सुरू होती. मी तिथे अर्ज केला. शारीरिक तपासणीत उत्तीर्ण झाल्यावर आमची लेखी परीक्षा घेण्यात येणार

होती. परंतु ऐनवेळेस प्रश्नपत्रिका फुटल्याने आमची ती परीक्षाच रद्द झाली. ती परत घेण्यात येणार होती. परीक्षेची वाट पाहत मी दिवस घालवत होतो.

रिकामपणी काही उद्योग नसल्यामुळे मी मित्रांबरोबर जुगार खेळणं, मादक द्रव्यांचं सेवन करणं, दारू पिणं, सिनेमाला जाणं आणि टवाळक्या करणं, अशा गोष्टींमध्ये वेळ दवडू लागलो. मला काही श्रीमंत मित्र होते. ह्या सर्व गोष्टींसाठी लागणारा पैसा ते पुरवत. त्यांच्यासारखा आपल्याही हातात पैसा नसल्यामुळे मनाला नैराश्य यायचं. अधिक पैसा कमावण्यासाठी मी निराळेच उद्योग सुरू केले. मी लोकांची पडेल ती कामे करू लागलो. ती कामं पार पाडण्यासाठी कोणत्याही गैरमार्गाचा अवलंब करावा लागला तरी बेहत्तर, अशी माझी धारणा होती. माझ्या एका मित्राच्या गाडीचा ॲक्सिडेंट झाला होता व ती गाडी कोर्टात पुरावा म्हणून सादर करावी लागणार होती. तर मी चक्क बनावट कागदपत्रे तयार केली व वाहतूक विभागातील अनेकांचे हात ओले करून ती गाडी त्याला विकून सुद्धा दिली.

अशाच गैरमार्गांनी मी लोकांची रेशनकार्डे काढून देणे, ड्रायव्हिंग लायसेन्स काढून देणे अशी अनेक कामे करू लागलो. कोणतीही कामे करून देण्याविषयी माझी ख्याती पसरली. आपली कामे साध्य करून घेण्यासाठी गरज पडली तर कोणापुढे हात पसरण्यात सुद्धा मला काहीही कमीपणा वाटत नसे. त्याचप्रमाणे इतरही अनेक माणसे माझ्यापुढे हात जोडत असत.

पोलिस भरतीची परीक्षा अखेर घेण्यात आली. कसातरी घाबरतच मी त्या परीक्षेला बसलो. पण त्यातून पार पडलो. माझ्या आईवडिलांनी पैसे चारले असते, तर मला हमखास प्रवेश मिळणार होता. पण तेवढी रक्कम भरणे त्यांच्या आवाक्याबाहेरचे होते. माझे नशीब जोरावर होते. फक्त मुलाखतीचाच अडथळा पार करायचा राहिला होता. मी त्यातूनही यशस्वीपणे पार पडलो. परत एकदा नशिबाने साथ दिली. आजपर्यंत कधीही पोलिस चौकीत माझ्याविरूद्ध एखाद्या गुन्ह्याची नोंद नव्हती. शिवाय कॉलेजच्या प्राचार्यांकडून मी चांगल्या वर्तणुकीचे प्रशस्तीपत्रक मिळवून ते अर्जासोबत जोडले होते. त्या जोरावर माझी निवड करण्यात आली.

दिल्लीच्या 'किंग्जवे कँप'मध्ये नऊ महिन्यांसाठी मला प्रशिक्षणाला पाठवण्यात आले. तेथे सुद्धा वरिष्ठांची नजर चुकवून मी दारू पीत असे. आमच्या एका प्रशिक्षकाला माझ्याप्रमाणेच दारू पिण्याची सवय होती. शिवाय आमच्या येथील पहारेकरी पैसे घेऊन दारूची बाटली चोरून आणून देत असे, त्यामुळे तेथे आमची व्यवस्थित सोय होती. इतकंच काय, प्रशिक्षणाच्या काळात मी मला लागणारं चरस सुद्धा बाहेरून मिळवत होतो. तरीही मी माझं प्रशिक्षण अगदी निर्वेधपणे पार पाडलं.

त्यानंतर मला लगेच पोलिस खात्यात नोकरी मिळाली. मला कमांडो प्रशिक्षणासाठी पाठवण्यात आले. या ठिकाणी मला काही साथी मिळाले. त्यांनी माझी येथील

प्रशिक्षकांशी ओळख करून दिली. आमची घसट बरीच वाढली. पोलिस प्रशिक्षक शाळेपेक्षा येथील वातावरण फारच वेगळे होते. खुद्द प्रशिक्षकच रोज दारू पीत असे. प्रशिक्षणार्थींपैकी पन्नास टक्के लोक दारू पिणारे होते. माझ्या अंगच्या 'गुणां'मुळे मी लगेचच प्रशिक्षक व प्रशिक्षणार्थी यांच्यातील दुवा बनलो. प्रशिक्षकाला दारूची बाटली पुरवून मी त्याच्याकडून पाहिजे ती कामे करवून घेऊ लागलो. येथेच माझी बलदेव नामक एक तरूणाशी ओळख झाली. हा जवळच्या खेड्यातून आला होता. तो मला चरस पुरवायचा. प्रशिक्षक तर काय, माझ्या खिशातच होता, त्यामुळे मी तर मनाला येईल तेव्हा घरच्यांना भेटायला जायचो. मला अधिकृतपणे पाहिजे तेव्हा रजा मिळायची.

पण चांगले दिवस नेहमीच भराभर संपतात, तसेच हेही संपले. माझे प्रशिक्षकाशी खटके उडू लागले. आता तो माझी गैरहजेरी लिहून ठेवू लागला. मला शिक्षा करू लागला. दिवसेंदिवस त्या शिक्षा सहन करण्यापलिकडे जाऊ लागल्या. मी कसंबसं ते कमांडो प्रशिक्षण पूर्ण केलं आणि त्यानंतर माझी नेमणूक पंतप्रधानांच्या निवासस्थानी झाली.

मी हळूहळू समजूतदार होत चाललो होतो. अंगात पोक्तपणा येऊ लागला होता. नातेसंबंधांमध्ये सुधारणा घडवण्यासाठी मी उत्सुक होतो. माझ्या आईनं याच सुमारास माझं लग्न करून दिलं. माझ्या लग्नात थोडे वादविवादाचे प्रसंग उद्भवले, कारण माझ्या आईच्या विरोधाला न जुमानता माझ्या वडिलांनी माझ्या काकांना निमंत्रण दिलं होतं. माझ्या लग्नात त्या कारणाने बराच गोंधळ झाला.

माझ्याच सूचनेवरून माझ्या घरच्या लोकांनी सगळ्या म्हशी विकून टाकल्या व जमेल तिथून कर्ज काढून एक मिनीट्रक विकत घेतला. माझं स्वप्न साकार झालं. एव्हाना मला माझ्या नोकरीत काहीच रस वाटेनासा झाला होता, त्यामुळे मला माझ्या ट्रकमधून पाहिजे तेथे निघून जाता येई. घरापासून, नोकरीपासून दूर. माझी पत्नी माझी समजूत घालायचा सारखा प्रयत्न करे, पण तिच्याही मर्यादा होत्या. मी तिला मुळीच दाद देत नसे. मला माझा ट्रक घेऊन हायवेवर भटकायला जाण्याची इतकी चटक लागली होती, की नोकरीत सारखेच खाडे होऊ लागले. डिपार्टमेंटकडून वारंवार नोटिसा येऊ लागल्या. मी परत कामावर रूजू झालो, पण काही दिवसांतच पुन्हा खाडे करू लागलो. हे असं दीर्घ काळापर्यंत चालू राहिलं.

आता माझ्या कुटुंबियांना चिंता वाटू लागली. ते मला वेळच्या वेळी कामावर हजर राहण्याची विनंती करू लागले. पण तसं घडायचं नव्हतं. माझ्या ड्रायव्हिंगमुळेच मला दारू आणि मादकद्रव्ये मुबलक प्रमाणात मिळत होती.

धंद्याला फार वाईट दिवस आले होते. तशातच एक दिवस ट्रकला ॲक्सिडेंट झाला. मलाही दुखापत झाली. पण खरंतर शारीरिक दुखापत जी काही झाली त्यापेक्षा कितीतरी मोठी ठेच पोचली ती माझ्या मनाला. मला माझी माणसं हवी होती, पण

माझ्यासाठी कोणीच धावून आलं नाही. मी कर्जबाजारी झालो. घेणेकरी दारात पैशांसाठी घिरट्या घालू लागले. ट्रक रिकामा उभा असायचा. नोकरीही धोक्यात आली होती. मला दारूची नितांत गरज भासत होती, परंतु ती पुरी करण्यासाठी माझ्याजवळ पैसा नव्हता. आयुष्यात पहिल्यांदाच मी स्वतःच्या घरातील वस्तू चोरून विकू लागलो.

आता मी कोणत्या तोंडाने नोकरीवर जाणार होतो? परत पोलिस फोर्समध्ये जाण्याची कल्पनाही मला असह्य होत होती. असे तब्बल सात महिने लोटले. माझ्या नातेवाईकांनी मला धमक्या देण्यास सुरुवात केली. माझ्या सासुरवाडीचे लोक माझ्या बायकोला परत घेऊन जाण्यासाठी आले. अखेर मी कामावर हजर झालो. माझी विभागीय चौकशी व्हावी असा हुकूम निघाला. त्यात मी दोषी ठरलो व माझी नोकरी गेली. माझं कुटुंब पूर्णपणे उद्ध्वस्त झालं.

आता माझ्या कुटुंबियांजवळ दुग्धव्यवसाय करण्यासाठी म्हशी पण नव्हत्या. शिवाय आपल्या बेजबाबदार मुलाचा सांभाळ करण्याचं ओझं त्यांच्या शिरावर होतं. माझ्या वडिलांना मिळणारं पेन्शन हाच काय तो कुटुंबाचा एकमेव आधार होता. उपाशी मरण्याची पाळी आली होती. माझ्या ओळखीच्या सर्वांपासून मी दुरावलो होतो. कुठे म्हणून तोंड दाखवायला जागा नव्हती. मग एका हितचिंतकाने माझ्या कुटुंबियांना एका व्यसनमुक्ती केंद्राचं नाव सुचवलं व अखेर मी येऊन दाखल झालो.

कुठं चुकलं?

- पालकांचं आपल्या मुलांकडे व्यवस्थित लक्ष नसेल तर ती बिघडून वाईट मार्गाला लागण्याचा व वाया जाण्याचा धोका असतो.

- एखाद्या वाईट मार्गाला लागलेल्या व्यक्तीच्या आईवडिलांनी किंवा पती अथवा पत्नीने जर त्या व्यक्तीला वेळीच विरोध दर्शवला नाही तर त्यांनाही खूप सोसावे लागते.

- जे शिक्षक आपल्या विद्यार्थ्यांच्या गैरवर्तनाला आळा घालत नाहीत किंवा त्याची तक्रार करत नाहीत, ते एकप्रकारे आपल्या विद्यार्थ्यांच्या अपयशाला जबाबदार असतात.

- पोलिस खात्यात नोकरी करू इच्छिणाऱ्या व्यक्तीस नुसतं पोलिसी प्रशिक्षण देऊन भागणार नाही, तर त्याच्याबरोबर त्या व्यक्तीच्या वैयक्तिक विकासाकडेही लक्ष द्यायला हवे. वैयक्तिक विकासाविना नुसते प्रशिक्षण निरर्थक आहे.

दारूपासून अंमली पदार्थांपर्यंत

माझे नाव मुस्तफा. मी खरं तर इराणचा रहिवासी. पण जीव वाचवण्यासाठी मी माझ्या देशातून पळ काढला व गेली चार वर्षे मी निर्वासित असून दिल्लीतच राहत आहे.

इराणच्या एका बंदराच्या गावी माझा जन्म झाला. मी माझ्या आई-वडिलांचं चौथं अपत्य. मला चार भाऊ आणि एक बहीण आहे. माझे वडील वरिष्ठ सरकारी अधिकारी असून मासेमारी खात्यात नोकरीला होते. गावातील धनाढ्य कुटुंबांमधे आमची गणना होत होती. म्हणूनच आमच्या बालपणीच्या सुखद आठवणी माझ्या मनात आहेत. माझं आयुष्य अत्यंत सुखात चाललं होतं. मी शालेय शिक्षण पूर्ण केलं. तारुण्याच्या उंबरठ्यावर असतानाच मी मनाशी एक निश्चय केला होता– आपण काहीतरी भरीव, काहीतरी सार्थ असं काम करायचं.

पण मला काही वाईट मुलांची संगत लागली व त्यांच्या नादाने मी वयाच्या पंधराव्या वर्षीच दारू पिण्यास सुरुवात केली. आमच्या समाजात या बाबतीत काहीच निर्बंध नव्हते. एकीकडे समाजातील एक गट चालू सत्तेविरुद्ध व त्यांच्या राज्यकारभाराविरुद्ध बंड करून उठला होता. त्यात तरुण पिढीचा मोठा सहभाग होता व त्याच चळवळीत मीही ओढला गेलो.

चळवळीनं वेग धारण केला आणि सरकारने त्याचा जोरात प्रतिकार करण्यास सुरुवात केली. त्यांनी बंडखोरांना अटक करून तुरुंगात टाकण्यास सुरुवात केली. त्यात मलासुद्धा अटक झाली. पण माझ्यावर ठेवण्यात आलेले आरोप तसे सौम्य स्वभावाचे होते. त्या लोकांवर सरकारचा विश्वासघात केल्याचा आरोप होता. त्यांचा अनन्वित छळ होऊन त्यांना देहदंडाची शिक्षा झाली. जवळजवळ पन्नास ते साठ लोकांना कोठडीतून नेऊन त्यांच्यातील काहींना फाशी देण्यात आली तर काहींना गोळ्या घालून ठार करण्यात आले. काय घडतंय ते ठाऊक असूनसुद्धा कोणाचीही त्याविरुद्ध आवाज उठवण्याची ताकद नव्हती. मलासुद्धा तोंड उघडण्याची भीती

वाटत होती. जर आपल्यासुद्धा नशिबाला हाच भोग आला तर करायचं तरी काय, असा विचार सारखा मनात येत होता.

सहा महिने सश्रम कारावास भोगल्यानंतर माझी सुटका झाली. बाहेर आल्यावर कळलं की, माझे अनेक मित्र आणि साथीदार बेपत्ता होते. त्यांना मारून टाकण्यात आलं होतं. काहींनी जीवाच्या भीतीने देश सोडून पलायन केलं होतं. आता तर माझ्याही जिवाला धोका निर्माण झाला. मी भूमीगत झालो. पलायन करण्याची संधी कधी मिळते याची वाट बघू लागलो.

माझ्या कुटुंबियांचे हात बरेच वरपर्यंत पोचलेले होते. हीच गोष्ट माझ्या पथ्यावर पडली. कशीबशी धडपड करून सीमापार करून मी शेजारी देशात– पाकिस्तानात– जाऊन पोचलो. हा माझ्या दृष्टीने एक नवाच अनुभव होता. मी त्यातून एक गोष्ट शिकलो. जर आपल्याजवळ पैसा असेल किंवा अधिकार असेल तर त्या जोरावर कोणतीही गोष्ट घडवून आणणं फारसं कठीण जात नाही. आजवर माझ्यापाशी या दोन्ही गोष्टी होत्या. पण येथून पुढचा प्रवास मात्र खडतर होता. आता मी कुठे जाऊन पोचणार याची मला यत्किंचितही कल्पना नव्हती. इराणी सत्ताधाऱ्यांचे अनुयायी सर्वत्र पसरले होते. अगदी पाकिस्तानात सुद्धा.

आमचा देश सोडून पळालेले काही लोक कराचीत राहत होते. मी कराचीला पोचताच आधी त्यांच्याशी संपर्क साधला. त्यांनीच मला आधार दिला, अन्न आणि निवारा असं दोन्ही पुरवलं. पण एकीकडे माझं दारू पिणं वाढतच चाललं होतं. माझे आखाती देशात राहत असलेले नातलग आणि माझे कुटुंबीय यांच्याकडून मला जो काही पैसा मिळत होता, त्यातून मी माझा रोजचा खर्च कसाबसा भागवत होतो. माझे मित्र कराचीत अधिकृतपणे स्थायिक झालेले असल्यामुळे त्यांच्या पत्त्यावरच मला हे पैसे पाठवण्यात येत असत. मी मात्र अशाप्रकारे उजळ माथ्याने अधिकृतपणे राहण्याचा विचारसुद्धा मनात आणू शकत नव्हतो. माझ्या देशातील लोकांची पोच फार मोठी होती. ते क्रांतिकारी लोकांचा शोध घेत होते. ते लहर लागली की, कोणालाही ठार मारून टाकत. मी तसाच एक वर्ष तेथे राहिलो. पण आता जीव वाचवण्यासाठी लवकरात लवकर कुठेतरी आसरा शोधणं भाग होतं. भारत देश राहण्याच्या दृष्टीने सुरक्षित होता; पण तेथपर्यंत पोचणं हे महाकठीण काम होतं.

परत एकदा पैसा मदतीला धावून आला. माझ्या मित्रांनी ओळखीचा वापर करून माझा मार्ग सुकर केला. एक जहाज मुंबईला जाण्यासाठी निघालं होतं. त्यावर मी गुपचूप शिरकाव करून घेतला. प्रवास आरामदायी होता. भारतात जाण्याचा मार्ग सुखाचा होता. जहाज बंदराला लागल्यावर आम्ही सर्वजण एका लहानशा बोटीत बसलो व या बोटीने कोणाच्याही नकळत मी मुंबईत पाऊल ठेवले.

मित्राकडून उसने घेतलेले थोडेफार पैसे जवळ होते, पण स्वत:ची ओळख पटवणारे एकसुद्धा कागदपत्रं माझ्यापाशी नव्हते. मी लगेच दिल्लीच्या गाडीत बसलो कारण कितीतरी निर्वासित गेली अनेक वर्षे तेथे मुक्काम ठोकून आहेत, हे मी ऐकून होतो.

दिल्लीला पोचताच मी त्यांच्याशी संपर्क साधला. त्यांनी मला खूप मदत केली. माझ्या राहण्याची सोय केली. 'युनायटेड नेशन्स हाय कमिशन फॉर रेफ्युजीज'च्या ऑफिसात तेच मला घेऊन गेले. तेथे माझी निर्वासित म्हणून नोंद करण्यात आली. सर्व औपचारिकता पूर्ण झाल्यावर मला माझी कागदपत्रे मिळाली व मी सुटकेचा निश्वास टाकला. पण हा सगळा खटाटोप, एक पूर्णतया अनोळखी शहरात एकटं राहणं, या सगळ्या परिस्थितीचा माझ्यावर हळूहळू परिणाम होऊ लागला. मी परत मोठ्या प्रमाणात दारू पिऊ लागलो. एवढंच नव्हे तर चरस व गांजा सुद्धा ओढू लागलो. दिल्लीमधे माझ्या घराण्याचं नाव माझ्या मदतीला आलं. त्याचमुळे मला तेथे चांगले 'मित्र' मिळाले. आधीपासून मला दारूचं व्यसन होतंच. आता या मित्रांच्या नादाने मी मादक द्रव्यांच्या पूर्णपणे आहारी गेलो. घरून व नातेवाईकांकडून अजूनही थोडेफार पैसे येतच होते. राहिलेली गरज पुरवण्यासाठी UNHCR मधून मिळणारा भत्ता होताच.

मी काहीही कामधंदा करत नव्हतो. स्वत:ला कशातही गुंतवून घेतलं नव्हतं. व्यसनापासून दूर राहण्याचा साधा प्रयत्नही करत नव्हतो. माझ्या व्यसनाधीनतेने हळूहळू आपले गुण दाखवण्यास सुरुवात केली. मी आतून पार पोखरून निघालो. माझ्यावरचा मानसिक ताण वाढत जाऊन माझी मन:स्थिती दिवसेंदिवस वाईट होत चालली. माझी प्रकृती खालावत चालली. आता तर मला धड चालताही येत नव्हतं. माझ्या संगतीला होती मादकद्रव्ये आणि माझ्याप्रमाणेच मादक द्रव्यांच्या आहारी गेलेले माझे मित्र.

मला घरभाडे भरणे परवडेना. मग मी त्या घरातून बाहेर पडलो व रात्रीच्यावेळी कुठेतरी फुटपाथवर नाहीतर वळचणीला पडून राहू लागलो. तिथेसुद्धा वेळेत पोचलं तरच जागा मिळायची. UNHCR ला माझ्या व्यसनाधीनतेचा पत्ता लागला. 'व्यसनमुक्ती केंद्रात भरती व्हा नाहीतर तुमचा भत्ता थांबविण्यात येईल,' असा इशारा त्यांनी दिला. पण मी त्याची काहीही दखल घेतली नाही. अखेर व्हायचं तेच झालं– माझा भत्ता थांबवण्यात आला.

ही गोष्ट माझ्या घरच्यांच्या कानावर गेली. माझा भाऊ लगेच दिल्लीत येऊन दाखल झाला. त्यानं आणि UNHCR च्या लोकांनी मला परत एकदा व्यसनमुक्ती केंद्रात दाखल होण्याची सूचना केली. माझ्या भावाने तर मला जबरदस्तीने अक्षरश: पकडून जागोजागच्या व्यसनमुक्ती केंद्रांमध्ये नेलं. पण व्यर्थ. मी प्रत्येक वेळेस तेथून पळ काढत असे. अखेर त्यानं मला एका खाजगी रुग्णालयात भरती केलं.

काही दिवसातच माझी स्थिती सुधारलेली आहे असं बघताच माझा भाऊ समाधानाने परत गेला. पण मी लवकरच माझी सर्व व्यसने परत सुरू केली.

अखेर एक दिवस असा उजाडला की, मला माझ्या या कृत्याचा पश्चात्ताप झाला. UNHCR च्या लोकांनी या खेपेस मला 'नवज्योती'च्या व्यसनमुक्ती केंद्रात नेलं. तेथील कर्मचाऱ्यांशी आणि रुग्णांशी बोलल्यानंतर मात्र आता मी व्यवस्थित उपचार करून घेण्याचा निश्चय केला.

उपचार पूर्ण झाले. माझी प्रकृती सुधारली आणि मी पूर्णपणे व्यसनमुक्त झालो. मी आता त्याच संस्थेत स्वयंसेवक म्हणून कामाला लागलो आहे. व्यसनाधीन व्यक्तींना व्यसनमुक्त करण्यासाठी UNDCP च्या मदतीने आमच्या संस्थेत स्वयंसेवकांना प्रशिक्षणसुद्धा दिले जाते. याचाही मी फायदा करून घेतला आहे. आता मी नवज्योतीच्या 'आऊटरीच टीम'मध्ये काम करतो व व्यसनाधीनतेच्या दुष्परिणामांचा संदेश सर्वत्र पोचवण्यास मदत करतो. कारण मी स्वत:च इतरांसाठी एक चालतेबोलते उदाहरण आहे.

कुठं चुकलं?

- दारू पिणे आणि त्या जोडीला चरस, गांजासारख्या मादक द्रव्यांचे सेवन म्हणजे व्यक्तिगत संहाराचाच मार्ग.

- व्यसनाधीनतेचे माणसाच्या शरीरावर आणि मनावर फार दुष्परिणाम होतात. व्यसनी माणूस एकवेळ अन्नपाण्याशिवाय राहू शकतो. पण तो मादक द्रव्यांचे सेवन केल्याशिवाय राहू शकत नाही. आधी तरुण माणूस मादक द्रव्य घेऊ लागतो व नंतर मादक द्रव्ये त्याचं तारुण्य गिळंकृत करतात.

- जी मुले घरादारापासून लांब राहतात अशा मुलांच्या हालचालींवर आईवडिलांनी लक्ष ठेवायला हवे. मुलांनी नुसते पैसे मागितल्यावर ते पाठवून दिले म्हणजे पालकांची जबाबदारी संपली असे नसते. जी मुले लहान वयात आपल्या घरापासून दूर राहतात त्यांनी तर आपल्या संगतीत येणारी मित्रमंडळी कशी आहेत याचा, त्यांची वागणूक कशी आहे याचा अगदी सांगोपांग विचार करून मगच त्यांच्याशी मैत्री केली पाहिजे.

व्यसनाधीनतेचं संकट

हॅलो! मी विजय. मी वयाच्या सातव्या वर्षी घरातून पळून गेलो. तब्बल सात वर्षे मी मादक द्रव्यांच्या आणि दारूच्या पूर्णपणे आहारी गेलो होतो. वयाच्या सातव्या वर्षीच मी प्रेमात पडलो, पण माझ्या प्रेयसीने माझा विश्वासघात केला आणि मी गुन्हेगारी जगताकडे वळलो. व्यसनांकडे वळलो. परंतु अजूनही मी एक लहान मुलगाच आहे, अवघा चौदा वर्षांचा लहानसा मुलगा.

बिहारमधील गया शहरातील एका गरीब कुटुंबात माझा जन्म झाला. मला शाळेच्या अभ्यासात अजिबात रस नव्हता. मी दुसरीतच शाळा सोडून दिली आणि नंतर कधी शाळेची पायरीसुद्धा चढलो नाही.

माझे वडील फार कष्टाळू होते. आमच्या कुटुंबाची देखभाल तेच करीत. माझी आई, माझे तीन भाऊ आणि दोन बहिणी, आम्हा सर्वांची. माझे वडील मला नेहमी सांगत– त्यांनी स्वत: अतोनात कष्ट करून आपल्या भावाला शिकवलं आणि नोकरीला लावलं.

पण दिवस पालटले तसे माझे काकाही बदलले. त्यांनी आपल्या कुटुंबाला घेऊन वेगळं बिऱ्हाड केलं. आमच्यापासून खूप दूर. माझ्या वडिलांजवळ उरला तो फूटपाथवरचा एक लहानसा चहाचा ठेला आणि जोडीला खाणारी भरमसाठ तोंडे. माझ्या बहिणी घरीच बसून होत्या. इतक्या कमी उत्पन्नात आमचं घर कसंबसं चालत होतं.

माझ्या काकांच्या घरी टी. व्ही. होता. त्यामुळे मी नेहमी त्यांच्या घरी टी. व्ही. बघायला जाऊन बसायचो. माझ्या काकांना ते आवडत नसे. 'आपल्या वडिलांना एक टी. व्ही. घ्यायला सांग ना,' असे टोमणे ते मला मारत. पण मला टी. व्ही. बघण्याची इतकी आवड होती की, मी त्यांचं बोलणं कधीच मनावर घेत नसे. पण पुढे पुढे माझी चुलत भावंडे मला रोजच्या रोज

शिवीगाळ करू लागली. त्यांनी आपल्या घराचे दरवाजे माझ्यासाठी कायमचे बंद करून टाकले. ती गोष्ट मला फार झोंबली. तो सल अजूनही माझ्या मनात आहे.

माझ्या वडिलांच्या मित्राने पानिपत येथे एका फॅक्टरीत त्यांच्यासाठी नोकरी शोधली व आमचे सगळे बिऱ्हाड पानिपतला आले. त्या वेळी मी केवळ सात वर्षांचा होतो. मला टी. व्ही. बघण्याची ओढ वाटायची आणि तो घेणं माझ्या वडिलांच्या ऐपतीबाहेरचं होतं. मी त्यांच्यापाशी कधीही टी. व्ही.चा हट्ट धरला की ते संतापत आणि मला मारत.

मी नुसता इकडेतिकडे भटकण्यात, खेळण्यात वेळ घालवत असे. मला शाळेत कधी जायचंच नसे. माझ्या शेजाऱ्यांचा मुलगा रघू हा माझ्यापेक्षा पाच वर्षांनी मोठा होता. तो शाळेत जाई. तो मला नेहमी सल्ला देई– 'दिल्ली ही स्वप्ननगरी आहे. तू दिल्लीला पळून जा.'

एक दिवस असंच वडिलांनी काहीतरी कारणानं मला खूप मारलं. बस्! तेवढंच निमित्त करून मी रघूबरोबर घरातून पळून गेलो. आम्ही दोघे दिल्लीला पोचलो. रेल्वेस्टेशनवर उतरलो. पण आमचे दोघांचेही खिसे खाली होते. मला भूक लागली होती. रघूने मला धीर धरण्यास सांगितले. मला वाटले– हा किती हुशार, शहाणा, समजुतदार आहे. मला पण रघूसारखेच व्हायचे होते. मग मी भूक आवरून बराच वेळ तसाच थांबलो. पण भुकेल्या पोटी असं किती वेळ थांबणार? अखेर मी एका जरा श्रीमंत दिसणाऱ्या माणसापाशी गेलो. मला वाटले, हा आपल्याला काहीतरी खाऊ घेऊन देईल.

आयुष्य आपल्याला वाटतं तितकं काही सोपं नसतं, हे त्या लहान वयात मला समजलं. त्या माणसानं मला चांगलं झोडपून काढलं. मी खिसेकापू असल्याचा त्यानं खोटा आळही घेतला. त्यानं मला पोलिस ठाण्यात आणलं. पोलिसांनी मला कोठडीत तर टाकलंच पण नंतर परत पुष्कळ मारहाणसुद्धा केली. मला पहिल्यांदाच फार फार अगतिक, असहाय वाटलं. मी केवळ खायला मागितलं होतं आणि त्याची शिक्षा म्हणून मला हा इतका मार बसला होता. रघूने मात्र पोलिसांशी इंग्रजीत काहीतरी बोलून स्वतःची सुटका करून घेतली. शिक्षणाचं महत्त्व त्यावेळी पहिल्यांदा मला नीट समजलं.

नंतर मला धमकी देऊन सोडण्यात आलं. पण या घटनेनंतर माझं संपूर्ण आयुष्यच बदलून गेलं. परत घरी जाण्याची काही माझी इच्छा नव्हती. आणि रघू तर निघून गेला होता. आता माझी सोय मलाच बघावी लागणार होती.

मी तेथून नवी दिल्लीच्या रेल्वे स्टेशनवर गेलो. तेथे बरीच लहान मुले चिंध्या गोळा करत हिंडत होती. त्यांनी मला मदत करण्याचं आश्वासन दिलं,

पण त्यासाठी आधी मला स्वत:ला कष्ट करावे लागणार होते. त्यांनी मला एका चहाच्या दुकानात नेलं. तिथे मला नोकरी मिळाली. नोकरी म्हणजे फक्त पोटाला दोन घास मिळण्याची हमी, इतकंच. पैसा नाही, कपडे नाहीत, काही काही नाही. मी कधीही पैशाची भाषा काढली की मालक मला धमकावे.

चिंध्या गोळा करणाऱ्या माझ्या मित्रांनी मला नवी दिल्ली येथील हनुमान मंदिरापाशी नेलं. तेथे काही मुले होती. त्या मुलांशी माझी मैत्री झाली. त्या मुलांनी मला परत तेथील चहाच्या दुकानात नोकरी मिळवून दिली. येथेही परत असंच. फक्त अन्नपाणी मिळे, पण पैसे नाहीत. मला नेमकं याच गोष्टीचं अतोनात दु:ख होई. आपण खूप पैसे मिळवावे, ते आपल्या गरीब वडिलांना नेऊन द्यावेत व त्यांना टी.व्ही. घ्यायला लावावा, अशी स्वप्ने मी बघत राही.

मला वाईट संगत लागली आणि व्हायचं तेच झालं. त्या वस्तीतील दादागिरी करणाऱ्या मुलांशी माझी ओळख झाली. त्यांनी मला शिकवण दिली– आपल्याला जर काही मिळवायचं असेल, तर त्यासाठी आपल्याला लढा द्यावा लागतो. ती गोष्ट अक्षरश: हिसकावून घ्यावी लागते. त्याच लोकांनी मला मारामारी करायला शिकवली, शिव्या कशा द्यायच्या ते शिकवलं. त्याचबरोबर लोकांना कसं लुटावं, भुरट्या चोऱ्या कशा कराव्या हेही शिकवलं. पोलिसांना लाच कशी द्यायची याचं शिक्षण याच मुलांनी मला दिलं. पैसे खाऊन पोलिस आपल्या कारवायांकडे कसे काणाडोळा करतात ही गोष्ट मी तेथे शिकलो. माझ्या आयुष्यात अगदी सुरूवातीलाच मला हे असले धडे मिळाले. त्याची फळेसुद्धा लवकरच मिळाली. आधी मी त्या मुलांच्या बरोबरीने त्यांच्या कारवायांमध्ये भाग घेत असे, पण नंतर मात्र स्वतंत्रपणे सगळे उद्योग करू लागलो.

मी शेजारच्या मुलीच्या प्रेमात पडलो. तिचं नाव गीता. ती माझ्याच वयाची होती. मी तिला नेहमी काही ना काही भेटवस्तू आणायचो. साठवलेले पैसे तिला द्यायचो. तीही त्यावेळी माझ्या प्रेमाला प्रतिसाद द्यायची. पण तिचं ते प्रेम होतं की नुसती वासना हे काही मला त्यावेळी समजत नव्हतं. आता मला काय ते व्यवस्थित समजलं आहे. माझं मात्र तिच्यावर प्रेम होतं.

मी जे काही उद्योग करायचो, ते श्रीमंतांवर दात धरून, सूडाची भावना मनात ठेवून करायचो. मी त्यावेळी नुसतं खायला मागितल्यावर मला सरळ चोर ठरवून पोलिसांच्या ताब्यात देणारा तो माणूस श्रीमंतच नव्हता का? मी रात्रीच्या वेळी श्रीमंतांना लुबाडत असे. दारूच्या नशेत असलेले लोक हे माझं लक्ष्य असे. कधीकधी मी श्रीमंतांच्या घरातसुद्धा चोऱ्या करत असे.

पोलिसांच्या ही गोष्ट लक्षात आली नव्हती असं नाही. पण त्यांची काय ती 'व्यवस्था' आम्ही लावली होती. हे सगळं जरी काहीही असलं तरी तेथील दादाच्या तावडीतून सुटणं हेही आमच्यापुढचं मोठंच काम होतं. तरीसुद्धा कधीतरी भांडणतंटे उद्भवत असत. अशाच एका मारामारीत एका पोरानं माझ्या अंगावर चाकूचा वार केला. नंतरचे काही महिने मी अंथरुणाला खिळून होतो. याच काळात मी एक मोठा धडा शिकलो. या काळात माझी देखभाल करणारं कोणीच नव्हतं. इतकंच काय, पण माझी साधी चौकशी करण्यासाठीसुद्धा कोणी फिरकलं नाही. गीतासुद्धा नाही. त्या गोष्टीचं दु:ख मला सर्वाधिक झालं.

मी बरा झाल्यानंतर कोणाचीही चौकशी करायला गेलो नाही. अगदी गीताचीसुद्धा. मी आता स्वतंत्र होतो. मी जे काही पैसे मिळवत होतो ते सगळेच्या सगळे माझ्या नव्या प्रेमावर-म्हणजे दारू व अंमली पदार्थांवर-उडवत होतो. मी जिथे रहात होतो, त्या भागात या दोन्ही गोष्टी अगदी मुबलक प्रमाणावर उपलब्ध होत्या आणि भोवतालचे सर्वजण त्या गोष्टींच्या पुरते आहारी गेलेले होते. त्यामुळे मीही त्या नादाला लागलो. एव्हाना मी इतका व्यसनाधीन झालो होतो, की मला एकवेळ अन्नपाणी नसेल तर चालत होतं, पण मादक द्रव्यांशिवाय मी राहू शकत नव्हतो. मला प्रचंड नैराश्य आलं होतं. या मोहमयी दुनियेत मला दारू आणि मादक द्रव्ये या दोनच गोष्टींचा काय तो 'आधार' होता. पण त्याची केवढी किंमत आपल्याला मोजावी लागणार आहे, या गोष्टीची मला तेव्हा काहीही कल्पना नव्हती.

गेली सात वर्षे मी व्यसनाधीन आहे. मला आजवर कधीही पोलिसांनी पकडलेलं नाही. मी आता उघडउघड गुन्हे करीत हिंडतो, तरीही! आणि मी जेव्हा खरोखरचा निरपराधी होतो, तेव्हा मात्र याच पोलिसांनी मला पकडून शिक्षा केली होती.

पण काही दिवसांपूर्वी काही समाजसेवक माझ्याकडे आले व त्यांनी मला 'नवज्योती' व्यसनमुक्ती केंद्रात चलण्याची विनंती केली. तेव्हा मात्र माझे डोळे खाडकन उघडले. आता मी येथे उपचार घेत आहे. मला इथे रोज टी.व्ही. बघायला मिळतो आणि लवकरच माझं माझ्या कुटुंबियांशी पुनर्मिलन होईल अशी मला आशा वाटते. मला शिक्षण घेण्याचीसुद्धा इच्छा आहे.

कुठं चुकलं?

- गरिबी आणि असुरक्षितता या दोन्ही गोष्टींचा समाजात नेहमीच गैरफायदा घेतला जातो.

- मुळात घरची गरिबी असेल आणि त्यात कुटुंबाचा पसारा मोठा असेल तर स्थिती अधिकच खालावते.

- आईवडील मुलांशी सुसंवाद करून त्यांना योग्य ते मार्गदर्शन करण्याऐवजी अनेकदा त्यांना मारहाण करताना दिसतात.

- शिक्षक शाळेत मुलांना व्यवस्थित शिकवत नाहीत. जर शिक्षक मुलांशी नीट वागले असते, तर मुलांना शाळेतून पळून जावेसे वाटलेच नसते.

- संवेदनाशून्य आणि अप्रामाणिक पोलिसांमुळे गुन्हेगारीची बीजे समाजात रुजतात.

- जे लोक श्रीमंत आणि शक्तिशाली असतात, त्यांच्या मर्जीप्रमाणे पोलिस कृती करतात. गरीब व दुर्बल व्यक्तींना समाजात तेच गुन्हेगार बनवतात.

अंमली सैतानाचा प्रहार

माझं नाव पप्पू. मी बत्तीस वर्षांचा आहे. विवाहित आहे. मला पाच मुले आहेत. चार मुली आणि एक मुलगा. मी माझ्या कुटुंबियांबरोबर दिल्लीच्या एका झोपडपट्टीत राहतो. एका सेवाभावी संस्थेत नोकरी करतो. जे लोक व्यसनाधीन आहेत, त्यांना व्यसनमुक्त करण्याच्या दृष्टीने उपचारांसाठी प्रवृत्त करणं हे माझं काम आहे. मी सुद्धा अशाच प्रकारे उपचार घेऊन व्यसनमुक्त झालो   आहे.

माझा जन्म दिल्लीच्या एका सुखवस्तू घराण्यात झाला. आमचा ठोकीचा भंगाराचा धंदा होता. आमच्या लहानशा कुटुंबाला पुरेल एवढा पैसा घरात येत होता. मी एकुलता एक होतो. पण आमच्या कुटुंबाच्या सुखाच्या मार्गात एक मोठा अडथळा होता, तो म्हणजे दारू. माझे आई-वडील दारू पीत असत. दारू प्यायल्यानंतर त्यांची भांडणे जुंपत. केवळ घरातच नव्हे तर घराबाहेर येऊन रस्त्यावर सुद्धा ते भांडत. त्यांच्या या दारू पिण्याचा माझ्या बालमनावर फार वाईट परिणाम झाला. माझं बालपण कोळपून गेलं. मी इयत्ता तिसरीच्या पुढे शिक्षण घेऊ शकलो नाही.

मी नुसता रिकामपणी इकडे तिकडे भटकत राहायचो. सिनेमाला जायचो, पण शाळेत जायचो नाही. कधीतरी मी आमच्या दुकानातून पैसे चोरत असे. मी माझ्या आईचा अत्यंत लाडका होतो. ती जेव्हा कधी शुद्धीत असेल, तेव्हा ती माझ्यावर मायेचा वर्षाव करायची. मी ताबडतोब त्या संधीचा फायदा घेऊन तिच्याकडून पैसे उकळायचो.

दिल्लीच्या गजबजलेल्या बाजारपेठेत आमचं दुकान होतं. आमचं घर सुद्धा एका चांगल्या कॉलनीत होतं. पण या दोन्ही गोष्टी फार काळ टिकू शकल्या नाहीत.

एक दिवस माझे वडील दुकान बंद करून घरी परतत असताना पोलिसांनी

त्यांना अटक केली. त्यावेळी माझे वडील दारूच्या नशेत तर्र होते. कोणीतरी चोरट्याने रस्त्यातून जाणाऱ्या एका बाईच्या गळ्यातील सोन्याची साखळी खेचली होती. त्या गोंधळात माझे वडील निरपराध असूनही निष्कारण पोलिसांच्या तावडीत सापडले. आमच्या दुःखाची, दुर्दैवाची ही तर नुसती सुरुवात होती. माझ्या वडिलांची नंतर जामिनावर सुटका झाली हे जरी खरं असलं तरी त्यांचं निर्दोषित्व सिद्ध करण्यात आम्हाला यश आलं नाही. रोजच्या रोजच पोलिसांची काही ना काही तरी मागणी असायची. वेगवेगळ्या खटल्यांमध्ये विनाकारण गुंतवण्याची धमकी देऊन ते माझ्या वडिलांकडून पैसे उकळत. माझे वडीलही मुकाट्याने त्यांना मागतील ती रक्कम देत. असं करता करता वडील त्यांच्या जाळ्यात पुरते अडकले. धंद्याला पार उतरणीची कळा आली. वडील जास्त जास्त दारु पिऊ लागले. ते संध्याकाळी घरी आले, की काहीतरी निमित्त काढून आईशी नाहीतर शेजाऱ्यांशी भांडण उकरून काढत. या सगळ्या गोष्टींचा माझ्या मनावर फारच विपरित परिणाम झाला व मी जास्त वेळ घराबाहेर काढू लागलो.

पोलिसांचं दडपण वाढत चाललं होतं. त्या पायी आम्हाला आमचं राहतं घर विकावं लागलं. आम्ही कलकत्त्याला निघून आलो. सुरुवातीला थोडे दिवस आम्ही हॉटेलात राहिलो. माझे वडील कामाच्या शोधात फिरू लागले. लवकरच आमची राहण्याची सोय झाली व वडिलांनी भंगाराचा धंदा परत सुरू केला. पण परत एकदा त्यांनी प्रमाणाबाहेर पिणं चालू केलं. आम्ही कलकत्त्यात पाच वर्षे राहिलो. परिस्थिती दिवसेंदिवस अधिकाधिक वाईट होत चालली होती. त्यामुळे माझ्या वडिलांनी मला व आईला दिल्लीला पाठवून दिलं. तो त्यांचा हुकूमच होता त्यामुळे त्याचं पालन करणं आम्हाला भाग होतं. मग आम्ही दिल्लीला परत गेलो.

दिल्लीला आम्ही एका वस्तीत जागा घेऊन राहू लागलो. घरची चूल पेटती राहावी म्हणून मी भाजी विकण्याचं काम करण्यास सुरुवात केली. माझ्या आईचं दारू पिणं अजूनही चालूच होतं. त्यासाठी लागणारे पैसेसुद्धा मलाच पुरवावे लागत. पण माझं माझ्या आईवर इतकं प्रेम होतं, की काही झालं तरी मला तिचा राग येत नसे. दरम्यान माझ्या वडिलांचं तिकडे कसं काय चाललं होतं, ते कळायला काहीच मार्ग नव्हता. त्यांनी आमच्याशी काहीच संबंध ठेवला नव्हता. त्यांचा ठावठिकाणा सुद्धा आम्हाला माहीत नव्हता.

एक दिवस संध्याकाळच्या वेळी ते अचानकपणे दारात येऊन हजर झाले. त्यांना पाहून आम्हाला आश्चर्याचा धक्का बसला. पण आता माझ्या आई-

वडिलांमध्ये एक प्रकारचा दुरावा निर्माण झालेला होता. मी व माझे वडील चिंध्या, डबे, बाटल्या, फुटके सामान व भंगार गोळा करण्यासाठी बाहेर पडू लागलो. जे लोक पूर्वी आमच्याकडे नोकरीला होते, त्यांच्याचकडे आता आम्ही ते सामान नेऊन विकू लागलो. आयुष्य असं चाललं होतं. घरातलं पिणं काही थांबत नव्हतं. आमचे एकमेकांशी संबंध आता पार बिघडले होते.

माझी आई घर सोडून आता एका ओळखीच्या माणसाकडे राहायला गेली. तिनं वडिलांना सोडून दिलं. तिनं त्या माणसाशी लग्न केलं की नाही, हे आजही मला माहीत नाही. एकदा माझ्या वडिलांनी माझ्या आईपाशी हा विषय छेडला आणि तिला घरी परत येण्याची विनंती केली, पण तिने ती विनंती मान्य केली नाही. मग माझ्या वडिलांनी सरळ मलाच प्रश्न केला, 'तुला तुझ्या आईकडे जाऊन राहायचं आहे का?' मला माझी आई जास्त आवडत असे त्यामुळे मी ती गोष्ट लगेच मान्य केली. मी आईकडे जाऊन राहू लागलो. मी वडिलांना पाहिलं ते हे शेवटचं. आता नंतरच्या १८ वर्षांत त्यांचं काय झालं याची मला काहीही कल्पना नाही.

काही दिवसांतच माझ्या आईला तिच्या त्या दुसऱ्या नवऱ्यालाही सोडणं भाग पडलं. त्यानंतर आम्ही एका निराळ्या झोपडपट्टीत जाऊन राहू लागलो. इथे मला चिंध्या गोळा करून पैसे मिळवण्याची भरपूर सोय होती. मी खूप मेहनत करू लागलो. आपल्या आईला शक्य तेवढं सुखात ठेवायचं असा मी मनाशी निश्चय केला होता. पण या झोपडपट्टीत राहत असताना मला अमली पदार्थांचं सेवन करण्याची चटक लागली. माझ्या बरोबरीनं चिंध्या गोळा करणारी इतर मुले आधीपासूनच मादक द्रव्यांच्या आहारी गेलेली होती. त्यांच्या सहवासात राहून मी थोड्याच दिवसात पुरता व्यसनाधीन झालो. मी दारुसुद्धा पिण्यास सुरुवात केली. माझे आई-वडील दारुशिवाय का राहू शकत नव्हते ते आता मला कळून चुकलं. जवळच्या झोपडपट्टीत राहणाऱ्या सुनिताशी आईनं माझं लग्न लावून दिलं.

परंतु सुनिताचं आणि माझ्या आईचं फार काळ पटलं नाही. त्यांची सारखी भांडणे होत. हळूहळू घरची परिस्थिती अधिकाधिक चिघळत चालली. त्यामुळे अस्वस्थ होऊन मी जास्तीत जास्त व्यसनांच्या आहारी जाऊ लागलो. हे सगळं मी शांती मिळवण्यासाठी करत होतो, शांतीच्या शोधात भरकटत होतो, पण शांती तर कुठेच मिळत नव्हती. यथावकाश मला पाच मुलं झाली. त्या मुलांची पोटं कशी भरत होती, या गोष्टीची मी कधीही फिकीर केली नाही. व्यसनपूर्तीसाठी मला पुरेसा पैसा मिळेना म्हणून मी काही भामट्यांच्या टोळीत सामील झालो. लोकांना फसवणे हाच त्यांचा धंदा होता. पितळेचे दागिने

सोन्याचे आहेत असं भासवून आम्ही विकू लागलो. हळूहळू भुरट्या चोऱ्या सुद्धा करणं सुरू झालं. या सगळ्यापाठी मागचा उद्देश एकच होता. व्यसनासाठी पैसा मिळवणे.

एक दिवस स्थानिक पोलिसांनी मला पकडलं. एका बसमधून जात असलेल्या प्रवाशाची बॅग मी चोरली आहे, असा खोटाच आरोप माझ्यावर ठेवण्यात आला. वास्तविक मी या खेपेस खरंच निरपराध होतो. पण पोलिस माझं काही एक ऐकून घ्यायला तयारच नव्हते. मी जर गुन्हा कबूल केला नाही तर त्याचे परिणाम फार वाईट होतील, अशी धमकी त्यांनी मला दिली. नंतर माझ्याकडे एक हजार रुपयांची मागणी केली. हे पैसे जर मी भरले असते तर माझी सुटका होणार होती. पण तेवढे पैसे माझ्याकडे कुठून असणार? पण तरीही मी माघार घेतली नाही. अखेर त्यांना मला सोडणं भाग पडलं. परत एकदा मी कामाला निघालेलो असताना पोलिसांनी मला पकडलं आणि दुसऱ्याच एका आरोपाखाली पकडलं. पूर्वीप्रमाणे परत पैशांची मागणी केली व मी पैसे देत नाही असं पाहून परत मारहाण केली. या सर्व गोष्टींमुळे माझ्या मनाला खूप अस्वस्थता आली. आमच्या घरातील दुःखाला मीच कारणीभूत होतो व या कारणावरून माझी बायको सुद्धा माझ्यावर सारखा ठपका ठेवत असे. घरी मुला-बाळांच्या तोंडात घालायला अन्न नसायचं. जो काही पैसा मला मिळायचा. तो सगळा मी व्यसनांवर खर्च करायचो. माझी आईसुद्धा या सगळ्याला कंटाळून गेली. तिची प्रकृती बरी नसायची. तिला हवा बदल आवश्यक होता. मग तिनं आपल्या माहेरी म्हणजे अहमदाबादला आपल्या आई-वडिलांना भेटायला जायचं ठरवलं. मी जमेल तिथून पैसे गोळा करून तिचं तिकीट काढलं व तिला गाडीत बसवून दिलं. काही दिवसांतच माझ्या आजी-आजोबांचा निरोप आला– माझ्या आईचं तिथेच देहावसान झालं होतं. मी ते कळताच तिकडे गेलो. मी तिथून परतलो तोच वैफल्यग्रस्त मनःस्थितीत. आता कुणाची काळजी घ्यायची? मला माझ्या बायकोची व मुलांची काहीच पर्वा नव्हती. माझी आई हेच माझं सर्वस्व होतं. तिच्या मृत्यूबद्दल व आमच्या कुटुंबाच्या सर्व हलाखीच्या परिस्थितीबद्दल मी स्वतःलाच दोष देऊ लागलो. आता काहीही झालं तरी आपण स्वतःमध्ये सुधारणा घडवून आणल्याशिवाय राहायचं नाही, असा मी पण केला.

पुढे 'नवज्योती' या सेवाभावी संस्थेचे कार्यकर्ते मला येऊन भेटले. मी व्यसनमुक्त होण्यासाठी स्वतःवर उपचार करून घ्यावे म्हणून त्यांनी माझं मन वळवलं. मला धीर दिला. माझी मानसिक तयारी केली. हे उपचार मोफत केले जातात. माझ्या घरचे व ओळखीचे लोकही मला वारंवार याचा लाभ

घेण्याविषयी सुचवू लागले. अखेर मी राजी झालो. तब्बल सात महिने उपचार घेतल्यानंतर मी बरा झालो. माझं संपूर्ण आयुष्य आमूलाग्र बदलून गेलं. आता या नवज्योतीसाठी मी काम करतो. व्यसनमुक्ती विषयी सल्ला देण्यासाठी त्यांनी आमच्या झोपडपट्टीत केंद्र उघडलं आहे. मी त्या केंद्रातच काम करतो व व्यसनाधीन व्यक्तींना उपचारासाठी सल्ला देतो. माझी सगळी मुले शाळेत जातात. त्यातील दोघे नवज्योतीने चालवलेल्या शाळेत जातात.

कुठं चुकलं?

- मादक द्रव्ये आणि दारुच्या आहारी जाण्याचे परिणाम अत्यंत घातक स्वरुपाचे असतात.
- पोलिस हे दारुड्या आणि व्यसनाधीन लोकांची फसवणूक करतात. त्यांच्यापैकी जे मुळातच फार गरीब असतात, त्यांची गरिबी अजूनच वाढते.
- जे लोक दुर्बल, अशिक्षित आणि गरीब असतात, त्यांच्यावर झोपडपट्टीतील वातावरणाचे दुष्परिणाम होतात.
- घरात सौख्य व मन:शांती नसेल तर माणूस दारू व मादक द्रव्यांकडे ओढला जातो व त्या गोष्टींवर अधिक प्रमाणात पैसा व वेळ खर्च करतो. सुखशांतीच्या शोधात तो उगीचच भटकतो, पण अशा मार्गानं ती त्याला कधीच प्राप्त होऊ शकत नाही.

नियतीने केले निर्वासित

माझं नाव लियाकत अली. मी चोवीस वर्षांचा असून सध्या दिल्लीला राहतो. माझा जन्म पाकिस्तानात झाला. माझे वडील रोजंदारीवर कामाला होते. १९७१ मध्ये पूर्व पाकिस्तानात युद्ध होऊन जेव्हा बांग्ला देशची निर्मिती झाली, तेव्हा आम्ही आमचा जीव वाचवण्यासाठी तेथून पळ काढला. सीमापार करून भारतात येणं हा आमच्या दृष्टीने डाव्या हातचा मळ होता. या असल्या गोष्टी आम्ही आयुष्यात फार लहान वयातच शिकलो. अशा कोवळ्या वयात माणूस सर्व काही लवकर आत्मसात करतो व ते पुढे कधीच विसरत नाही. आम्ही एकूण पाच भाऊ आणि तीन बहिणी. आमचा सर्वात मोठा भाऊ बांग्लादेशात राहतो. दुसऱ्या भावाचं पाकिस्तानात शिंप्याचं दुकान आहे. उरलेल्या भावंडांपैकी आम्ही तिघे भाऊ भारतात राहतो आणि आमचे प्रत्येकाचे स्वतंत्र भंगाराचे दुकान आहे. जर आमच्या देशाची फाळणी झाली नसती, तर आज आमचं संपूर्ण कुटुंब एकत्र राहत असतं.

आम्ही पाच वर्षांचे होतो व पाकिस्तानात राहत होतो, तेव्हा बांग्लादेशची निर्मिती झाली आणि आम्हाला पाकिस्तानातून पळ काढावा लागला. तेथून आम्ही बांग्लादेशात असलेल्या आमच्या जन्मगावी गेलो. त्यावेळी पाकिस्तानात आमचा जो काही जमीन जुमला, दुकाने इत्यादी मालमत्ता होती, त्या सर्वांवर पाणी सोडून आम्हाला पळ काढावा लागला. युद्धामुळे देशाचे दोन तुकडे झाले– पाकिस्तान आणि बांग्लादेश. या फाळणीमुळे आमचं सर्वस्व गेलं, कसाबसा फक्त जीवच वाचला. बांग्लादेश हा आमच्या दृष्टीने संपूर्णपणे नवीन होता, निदान आम्हा लहान मुलांसाठी इथे जगणं फार कठीण होतं. दिवसचे दिवस आम्ही उपाशी पोटी काढत होतो. शेवटी जीव वाचवण्यासाठी आम्ही सीमापार करून भारतात जायचं ठरवलं. सीमा पार करण्याचं ते महाभयंकर दिव्य आम्ही पार पाडलं– चालत जाणे, अनधिकृतपणे घुसणे, पळणे, लपणे,

सुटणे, परत पळणे कसंतरी करत आम्ही दिल्ली गाठली. पण तरीही अजून पोटाची खळगी भरण्याचा प्रश्न काही सुटला नव्हताच.

माझं बालपण दुःखात गेलं. शिक्षण नव्हतं. मी हळूहळू तारुण्यात प्रवेश केला. वीस वर्षांचा, नोकरीधंदा नसलेला मुलगा. एक जबाबदारीच. माझ्या वडिलांना मिळालेल्या पैशात आमचं भागत नव्हतं.

मी वीस वर्षांचा व बेकार असतानाच माझ्या आईनं माझं लग्न लावून दिलं. ते माझं पहिलं लग्न. माझ्या पहिल्या पत्नीपासून मला दोन मुलगे व एक मुलगी झाली. पण प्रदीर्घ आजारपणात माझी पत्नी मला सोडून गेली. वयाच्या अठ्ठाविसाव्या वर्षी मी एका घटस्फोटितेशी पुनर्विवाह केला. तिला एक मुलगी होती. आता मी पोट भरण्यासाठी सदर बाजारात चिंध्या गोळा करण्याचं काम करू लागलो. असं मी दहा वर्षे काम केलं. मी जरा स्थिरस्थावर झाल्यावर माझ्याच एका मित्राच्या मदतीने स्वत:चं भंगाराचं दुकान टाकलं. माझ्या सहा मुलांकडे बघून माझ्या मित्राने दयेपोटी एक जमिनीचा तुकडा मला बक्षीस दिला. त्याच्या मोबदल्यात मी त्याला काही देऊ शकलो नाही. भंगाराचं दुकान बऱ्यापैकी चालू लागलं. थोड्याच दिवसात त्यातून मला चांगलं उत्पन्न मिळू लागलं. तेच माझ्या आयुष्यातील सोनेरी दिवस होते.

नियतीच्या मनात मात्र काहीतरी विपरीत होतं. काही दिवसांनंतर माझ्या त्या मित्रानं मला दुकान परत मागितलं. त्यानं मला ती जागा सोडून जाण्यास सांगितलं. मला ते मान्य करावंच लागलं कारण त्या जागेवर माझा कायदेशीर हक्क नव्हता. मी माझा मुक्काम दुसरीकडे हलवला व परत धंदा सुरू केला. पण या घडलेल्या घटनांमुळे मनाला प्रचंड कटुता आली.

नशिबानं परत एकदा मला साथ दिली. माझ्या मेहनतीस फळ मिळालं. आजूबाजूच्या लोकांना माझ्याविषयी आदर वाटू लागला. हे यश माझ्या डोक्यात चढलं. कसे कोण जाणे, कुठून तरी आपोआप मित्र गोळा झाले. माझ्याकडे पैसा होता आणि तोच तर त्यांच्याकडे नव्हता, त्यामुळेच ते आले होते. पण ही गोष्ट मला तेव्हा कळली नाही, ती आता कळते आहे. त्यांनी मला अशा एका गोष्टीची ओढ लावली, जी गोष्ट मी आजवर कधीच चाखली नव्हती. ती गोष्ट म्हणजे मादक द्रव्ये. लवकरच मी हेरॉईन, चरस आणि दारू या सर्व गोष्टींच्या आहारी गेलो. या गोष्टींची नशा चढली की माझा माझ्यावरचा ताबा सुटायचा. मला आता माझ्या धंद्यात रस वाटेना. खरं तर माझा धंदा इतर धंद्यांपेक्षा वेगळ्या प्रकारचा होता. या धंद्याला समाजाची गरज होती. त्यामुळेच जसं मी धंद्यातील लक्ष काढून घेतलं, तसा तो पार रसातळाला

जाऊन पोचला. त्याची फळे माझ्या कुटुंबियांना भोगावी लागली. मी घरी आलो की माझ्या कुटुंबियांवर राग काढायचो. मी पैशाची काहीतरी व्यवस्था केली असणार, आपल्या पोटाला आता अन्न मिळणार अशा आशेने ते माझी वाट पाहत असायचे.

याच काळात मन:शांतीच्या शोधात मी परत एकदा बांग्लादेशात गेलो. बांग्लादेशात मादक द्रव्ये इतक्या सहजासहजी उपलब्ध नव्हती. एका अर्थी ही फार चांगली गोष्ट होती. पण त्या परिस्थितीत मी फार काळ टिकाव धरू शकलो नाही. माझ्या व्यसनाधीनतेनं मला परत दिल्लीत खेचून आणलं. आता मी माझ्या सहकाऱ्यांशी, शेजाऱ्यांशी, सरकारी अधिकाऱ्यांशी आणि खुद्द पोलिसांशी सुद्धा भांडणे उकरून काढण्यास सुरुवात केली. थोडक्यात काय– मी आता अत्यंत बेदरकारपणे वागत होतो. संकटात सापडण्याची वेळ काही फार दूर नव्हती, हे तर उघडच होतं आणि झालंही तसंच.

माझ्या वागण्याबद्दल आता शेजारीपाजारी तक्रार करू लागले. परिस्थिती इतकी चिघळली की माझी कटकट एकदाची कधी संपते, असं त्यांना झालं. एवढ्यावरच थांबलं नव्हतं. मी शेजारच्या एका बाईच्या लफड्यात सापडलो. काय झालं, कसं झालं, कुणी हे कारस्थान केलं, काहीच समजलं नाही, पण तिनं एक दिवस जवळच्या पोलिस चौकीत जाऊन सरळ माझ्याविरुद्ध बलात्काराचा गुन्हा नोंदविला. पोलिसांनी घरी येऊन मला अटक केली. मी अडीच वर्षे जेलमध्ये राहिलो. या काळात स्वतःचं आणि मुलांचं पोट भरण्यासाठी माझ्या पत्नीला अपरिमित कष्ट सोसावे लागले. माझ्या भावांनी आणि तिच्या माहेरच्या माणसांनी तशी थोडीफार मदत केली, पण ती जास्त काळ नाही. आमचा धंदा तर पूर्णपणे रसातळाला गेला. माझ्या पत्नीने आता धुणं-भांड्याची कामे करण्यास सुरुवात केली.

मी जेलमध्ये असताना एक दिवस माझ्या मुलीला घरात अपघात होऊन ती भाजली. मला कसंही करून तिला भेटायचं होतं. मी कोर्टापुढे तशी याचिका सादर केली. पण मला केवळ दोन तासांसाठी तिला हॉस्पिटलमध्ये जाऊन भेटण्यापुरतं सोडण्यात आलं. हॉस्पिटलमधील तिची ती विदारक स्थिती पाहून मी आतल्या आत वेदनेने जळू लागलो.

एखाद्या व्यक्तीची जर व्यसनमुक्त होण्याची मनापासून इच्छा असेल तर त्या व्यक्तीवर मोफत उपचार करण्याची सोय आमच्या जेलमध्ये होती. मी आपण होऊन तेथे उपचारांसाठी दाखल झालो. त्याचं कारण असं की नवीन इन्स्पेक्टर जनरल मॅडमनी तुरुंगात अधिकाराची सूत्रे स्वीकारली होती. त्यांनी तुरुंगात बाहेरून येणारा मादक द्रव्याचा पुरवठा संपूर्णपणे बंद करून टाकला

होता. त्यामुळे आता या व्यसनांपासून मुक्ती मिळवल्याखेरीज दुसरा काही पर्यायच नव्हता. दुसरी महत्त्वाची गोष्ट अशी की स्वतःत सुधारणा घडवून आणण्याची तीव्र इच्छा मला होती. अलिकडे जेलमधील वातावरण पूर्णतया बदलून गेलं होतं. कैद्यांच्या पुनर्वसनाचे जोरदार प्रयत्न चालू होते. शिक्षणाची संधी उपलब्ध होती. औषधोपचार ध्यान धारणा केंद्र, व इतरही अनेक संधी उपलब्ध होत्या. कर्मचाऱ्यांचा दृष्टिकोन आता अत्यंत सकारात्मक झाला होता. अनेक सेवाभावी संस्था पुढे आल्या होत्या व त्यांच्या सहकार्याने तुरुंगाचं जणू एखाद्या आश्रमात रूपांतर झालेलं होतं. मी आता पूर्णपणे सुधारणेच्या मार्गावर होतो.

आमच्या जेलमध्ये 'इंडिया व्हिजन फौंडेशन' नावाची एक संस्था कार्यरत होती. मी त्यांच्यापाशी जाऊन माझ्या अडचणी त्यांना समजावून सांगितल्या. माझे कुटुंबीय तुरुंगाबाहेर होते, त्यांची काळजी घेण्याची विनंती मी फौंडेशनच्या लोकांना केली. ते त्यांनी तात्काळ मान्य केलं. त्या दिवसापासून फौंडेशनचे कार्यकर्ते नियमितपणे माझ्या घरी जातात. सर्वांची विचारपूस करतात. माझ्या मुलांना वेगवेगळ्या शाळांमध्ये दाखल करण्यात आलेलं आहे. श्री. शाळीग्राम यांची माझ्या मुलांचे पालक म्हणून नियुक्ती केलेली आहे. तेही अनेकदा मुलांना भेटायला जातात. त्यांच्या अथक परिश्रमांमुळेच आज माझं कुटुंब मार्गी लागलेलं आहे.

परंतु माझ्या भूतकाळानं मात्र अजून सुद्धा माझी पाठ सोडलेली नाही. जेलमध्ये जाण्यापूर्वी मी पोलिसांचा खबऱ्या म्हणून काम करत असे, पण आता ते काम मी सोडलं आहे. त्यामुळे स्थानिक पोलिस माझ्यावर खार खाऊन आहेत. मी त्यांचं म्हणणं अमान्य केलं की ते माझ्यावर संतापतात. मला व माझ्या कुटुंबियांना सुखासमाधानानं राहता यावं, म्हणून मी माझी राहती जागा वारंवार बदलत असतो. मी भंगाराचे दुकान अजूनही चालवतो. पण कधीही पोलिस मला विनाकारण अटक करून जेलमध्ये पाठवतील अशी भीती मला वाटते.

भूतकाळात मी काही घोडचुका केल्या आहेत. नको ती कामे केली आहेत. ती सगळी माझीच कर्मे आहेत व त्याला मी स्वतः जबाबदार आहे. इतर कोणीही नाही माझी आता एकच इच्छा आहे, ती म्हणजे समाजाने मला अजून एक संधी द्यावी. पुरेसा वेळ द्यावा, म्हणजे मी आता पूर्णपणे सुधारलो आहे हे मी सिद्ध करू शकेन.

कुठं चुकलं?

- राहतं घर सोडून जी कुटुंबे देशोधडीला लागतात, त्यांच्या आयुष्याचा अक्षरश: खेळखंडोबा होतो. अनेकदा प्राणाशी गाठ येण्याचे प्रसंग येतात.

- गरिबी व बेरोजगारीमुळे माणसांची पिळवणूक करणाऱ्यांचे फावते.

- मादक द्रव्याचे सेवन करणे हा माणसाच्या अध:पतनाचा हुकुमी मार्ग आहे.

मादक द्रव्ये : सैतानाचं दुसरं रूप

माझं नाव सूरज. मी ४९ वर्षांचा आहे; पण मी वयाने खूप जास्त मोठा दिसतो. कारण मी व्यसनी आहे. मी खरंतर चंडिगढच्या एका उच्च मध्यमवर्गीय घरातला आहे, परंतु शाळेत असताना मला वाईट संगत लागून मी दारूच्या नादी लागलो. मी आठव्या इयत्तेत असताना पहिल्यांदा दारू घेतली. त्यानंतर मी पार्ट्यांमध्ये नियमितपणे दारू पिऊ लागलो.

मी द्विपदवीधर झाल्यावर एका ट्रान्सपोर्ट कंपनीमध्ये नोकरीला लागलो. तिथे माझी अनेक ड्रायव्हर्सशी ओळख झाली. हे ड्रायव्हर्स अफूचं सेवन करत असत; त्यामुळे कसा आनंद मिळतो ही गोष्ट ते वर्णन करून सांगत. साहजिकच माझी उत्सुकता जागृत झाली. एकदा तरी अफूची चव घेऊन पाहण्यावाचून मला राहवेना. हळूहळू मी रोजच अफूचं सेवन करू लागलो. त्यानंतर आपण एका वेगळ्याच जगात गेल्यासारखं मला वाटायचं. असेच सात महिने गेले. एक दिवस अफू न मिळाल्यामुळे मला खूप अस्वस्थ वाटू लागलं. तेव्हा आपल्याला अफूचं व्यसन लागल्याचं माझ्या लक्षात आलं. माझ्या पगारामध्ये कुटुंबाचा खर्च व्यवस्थित भागवल्यानंतरसुद्धा मला अफूची नशा करणं पैशानं परवडत असल्यामुळे माझ्या बायकोला आणि मुलांना माझ्या या व्यसनाविषयी काही कळलं नाही; परंतु हळूहळू अफूचं प्रमाण वाढू लागलं, मी सातत्यानं सेवन करू लागलो. मग मात्र ती विकत घेणं माझ्या खिशाला परवडेनासं झालं. आश्चर्याची गोष्ट अशी की, मुळात ज्या लोकांनी मला अफूची ओळख करून दिली, ते मात्र आता एक-एक करत या व्यसनातून मुक्त होण्याचा प्रयत्न करत होते. मी अमली पदार्थांचं सेवन चालूच ठेवलं होतं. ती मिळवण्यासाठी कोणत्याही वेळी, कुठेही जाण्याची माझी तयारी होती. पैसे मिळवण्यासाठी मी ऑफिसात जादा काम करण्यासही सुरुवात केली; पण माझ्या व्यसनीपणामुळे माझ्या कामावरही वाईट परिणाम होऊ लागला. हे जेव्हा माझ्या वरिष्ठांना कळलं तेव्हा माझी चेन्नईला बदली करण्यात आली. तेथील

कर्मचाऱ्यांना माझ्या व्यसनाविषयी लगेच लक्षात आलं आणि माझी नोकरीतून हकालपट्टी झाली.

घरी परत आल्यावर व्यसनासाठी पैसे कसे उभे करायचे हा मोठा प्रश्नच होता. मी सगळ्यांकडून पैसे उसने घेतले. अखेर उसनं मागण्यासाठी एकही माणूस उरला नाही. त्यानंतर मी घरातल्या किमती वस्तू चोरायला सुरुवात केली. काही दिवसांतच मी माझ्या बायकोच्या आणि मुलांच्या नजरेतून उतरलो. कारण माझं व्यसन त्यांच्या लवकरच लक्षात आलं. मी घरात चोरी करताना काळजी घ्यायचो. ज्या वस्तू रोजच्या रोज लागणार नाहीत, त्याच पळवायचो; पण एक दिवस मी माझ्या बायकोची सोन्याची साखळी चोरत असताना रंगेहाथ पकडला गेलो. एव्हाना समाजातील लोकांनी तर मला जवळपास वाळीतच टाकलं होतं. मी इतके पैसे उसने घेतले होते की, माझ्या तावडीतून एकही मित्र किंवा नातेवाईक सुटला नव्हता. काही दिवसांनी माझ्या घरच्या लोकांना ते असह्य झालं, मग त्यांनी ही गोष्ट माझ्या एका भावाच्या कानावर घातली. त्याने त्यांना नवज्योतीतर्फे चालवण्यात येणाऱ्या व्यसनमुक्ती आणि पुनर्वसन केंद्राविषयी सांगितलं. मला केंद्रात दाखल करण्यात आलं खरं; पण मी व्यसनमुक्त होण्याचं कधी मनावरच घेतलं नाही. मी तिथून बाहेर पडताक्षणी पुन्हा मादक द्रव्यांच्या सेवनाकडे वळलो. माझं हे वागणं पुढे वर्षभर चालू होतं. मी अमली पदार्थांचे विविध प्रकार हाताळले. माझी प्रकृती अत्यंत खालावली. माझ्या कुटुंबीयांनी मला घराबाहेर काढलं. मी जवळच्या खेड्यात राहात असलेल्या माझ्या भावाच्या घरी गेलो. त्याने पुन्हा एकदा मला उपचार घेऊन व्यसनमुक्त होण्यासाठी प्रोत्साहन दिलं. परत एकदा मला नवज्योतीच्या व्यसनमुक्ती केंद्रात दाखल करण्यात आलं; पण या खेपेला मात्र मी स्वत:च व्यसनमुक्त होणं मनावर घेतलं होतं. मी संपूर्ण उपचार घेऊन माझ्या घरी परत गेलो; पण मी यातून बरा झालो असेन, याविषयी त्यांना खात्री वाटत नव्हती. मी माझ्या पत्नीचं आयुष्य बरबाद केलं होतं, त्याबद्दल ती मला सतत टोचून बोलायची; परंतु व्यसनमुक्त झाल्यावरही अशा प्रकारच्या परिस्थितीला आयुष्यात कसं तोंड द्यायचं याची शिकवण आम्हाला नवज्योतीमध्ये मिळाली होती. त्याच्या बळावर धीर न सोडता मी शांतपणे जगत होतो. मला आता नोकरीही मिळाली होती. पूर्वीच्या निम्म्या पगारावर मी आता काम करत होतो; पण समाधानाने जगण्याची नवज्योतीमध्ये मिळालेली शिकवण आता मला उपयोगी पडत होती. मी असा चार वर्षं व्यसनमुक्त राहिलो आणि तोही माझ्या कुटुंबीयांकडून मला काहीच आधार नसताना. नंतर मला असं वाटू लागलं की, अगदी माफक प्रमाणात अमली पदार्थांचं सेवन केल्यानं काहीच बिघडणार नाही; पण माझी ती समजूत चुकीची होती. लवकरच नशा करण्याची प्रबळ उर्मी येताच ती दडपणं मला अशक्य होऊन बसलं. मग मला परत एकदा नवज्योतीमध्ये दाखल

करण्यात यावं, अशी मी माझ्या भावाला विनंती केली. या खेपेस कराला माजरी येथे बांधण्यात आलेल्या नवीन नवज्योती पुनर्वसन केंद्रात मला दाखल करण्यात आलं. आता माझ्यावर व्यवस्थित उपचार होतील आणि मी पूर्णपणे व्यसनमुक्त होण्यात नक्की यशस्वी होईन अशी मला आशा आहे. अलीकडे येथील उपचार पद्धतीमध्ये रुग्णांसाठी सहली, मंदिरांना भेटी आणि विपश्यना असे बरेच नवीन उपक्रम समाविष्ट करण्यात आले आहेत.

कुठं चुकलं?

- मादक पदार्थांचं सेवन अत्यंत घातक आणि विनाशकारी असतं हे सर्वांनी लक्षात घेतलं पाहिजे.
- मादक द्रव्यांशी केवळ कुतूहल किंवा गंमत म्हणून खेळ करणं योग्य नव्हे.
- व्यसनाधीन माणसाची आर्थिक परिस्थिती डबघाईला येते आणि थोड्याच दिवसांत त्याचं दिवाळं निघतं.

दारूचा पाश

मी एक ५४ वर्षांचा माणूस आहे. माझा जन्म दिल्लीतील एका उच्चभ्रू, सधन, सुशिक्षित घराण्यात झाला. हे खरं तर माझं नशीब! मी घरातला मोठा मुलगा; त्यामुळे माझं भरपूर कोडकौतुक झालं, मला घरच्यांचं प्रचंड प्रेम मिळालं. माझ्या आई-वडिलांनी मला कधीच काही कमी पडू दिलं नाही.

मी अभ्यासात हुशार होतो; पण मी अबोल होतो. मला कधी फारसे मित्र नसत. लहानपणापासून मी एकलकोंडा होतो. स्वत:च्या गोष्टी स्वत:च करायचो. मी पदवी संपादन करून लॉ करण्यासाठी विधी महाविद्यालयात प्रवेश घेतला. माझे वडील वकील होते आणि त्यांची गादी मी पुढे चालवावी, अशी त्यांची इच्छा होती; पण मी एक वर्ष कायद्याचा अभ्यास केल्यावर मला त्याचा कंटाळा आला आणि मी नोकरी शोधायला सुरुवात केली. माझी शैक्षणिक पार्श्वभूमी चांगली असल्याने मला लगेच नोकरी मिळाली. मला चांगला पगार मिळत असूनही मी मात्र समाधानी नव्हतो. मला अधिक चांगली, अधिक मोठ्या पगाराची नोकरी हवी होती. अखेर मला दिल्लीतल्या एका मोठ्या बहुराष्ट्रीय कंपनीमध्ये नोकरी मिळाली. मी सतरा वर्षं तिथे काम केलं. दरम्यान, माझं एका चांगल्या, प्रेमळ स्त्रीशी लग्न झालं. आम्हाला दोन मुली झाल्या.

मी आयुष्यात खूप समाधानी होतो. पण एक दिवस एक माणूस काही कामाच्या निमित्ताने मला ऑफिसमध्ये भेटायला आला. आमची एकमेकांशी छान मैत्री झाली. आम्ही दोघांनी मिळून एकत्र काहीतरी व्यवसाय सुरू करावा, असं त्यानं सुचवलं. तो स्वत: दिल्लीत राहात नव्हता; त्यामुळे दिल्लीमधला कारभार मी सांभाळावा, असं त्याचं म्हणणं होतं. मला ती कल्पना पसंत पडली. वास्तविक माझं घराणं वकिलाचं; पण तरीही या माणसाची पार्श्वभूमी तपासून पाहावी, असं काही मला सुचलंच नाही.

मी माझ्या बँकेच्या खात्यातून होते नव्हते तेवढे सगळे पैसे काढले, त्या शिवाय वेगवेगळ्या ठिकाणांहून कर्ज काढलं आणि व्यवसाय सुरू करण्यासाठी

माझ्या हिश्श्याचे पैसे उभे करून त्याच्या स्वाधीन केले. (ती रक्कम काही लहानसहान नव्हती!) पण त्यानंतर दुसऱ्याच दिवशी तो माणूस बेपत्ता झाला. मला प्रचंड धक्का बसला.

माझं जगच उद्ध्वस्त झालं. माझं कामावरचं लक्ष उडालं आणि मी दारूच्या नादी लागलो. सुरुवातीला माझ्या पत्नीला यातलं काहीच माहीत नव्हतं. तिला फक्त एकच गोष्ट माहीत होती, ती म्हणजे मला धूम्रपानाची ॲलर्जी होती; पण मी जेव्हा उशिरा घरी येऊ लागलो आणि लहानसहान गोष्टींवरून वाद घालू लागलो, तेव्हा मात्र कुठेतरी गडबड आहे, हे तिच्या लक्षात आलं. एक दिवस मी दारूच्या नशेत रस्त्याने जात असताना मला अपघात झाला, तेव्हा तिला सत्य कळून चुकलं; पण तिने हे सगळं खूप धीरानं घेतलं. तिनं मला चार समजुतीच्या गोष्टी सांगून पाहिल्या. माझ्या दोघी मुलीसुद्धा समंजस होत्या. त्यांनी माझ्यावर कोणत्याही प्रकारची टीका न करता, मला दूषणं न देता उलट मला भक्कम आधारच दिला.

पण थोड्याच दिवसांत मी या दारूच्या व्यसनाच्या विळख्यात पुरा सापडलो. मी नोकरी सोडली. मी दारूवर पैसे उडवू लागलो. मी दिवसभर दारू पीत बसायचो. मग घरखर्च चालवण्यासाठी माझ्या पत्नीने आमच्या एका नातेवाइकाबरोबर एक बूटिक शॉप सुरू केलं. ती खंबीर होती. तिने मुलांना खूप आधार दिला, त्यांना समजून घेतलं. माझ्या या व्यसनीपणाचा मुलांना त्रास होऊ नये याची तिनं खबरदारी घेतली. त्यांना तिनं उत्कृष्ट शिक्षण देऊन, खूप चांगल्या प्रकारे लहानाचं मोठं केलं. त्यात ती कुठेही कमी पडली नाही. माझी पत्नी इतकी कष्ट करत असलेली पाहून मी हे व्यसन सोडण्याचा कितीतरी वेळा प्रयत्न केला. लागोपाठ कित्येक महिने दारूच्या थेंबालासुद्धा स्पर्श न करता राहण्यात मला यशही आलं; पण त्यानंतर मात्र व्यसनानं पुन्हा उसळी मारली आणि मी पूर्वीपेक्षाही अधिक दारू पिऊ लागलो.

त्यानंतर केव्हातरी माझ्या पत्नीला दिल्लीतील सराई रोहिला भागात नवज्योतीने चालवलेल्या व्यसनमुक्ती केंद्राविषयी समजलं. तिने माझ्या मुलींच्या मदतीने बळजबरीने मला त्या केंद्रात नेलं. सुरुवातीला मी प्रचंड विरोध केला; पण तिथल्या समुपदेशकांनी माझी समजूत घालून निदान बाह्यरुग्ण म्हणून सलग दहा दिवस उपचार घेण्याचं माझ्याकडून कबूल करून घेतलं. हळूहळू मला त्या उपक्रमात रस निर्माण झाला. याआधी माझ्या घरच्यांना सोडून मी कधीच राहिलो नव्हतो; पण आता मात्र मी सहा महिने तिथे राहून उपचारांचा लाभ घेतला. या उपचारानंतर माझा हरवलेला आत्मविश्वास मी पुन्हा कमावला आहे. मी खूप चिंतनशील बनलो आहे. इथे इतर रुग्णांना भेटणं, विचारांची देवाण-घेवाण आणि चर्चा यामुळे मी मला

स्वत:ला समजून घेऊ शकलो आणि स्वत:च्या व्यसनाधीनतेशी सामना करू शकलो. माझ्या समुपदेशकांशी माझे जे संबंध आहेत, त्यामुळे या जगाला सामोरं जाण्याची नवी शक्ती मला प्राप्त झाली आहे.

कुठं चुकलं?

- नियती नेहमी अनपेक्षितरीत्या घाला घालते.
- आपली दु:खं विसरण्यासाठी पलायनवादी उपाययोजना केली की त्यातून आणखी दु:ख वाट्याला येतं.
- दु:ख आणि वेदना मुकाट्याने सोसत राहून परिस्थिती अधिकच चिघळते.

मादक द्रव्य : एक जीवघेणं व्यसन

मी एक ३२ वर्षांचा माणूस आहे. बिहारमधील एका उच्चभ्रू घरात मी लहानाचा मोठा झालो. माझे वडील फॉरेस्ट ऑफिसर होते. मी चार भावंडांमधला सगळ्यात मोठा; आम्ही एखादी गोष्ट मागितली आणि ती आमच्या आई-वडिलांनी पुरवली नाही, असं कधीच झाल्याचं मला आठवत नाही. मी विशेष अभ्यास न करताही शाळेत नेहमी पहिला क्रमांक पटकावत असे. मी पाचव्या इयत्तेत गेल्यावर माझी वर्गातल्या काही श्रीमंत घरच्या मुलांशी ओळख झाली. ती मुलं खेळणी, खाऊ, चॉकलेट्स अशा चैनीच्या गोष्टींवर भरमसाट खर्च करत. मी त्यांच्याशी मैत्री केली; पण तरीही माझ्या अभ्यासावर त्या गोष्टीचा परिणाम झाला नाही. मी आठव्या इयत्तेत गेल्यावर त्या मुलांबरोबर सिगारेट ओढावी, असा ते हट्ट धरून बसले. मी मित्रांच्या आग्रहाला बळी पडलो. त्यानंतर मी त्या नादालाच लागलो. मी शाळा बुडवू लागलो. माझं अभ्यासातलं लक्ष उडालं. माझी इतकी अधोगती होत चालली की, दहावीची परीक्षा मी कशीबशी उत्तीर्ण झालो. माझे वडील खूप संतापले. त्यांनी मला माझ्या काकांकडे राहायला पाठवलं. माझे काका एका शाळेत शिक्षक होते. माझ्या वडिलांनी मला त्याच शाळेत घातलं.

साधारण याच सुमारास माझी जवळच राहाणाऱ्या एका मुलीशी ओळख झाली. काही दिवसांतच ती माझ्याकडे आकृष्ट झाली. निदान आपल्याविषयी काळजी करणारं कुणीतरी आहे, असं मला वाटलं; पण मी नियमितपणे सिगारेट ओढायचो, याची तिला कल्पना नव्हती. मी बारावीत असताना माझ्या मित्रांनी मला गांजाची नशा करायला शिकवलं. या अमली द्रव्याचं मला थोड्याच दिवसांत व्यसन लागलं. मी पूर्णपणे वाया गेलो असून आता सुधारण्याच्या पलीकडे आहे हे माझ्या काकांना कळून चुकलं. मी बारावीची परीक्षा उत्तीर्ण झाल्यावर माझा स्वैराचार आणखी वाढला. मी शिक्षणाला रामराम ठोकला. मित्रांबरोबर मोटारसायकलवर भटकून दिवसभर उनाडक्या करत असे. त्या मुलीशी माझं प्रेमप्रकरण चालू झालं होतं.

जसजसे दिवस लोटले तसा माझा व्यसनीपणा अधिकच वाढला. तिच्या आई-वडिलांना आमच्या संबंधांविषयी कळलं तेव्हा त्यांनी तिचं दुसऱ्या कुणाशी तरी लग्न लावून दिलं. मला या गोष्टीचा मोठाच धक्का बसला. आयुष्यात कोणत्याच गोष्टीविषयी मला रस वाटेनासा झाला. मादक द्रव्याचं सेवन करण्यासाठी आता मी चोऱ्यामाऱ्यासुद्धा करू लागलो. मला आता फक्त दोनच गोष्टींशी देणं-घेणं होतं, एक म्हणजे मादक द्रव्यं आणि दुसरं म्हणजे माझे मित्र.

मी सुधारावं यासाठी माझ्या आई-वडिलांनी माझं लग्न केलं. खरं तर मला लग्न करण्यात काहीही रस नव्हता; पण तरीही मी लग्नाला तयार झालो. लग्नानंतर काही दिवस बायकोसोबत घालवल्यावर मी घर सोडून मित्रांबरोबर राहण्यासाठी बाहेर पडलो. माझ्या कुटुंबाची जरासुद्धा पर्वा न करता मी चार वर्षं या ठिकाणाहून त्या ठिकाणी भटकत राहिलो. एक दिवस अचानक माझ्या वडिलांच्या निधनाचं वृत्त मला कळलं. माझे नातेवाईक मला घरी न्यायला आले. मी मोठा मुलगा असल्याने वडिलांच्या चितेला अग्नी देणं तसेच नंतरचे दिवस करणं ही माझी जबाबदारी होती; पण मी तर धड भानावरसुद्धा नव्हतो. ते सगळं काय चाललं होतं मला नीटसं समजतही नव्हतं. दुसऱ्या दिवशी सकाळी घडलेली गोष्ट मला समजली. त्यावेळी प्रथमच मला मी अमली पदार्थांच्या किती आहारी गेलो होतो, याची जाणीव झाली. काही धार्मिक विधी पार पाडण्यासाठी जेव्हा पुरोहितानं मला बोलावून घेतलं, तेव्हा मला अमली पदार्थाचं सेवन केल्याशिवाय एक सेकंदभरही बसणं शक्य नव्हतं. मग मी न्हाणीघरात जाऊन थोड्या अफूचं सेवन करूनच त्या विधीसाठी बसलो. त्या गोष्टीचा मला इतका अतीव पश्चात्ताप झाला की, नंतर मी ढसाढसा रडलो; पण जे घडून गेलं त्याबद्दल दुःख करण्यात काहीच हशील नव्हतं.

काहीही झालं तरी हे व्यसन सोडायचं असं मी ठरवलं. मी अनेक व्यक्तींशी या समस्येबद्दल चर्चा केली. अखेर मी मदतीसाठी माझ्या धाकट्या भावाकडे धाव घ्यायची असं ठरवलं. तो दिल्लीला राहात असे. सुरुवातीला त्याने माझं स्वागत केलं नाही; परंतु नंतर त्याला दिल्लीतील नवज्योती व्यसनमुक्ती केंद्राविषयी समजल्यावर त्याने मला त्याबद्दल माहिती दिली. माझी तिथे जाण्याची फारशी इच्छा नव्हती; पण तो मला दिल्लीच्या सराई रोहिला येथील नवज्योती व्यसनमुक्ती केंद्राच्या बाह्यरुग्ण विभागात घेऊन गेला. तिथल्या समुपदेशकांनी मला स्वतःवर उपचार करून घेण्यासाठी प्रवृत्त केलं.

पूर्वी मी ज्या काही चोऱ्यामाऱ्या केल्या होत्या, त्यामुळे पोलिसांचा ससेमिरा माझ्या मागे लागलेला होताच. त्यातून स्वतःची सुटका करून घेण्यासाठी मी या संधीचा फायदा करून घेतला. मी नवज्योती केंद्रात दाखल झालो. पहिले पंधरा दिवस फारच वाईट गेले, कारण अमली पदार्थांचं सेवन बंद झाल्यामुळे मला तीव्र

नैराश्याचे झटके (withdrawal symptoms) येऊ लागले. परंतु आजूबाजूला बरे होत जाणारे रुग्ण मला पाहायला मिळाले आणि समुपदेशकांनीही या उपचारपद्धतीविषयी समजावून सांगितलं. त्यानंतर मी उपचार करून घ्यायचं ठरवलं. मला इथे एक गोष्ट कळून आली. जी माणसं पूर्वी या व्यसनाच्या गर्तेत सापडली होती, ती येथे येऊन बरी झाल्यावर साधी वेदनाशामक गोळी घेताना दहा वेळा विचार करतात. ते पाहून माझ्या मनात आशेचा किरण उत्पन्न झाला. पूर्वी मी जिवंत आहे की नाही याच्याशी माझ्या भावाला काही कर्तव्य नसे, परंतु आता मात्र तो नियमितपणे मला भेटायला येऊ लागला. गेले नऊ महिने मी व्यसनमुक्त आहे. अजूनही मी नवज्योतीच्या संपर्कात आहे; अद्यापही मी त्यांचं मार्गदर्शन घेत असतो. माझ्या उपचारांमधला एक भाग म्हणजे 'आफ्टर केअर' तोही अजून चालू आहे.

कुठं चुकलं?

- व्यसनांच्या बाबतीत लवकर आणि वेळेत हस्तक्षेप करून व्यसनमुक्तीचे उपचार सुरू केले तर एखादं जीवन वाचू शकतं.
- वाया गेलेल्या मुलांना वळणावर आणण्यासाठी आपल्याकडच्या शाळांमध्ये खास काहीच भरीव उपक्रम नसतात.
- बालगुन्हेगारांच्या बाबतीत शिक्षक आणि पालक फारसा रस घेत नाहीत.

भाग : ५

बालगुन्हेगारी

गुन्हेगारीतून उपजलेली मुलं

मी आय्. जी. (प्रिझन्स) म्हणून काम करत असताना मी एक गोष्ट जवळून पाहिली– जेव्हा आई-वडिलांच्या हातून गुन्हा घडतो तेव्हा त्याच्या सर्वांत जास्त यातना भोगाव्या लागतात त्या त्यांच्या मुलांना. आई किंवा वडील गुन्हे करून स्वत: तुरुंगात जातात, पण त्या वेळी त्यांचे पोटचे गोळे– त्यांची मुलं अक्षरश: रस्त्यावर येतात. मग नातेवाईक, शेजारीपाजारी किंवा मित्र यांनी दाखवलेल्या दयेवर ती मुलं आयुष्य कंठू लागतात. यांच्यातील अनेक लहान मुलामुलींचा गैरफायदा घेतला जातो आणि कालांतराने ही मुले दुसऱ्यांशीही तसंच वागू लागतात. गुन्हेगारांना सुधारण्याच्या प्रक्रियेमधील ही एक फार गंभीर स्वरूपाची पोकळी आहे. ही पोकळी भरून काढण्याच्या उद्दिष्टाने आम्ही काही लोकांनी एकत्र येऊन हा एक उपक्रम हाती घेतला आहे. या उपक्रमाअंतर्गत आम्ही गुन्हेगारांच्या मुलांना शिक्षणाची संधी उपलब्ध करून देत असतो. प्रस्तुत निवेदन आमच्याच एका समुपदेशकाने केलं आहे. त्यात त्यानं ज्या घटनेचं वर्णन केलं आहे, त्यातून आज या प्रश्नानं किती उग्र स्वरूप धारणे केलं आहे व या प्रश्नावर विचार होण्याची आज किती गरज आहे, हेच दिसून येतं.

माझं नाव शाळीग्राम. सुमारे दीडशे मुलांचा पालक म्हणून मी काम करतो. ही सर्वच मुलं गुन्हेगार आई-वडिलांची आहेत. काही आई-वडील अजूनही तुरुंगात शिक्षा भोगणारे आहेत, तर काही जामिनावर सुटलेले आहेत. ही सर्व मुलं आमच्याशी संलग्न असणाऱ्या व जवळपासच्या परिसरात असणाऱ्या शाळांमध्ये शिकत आहेत. मी व माझे सहकारी या मुलांच्या शाळेत नियमितपणे जाऊन शाळेच्या संचालकांच्या भेटी घेत असतो. ज्या मुलांना आम्ही निवासी शाळेत घातलेलं असतं, त्या जवळपास सर्वच मुलांचे आईवडील तुरुंगात असतात. ही मुलं आणि त्यांचे आई-वडील यांच्यामधील एकमेव दुवा म्हणजे आम्ही समुपदेशक. कधी-कधी यांच्यातील काही मुलांना तुरुंगात जाऊन आपल्या आई-वडिलांना

भेटण्याची संधी मिळते. शाळा आणि इंडिया व्हिजन फौंडेशन आणि तुरुंगातील वरिष्ठ अधिकारी, या सर्वांच्या एकत्रित प्रयत्नांमुळेच केवळ हे शक्य होतं. परंतु सर्वच शाळा काही या गोष्टीला परवानगी देत नाहीत. थोडक्यात सांगायचं तर मला व माझ्या सहकाऱ्यांना आमच्या कामात अनंत अडचणींना सामोरं जावं लागतं. आम्ही या मुलांना जीवनावश्यक गरजेच्या गोष्टी पुरवतो– कपडे, वैद्यकीय सुविधा, त्याचप्रमाणे त्यांच्या शिक्षणाचा खर्चही उचलतो. परंतु त्यांच्या आई-वडिलांची तुरुंगातून सुटका झाली की मात्र त्यांनी आपल्या मुलांची जबाबदारी उचलावी असा आमचा प्रयत्न असतो. पण त्यांच्यातील अनेकांना हे शक्य होत नाही.

ज्या कोणी पालकाने ही जबाबदारी उचलली असेल, त्याच्यावरही आम्हाला बारकाईनं लक्ष ठेवावं लागतं. कारण ते परत कधी गुन्हा करून तुरुंगात जातील किंवा पळून जातील, याचा काही नेम नसतो. अशा मुलांची बिकट परिस्थिती लक्षात घेऊन बऱ्याच शाळा या मुलांना शैक्षणिक शुल्कात सवलत देतात. काही मुलं तुरुंगात आपल्या आईसोबत राहत असतात. अशा मुलांना शिक्षण देण्याची जबाबदारी सुद्धा काही शाळांनी आपणहून उचलली आहे. त्यांनी अशा मुलांसाठी एक वेगळं वसतिगृह बांधलं आहे. विशेषत: मुलींसाठी ही सोय आहे. सध्या पंचवीस मुली अशा प्रकारे अत्यंत उत्कृष्ट दर्जाचं शिक्षण घेत आहेत. या मुलींच्या निवासाची सोय जरी वेगळ्या वसतिगृहात केलेली असली तरी त्या रोज जेव्हा शाळेत जातात तेव्हा त्याच शाळेत चांगल्या कुटुंबांमधून आलेल्या सुमारे एक हजार इतर मुलांबरोबर त्या शिक्षण घेतात. या सर्व मुली अभ्यासात तसेच अभ्यासाव्यतिरिक्त इतरही बाबतीत फार चांगली प्रगती दाखवत आहेत. आजूबाजूचं वातावरण जर निर्मळ असेल तर त्याचा मुलांवर किती चांगला परिणाम होतो, हेच या उदाहरणावरून दिसून येतं.

मात्र काही दिवसांपूर्वी मला अशाच एका निवासी शाळेच्या वॉर्डनकडून फोन आला– अकरा, दहा आणि नऊ वर्षे वयाच्या तीन मुली पळून जात असताना तेथील पहारेकऱ्याने त्यांना पकडलं. या मुली गेली तीन वर्षे याच शाळेत शिकत होत्या. खून, मादक द्रव्यांचे व्यवहार व इतर महाभयंकर खुनाच्या आरोपाखाली त्यांचे आई-वडील तरुंगात अजूनही शिक्षा भोगतच आहेत. या तीनही मुली उन्हाळ्याची प्रदीर्घ सुट्टी झोपडपट्टीत राहणाऱ्या आपल्या नातेवाइकांबरोबर घालवून नुकत्याच परतल्या होत्या. या तीनही मुलींनी शाळेतील इतर मुलांच्या मदतीने व आपल्या दप्तरांचा वापर करून शाळेच्या कंपाऊंडच्या उंच भिंतीवर चढून पलीकडे उडी मारून पळून जाण्याचा प्रयत्न चालवला होता, तेव्हाच पहारेकऱ्यानं त्यांना पकडलं. त्या मुलींशी मी नंतर जेव्हा बोललो तेव्हा त्या लहानग्या मुलींनी मला सांगितलं की, आपण पळून जात असताना जर पहारेकऱ्यानं काही हस्तक्षेप केलाच

तर सरळ त्याला एकतर पेटवून तरी द्यायचं नाहीतर लोखंडी कांबेनं त्याला मारहाण करायची, असं ठरवलं होतं.

या अशा भयंकर कल्पना इतक्या लहान मुलींच्या डोक्यात कुठून आल्या असतील? मग त्यांनी आपली उन्हाळ्याची सुट्टी कुठे, कोणाबरोबर व कशी घालवली याची मी जेव्हा जास्त खोलात जाऊन विचारपूस केली तेव्हाच नक्की कुठे चुकलं असावं, हे मला समजलं. त्या मुलींनी मला मोकळेपणाने सर्व काही सांगितलं. त्या म्हणाल्या, ''तिथे आम्हाला शाळा नव्हती. शिवाय पुष्कळ मित्र-मैत्रिणी होत्या. आम्हाला पाहिजे तिथे आम्ही जायचो. आम्ही दिवसभर नुसतं खेळत राहायचो, कुठेही... उद्यानांमध्ये, फूटपाथवर किंवा रस्त्यात सुद्धा. आम्हाला कोणीच आडवायचं नाही. शिवाय देवळाबाहेर किंवा चौकात उभं राहून आम्हाला पैसे मिळायचे. आम्ही पत्ते खेळायचो, जुगार खेळायचो किंवा काय हवं ते करायचो. कधी मनात आलं की आम्ही मित्रांसोबत सिनेमाला जायचो. शिवाय घरी किती वाजता परत जायचं, याचंही काही बंधन नसायचं. आम्ही कुठेही झोपायचो, कोणाच्याही मित्राच्या घरी. घरचा अभ्यास करायची कटकट नव्हती. आम्ही मित्रांबरोबर सिगारेटी सुद्धा ओढून पाहिल्या. आम्ही चिंध्या गोळा करायला जायचो किंवा आमच्या मित्रांना चहाच्या ठेल्यावर मदत करायचो.''

गेली इतकी वर्षं शाळेने आणि फौंडेशनने केलेले प्रयत्न या दोन महिन्यांच्या सुट्टीत धुळीला मिळाले हे तर उघडच होतं. शाळेतील शिक्षकांनी त्या मुलींना सुट्टीत मुद्दामच त्यांच्या ओळखीच्या वातावरणात, आप्तेष्टांमध्ये राहायला पाठवलं होतं, कारण अखेर एक ना एक दिवस, शाळा संपल्यावर त्यांना तिथंच जायचं होतं. परंतु मित्रमंडळींच्या बरोबर उनाडपणा करत हिंडण्याच्या आकर्षणापायी त्या मुली एवढ्या वर्षांचे शाळेचे संस्कार विसरून जातील, याची त्या शिक्षकांना कल्पना आली नाही. मंदिरांच्या आजूबाजूला मिळणारं मोफत अन्न, सिनेमे आणि टीव्हीचे कार्यक्रम... अशी आकर्षणं बाहेर होती. मुळात ही मुलं जेव्हा तुरुंगातून या शिक्षकांच्या ताब्यात आली तेव्हा त्यांच्यावर उत्तम संस्कार करून त्यांची जडण-घडण करण्याची महाकर्म कठीण कामगिरी त्या शिक्षकांना पार पाडावी लागली होती. तुरुंगवास भोगत असणाऱ्या स्त्री कैद्यांना आपल्या मुलांना त्यांच्या वयाला सहा वर्षं होईपर्यंत तुरुंगातच आपल्या जवळ ठेवून घेण्याची मुभा असते. त्यामुळे ही मुले जेव्हा शाळा शिकण्यासाठी म्हणून बाहेरच्या जगात पाऊल टाकतात, तेव्हा त्या नवीन जगाशी, नव्या वातावरणाशी जुळवून घेणं त्यांना खूप जड जातं, कारण तोपर्यंत बराच उशीर झालेला असतो.

कुठं चुकलं?

- बेजबाबदारपणे घडून आलेल्या शरीरसंबंधांमधून जन्माला आलेली मुलं जर गुन्हेगारी वातावरणात वाढली तर त्यांची रवानगी बरेचदा तुरुंगात होते.

- भारतीय तुरुंगव्यवस्थेनं आजपर्यंत कधीही बाल गुन्हेगारांना सुधारण्याचा मुद्दा गंभीररीत्या विचारात घेतलेला नाही. त्याचमुळे अशा मुलांच्या काही विशिष्ट गरजा ध्यानात घेतल्या जात नाहीत.

- प्रगतिशील व मोकळ्या समाजामध्ये गुन्हेगार कुटुंबातून आलेल्या मुलांना गुन्हेगारीपासून वाचवण्यासाठी कोणतीही योजना नाही.

त्या पहिल्या सिगारेटनं उठवली
माझ्या नशिबावर मोहर

माझं नाव मूळचंद. आम्ही एकूण नऊ भावंडे. त्यातला मी चौथा.
आमच्या घरचं वाण्याचं दुकान आहे. मी सत्तावीस वर्षांचा असून दिल्लीचा
रहिवासी आहे. तेव्हा मी अकरा वर्षांचा असेन. मी सरकारी शाळेत सहाव्या
इयत्तेत शिकत होतो. त्यावेळी माझ्या वर्गातील काही मित्रांनी मला सिगारेट
देऊ केली. ती मी घेतली आणि ओढून पाहिली. खरं तर त्या क्षणापर्यंत
मी एक चांगला विद्यार्थी होतो. मात्र मित्रांच्या ओढीनं मी हळूहळू शाळेचे
तास बुडवू लागलो. चोरून सिनेमालाही जाऊ लागलो. हळूहळू हा आमचा
नित्यक्रमच होऊन बसला. त्याच जोडीला मला सिगारेटची पण चांगलीच
चटक लागली.

माझं माझ्या वडिलांशी फार पटत नसे. माझ्या आईचा मात्र मी फार
लाडका होतो. हळूहळू माझा खर्च वाढत चालला होता. तो पुरवण्यासाठी
मी या ना त्या बहाण्याने आईकडून पैसे उकळत असे. शाळेसाठी,
अभ्यासासाठी सामान आणायचं आहे-ही सबब चांगली होती. माझे वडील
पैसे दैण्याआधी नेहमी नीट चौकशी करत, खर्चाची कारणे विचारत.
आईच्या आंधळ्या प्रेमामुळे, मला सतत पाठीशी घालण्याच्या सवयीमुळे
मला विनासायास पैसे मिळत.

माझी शाळेतील गैरहजेरी वाढत होती. माझ्या शिक्षकांनी माझ्या आईवडिलांना
थोडी पत्रेसुद्धा पाठवली. माझ्या आईनं त्याविषयी कधी प्रश्न विचारण्यास सुरूवात
केलीच, तर मी काहीतरी थापा मारून वेळ मारून नेत असे. ती तशी अशिक्षित होती.
त्या गोष्टीचा मी गैरफायदा घ्यायचो. माझे वडील तर दुकान सांभाळण्यातच इतके
व्यस्त होते, की त्यांना माझ्याकडे लक्ष द्यायला फुरसत कुठे होती?

पुढे पुढे खोटं बोलण्याची सवय चांगलीच अंगात मुरली, मी आता

निर्ढावलो. अगदी आत्मविश्वासाने खोटं बोलू लागलो. आपण आयुष्यात सगळ्या चांगल्याचुंगल्या गोष्टी, चैनीच्या गोष्टी मिळवाव्या, भरपूर प्रमाणात मिळवाव्या असं मला नेहमी वाटायचं. चांगले कपडे, उंची पादत्राणे या व अशा कितीतरी गोष्टी! हे सगळं कशासाठी? तर मित्रांपुढे बढाई मारण्यासाठी. काही काही वेळा मी चक्क घरातून पळून जायचो. माझ्या आईनं खूप विनवण्या केल्या, हातापाया पडली की मगच मी घरी यायचो. बिचाऱ्या आईचा अजूनही माझ्यावर विश्वास होता. मी घरी रहावं अशी तिची इच्छा असे. मी माझ्या वडिलांचा मात्र नावडता होतो. माझी आई माझे जे फाजील लाड पुरवायची, ते त्यांना मुळीच आवडत नसत.

पुढे पुढे पैशाचा ओघ संपुष्टात आला. आता मी चोऱ्यामाऱ्या करू लागलो. जे कोणी भेटेल, त्यांच्याकडून हात उसने पैसे घेऊ लागलो. दरम्यानच्या काळात मी कसाबसा सातवीच्या वर्गात गेलो. एव्हाना मी दारूच्या पुरता आहारी गेलो होतो. मला रोजच दारू लागायची. शिवाय संगतीला माझे मित्र होतेच, हे सांगायलाच नको. आता याहून पुढचं शिक्षण घेणं मला शक्यच नव्हतं. मी शाळा सोडून दिली. आता तर मला कशाचीच भीती उरली नाही, कुणाचीच भीती उरली नाही. अगदी वडिलांचीसुद्धा. मी त्यांना उलट उत्तरे देऊ लागलो. माझी आई मात्र अजूनही माझ्या पाठीशी उभी राहत असे.

दारू विकत घ्यायची तर कमीतकमी पंचवीस वर्षांचं असणं आवश्यक होतं. मग मी दारूच्या दुकानापाशी जायचो आणि रांगेत उभ्या असलेल्या एखाद्या मोठ्या माणसाला थापा मारायचो. 'वडिलांसाठी दारूची बाटली हवी आहे. मी ती नेली नाही तर ते घरी गेल्यावर मला मारतील,' असं तोंडाला येईल ते सांगायचो आणि दारू मिळवायचो.

मी आता सोळा वर्षांचा झालो होतो. मला आता चरसचेही व्यसन लागले होते. आता तर पैशांचाही प्रश्न सुटलेला होता. दुकानात गल्ला हाताशीच असायचा. हिशेबसुद्धा व्यवस्थित ठेवलेले नसत. त्यामुळे माझी चोरी सहज खपून जाई. मी सुधारून चांगल्या मार्गाला लागावं या सद्हेतूनं आई मला दुकान सांभाळण्याचं काम सांगायची. पण झालं उलटंच. आता मला माझी व्यसने पुरवण्यासाठी आयताच पैसा उपलब्ध होऊ लागला. अशात मला काही ट्रक ड्रायव्हर्सची संगत लाभली. तेच मला अफू पुरवत आणि वाईटसाईट ठिकाणी घेऊन जात.

सगळ्याच गोष्टींचा असा अतिरेक झाला होता. मादक द्रव्ये, चोऱ्यामाऱ्या! मी अनेकदा पळून जायचो आणि पुन्हा थोड्या दिवसांनी परत यायचो.

वडिलांच्या विरोधाला न जुमानता आई मला घरात घ्यायची. मी एकवीस वर्षांचा होईपर्यंत हे सगळं असंच चालू होतं.

एव्हाना मी खिसेकापू बनलो होतो. माझ्या मित्रांनीच मला या मार्गाला लावलं. आता तर पोलिसांनाही माझ्या कारवायांचा सुगावा लागला होता. त्यामुळे ते वारंवार माझ्या घरावर छापा मारत. मग मी मुद्दाम बाहेर राहू लागलो. तशात मला हेरॉईनचं व्यसन लागलं. हे व्यसन पुरवणं फारच सोपं होतं. कारण आमच्या भागात हेरॉईन मुबलक प्रमाणात उपलब्ध असे. पोलिसांनी आमच्या घरावर छापा मारून मला पकडू नये म्हणून आईने त्यांना पैसे चारल्याचंही माझ्या कानावर आलं. त्यामुळे मी घरच्या सुरक्षित वातावरणात, क्षमाशील आईच्या आश्रयाला परत आलो. माझ्या सर्व गरजा तीच भागवू लागली. पण कधीतरी तीसुद्धा मला पैसे द्यायला नकार द्यायची. मग मी तिला शिवीगाळ करायचो. माझ्या मार्गात कुणीही आडवं आलं तरी त्या व्यक्तीला मी शिव्या द्यायचो. मी अनेक गुन्ह्यांमध्ये अडकलो. अखेर स्थानिक पोलिस माझ्या मागे लागले. मी त्यांना हवा होतो. त्यांनी मला पकडलं आणि सावधगिरी म्हणून जेरबंद केलं. पण दुसऱ्याच दिवशी आईनं मला जामीन देऊन सोडवलं. काही दिवसांनी परत अटक झाली. या खेपेला मात्र मला चांगली सहा महिने तुरुंगवासाची शिक्षा झाली.

आता मी अशा स्थितीला पोचलो होतो की मला कुणाचीच गरज उरली नव्हती. फक्त मादक द्रव्ये आणि माझे मित्र. इतकं भरभरून निस्वार्थी प्रेम देणाऱ्या त्या माऊलीची सुद्धा गरज उरली नव्हती मला.

परत एकदा मादक द्रव्ये जवळ बाळगल्याच्या गुन्ह्याखाली मला अटक झाली. माझी रवानगी तीन वर्षांसाठी तुरुंगात झाली. अटकेच्या वेळी पोलिसांनी माझ्याकडून ५००० रु. जप्त केले. या गोष्टीची मुळी नोंदच ठेवण्यात आली नाही. तुरुंगात गेलो म्हणून काही माझं मादक द्रव्याचं सेवन थांबलं नव्हतं. जेलमधला वॉर्डर स्वत:च पैसे घेऊन आम्हा कैद्यांना अंमली पदार्थ पुरवायचा. अखेर तोच पकडला गेला व तुरुंगात भरती झाला. माझी मात्र निर्दोष सुटका होऊन मी बाहेरच्या जगात आलो. आईनं मला एका व्यसनमुक्ती केंद्रात उपचारांसाठी नेलं. मी केवळ थोडे दिवसच तिथे राहिलो व तिथून पळ काढला. त्यांनी मला पकडून परत आणलं. मी परत एकदा पळालो. अजूनही मादक द्रव्यांची सवय काही सुटलेली नव्हती.

माझ्यात काहीतरी सुधारणा व्हावी या उद्देशानं आईनं माझं लग्न करून दिलं. माझ्या पत्नीचं माझ्यावर खूप प्रेम होतं. मला सुखी ठेवावं या उद्देशाने सुरूवातीला माझ्या व्यसनांना तिनं विरोध केला नाही. पण हळूहळू तिचे आणि

माझे खटके उडू लागले. एव्हाना मी तिचे सर्व दागिने विकले होते. एक शेवटचा दागिना म्हणजे एकुलती एक अंगठी बोटात राहिली होती. एक दिवस ती झोपली आहे असे पाहून मी ती अंगठीसुद्धा लुबाडली. माझी व्यसने पुरवण्यासाठी मी तिचे कपडेलत्ते चोरून विकले. सुरूवातीचे काही दिवस माझ्या सासुरवाडीच्या माणसांनी मला आधार दिला. नंतर मात्र माझ्याच बायकोच्या सांगण्यावरून त्यांनी मला कोणत्याही प्रकारची मदत देणं थांबवलं. माझ्या वडिलांनी हताश नजरेने माझ्याकडे बघत प्राण सोडले. कारण माझी कशी निराशाजनक स्थिती आहे हे त्यांना दिसत होते. मी माझ्या वडिलांचा मृतदेह जमिनीवर तसाच सोडला आणि मादक द्रव्यांच्या शोधात घराबाहेर पडलो. मी जेव्हा घरी परतलो तोपर्यंत माझ्या कुटुंबियांनी त्यांच्यावर अंतिम संस्कारही केलेले होते.

माझं हे आयुष्य असंच चालू होतं. माझ्या खिसे कापण्याच्या सवयीमुळे कधी कधी जमावाच्या रोषाला बळी पडण्याचा प्रसंग यायचा. एव्हाना माझ्या प्रकृतीचं पार मातेरं झालेलं होतं. माझ्या आईनं माझी रवानगी एका खोलीत केली. तिथे मला बंद करून ठेवण्यात आलं. ती बाहेरूनच अन्नपाणी आत भिरकावयाची व कुणालाही माझ्याशी बोलू द्यायची नाही. माझ्या पत्नीने माझ्याशी संबंध तोडला. माझे सगळे नातलग माझ्यापासून दुरावले. लोक मला एखाद्या अस्पृशासारखे वागवू लागले. मला एखादा महाभयंकर रोग झालेला असून जो कोणी माझ्या संपर्कात येईल, त्याला त्याची लागण होईल असंच ते जणू समजत. तशात मी आजारी पडलो. आता तर मी पुरता एकाकी झालो. विरोधाभास असा की आता माझे तथाकथित मित्र माझ्याकडे फिरकेनात.

मी आता पूर्णपणे एकटा पडलो. मला आधार द्यायलासुद्धा कुणी उरलं नाही. माझी आई परत एकदा मला उपचारांसाठी घेऊन गेली. मला तिथे ॲडमिट केल्यावर माझा निरोप घेतानाचे तिचे शब्द होते-'आता मर इथेच. इथून जिवंतपणी बाहेर पडू नकोस.' ते ऐकून मी उद्ध्वस्त झालो. आजवर तिनं माझं मरण कधी चिंतलेलं नव्हतं. मी उपचार घेण्यास सुरूवात केली. आता याच व्यसनमुक्ती केंद्रात मी गेली दोन वर्षे परिचारक म्हणून काम करत आहे. माझ्यासारख्या अनेकांना मी मदत करत आहे.

कुठं चुकलं?

- मुलांचे व्यवस्थित संगोपन करून त्यांच्यावर चांगले संस्कार करण्यासाठी त्यांच्या आईवडिलांमध्ये तसेच घरातील इतर वडिलधाऱ्यांमध्ये एकवाक्यता हवी.

- मुले आणि आईवडील यांच्यात सुसंवाद नसेल तर त्यांच्यात कधीही न भरून येणारी दरी पडते. खरं तर संकटांचा नेहमी मुकाबला केलापाहिजे. अडचणींवर मात केली पाहिजे. त्यांच्याकडे पाठ फिरवून चालणार नाही.

- पोलिसांनी जर समाजाला वळण लावण्याचं काम केलं तर गुन्ह्यांच्या प्रसाराला निश्चित आळा बसू शकेल.

भाग : ६

गुन्हे

गुन्हेगारी, राजकारण आणि चिरंतन सत्य

माझं नाव एन्. ए. राजन. मी जन्माने हिंदू असून पन्नास वर्षांचा आहे. मी मूळचा तामिळनाडूचा रहिवासी. पण गेली अठरा वर्षे मी दिल्लीला राहत आहे. पूर्वी मी पूर्व भारतातील एक कुविख्यात दरोडेखोर होतो. तब्बल पंधरा वर्षे लोकांना लुटण्याचा व त्यांची हत्या करण्याचा धंदा मी करत होतो. पण आज मात्र मी लोकांना बायबलचे पाठ देतो– पवित्र बायबलच्या शिकवणीचा प्रचार करतो. तिहार जेल तसेच इतरत्र तुरुंगात असलेल्या गुन्हेगारांचे हृदयपरिवर्तन करण्यासाठी मी झटत असतो.

त्रिची येथील एका मध्यमवर्गीय कुटुंबात माझा जन्म झाला. मला एक भाऊ आणि दोन बहिणी आहेत. माझे वडील रेल्वेमध्ये अधिकारी होते. ते अत्यंत कडक शिस्तीचे होते. त्यांनी आयुष्यात आपली तत्त्वे जिवापाड जपली. त्यांचं स्वत:चं आचरण त्यांच्या तत्त्वानुसार होतं आणि माझीही वागणूक तशीच असावी अशी त्यांची इच्छा होती. मी जेव्हा लहान होतो तेव्हा शाळेतील वर्गमित्र मधल्या सुट्टीत पैसे खर्च करून खाऊ विकत घेऊन खात, ते मी नेहमी पाहत असे. मला त्यांचा हेवा वाटायचा. आम्हाला मात्र घरून हातखर्चासाठी पैसे मिळत नसत. त्याऐवजी जे काही हवं असेल ते आम्हाला घरीच मिळत असे. माझ्या सर्व मित्रांनी खेळायला आमच्या घरी यावं असा माझ्या वडिलांचा आग्रह असे. आम्हाला मात्र ते कधीही इतरांच्या घरी खेळायला पाठवत नसत. माझ्या हातून कधी एखादी क्षुल्लक जरी चूक घडली तरी ते मला भरपूर बदडून काढत. एकदा मार खाल्ला की त्या भीतीने आपला मुलगा ती चूक कधी करणार नाही अशी त्यांची धारणा होती. पण तसं घडायचं नव्हतं. मी स्वभावानं बंडखोर होतो. मी वयाच्या आठव्या वर्षी घरातून पैसे चोरून पळून गेलो. त्यामुळे माझं शिक्षण फक्त चौथ्या इयत्तेपर्यंत होऊ शकलं; पण शाळेत असताना मात्र अभ्यासात मी खूप हुशार होतो. माझा वर्गात नेहमी पहिला नंबर यायचा.

मी घरातून जो निघालो तो पहिला चेन्नई (म्हणजे तेव्हाचे मद्रास)ला पोचलो.

तेथून मी कलकत्त्याला जाणाऱ्या रेल्वेत बसलो. कुठं जायचं ते माहीत नव्हतं. तमिळ सोडून दुसरी कुठलीच भाषा अवगत नव्हती. मला एका माणसानं हेरलं व तो मला एका तमिळ भाषिक जोडप्याकडे घेऊन गेला. त्या जोडप्याला मूलबाळ नव्हतं. मग मी त्यांना स्वत:च रचून एक खोटी-नाटी हृदयद्रावक कहाणी सांगितली. माझी आई वारल्यानंतर माझ्या वडिलांनी दुसरं लग्न केलं असून माझी सावत्र आई माझा छळ करते वगैरे. त्यांचा माझ्यावर तात्काळ विश्वास बसला व त्यांनी मला लगेच आसरा दिला. पण काही दिवसांतच मी त्यांच्या घरी चोरी करून पळून गेलो. तेथून मी थेट खरकपूरला पोचलो. तिथे एका कॅथॉलिक कुटुंबाशी माझी गाठ पडली. ते फार प्रेमळ होते, पण थोड्याच दिवसात मी तिथेही खोटं बोललो, त्यांचे पैसे चोरले आणि थेट मुंबईला पळून आलो.

आजवर कधीही मी स्वत:च्या या असल्या वागण्याविषयी गंभीरपणे विचारच केला नव्हता. मुंबईत मी नुसता इकडून तिकडे भटकत होतो; पण अजूनसुद्धा आयुष्यात नक्की पुढे काय करायचं याचा काहीच निर्णय घेतला नव्हता. अशीच अचानक एक दिवस घरच्यांची खूप आठवण आली. ते आपल्याला नक्की माफ करतील व परत घरात घेतील अशी आशा मनात बाळगून मी घरी परतलो.

माझ्या कुटुंबियांनी माझा लगेच स्वीकार केला. पण आता मी स्वातंत्र्याची चव चाखलेली होती; त्यामुळे मी मधूनमधून या ना त्या निमित्तानं घरातून पळ काढण्यास सुरुवात केली. एव्हाना चोरी करण्याची सवय तर चांगलीच अंगवळणी पडून गेली होती. चोरीच्या मालापैकी काही वस्तू मी आमच्या वस्तीतील गरीब मुलांना वाटू लागलो. आजूबाजूला कुठेही दु:ख, दारिद्र्य पाहिलं की माझं हृदय पिळवटून येई व ते दु:ख दूर करण्यासाठी आपण काहीतरी करावं असं मला वाटे. हॉटेलच्या बाहेर कचऱ्यात फेकलेलं शिळं-पाकं अन्न उचलून खाणारी मुलं पाहिली की ते मला सहनच होत नसे. इतरांना कोणत्या ना कोणत्या तरी मार्गाने मदत केलीच पाहिजे या तीव्र भावनेतूनच मी बहुदा चोऱ्यामाऱ्या चालू ठेवल्या असाव्या.

नंतर मी जेव्हा घरातच हात मारायला सुरुवात केली तेव्हा ती गोष्ट घरच्यांच्या लगेच लक्षात आली. माझ्या वडिलांनी माझी ती सवय घालवण्याचे कितीतरी प्रयत्न केले. पण ते सगळे प्रयत्न व्यर्थ गेले. अखेर त्यांनी मला एका मानसोपचार तज्ज्ञाकडे नेलं; पण मी वडिलांच्या भीतीने तेथे खोटं सोंग घेऊन त्या मानसोपचार तज्ज्ञालाही फसवलं. त्याने मी वेडा असल्याचं माझ्या वडिलांना सांगितलं. मी घरी परतल्यावरही माझा चोरीचा धंदा चालूच होता. अखेर माझ्या वडिलांनी मला घराबाहेर काढलं. मग मी शेजारपाजारच्या घरांमध्ये आणि दुकानांमध्ये चोऱ्या करायला सुरुवात केली. फक्त आपल्याला जेवढी गरज असेल तेवढीच रक्कम चोरायची व उरलेली तशीच ठेवायची असा माझा प्रघात होता.

लवकरच मी पोलिसांच्या तावडीत सापडलो आणि त्यांनी माझी रवानगी बालसुधारगृहात केली. तिथे माझी एकदम नवीन लोकांशी गाठ पडली. त्यांच्यापैकी प्रत्येकाकडून मी काही ना काहीतरी नवीन गोष्ट शिकून आत्मसात केली. अर्थात काही दिवसातच मी तिथूनही पळ काढला व मदुराईला जाऊन माझ्या एका नातेवाईकांच्या घरी पोचलो. त्यांच्या घरी चोरी करून मी पळालो. एक रात्री असाच मी फूटपाथवर झोपलेला असताना मला पोलिसांनी पकडलं. मला न्यायालयात उभं करण्यात आलं. मी खोटं बोलण्यात इतका निर्ढावलो होतो, की मी न्यायाधीशांनाही फसवलं. त्यांनी मला सोडलं व पोलिसांना आज्ञा केली. 'याला घरी नेऊन पोचवा' पण त्या पोलिसांच्या कोठडीतूनही मी पळ काढला, कारण जर घरी गेलो असतो तर परत मारहाणच झाली असती.

सारखं पळून जाणं, परत पकडलं जाणं, काही दिवस तुरुंगात काढणं व तिथून परत पळून जाणं या सर्व गोष्टींची सवय होऊन गेली. माझं आयुष्यच बदलून गेलं. तुरुंगातील कैद्यांसाठी तुरुंगातच काही धार्मिक प्रवचने आयोजित करण्यात येत असत. तेथे असताना ती प्रवचने मात्र मी आवर्जून ऐकत असे. त्यातील काही विचार मला अजूनसुद्धा आठवतात. एव्हाना माझ्या मनात मात्र माझ्या कुटुंबियांविषयी काहीही माया, ममता वा प्रेमभावना शिल्लक उरलेली नव्हती. आपण समाजातील काही लोकांना दुखवावं, त्रास द्यावा, हानी पोचवावी तर समाजातील दीन-दुबळ्यांना, असहाय्य व्यक्तींना सहाय्य करावं, समाधान द्यावं अशी माझी मनोभूमिका बनली होती. मुंबईत अशी अनेक वर्षे मी काहीही उद्योगधंदा न करता रिकामटेकडेपणाने काढली. तिथे मला नवे नवे दोस्त मिळाले. त्यांनी मला सिगारेटचं व्यसन लावलं. मादक द्रव्यांचं आणि दारूचंही व्यसन लावलं. वयाच्या अवघ्या बाराव्या वर्षी मी चोरट्या दारूच्या वाहतुकीच्या धंद्यात निष्णात झालो होतो.

मधूनमधून माझा प्रवास चालूच असायचा. मध्येच कधी एखादं काम धरायचं, चोऱ्यामाऱ्या करायच्या, सारखं फिरायचं; पण मनात खोलवर कुठेतरी आपल्या देशासाठी काहीतरी करावं अशी उर्मी असायची. तरुण वयात मी आपण होऊन स्थानिक, राजकीय पुढाऱ्यांकडे खेटे घालू लागलो व त्यांच्यासाठी हौशीने काम करण्यास सुरुवात केली. पण या निमित्ताने जसा त्यांचा जवळून सहवास मिळाला, तसं लक्षात आलं, की ही माणसं प्रामाणिक नाहीत. ते तोंडाने एक बोलत, तर वागताना भलतंच वागत. माझा एकूण समाजव्यवस्थेवरचा विश्वासच उडाला. वयाच्या अठराव्या वर्षी मी कलकत्त्याच्या नक्षलवादी चळवळीत दाखल झालो. निदान हे लोक तरी देशासाठी काहीतरी करतील असं वाटलं होतं. त्यांनी मला त्यांच्यात सामावून घ्यावं, आपलं म्हणावं म्हणून मला फार धडपड करावी लागली. अडचणींना तोंड द्यावं लागलं. त्यांच्याशी ओळख करून घेण्यासाठी मी मुद्दाम

जेलमध्ये भरती झालो. त्यासाठी मी मुद्दाम गुन्हा सुद्धा केला. एका स्थानिक पोलिसाची सायकल त्याच्या डोळ्यादेखत लंपास करण्याचं नाटक करताना आसपासच्या लोकांनी मला धरलं आणि अंग काळंनिळं होईपर्यंत बदडून काढलं. मला पोलिस ठाण्यात नेण्यात आलं. तिथे मी माझं नाव 'जयबालन' असल्याचं सांगितलं. (हे माझं टोपण नाव होतं) परंतु त्यांना माझं नाव नीट समजलं नाही म्हणून त्यांनी मला 'जयपाल' म्हणण्यास सुरुवात केली. कुविख्यात डाकू 'जयपाल सिंग'चा जन्म यातूनच झाला. पश्चिम बंगालमधील वरिष्ठ अधिकारी या नावाचा दरारा कधीच विसरू शकणार नाहीत.

जेलमध्ये या सुमाराला माझी नक्षलवाद्यांशी गाठ पडली. त्यातून आमचे संबंध दृढ झाले. यातूनच माझं, म्हणजे जयपालसिंग नामक नक्षलवादी तरुणाचं आयुष्य सुरू झालं. पुढे मी दरोडेखोर बनलो व कालांतराने त्यांच्या टोळीचा प्रमुख सूत्रधार झालो. दुर्गापूर, बुर्दवन, आसनसोल व जवळपासच्या जिल्ह्यांमध्ये माझा दरारा पसरला. त्या वेळची माझी मन:स्थिती अशी होती की दिवसाला कमीतकमी दोन ते तीन गुन्हे केल्याशिवाय माझ्या जिवाला स्वस्थता लाभत नसे. काही घबाड हाती आलं की त्यातील काही माल मी गरीब वस्तीत वाटत असे.

अर्थात पोलिस अधिकाऱ्यांच्या व सरकार दरबारी असलेल्या काही अधिकाऱ्यांच्या तसेच स्थानिक राजकीय पुढाऱ्यांच्या मदतीशिवाय हे असले उद्योग करणं मला शक्यच झालं नसतं. असे बेईमान लोक पाठीशी असल्याशिवाय एखाद्या भागात आपला दरारा प्रस्थापित करणं माणसाला कधीच शक्य नसतं. आपल्याला कधी चुकून एखादा प्रामाणिक माणूस आढळला व त्याची आपल्याला अडचण भासू लागली तर त्याची सत्ताधाऱ्यांच्या मदतीने बदली करणं देखील फारसं कठीण काम नसतं. राजकीय पक्षांच्या मदतीला मी सदैव तत्परच असायचो. त्यांच्यासाठी केलेल्या कामाचा मोबदलासुद्धा मी घेत नसे. असा मोबदला घेतला तर ते आपल्याशी प्रामाणिक राहणार नाहीत अशी माझी धारणा होती. आणि ते खरोखरच प्रामाणिक नव्हते. त्यांनी स्वत: आपल्याच पक्षसदस्याची हत्या घडवून आणून त्याचा ठपका विरोधी पक्षावर ठेवल्याचं मी स्वत: डोळ्यांनी पाहिलं आहे.

तुरुंगात जाणं आणि तिथून सुटून येणं हा माझ्या हातचा मळ झालेला होता. माझ्याविरुद्ध साक्ष द्यायला कोण तयार होणार? क्वचित कधी मी पोलिसांच्या तावडीत सापडलोच तरी मी माझी सुटका लगेच करून घेत असे. खरं पाहिलं तर मला जेलमध्ये ठेवून घेण्याची, खुद्द तुरुंगातील अधिकाऱ्यांचीच इच्छा नसायची. मला यदाकदाचित तुरुंगात भरती करून घेणं त्यांना भाग पडलंच, तर मी त्यांना सहकार्य करावं म्हणून तेच माझी विनवणी करीत असत. शिवाय मी जेवढे दिवस तुरुंगात राहणार असेन तेवढे दिवस माझी खास बडदास्त ठेवण्याची हमी ते देत.

जेलमध्ये माझी सेवा करायला अनेक माणसे हात जोडून तयार असत. माणसाला ज्या म्हणून गरजा असतात, त्या सर्वच्या सर्व माझ्या पुऱ्या होत असत. श्रीमंत घरच्या कैद्यांवर आम्ही बारीक नजर ठेवून असायचो आणि त्यांच्या कुटुंबियांकडून जमेल तेवढे पैसे वसूल करायचो.

१९७६ साली 'इंटर्नल सिक्युरिटी ॲक्ट' ऊर्फ 'मिसा' खाली मला अटक करण्यात आली व बुर्दवान जेलमध्ये ठेवण्यात आलं. एक दिवस मी तुरुंगाच्या आतील आवारात फेऱ्या मारत असताना काहीतरी आणीबाणी उद्भवली आणि संकटसूचक भोंगे जोराजोरात वाजू लागले. अशा प्रकारचा भोंगा वाजला की, ताबडतोब कुठेतरी आडोशाला जायचं अशी पद्धत होती. कारण अशा वेळी जर चुकून कोणी उघड्यावर, मैदानात वगैरे आढळलाच तर त्याला दिसताक्षणी गोळी घालावी, असे आदेश पोलिसांना दिलेले होते. त्यामुळे भोंगा वाजताच मी जिवाच्या भीतीने एका झाडावर चढू लागलो; पण प्रत्यक्षात त्या वेळी भूकंप झाला होता. भीतीनं जणू माझं शरीर व माझा मेंदू बधीर होऊन गेला. त्या वेळी कशी कोण जाणे पण मला लहान वयात बालसुधारगृहात असताना ऐकलेल्या बायबलमधल्या एका कथेची आठवण झाली. येशू ख्रिस्ताच्या जन्माच्या वेळी घडणाऱ्या काही गोष्टींचा त्यात उल्लेख होता व त्यात भूकंपाचाही उल्लेख होता.

हा प्रसंग घडून गेल्यानंतर माझ्या मनाला शांती लाभेना. मी माझ्या कोठडीत बसून तीन दिवस ढसाढसा रडलो. मी अन्नपाण्याचा सुद्धा त्याग केला. मी लहानपणी जेव्हा बालसुधार गृहात होतो, तेव्हा तेथील स्थानिक पाद्री येऊन आम्हाला जी काही शिकवण द्यायचे, त्याच्या आठवणी माझ्या मनात पिंगा घालू लागल्या. त्या वेळी मी त्यांना सारख्या शंका विचारत असे आणि तेही अगदी शांतपणे उत्तर देत; समजावून सांगत. आता मी ईश्वराची करुणा भाकून क्षमायाचना करू लागलो. पापी व्यक्तींना क्षमा करून त्यांचं दु:ख दूर करण्यासाठी ईश्वर आला आहे, हे मला जाणवलं.

एक दिवस पहाटे तीन वाजता माझ्यासमोर एका अनामिक तेजाचा प्रकाश पसरला. मी डोळे उघडून पाहतो, तो काय, माझ्या कोठडीच्या छतामधून कसा कोण जाणे पण एक प्रकाशाचा झोत आला आणि त्याने मला वेढून टाकलं. माझं शरीर थरथर कापू लागलं. अंध:काराचा एक मोठा गोळा माझ्या शरीरातून बाहेर पडून त्या प्रकाशझोतात विलीन होताना मला दिसला, त्या गोळ्याच्या रूपाने माझ्या देहमनातील सर्व पाप बाहेर पडले आणि ईश्वरकृपेने माझ्या शरीरात सद्‌गुणांचा प्रवेश झाला. ईश्वराने आपल्याला माफ केले आहे, हे तेव्हा मला समजले.

मग मी जेव्हा न्यायालयात उभा राहिलो तेव्हा माझ्या हातून घडलेल्या सर्व गुन्ह्यांची कबुली दिली. मला अर्थातच शिक्षा झाली, पण मी अंतर्बाह्य बदलून

गेलो होतो. माझ्या स्वत:च्या जेलमधील कालावधीचं नीट नियोजन करून मी एक निश्चित असं वेळापत्रक ठरवलं. मी तुरुंगातील कैद्यांना शिकवण देण्याचं काम सुरू केलं व अजूनही ते मी करतो.

माझी सुटका झाली आणि मी दिल्लीला आलो. नंतरची अकरा वर्षे सतत मी तिहार जेलच्या अधिकाऱ्यांचा एकाच गोष्टीसाठी पाठपुरावा करत होतो. तेथील कैद्यांना शिकवण देऊन सुधारण्याची माझी इच्छा होती. पण मला कुणीच परवानगी देत नव्हतं. अखेर १९९३ साली तेव्हाच्या इन्स्पेक्टर जनरलच्या परवानगीने मला या कामासाठी तिहार जेलमध्ये सन्मानपूर्वक बोलावण्यात आलं. माझं अनेक दिवसांचं स्वप्न साकार झालं.

अर्थात हे सगळं काही फार सुखासुखी घडून आलेलं नाही. माझे साथीदार व माझ्या पाठीशी असलेले राजकीय पुढारी यामुळे नाराज झाले. मी पूर्वीसारख्या दहशतवादी कारवाया करत राहावं अशीच त्यांची इच्छा होती. मी पूर्वीच्याच ढंगानं आयुष्य जगावं अशी पोलिसांची सुद्धा इच्छा होतीच. त्यासाठी मला अनेक धमक्या देण्यात आल्या. माझ्यावर मारेकरी सुद्धा घालायला कमी केलं नाही त्यांनी. ते पाहून मी वैफल्यग्रस्त झालो व विषप्राशन केलं. पण परत एकदा ईश्वर माझ्या सहाय्यास धावून आला. माझा जीव वाचला. आता माझी जीवनपद्धती पुरती बदलून गेली आहे. पथभ्रष्ट झालेल्यांना सन्मार्गी लावण्याचं माझं काम असंच सुरू आहे.

कुठं चुकलं?

- जी मुले अतिशय कुशाग्र बुद्धीची असतात ती वाईट मार्गाला लागू नयेत म्हणून त्यांची फार लक्षपूर्वक देखभाल करावी लागते. त्यांना समजून घ्यावे लागते. परंतु ही गोष्ट अनेकदा पालकांच्या लक्षात येत नाही.
- मुले जेव्हा तारुण्यात पदार्पण करतात तेव्हा ती कायद्यातील त्रुटींचा बरोबर फायदा उठवतात.
- सत्ताधारी लोकसुद्धा कायद्यातील पळवाटांचा आधार घेऊन स्वत:चा स्वार्थ साधतात.

कुलूप उघडले, पण नशिबाचे कवाड बंद झाले

माझं नाव मनू. मी नऊ वर्षांचा आहे. माझी नुकतीच जेलमधून सुटका झाली आहे. चोरीच्या आरोपाखाली जर एखाद्या लहान मुलाला पकडण्यात आले, तर त्याला बालसुधारगृहात ठेवण्यात येते, तसेच मलाही ठेवण्यात आले होते. दिल्लीच्या सदर बझारातील सर्वात मोठ्या होलसेल मार्केट मधील दुकानाचे कुलूप तोडण्याचा आरोप माझ्यावर ठेवण्यात आला होता. तुम्ही माझ्याकडे जरा नीट निरखून बघा. मी साधं आमच्या झोपडीचं कुलूप तरी तोडू शकेन का? मी इथल्या झोपडपट्टीत माझे आई-वडील व माझी भावंडे यांच्यासह राहतो. आम्ही एकंदर सहा भावंडे आहोत– सगळे मुलगे.

आम्ही बिहारमधील एका गरीब कुटुंबातील आहोत. माझे आजी-आजोबा आपल्या मुलाबाळांचं पोट भरण्यासाठी दुसऱ्याच्या शेतात काबाडकष्ट करत असत. कुटुंबातील सर्वजण अशिक्षित होते. आयुष्यात पुढे कसं यावं हे त्यांना समजत नव्हतं.

माझी आई घरकाम करते. माझे आई-वडील बाजारात मजुरी करतात. त्यांच्या तुटपुंज्या उत्पन्नात आमच्या कुटुंबाचा खर्च भागत नाही. पण कसातरी आला दिवस आम्ही ढकलतो. माझा मोठा भाऊ जवळच्या चहाच्या ठेल्यावर कामाला आहे. अगदी थोड्या दिवसांपर्यंत आमच्यातील कोणीही शाळेत जात नव्हतं. पण आम्ही ज्या झोपडपट्टीत राहतो. त्या भागात काम करणाऱ्या नवज्योती या सेवाभावी संस्थेचे लोक आमच्या घरी आले आणि त्यांनी आमचं नाव शाळेत घातलं. ही शाळा अनौपचारिक आहे. त्या शाळेत आमचं जेमतेम महिनाभर शिक्षण झालं असेल, नसेल, तोच ती भयानक घटना घडली.

मी अगदी लहान असल्यापासून बिहारमध्ये माझ्या आजोबांच्या– म्हणजे माझ्या आईच्या वडिलांच्या घरी राहत होतो. माझे आई आणि वडील असे दोघेही अनेक वर्षांपूर्वी दिल्लीला गेले होते. पण त्यांना तेथे आपल्या संसाराचा खर्च झेपत नव्हता.

सुरुवातीच्या काळात त्या दोघांना किती अपरिमित कष्ट सोसावे लागले. अन्न, वस्त्र, निवाऱ्याशिवाय कसे दिवस कंठावे लागले, याची मला जाणीव आहे. त्यावेळी मी फारच लहान होतो म्हणून मला आजोबांजवळ ठेवण्यात आलं. आई-वडील मला सोडून जेव्हा दिल्लीला जायला निघाले असतील, तेव्हा मला नक्कीच रडू कोसळलं असेल. आता मला ते काही नीट आठवत नाही. मला फक्त एकच गोष्ट आठवते. त्या काळात त्या घरात रुळणं मला फार जड गेलं. आमच्या नातेवाईकांमध्ये मला नेहमीच अवघडल्यासारखं होई. पोटाचा प्रश्न सगळीकडेच भेडसावत होता. अर्थात मी काम करावं, अशी अपेक्षा कुणीही करत नव्हतं. पण कित्येकदा रात्री आम्हाला उपाशी झोपावं लागे. तशात माझे आजोबा आता म्हातारे झाले होते. जर आपलं काही बरं-वाईट झालं, तर आपल्या या नातवाचं कसं होणार, अशी चिंता त्यांना भेडसावत असे.

माझे वडील एकदा गावाकडे आले असताना, माझ्या आजोबांनी आपल्याला वाटणारी ही चिंता त्यांच्यापाशी बोलून दाखवली. माझ्या वडिलांनी मला दिल्लीला नेण्याचं ठरवलं. माझा आनंद गगनात मावेना. आता आपल्याला आपल्या आई-वडिलांबरोबर राहायला मिळणार यानं माझ्या उत्साहाला नुसतं उधाण आलं होतं. मी दिल्लीविषयी बरंच काही ऐकून होतो. आम्हा सर्वांच्याच स्वप्नामधलं ते शहर होतं. मी दिल्लीला जात असल्याचं मी माझ्या काही मित्रांना सांगितलं होतं. ते ऐकून त्यांना माझी असूया वाटली होती, कारण दिल्लीला फक्त माझे एकट्याचेच आई-वडील होते, त्यांचे नव्हे.

रेल्वेच्या प्रवासात मी वडिलांना असंख्य प्रश्न विचारून नुसतं भंडावून सोडलं– दिल्लीविषयी, तिथल्या आमच्या राहण्याविषयी! आपण एकदा तिथे पोचलो, की आपली तेथील जीवनपद्धती कशी काय असणार आहे, हे चित्र डोळ्यासमोर आणण्याचा प्रयत्न माझं कोवळं मन करत होतं. आपण कोणत्या कोणत्या प्रेक्षणीय स्थळांना भेटी द्यायच्या, इतक्या मोठ्या शहरात काय काय खाऊ मिळत असेल, इत्यादी. माझे प्रश्न थांबतच नव्हते. अशीच केव्हातरी मला झोप लागून गेली. झोपेत सुद्धा मी दिल्लीचीच स्वप्ने रंगवत होतो. माझ्या स्वप्नातही मला एक मोठं शहर आणि तिथली प्रचंड मोठी, आमच्या मालकीची घरंच दिसत होती.

पण दुसऱ्या दिवशी सकाळी स्टेशन आलं आणि आम्ही उतरलो आणि मला वास्तवाची जाणीव झाली. बाकीचे प्रवासी पटापटा रिक्षात बसून घरी चालले होते. पण माझे वडील मात्र मला घेऊन चालतच निघाले. अर्थात मला त्याचं फारसं काही वाटलं नाही. कारण आम्ही आता लवकरच आमच्या भल्या मोठ्या घरात पोचणार होतो. मग काय, नुसती मजाच होती.

आम्ही ज्या रस्त्यांवरून जात होतो त्या रस्त्यांवरच्या मोठमोठ्या इमारती, मोटारगाड्या पाहून मी विस्मयचकित झालो होतो. अशा गोष्टी तर मी आजवर आमच्या गावाकडे बाजारात पडलेल्या फाटक्या-तुटक्या वर्तमानपत्रांच्या पानांवर छापून आलेल्या फोटोंमध्ये पाहिल्या आहेत आणि इथे तर मी चक्क त्या इमारतींच्या समोरून चाललो होतो. माझ्या वडिलांना कधी अशी गाडी घेता येईल का, असा विचार माझ्या मनात चमकून गेला. गाडी राहू दे, पण निदान स्कूटर तरी... म्हणजे मग आपल्याला त्यांच्यामागे बसून फिरायला जायला मिळेल.

पण थोड्याच वेळात आम्ही आमच्या नव्या 'घरी' पोचलो आणि त्या घराची स्थिती पाहून मला तर धक्काच बसला. ही वस्ती आमच्या गावाकडल्या वस्ती पेक्षा काहीच निराळी नव्हती. फक्त गावाकडच्या वस्तीपेक्षा कितीतरी जास्त प्रमाणात गलिच्छ होती. जिकडे बघावं तिकडे कचऱ्याचं साम्राज्य होतं. त्या घाणीत वसलेली मुलं अत्यंत केविलवाणी दिसत होती. आमचं तरी ते घर कसलं, एक अरुंद खोली होती. आम्ही ओणव्याने कसेतरी आत शिरलो. एव्हाना मला आणखी चार लहान भाऊ पण होते. त्यांना भेटून मला खूप खूप आनंद झाला. माझी आई पण अतिशय अशक्त झाली होती. तिची अवस्था पाहून मला वाईट वाटलं, पण तिनं मला पोटाशी धरलं तेव्हा मात्र माझा आनंद गगनात मावेना. तरीही का कोण जाणे, पण माझं माझ्या भावंडांशी व त्यांच्या मित्रमंडळींशी फारसं काही जमेना.

सुरुवातीला मला त्या गोष्टीचं काही वाटलं नाही, पण हळूहळू जशी परिस्थितीची जाणीव होऊ लागली तसं मात्र दुःख झालं. माझे वडील आम्हा सर्वांचं पोट तरी कसं भरत होते, देवच जाणे. नवज्योती शाळेचे स्वयंसेवक आमच्याकडे आले. आम्ही सर्व मुलांनी शाळा शिकावी, असा त्यांचा आग्रह होता. माझे वडील त्यांचं का ऐकत नव्हते, ते काही मला समजत नव्हतं. तर खायला अन्न नसेल, तर शिक्षण घेऊन तरी काय उपयोग? असं त्यांना वाटत असावं. पण नवज्योतीच्या स्वयंसेवकांनी त्यांना आपलं म्हणणं पटवून दिलं आणि आम्ही शाळेत जाऊ लागलो.

शेजारी पाजारी माझ्याच वयाची अनेक मुले रिकामपणी वेळ घालवताना, उनाडक्या करत हिंडताना दिसत. मला त्यांच्याविषयी कुतूहल वाटे. मी एकदा त्यांच्यापाशी जाऊन त्यांना विचारलं : 'तुम्ही नाही शाळेत जात?' त्यावर ती मुले जोराजोरात हसू लागली आणि म्हणाली, 'शिक्षण आमच्यासाठी नसतं.' त्यांच्यासाठी खेळणं, बागडणं आणि बाजारात मिळणाऱ्या छान छान गोष्टी विकत घेऊन खाणं हेच महत्त्वाचं होतं. मग मला प्रश्न पडला, या सर्वांच्या वडिलांना एवढा पैसा मिळतो की काय? मी त्यांना तसं विचारताच, ती मुलं मोठ्यांदा हसत सुटली. 'आम्ही आमच्या वडिलांच्या पैशावर नव्हे, तर स्वतःच्या जिवावर मौजमजा करतो,' असं त्यांनी सांगितलं. मला

त्यांचं ते बोलणं काही नीटसं समजलं नाही. नंतरचे अनेक दिवस थक्क होऊन मी त्यांच्या त्या बोलण्यावर विचार करत असायचो. माझे वडील सकाळी लवकर उठून कामाला जात, ते सायंकाळी उशीरा घरी येत. आई सदा न कदा घरकामात मग्न असायची, त्यामुळे तिला माझ्याकडे लक्ष द्यायला फुरसत कुठली.

एक दिवस सकाळी कल्लू नावाच्या एका बारा वर्षांच्या मुलानं मला बोलावलं. 'मी तुला छान पार्टी देतो,' असं तो म्हणाला. आम्ही दिवसभर नुसते बाजारात हुंदडत होतो. कल्लूनं त्याचा शब्द पाळला आणि मला छान छान खाऊ घेऊन दिला. त्याच्याबरोबर आल्याबद्दल मला आनंद झाला. कल्लू तर मला एखाद्या देवदूतासारखाच भासत होता. अचकन नावाचा आणखी एक मुलगासुद्धा आमच्या बरोबर होता. तो सुद्धा बारा वर्षांचाच होता. अखेर रात्रीचे नऊ वाजले, तेव्हा मात्र मला घराची आठवण येऊन काळजी वाटू लागली. मी घरी जायला निघालो, पण कल्लूनं मला थांबवलं. 'अजून खरी मजा तर पुढेच आहे', तो म्हणाला. 'आता तर खरी पैसे मिळवण्याची वेळ आहे,' असंही त्यानं सांगितलं. आता आपणही यांच्यासारखेच थोडे पैसे कमावून आपल्या वडिलांना नेऊन द्यायचे, या कल्पनेने मी भारून गेलो. मग आम्ही एका दुकानात गेलो. ते आतून बंद होतं. कल्लूनं मला दारात शटरपाशी थांबवलं आणि सगळं काही ठाकठीक आहे का, ते पाहण्यासाठी अचकनला पाठवलं. अचकनने लांबून सारं काही ठीक असल्याची खूण केली. खरं सांगायचं तर अजूनसुद्धा मला हा सगळा काय प्रकार आहे हे काही समजलेलंच नव्हतं. नंतर अचानक कल्लूनं कुठून तरी एक लोखंडी कांब काढली, आणि त्या दाराचं कुलूप तोडलं. शटर उघडून ते दोघे आत गेले. मी तर अक्षरशः सुन्न झालो. काय करावं तेच मला सुचत नव्हतं.

तेवढ्यात समोरच्या वळणावरून एक पहारेकरी माझ्याच रोखाने येत होता. मी गलितगात्र होऊन तसाच उभा राहिलो. इतक्यात माझं समोर लक्ष गेलं. आमच्या समोरच राहणारा जस्मिन नावाचा दहा वर्षांचा मुलगा त्या पहारेकऱ्यापासून लांब पळून चालला होता. त्याच्या हातात एक थैली होती. त्या पहारेकऱ्यानं जोरात ओरडून त्याला थांबण्यास सांगितलं, व स्वत; त्याच्याकडे पळत गेला. त्या पहारेकऱ्याने त्याला ताब्यात घेतलं. त्यानंतर त्याचं लक्ष माझ्याकडे गेलं, त्याबरोबर त्याने मलाही पकडलं आणि जस्मिनकडची थैली जप्त केली. हा सगळा आरडाओरडा व गोंधळ ऐकून कल्लू आणि अचकन दुकानाबाहेर आले आणि अंधाराचा फायदा घेऊन निसटले. त्या पहारेकऱ्याने आम्हा दोघांना पोलिसांच्या ताब्यात दिलं. ते पोलिस एका प्रचंड मोठ्या पोलिसठाण्यात घेऊन गेले. तेथे पोलिसांनी आम्हाला काठ्यांनी बदडून काढलं. या मारहाणीचा रोख विशेष करून जस्मिनवर होता, कारण त्याच्याजवळ चोरीचा माल सापडला होता. जस्मिन आणि कल्लू या दोघांनी

मिळून ही सगळी योजना आधीच आखली होती, की काय कोण जाणे.

मी निर्दोष असल्याचं पोलिसांना वारंवार सांगत होतो. पण माझं म्हणणं ऐकून घ्यायला कुणीच तयार नव्हतं. आम्हाला त्यांनी जेवायला दिलं आणि आम्ही तिथेच फरशीवर झोपलो. दुसऱ्या दिवशी सकाळी माझे वडील पोलिस ठाण्यात आले. त्यांना पाहून मला रडू कोसळले. पण माझे वडील पोलिसांना 'खूश' करू शकले नाहीत, त्यामुळे मला कोर्टात नेण्यात आलं. तिथून माझी रवानगी बालसुधारगृहात झाली. तिथे जज्ज मॅडम होत्या. त्यांनीही माझ्या बोलण्यावर विश्वास ठेवला नाही. सुरुवातीला त्या बालसुधारगृहात मला फार भीती वाटली. तेथील मुले संधी सापडताच मला मारायची. पण त्यांच्याविरुद्ध तक्रार करण्याचीही माझी हिंमत नव्हती. लवकरच माझ्या वडिलांनी जामीन भरला व माझी सुटका झाली. घरातील होतं नव्हतं ते सारं किडूक-मिडूक विकून त्यांनी जामिनाची रक्कम कशीतरी उभी केली होती. आता यानंतर पुढे माझं काय होणार आहे ते माझं मलाच माहीत नाही. मी केवळ एकदाच झोपडपट्टीतील त्या पोरांमध्ये मिसळलो. कुलूप तोडणाऱ्यांच्या नादाला लागलो आणि स्वत:च्या नशिबाचं कुलूप कायमचं बंद करून घेतलं.

कुठं चुकलं?

- गरिबीला कंटाळून खेड्यातील माणसे गुन्हेगारीकडे खेचली जातात व हीच गोष्ट अनेकांच्या विनाशाला कारणीभूत ठरते.
- अनेक मुलं असलेलं फार मोठं कुटुंब जर आत्यंतिक गरिबीत राहत असेल, तर लहान लहान मुलांना आजूबाजूला दिसणाऱ्या किंमती गोष्टींचं आकर्षण वाटतं व त्या गोष्टी प्राप्त करण्याच्या मोहापायी ती वाईट मार्गाला लागतात.
- गुन्हेगारी कायद्यानुसार गुन्हेगारांना पकडून शिक्षा केली जाते परंतु त्यांना सुधारण्यासाठी काहीच उपाय केला जात नाही. विशेषत: किशोरवयीन गुन्हेगारांच्या सुधारणेकरता काही निश्चित कार्यक्रम राबवण्याची गरज आहे.

गरज आहे... फक्त प्रेमाची, मायेची

माझं नाव असलम. माझ्या कुटुंबासमवेत मी यमुना नदीच्या काठी असलेल्या झोपडपट्टीत राहतो. आम्ही एकंदर आठ जण आहोत. माझे आई-वडील आणि आम्ही सहा भाऊ. मी सर्वात मोठा मुलगा. आम्ही मूळचे राजस्थानचे आहोत, राजस्थानातील ढोलकिया जमातीचे. पोट भरण्यासाठी आम्ही ढोल तयार करतो. घरी तयार केलेले ढोल विकण्यासाठी माझे वडील कित्येक महिने प्रवास करत असतात. आमच्या सारखीच अनेक कुटुंबे आमच्या आसपास आहेत.

मी अगदी काही दिवसांपूर्वी पर्यंत शाळेत जात नव्हतो. आमचे आई-वडील आम्हाला कधीच शाळेत पाठवत नसत. आमच्या जवळपास एखादी शाळा सुद्धा नव्हती. खरं तर नवज्योती या सेवाभावी संस्थेचे कार्यकर्ते आम्हाला येऊन भेटेपर्यंत शाळा कशी दिसते हे सुद्धा आम्हाला माहिती नव्हतं. 'नवज्योती' या संस्थेतर्फे अशा अनेक शाळा चालवल्या जातात व या शाळांमध्ये माझ्यासारखी अनेक मुले येऊन शिकतात. सुरुवातीला मला ते सगळं फार विचित्र वाटलं, पण आता जसजसे दिवस चालले आहेत, तसतसं मला ते सारं आवडू लागलं आहे आणि आता मी माझ्यासोबत माझ्या दोन लहान भावांना शाळा शिकण्यासाठी घेऊन येण्याचा विचार करतोय.

पण खरं सांगायचं तर हे काही पूर्वीपासून असं नव्हतं. अभ्यास करण्याचा तर विचार सुद्धा माझ्या मनात पूर्वी कधी आलेला नव्हता. माझ्या मनात नेहमी विचार यायचा तो फक्त जेवणाखाणाचा. कपड्यालत्त्याचा. कारण या दोन गोष्टी आम्हाला कधीच मिळायच्या नाहीत. सातत्यानं तर कधीच नाही. आमच्यासारख्यांच्या घरची चूल फक्त एकाच वेळेस पेटते, स्वयंपाक एकदाच होतो. जे काही पानात पडेल, तेवढंच खाऊन आम्ही उठतो. या भुकेपोटीच मी नेहमी आमच्या जवळच्या एका देवळात जाऊन बसत असे. काही विशिष्ट दिवशी तेथे भक्त येऊन गरीब लोकांसाठी अन्नदान करत असत. हे दिवस माझ्या दृष्टीने खास दिवस असायचे. मी बरोबर

त्यावेळी तिथे हजर राहत असे व पदरात पडेल तेवढे अन्न घेऊन घरी येत असे. ते अन्न मी घरच्या लोकांबरोबर बसून वाटून खात असे. पुढे पुढे मी माझ्या भावांनाही बरोबर नेण्यास सुरुवात केली. अगदी पहिल्यांदा आम्ही तेथे नुसतंच बसून राहायचो; कोणीतरी येईल आणि आपल्याला खाऊ देईल याची वाट बघत! पण नंतर मात्र आम्ही खुशाल मोठमोठ्यांदा ओरडून भीक मागू लागलो.

तो दिवस तर मी कधीच विसरू शकणार नाही. ते सारं मी करायचो, तरी कसं, कोण जाणे. पण निदान मी माझ्याबरोबर घरच्या इतर माणसांना खाऊ घालत होतो. कधी कधी आम्हा सर्वांना पोटभर अन्न मिळत होतं, पण उरलेल्या दिवशी मात्र उपाशी राहावं लागे. कधी कधी देवळातून काही मिळालं नाही, तर आम्हाला अन्नावाचून राहावं लागे. काही लोक येता जाता आमच्या दिशेने थोडे फार पैसे भिरकावत, पण ते फारच अपुरे असत.

आमच्या समाजातील काही मुले रोजच चिंध्या गोळा करायला आणि भीक मागायला जात. त्यांचा माझ्यावर बराच प्रभाव पडला. मी पण त्यांच्या नादाने त्यांच्याबरोबर जाऊ लागलो. आम्ही प्लॅस्टिक वेचायचो आणि ते विकून पैसे मिळवायचो. पुढे तर त्यांच्याबरोबर मी रिंगरोड वरील ट्रॅफिक सिग्नलपाशी भीक मागण्यासाठी उभं राहू लागलो. सुरुवातीला मला असं करायची लाज वाटायची पण पुढे मी धीट झालो. इतर मुले वेदनेने विव्हळत असल्याचं नाटक करत भीक मागत. मीही तसंच करू लागलो. तसं केल्यानं आम्हाला अपेक्षेपेक्षा जास्त पैसे मिळू लागले व त्या गोष्टीची आम्हाला मजा सुद्धा वाटू लागली. लोक आमच्याकडे बघून जेव्हा आमची कीव करत, तेव्हा आम्हाला आतल्या आत हसू फुटायचं, कारण आम्ही त्यांना फसवत होतो.

माझे काही मित्र यमुनेच्या पुलावरती लक्ष्य शोधून हिंडायचे. ते निरागस लोकांवरती पाठीमागच्या बाजूने हल्ला करायचे व त्यांची पाकीटे मारायचे, त्यांच्या गळ्यातल्या साखळ्या चोरायचे आणि खुशाल पुलावरून पाण्यात उडी ठोकायचे. उडी ठोकण्याआधी ते आपल्या हातातील माल काठावरती भिरकावून द्यायचे. तो माल झेलण्यासाठी काही मुले आधीपासून उभीच असत. जरी कधी चुकून माल नदीतच फेकण्याची वेळ आली, तरी तो नंतर कसा मिळवायचा, हे त्यांना माहीत असे. हे धंदे करत असताना कसं वाटतं, ते बघण्यासाठी मी ते सगळं व्यवस्थित शिकून घेतलं. ज्या लोकांच्या वस्तू आम्ही लुटायचो, त्यांचे भयचकीत झालेले चेहरे बघताना खूप गंमत वाटायची आणि ज्या मुलाने त्या लोकांची चीज वस्तू लुटली असेल, त्याने घाईघाईने नदीत उडी घेतलेली पाहून त्या लोकांना त्या मुलाविषयीच काळजी वाटायची. किती हास्यास्पद. मला काल त्या मुलांनी असंही सांगितलं की, काही भाविक लोक नदीत पैसे टाकायचे, किंवा मौल्यवान वस्तू

टाकायचे. ते पाहिल्यानंतर या मुलांना हे धंदे सुचले. किती हा मूर्खपणा. नदीला त्या पैशांचा काय उपयोग? पण मुलांना त्याचा निश्चितच उपयोग होता. म्हणून तर ते त्या गोष्टी वर काढायचे. हळूहळू या सवयीचे रुपांतर चोरी करण्यात झाले.

मी तर रात्रीच्या वेळी माझ्या काही मित्रांबरोबर बंद दुकाने फोडण्यासाठी जात असे. आम्ही अंधारात बंद दुकानांची कुलपे तोडायचो. आमच्यापैकी काही मुले क्वचित पकडली सुद्धा जायची, पण त्यांची लगेच सुटकाही व्हायची. मी तर पाकीट मारण्याची कला सुद्धा आत्मसात केली होती. आम्ही हाताच्या तर्जनीला रबरबँडच्या साहाय्याने ब्लेडचा लहानसा तुकडा अडकवायचो आणि मग आमची हातचलाखी दाखवायचो.

मी आणि माझ्या मित्रांनी दिवसा व रात्री चोऱ्यासुद्धा केलेल्या आहेत. आम्ही घरात शिरून चोऱ्या केलेल्या आहेत. पण वडील रागावतील या भीतीने मी यातील एक सुद्धा गोष्ट त्यांच्या कानावर घातलेली नाहीये. मी जर त्यांना त्रास दिला नाही, तर तेही माझ्या भानगडीत पडत नाहीत. त्यामुळेच आमचे सर्व उद्योगधंदे कसे व्यवस्थित चालले होते.

आमच्यापैकी बरीच मुले सिगारेट ओढतात आणि गुटका देखील खातात. या दोन्ही गोष्टी अगदी सहजपणे उपलब्ध असतात. त्याने मला 'किक्' येते. डोक्यात नशा चढते. मी अजून कधीही दारू प्यायलेली नाही. खरं तर लवकरच मी तीही प्यायली असती, पण हे जे 'सद्‌गृहस्थ' आहेत नां... (असं म्हणून तो जवळच बसलेल्या 'नवज्योती'च्या समुपदेशकाकडे बोट दाखवतो.) ... त्यांनी मला खूप काही शिकवलं आहे. मी त्यांचं सगळं म्हणणं ऐकणार आहे. तसं वचनच दिलं आहे मी त्यांना! ते माझ्या घरी नेहमीच भेटीला येत असतात. शेजारपाजारच्या लोकांशी सुद्धा ते बोलतात. ते सगळ्यांनाच आवडतात.

माझ्याच सारखी आणखी कितीतरी मुलं आहेत. ती मादकद्रव्ये विकण्याचा धंदा करतात. ती मुलं हा धंदा आपल्या आई-वडिलांच्या सांगण्यावरून करतात. पोलिस जेव्हा त्या मुलांवर दबाव आणतात, तेव्हा ते आपल्या मुलांना मादक द्रव्ये विकायला लावतात, कारण लहान मुलांवर सहसा, कोणीच संशय घेत नाहीत. हळूहळू मुलं या धंद्यात चांगली पारंगत होतात आणि थोड्याच दिवसात निर्ढावलेले गुन्हेगार तयार होतात. हा धंदा इतका फोफावण्यात मदतच करतात, हेही मला चांगलं माहीत आहे.

'असलम, जर तुला इथल्या शाळेत शिकायला मिळालं नसतं, तर तू चिंध्या गोळा करत आणि भीक मागतच राहिला असतास का?', असं असलमला विचारताच तो म्हणाला, 'मी वयाने मोठा झाल्यावर मला भीक मागायची लाज वाटली असती. तुम्ही कधी एखाद्या तरुण व धट्ट्याकट्ट्या मुलाला रस्त्यावर

भीक मागताना पाहिलंय का?' मग त्याला विचारलं, 'तू त्याऐवजी काय केलं असतंस?' त्यावर तो पटकन उत्तरला, 'चोरी आणि लूटमार. नाहीतरी ज्यांना काही कामधंदा नसतो, ते हेच तर करतात.' यानंतर तो समुपदेशकाबरोबर निघून गेला.

कुठं चुकलं?

- ज्या मुलांना भरपूर रिकामा वेळ असतो ती गुन्हेगारीच्या शाळेत शिकतात.
- पालकांच्या बेजबाबदार व बेबंद वागण्याची शिक्षा समाजाला होते.
- झोपडपट्टीतील दारूण स्थिती ही सरकारी अधिकाऱ्यांचे दुर्लक्ष आणि झोपडपट्टीवासियांचे औदासिन्य याचा परिणाम आहे.
- मुलाला शाळेत न घालता बाहेर राहू देणं हे मुलाला शाळेत घालण्यापेक्षा फार फार महागडं पडतं.

भाग : ७

इतर

सद्सद्विवेक बुद्धीची कैद

माझं नाव आकाश. मी अठ्ठावीस वर्षांचा आहे. आकाश म्हणजे खरं तर आभाळ. पण गेली दहा वर्षे मी आभाळाचा एकच एक तुकडा बघत आलो आहे. तोही एकाच ठिकाणाहून दिसणारा. ते ठिकाण म्हणजे जेल. बाहेरच्या जगातून जे आभाळ दिसतं, ते फार फार वेगळं असतं. ते जगही फार वेगळं असतं. मी अचानक फार उपरा झालोय. परका झालोय. आणि हे सगळं होण्यामागे माझा स्वत:चा खरोखरच काडीइतकासुद्धा दोष नाही. तसं माझं आयुष्य खडतर होतं, मी झगडत होतो. झुंजत होतो. योग्य मार्गावरून वाटचाल करीत होतो.

माझा जन्म एका शेतकरी कुटुंबात झाला. मला एक मोठा भाऊ आहे. गढवालच्या डोंगराळ भागात माझं जन्मगाव वसलेलं आहे. तिथेच माझं बालपण गेलं. शाळेत असताना मी एक चांगला विद्यार्थी होतो.

मी केवळ सोळा वर्षांचा असताना माझे वडील आजारी पडले. त्यांचे उपचार करताना आमच्या कुटुंबाजवळ असलेली सगळी शिल्लक खर्च झाली. वडील शेतावर गैरहजर राहत. त्यामुळे आमच्या कुटुंबाला नियमित असं उत्पन्न मिळत नव्हतं. काही महिन्यांनंतर माझे वडील वारले. आमच्या चालत्या गाड्याला अचानक खीळ बसली.

आम्ही या धक्क्यातून जरा सावरतो तोच आमची आई वारली. मला खरं तर पुढे शिकायचं होतं. पण परिस्थितीच अशी आली की, नोकरीचा शोध घेणं भाग पडलं. मोठ्या शहरात गेलं तरच नोकरी मिळण्याची शक्यता होती. मग मी दिल्लीला येऊन मनोज नावाच्या माझ्या नातेवाईकाकडे उतरलो.

सर्वात प्रथम मी दिल्ली युनिव्हर्सिटीच्या पोस्टल शिक्षणाच्या अभ्यासक्रमासाठी कला शाखेत नाव नोंदवलं, व नोकरी करता करता बी.ए. होण्याचं ठरवलं. मनोजच्याच मदतीने मला एका कारखान्यात नोकरीसुद्धा मिळाली व मी शिकता शिकता कमवू लागलो.

तो रविवारचा दिवस होता. मी नेहमीची कामे आटपून जरा निवांतपणे कॉटवर आडवा होऊन विश्रांती घेण्याच्या विचारात होतो. एवढ्यात आमच्या तंबूत ब्रिजभूषण आला. हा ब्रिज आमच्या कैलास नावाच्या एका शेजाऱ्याच्या ओळखीचा होता. तो गोरखपूरहून काही कामानिमित्त दिल्लीला आला होता. त्याचं नक्की काय काम होतं, ते काही आम्ही विचारलं नाही. तो माझा थोडा ओळखीचा झाला होता, म्हणून मी त्याला चहापाणी विचारलं. पण त्याने नकार दिला. 'तुला माझ्याबरोबर बाहेर यायला फुरसत आहे का?' असं उलट त्यानंच मला विचारलं. नाहीतरी मला कधी कुठे घराबाहेर पडायची संधीच मिळत नसे. त्यामुळे मी ब्रिजबरोबर बाहेर जायला लगेच तयार झालो. मला दिवसभर भरपूर काम असायचं. संध्याकाळी दमून घरी आलं तरी अभ्यास, रात्रीचा स्वयंपाक, धुणी-भांडी असं काही ना काही काम असायचंच. मग एखाद्या दिवशी दुपारी ब्रिजबरोबर जरा निवांतपणे फिरायला मिळतंय, तर का जाऊ नये? असा विचार मी केला. कदाचित दोघे मिळून बाहेरच जेवू. असाही विचार मनात चमकून गेला.

आम्ही निघालो. 'आपण ऑटोरिक्षानंच जाऊ या.' असं ब्रिज जेव्हा म्हणाला, तेव्हा मला जरा आश्चर्यच वाटलं. ही असली चैन करण्याची तर माझी स्वत:ची ऐपतच नव्हती. त्यामुळे मला अगदी राजा असल्यासारखं वाटत होतं. त्यावेळी मी केवळ अठरा वर्षांचा होतो.

ब्रिजच्या जवळ एक लहानशी बॅग होती. आम्ही रिक्षातून उतरताच अचानक काही पोलिसांनी आम्हाला घेरलं. ते अचानक तिथे कुठून उगवले तेही मला समजलं नाही. 'तुम्ही आम्हाला असं का थांबवलं आहेत?' असं त्यांना विचारण्याचा धीरही मला झाला नाही. ब्रिजने मात्र थोडा प्रतिकार केला. पण पोलिसांनी त्याची बॅग उघडताच तो गप्प झाला. त्या बॅगेत व्यवस्थितपणे काही थैल्या ओळीने मांडून ठेवल्या होत्या. ते चरस होतं, असं पोलिसांकडून नंतर समजलं. पण मी जेव्हा दुपारचा फिरण्यासाठी म्हणून ब्रिजच्या सोबत बाहेर पडलो होतो, तेव्हा मात्र मला खरोखरच त्या गोष्टीची अगदी सुतरामसुद्धा कल्पना नव्हती.

मी भीतीने अक्षरश: थरथर कापू लागलो. 'मी निष्पाप आहे, निर्दोष आहे' असं पोलिसांना ठणकावून सांगणं मला जमेना. पोलिसांनी तर माझं काही एक ऐकून घेतलं नाही. मी रडू लागलो, तेव्हा त्यांच्यापैकी एकानं मला जोरात चपराक मारली. भीतीनं मी सुन्न झालो. त्या क्षणी मला स्वत:वर ओढवलेल्या संकटाची नीटशी कल्पनासुद्धा नव्हती. मी देवाची करुणा भाकली, माझ्या स्वर्गवासी मातापित्यांचं स्मरण केलं. 'आता तुम्हीच मला यातून सोडवा' असं मनोमन त्यांना सांगितलं. पण बहुदा त्यांनासुद्धा रविवारची सुट्टी असावी.

नंतर आम्हाला पोलिस चौकीत नेऊन आमच्यावर प्रश्नांची सरबत्ती करण्यात

आली. मी खरोखर निरपराधी असल्याचं ब्रिजनं त्यांना सांगण्याचा प्रयत्न केला. पण पोलिसांच्या जोरजबरदस्तीपुढे तोही गप्प बसला. मी जरी कितीही विनवण्या केल्या तरी त्याचा काही उपयोग झाला नाही. आम्हाला कोठडीत टाकण्यात आलं. जणू काही अचानकपणे आभाळातूनच ही संकटाची कुऱ्हाड माझ्यावर कोसळली होती. आता यानंतर आपलं काय होणार, हे मला काही केल्या समजत नव्हतं. 'निदान तू तरी मला वाचव. काही तरी कर' अशी मी आपली ब्रिजची विनवणी करीत होतो. अशीच कधीतरी मध्यरात्री मला झोप लागली. दुसऱ्या दिवशी सकाळी उठवून त्यांनी आम्हाला कोर्टात नेलं. 'आम्हाला निदान एक फोन करू द्या' असं तेथील इन्स्पेक्टरला वारंवार विनवलं. पण त्याने ते ऐकलं नाही. त्याची नजरच इतकी भीतीदायक होती की त्याच्याविरुद्ध कोणाकडे तक्रार वगैरे करण्याचा माझा काही धीर झाला नाही.

साखळीला बांधलेल्या कळसूत्री बाहुल्यांप्रमाणे पोलिसांच्या मागोमाग आम्ही कोर्टात शिरलो. 'न्यायाधीशांशी एक अक्षरही बोलायचं नाही,' अशी आम्हाला ताकीद देण्यात आली होती. त्यामुळे आम्ही गप्प बसून होतो. त्या न्यायाधीशांचा चेहरा निर्विकार होता. दयामाया इत्यादी विकारांचा लवलेशही दिसत नव्हता. जरी मी त्यांच्यासमोर काही बोललो असतो, युक्तिवाद केला असता, तरी त्यावर त्याची नक्कीच काय प्रतिक्रिया झाली असती, देव जाणे.

मी नंतर याचिका दाखल केली, पण ती घडल्या प्रसंगाला काही महिने लोटल्यावर. माझ्या मदतीला कोणीच धावून येत नाही असं बघून मी मनोजला पत्र लिहिलं. मी तिहार जेलमध्ये असल्याचं समजताच तो लगेच धावून आला. पण खरं तर तो माझ्यासाठी फार काही करू शकला नाही. त्याने निरोप पाठवून माझ्या भावालासुद्धा बोलावून घेतलं. पण माझा भाऊसुद्धा काहीच करू शकला नाही.

कोर्टात खटला उभा राहिला. आश्चर्याची गोष्ट अशी की ब्रिजचा आणि माझा खटला वेगवेगळा होता. त्याच्या व माझ्या खटल्याच्या तारखासुद्धा वेगवेगळ्या होत्या. त्याला माझ्यापेक्षा निराळ्या जेलमध्ये ठेवलं होतं. त्याने चार वर्षे कोर्टात लढा दिला आणि स्वतःची निर्दोष सुटका करून घेतली. मला मात्र दोषी ठरविण्यात आलं आणि दहा वर्षे सक्तमजुरीची शिक्षा ठोठावण्यात आली. त्याशिवाय एक लाख रुपये दंडही ठोठावण्यात आला. दंडाची रक्कम न भरल्यास आणखी एक वर्ष सक्तमजुरी भोगायची होती. आता माझ्या डोक्यात प्रकाश पडला. ब्रिजची सुटका होऊ शकली, कारण त्याच्याजवळ पैसा होता व माझ्याजवळ तो नव्हता. त्याने चांगले नाणावलेले वकील उभे केले होते. माझ्याकडे वकीलच नव्हता. मला कोर्टानं एक वकील पुरवला. अर्थात मी जगलो काय किंवा मेलो काय, त्या वकिलाला त्याचं काहीही सोयरसुतक नव्हतं. सर्वशक्तिमान अशा त्या न्यायाधीश

महाराजांपुढे स्वत:ची सफाई देण्याची साधी संधीसुद्धा मला मिळाली नाही. मी कधी जन्मात ज्याला पाहिलेलं नव्हतं अशा एका साक्षीदाराची साक्ष ग्राह्य मानून त्या न्यायाधीशांनी मला सरळ दोषी ठरवलं. त्या साक्षीदाराने माझ्या भावाकडे दहा हजार रुपयांची मागणी केली आणि पैसे दिलेस तर साक्ष उलटवतो, शब्द फिरवतो असंही सांगितलं. पण माझ्या भावाकडे तेवढे पैसे नव्हते. कोर्टासमोर पोलिसांनी एक धादांत खोटी गोष्ट सांगितली. त्यांनी म्हणे आम्हाला पकडल्यावर 'एका गॅझेटेड ऑफिसरच्यासमोर आम्ही पाहिजे तर तुमची झडती घेतो' असं आम्हाला सुचवलंही होतं. पण प्रत्यक्षात मात्र त्यांनी आम्हाला असलं काहीच सुचवलेलं नव्हतं. हा असला धादांत खोटा साक्षीपुरावा ऐकून माझं मन तर विटूनच गेलं. पण अखेर नशिबापुढे हार मानून गप्प बसणं मला भागच होतं.

दहा वर्षांच्या तुरुंगवासामध्ये मला एका निराळ्या जगातील वास्तव अत्यंत जवळून पाहता आलं व ते जग म्हणजे गुन्हेगारी जग. मी जेव्हा १९९० साली इथे भरती झालो तेव्हा संपूर्ण गुन्हेगारीचं साम्राज्य जेलमध्ये पसरलं होतं. त्यानंतर १९९३ साली वरिष्ठांची बदली होऊन नवीन वरिष्ठ आले, तेव्हा या जेलचा कसा आमूलाग्र कायापालट झाला आणि त्यानंतर आता इथे सुधारणांचे वारे कसे अजूनही जोरात वाहत आहेत, हे सारं मी अगदी जवळून पाहिलं आहे.

मी प्रथम जेव्हा या जेलमध्ये भरती झालो तेव्हा इथे राहणं म्हणजे अक्षरश: नरकात राहण्यासारखंच होतं. माझ्या अवतीभवती माणसं नव्हती. गिधाडं होती. जेलमधले कैदीच केवळ नरराक्षस होते असं नव्हे तर तुरुंगातील कर्मचारीही तसेच होते. इथलं एकंदर वातावरण गुन्हेगारीला पोषक होतं. कोवळ्या निष्पाप मुलांचं परिवर्तन अट्टल गुन्हेगारांमध्ये होताना मी या डोळ्यांनी पाहिलं आहे. तिथल्या हवेतच धूर होता. मादक द्रव्ये तर जागोजागी उपलब्ध होती. शिवाय जोडीला रोगराई. तुरुंगातील कैद्यांनी पहिला झुरका घेतलेला पण मी पाहिलाय व हळूहळू ते कसे व्यसनाधीन होत गेले, तेही मी पाहिलं. ह्या सगळ्या गोष्टी शक्य होतात त्या वरिष्ठांच्या सहकार्यामुळेच. तुरुंगात फोफावलेल्या या दुष्प्रवृत्तींपासून स्वत:चा बचाव करून दूर राहणं मला फार अवघड गेलं. पण हे सारं लवकरच बदलेल, परिस्थिती सुधारेल, असा माझा दृढविश्वास होता आणि तसंच झालं.

१९९३ मध्ये आमच्या तुरुंगात नव्या इन्स्पेक्टर जनरल दाखल झाल्या. त्यानंतर जेलमध्ये एकदम युद्धपातळीवर सुधारणा घडून येण्यास सुरूवात झाली. युद्धजन्य परिस्थिती खरंतर नेहमीच असायची. फक्त पूर्वी त्याबाबत कोणी फिकीर करीत नसे. आता मात्र आम्ही अजिबात वेळ न दवडता कामाला लागलो. आमच्यापैकी जे कैदी अशिक्षित होते, त्यांना शिकवण्यासाठी ज्या चारशे कैद्यांची शिक्षक म्हणून नियुक्ती करण्यात आली, त्यात मी सुद्धा होतो. तुरुंगात आता मला

सन्मानाची वागणूक मिळू लागली. व्यवस्थापनाने सुधारणेची मोहिम हाती घेतली होती व त्या मोहिमेत सहभागी होऊ इच्छिणाऱ्या सर्वांनाच सन्मानाची वागणूक मिळू लागली. आता जेलमध्ये सिगारेटचा धूर निघत नव्हता. मादक द्रव्ये तर इतिहासजमा झाली होती. एकमेकांची फसवणूक करण्याऐवजी परस्परसहकार्याला सुरूवात झाली होती. आता आमच्यासाठी शिक्षणाची सोय होती. मार्गदर्शन करण्यासाठी केंद्र होते व अध्यात्मिक शिक्षणसुद्धा उपलब्ध होते. सर्वांत परिणामकारक ठरले ते विपश्यना ध्यानधारणेचे तंत्र. मी व माझ्यासारख्या इतर अनेकांचे आयुष्य त्यामुळे बदलून गेले. मी या विपश्यना शिबिराचा एकूण दोन वेळा लाभ घेतला. केवळ त्याचमुळे मी वाईट मार्गाला लागलो नाही. माझ्यावर अनंत संकटे आली, तरीही माझ्या मनाचा तोल ढळला नाही. पुढे मी जेलच्या फॅक्टरीत काम करण्यास सुरूवात केली व सुतारकामात प्राविण्य मिळविले.

माझी नुकतीच जेलमधून सुटका झाली आहे. इंडिया व्हिजन फौंडेशन नामक सेवाभावी संस्थेने तुरुंगातील कैद्यांची सुटका झाल्यानंतर त्यांचे पुनर्वसन करण्याचे कार्य हाती घेतले आहे. मीही या संस्थेच्या मदतीने माझ्या आयुष्याची पुन्हा उभारणी करण्यास सुरूवात केली आहे. परत एकदा कामाला सुरूवात करण्याची आणि खुल्या आभाळाखाली आयुष्याला नव्याने सुरूवात करण्याची गरज आहे.

कुठं चुकलं?

- न्यायदेवता आंधळी असते, असं जे म्हटलं जातं, ते काही खोटं नव्हे. कधी कधी तर न्यायदेवता नुसती आंधळीच नसते तर लाकडी ठोकळ्यासारखी अचेतनसुद्धा असते.
- कोणत्याही गुन्ह्याचा खोलवर तपास करून न्यायालयासमोर सर्व खराखुरा पुरावा ठेवणं हे पोलिसांचं परमकर्तव्य आहे. पोलिस हा वकीलही नव्हे आणि न्यायाधीशही नव्हे.
- तुरुंगांनी जर सुधारणा राबवण्याचं कार्य हाती घ्यायचं ठरवलं, तर तुरुंग ही सुधारणा घडवून आणण्यासाठी सर्वांत उत्तम जागर होऊ शकते.

ट्रेड युनियनने केला घात

माझं नाव श्रीकांत. मी तीन मुलांचा बाप आहे. मला दोन मुली आणि एक मुलगा आहे. आज वयाच्या बावन्नाव्या वर्षी मी माझं आयुष्य नव्याने सुरू करत आहे. गेली नऊ वर्षे मी तुरुंगवास सोसला. पण आता जणू काही माझा पुनर्जन्मच झाला आहे. आता हे जग मात्र माझ्यासाठी आणि माझ्या कुटुंबियांसाठी फार फार खडतर होऊन बसलंय.

मी मूळचा बिहारमधील एका खेड्यातला. माझा जन्म एका गरीब कुटुंबामध्ये झाला. आम्ही एकूण दहा भावंडे. माझे वडील शेतकरी होते. माझ्या सहा बहिणींची लग्ने करून देऊन त्यांची पाठवणी करण्यात आली. आमच्या कुटुंबाची स्थिती इतकी खालावली होती, की आम्हाला खायला अन्न नव्हते. आमच्यापाशी जो काही जमीनजुमला होता, तो सगळाच्या सगळा आम्हाला विकावा लागला. आपल्या मुलीचं लग्न करून देणं, ही गोष्ट बिहारमध्ये मुळीच सोपी नाही. त्यासाठी वारेमाप पैसा खर्च होतो व हा सगळा खर्च आमच्या कुटुंबाला झेपला नाही. मी सर्वात धाकटा होतो. त्यामुळे लाडाकोडात वाढलो, आणि म्हणूनच मी माझ्या मर्जीने खुशाल शिक्षण सोडून दिले.

आमची शेतं आता आमची स्वत:ची उरली नव्हती. तशातही मी दिवसभर त्या शेतांमध्येच उनाडक्या करीत हिंडायचो. मी तारुण्याच्या उंबरठ्यावर असताना एक दिवस नशीब काढायला दिल्लीला जाण्याची संधी मला आयती चालून आली.

दिल्लीत येऊन मी एका दुकानात नोकरीला लागलो. आम्ही एका वस्तीत सहा माणसं एका लहानशा खोलीत राहू लागलो. पैसाही जास्त मिळत नव्हता. पण तरीसुद्धा मी थोडेफार पैसे साठवले होते व गावाकडे असलेल्या माझ्या आई-वडिलांना नियमितपणे पैसे पाठवत होतो. पुढे मात्र भविष्याचा विचार करून मी काही दिवसांनी ही नोकरी सोडून दुसरी नोकरी पत्करली. ही दुसरी नोकरीसुद्धा एका दुकानातच होती, पण पगार बरा मिळत होता. आता मी आई-वडिलांना पैसे तर पाठवतच होतो. शिवाय माझ्या मोठ्या भावांसाठी काही भेटवस्तूसुद्धा पाठवत होतो.

काही वर्षांनंतर मला दिल्लीतील एका अत्यंत मोठ्या व नावाजलेल्या कंपनीत नोकरी चालून आली. पण त्यातही एक मेख होती. ही नोकरी थेट मिळणार नव्हती. एका कॉन्ट्रॅक्टरच्या मार्फत मिळणार होती. या कॉन्ट्रॅक्टरचा फॅक्टरीच्या व्यवस्थापनाशी काही करार झाला होता. त्यामुळेच जरी आम्ही कामगार एका प्रचंड मोठ्या उद्योग समूहासाठी काम करत असलो तरी आम्ही कागदोपत्री त्या कॉन्ट्रॅक्टरचे पगारी नोकर होतो. पगार चांगलाच होता, त्यामुळे मला ह्या गोष्टीचं विशेष काही वाटलं नाही. या नव्या नोकरीत मी अत्यंत मेहनतीनं व चिकाटीनं काम करण्यास सुरूवात केली.

आमच्या युनिटमध्ये काम करणाऱ्या माझ्यासारख्या सर्व कामगारांचं एकच स्वप्न होतं. काम करता करता एकरूप होऊन आपणही इथे या कंपनीच्या कामगारांप्रमाणे कायम व्हायचं आणि पगाराव्यतिरिक्त त्यांना जे इतर काही फायदे मिळत असत त्यांचा आपणही लाभ घ्यायचा. याचं कारण असं, की कागदोपत्री आम्ही त्या कॉन्ट्रॅक्टरचे नोकर असल्या कारणाने त्या कंपनीच्या कामगारांना जे लाभ मिळत ते आम्हाला मिळत नसत. सर्वच कामगारांना स्वतःच्या अंगची पात्रता सिद्ध करावी लागे. त्यामुळे वरिष्ठांना खूश ठेवण्यासाठी ते अतिशय तळमळीनं काम करत. कंपनीत कायमस्वरूपी नोकरी मिळवण्याचं गाजर आमच्यापुढे सदाचंच टांगलेलं होतं. धड ना जवळ आणि धड ना लांब.

माझ्या वडिलांच्या हट्टापायी मी लग्नाला होकार दिला. त्यांनी जवळच्या खेड्यातील एक मुलगी माझ्यासाठी पसंत केली व तिच्याशी माझे लग्न झाले.

मी ज्या युनिटमध्ये कामाला होतो तिथे अलिकडे एक नवीनच उलाढाल झालेली होती. कामगारांची युनियन बनवण्याचं घाटत होतं. पूर्वी ज्या कामगारांना डोकं खाजवायलाही फुरसत नसे, तेच कामगार आता जेवणाच्या सुट्टीत एकत्र बसून बैठका भरवू लागले. या बैठका एका वेगळ्याच विषयावर असत, तो विषय म्हणजे 'मागण्या!' दिवसाचं काम संपल्यावर घरी जाण्याऐवजी कामगार एकत्र जमू लागले. त्यांच्या त्या बैठकींना काही बाहेरचे लोक उपस्थित असत. हे लोक कामगारांच्या ओळखीचेसुद्धा नसत. 'हे लोक कोण? इथे कशासाठी येतात?' असं जर आमच्यापैकी कोणी विचारलंच तर लगेच आम्हाला गप्प करण्यात येई. ते आपल्या मदतीसाठीच इथे आले आहेत, असं पटवून देण्यात येई. ते लोक म्हणे आमच्या सुरक्षित व उज्ज्वल भवितव्यासाठी आम्हाला मदत करणार होते.

हे सर्व लोक इतर कंपन्यांमधील कामगार चळवळींचे नेते होते. आमच्या येथेही चळवळ सुरू झाली. सदस्यांची नावनोंदणी करण्यात आली. त्यात सहभागी होण्याची माझी सुरुवातीला विशेष इच्छा नव्हती. परंतु इतर सहकाऱ्यांच्या दडपणामुळे मी राजी झालो. पुढे मीही या चळवळीत भरपूर रस घेऊ लागलो. गुंतत गेलो, कसा काय ते माझं मलाही समजलं नाही. काम संपल्यावर आपल्या इतर सहकाऱ्यांची भेट घेणं,

सर्वांच्या हिताच्या प्रश्नांवर चर्चा करणं इत्यादी गोष्टीत मला गोडी वाटू लागली. या कंपनीत आमच्यासारख्या ज्या कामगारांची विशिष्ट वर्षांहून जास्त काळ नोकरी झालेली आहे त्यांना कंपनीने आपल्यात सामावून घ्यावं व कंपनीच्या नोकरीत असलेल्या इतर कामगारांसारखेच नियमानुसार पगार आणि इतर लाभ मिळावेत, हा मुद्दा आम्ही व्यवस्थापनापुढे मांडणार होतो. या आमच्या मागण्या आम्ही व्यवस्थापनापुढे मांडताच त्या त्यांनी तत्काळ अमान्य केल्या. आता पुढे काय करावं, ते आम्हाला समजेना.

आता आमचे ते तथाकथित 'मित्र' आमच्या मदतीला धावून आले. त्यांनी आमच्याशी पुष्कळ चर्चा केली. आम्हाला प्रोत्साहन दिले. खंबीर राहण्यास सांगितले. त्यांनी आम्हाला आमच्या फॅक्टरीत संप पुकारण्याचा सल्ला दिला. मला काही ती गोष्ट पसंत पडली नव्हती. पण सर्वांच्या दडपणामुळे आम्हाला ती मान्य करावीच लागली. त्यानंतर व्यवस्थापनाच्या वतीने कंपनीचा पर्सोनल मॅनेजर आम्हाला येऊन भेटला. त्याने आम्हाला संपावर न जाण्याचा सल्ला दिला. पण आता आम्ही आमच्या निर्णयाशी ठाम होतो. आमच्या मागण्या मुळीच न्याय्य नाहीत, आम्हाला कंपनीने नोकरीवर घ्यावे असा करार कधीच झालेला नाही, असा युक्तिवाद करण्याचा त्याने प्रयत्न केला. 'पण आता काळ बदलला आहे' असं आमचं त्यावर उत्तर होतं. आमचे 'मित्र' आमच्या पाठीशी होते.

त्या संपाचा फार वाईट, महाभयंकर परिणाम झाला. आमचं हे युनिट दिवसभर उत्साहानं, चैतन्यानं नुसतं सळसळत असायचं. तेच आता असं ओसाड पडलेलं पाहून मला फार वाईट वाटायचं. पण आता मीच कामगारांचा नेता झालो होतो; या गोष्टीचा नाही म्हटलं तरी थोडा अभिमान मलाही वाटत होताच. त्यानंतर वाटाघाटींच्या अनेक फेऱ्या झाल्या. अजूनसुद्धा आम्ही आमच्या मागण्यांपासून रेसभरही हटण्यास तयार नव्हतो. आता मला समजतं, की आमचे ते वागणं चूक होतं.

व्यवस्थापनाने आमचं कॉन्ट्रॅक्ट रद्द करून टाकलं आणि आम्हाला अचानक कामावरून कमी करण्यात आलं. युनिटमध्ये नवीन कामगारांची भरती करण्यात आली. हळूहळू युनिट पूर्ववत सुरू झालं. ही नवी उलाढाल झालेली पाहून आम्ही हबकून गेलो. नंतर कोर्टाच्या आदेशनुसार आम्हा संपकर्त्यांना फॅक्टरीच्या आवाराबाहेर काही विशिष्ट अंतराच्या आत येण्यास मज्जाव करण्यात आला. मग आम्ही दूरवर तळ ठोकून धरणं धरून बसलो. आता तरी व्यवस्थापन मान तुकवेल, अशा आशेनं.

त्यातूनच आता आमचे अधूनमधून व्यवस्थापनाशी व नव्याने भरती झालेल्या कामगारांशी खटके उडू लागले. एक दिवस एक स्थानिक पोलिस आला. नेमके त्यावेळी आम्ही युनिटच्या बाहेर घोषणा देत उभे होतो. त्याने आम्हाला तिथून हुसकावून लावले. मी पाहतो तर काय, आमचे 'मित्र' नेमके त्यावेळी सोयीस्करपणे बेपत्ता होते.

आम्हाला असं सांगण्यात आलं, की भरदिवसा फॅक्टरीच्या बाहेर एका कामगाराच्या

अंगावर ॲसिड टाकून कुणीतरी त्याचा खून केलेला आहे. त्याच्या खुनाचा आरोप एकंदर सात नेत्यांवर ठेवण्यात आला होता व त्याच्यात माझंही नाव होतं. बाकी इतर संपकर्त्यांना नुसती कडक धमकी देऊन सोडण्यात आलं. आम्ही मात्र निर्दोष असल्याचं वारंवार सांगूनही ते कुणीच ऐकलं नाही. पोलिसांनी कोऱ्या कागदांवर आमच्या सह्या घेतल्या व त्यानंतर आमच्यावर रीतसर आरोप ठेवून आम्हाला तुरुंगात टाकण्यात आलं.

कोर्टात सतत तीन वर्षे लढा दिल्यानंतर अखेर माझी सुटका झाली. माझी रवानगी तुरुंगात होण्याआधीच माझी चूक माझ्या लक्षात आली होती. त्यामुळे मी तुरुंगात गेल्यानंतर जेलच्या अधिकाऱ्यांनी मला आपण होऊन मदत केली, त्यामुळे तुरुंगवासाची ती तीन वर्षे तरी किमान शांततेत पार पडली. पण त्या काळात माझ्या कुटुंबियांना मात्र गावी जाऊन अत्यंत हलाखीत दिवस काढावे लागले. या दुःखाने माझ्या आई-वडिलांचे निधन झाले.

तुरुंगात असताना तेथील इन्स्पेक्टर जनरल माझ्या भेटीस आल्या. त्यांनी माझ्या कष्टाळूपणाबद्दल माझे कौतुक केले. 'तुरुंगातून सुटका झाल्यानंतर मला जरूर भेटायला ये', असं त्यांनी मला सांगितलं. त्यानुसार मी सुटका झाल्यानंतर त्यांच्या भेटीस गेलो. इंडिया व्हिजन फौंडेशन ही संस्था तुरुंगातून मुक्त झालेल्या कैद्यांच्या पुनर्वसनासाठी प्रयत्न करत असते. याच संस्थेने मला सुद्धा मदत केली. त्यांच्या उपक्रमाद्वारे माझ्या कुटुंबियांना मदत मिळाली. माझ्या मुलांच्या शिक्षणाची सोय झाली. मी तर सुटकेचा निश्वासच सोडला. अन्यथा सुटका झाल्यानंतर मी काय केलं असतं, देव जाणे.

कुठं चुकलं?

- मोठ्या शहरात राहणारा कामगार वर्ग अगतिक असतो, स्खलनशील असतो. त्यामुळे व्यवस्थापन आणि ट्रेड युनियन हे दोघेही या वर्गास आपलं लक्ष्य बनवतात. आपण एकटं पडू या भीतीनं प्रत्येक जण इतरांबरोबर त्यात सामील होतो.

- समाजातील खालच्या स्तरातील गरीब व अशिक्षित लोकांशी पोलिसांचे वर्तन चांगले आणि न्याय्य नसते.

- कोर्टाच्या प्रदीर्घ व न संपणाऱ्या न्याय प्रक्रियेमुळे गरीब कुटुंबांचं रक्त आटून त्यांना उपाशी मरण्याची पाळी येते.

मादक द्रव्यांचा अघोरी विळखा

माझं नाव सुनिता. मी एकोणतीस वर्षांची आहे. माझं दोन वेळा लग्न झालं. मला तीन मुलं आहेत, दोन मुली आणि एक मुलगा. मी मूळची पश्चिम बंगालमधील असून १९८६ साली मी दिल्लीला आले. त्यावेळेपासून मी दिल्लीच्या सर्वांत मोठ्या झोपडपट्टीत राहते.

माझा जन्म एका गरीब कुटुंबात झाला. आम्ही तीन बहिणी. त्यातील मी सर्वांत धाकटी. मी खूप लहान असतानाच माझी आई वारली. माझ्या वडिलांनी दुसरं लग्न केलं. माझ्या नव्या आईच्या पावलानं दुःखानं आमच्या घरात प्रवेश केला. माझ्या वडिलांना दारूचं व्यसन जडलं. मी अगदी लहान असतानाच माझ्या दोघी बहिणींचं लग्न करून देण्यात आलं. घरात आईच्या कटकटी ऐकत वेळ घालवायचा नाहीतर दुसऱ्याच्या शेतात कामं करायची, असा माझा दिनक्रम असे. मला शाळेत जायची संधी कधीच मिळाली नाही. खरं तर माझी शाळेत जाण्याची तीव्र इच्छा होती व तसं मी अनेक वार माझ्या आई-वडिलांपाशी बोलूनही दाखवलं होतं. पण माझ्या आईनं मला शाळेत जाऊच दिलं नाही. माझ्या वडिलांना तर कसलीच पर्वा नव्हती. त्यांच्या मते, मुलींना शिक्षणाची गरजच काय?

मी सोळा वर्षांची झाले. पण आजवरच्या आयुष्यात वडिलांनी माझ्याकडे कधीही लक्ष दिल्याचं मला आठवत नव्हतं आणि सावत्र आईकडून तरी काय अपेक्षा ठेवणार? त्यामुळे मी अतिशय एकाकी पडले. या एकाकीपणाच्या जाणीवेमुळे माझ्या आयुष्यात फार मोठी पोकळी निर्माण झाली होती. मी जेवढी म्हणून प्रेमाची, मायेची अपेक्षा ठेवली, तेवढी माझ्या वाट्याला उपेक्षाच येत गेली. तेच माझं आयुष्य बनलं. मी उदासपणे बसून राही. तशा मला माझ्या वयाच्या थोड्याफार मैत्रिणी होत्या. त्यांच्या सहवासात आनंदी राहण्याचा मी प्रयत्न करे. त्यांच्यापैकी एक मैत्रीण म्हणजे सीमा. ही नुकतीच आपल्या नवऱ्याबरोबर दिल्लीहून आली होती. त्या दोघांचं लग्न काही महिन्यांपूर्वी झालं होतं. ती मुद्दाम माझ्यासाठी मोकळा वेळ काढे. मला आपल्याबरोबर

बाजारात खरेदीसाठी घेऊन जाई. तिने स्वत:साठी व नवऱ्यासाठी छान छान गोष्टी खरेदी केल्या की मला मनातून तिचा हेवा वाटायचा. पण ती त्याबरोबर माझ्यासाठी पण काहीतरी विकत घ्यायची, मला मुद्दाम भेटवस्तू घेऊन द्यायची, माझे लाड करायची. कदाचित त्यामुळेही असेल, पण मला वारंवार तिच्याकडे जावसं वाटायचं.

एकदा तिनं मला आपल्या नवऱ्याबरोबर गावच्या जत्रेला नेलं. जाताना आम्ही ऑटोरिक्षानं गेलो. रिक्षात मला खूप मजा वाटली. नंतर त्या दोघांनी एका ट्रकवाल्याकडे लिफ्ट मागितली. त्यावेळी मात्र मला खूप भीती वाटली. 'पण आज आपण खूप मजा करायची आहे,' असं त्या दोघांनी सांगितलं. नाहीतरी मलाही काही काम नव्हतंच. मग मी पण राजी झाले. शेवटी मात्र त्यांनी दोघांनी मला रेल्वे स्टेशनावर आणलं, तेव्हा मी चांगलीच घाबरले. 'आपण इथे कशासाठी आलो आहोत?' असं मी वारंवार विचारू लागले, तेव्हा तिनं मला काहीतरी गोलमाल उत्तरं देण्यास सुरुवात केली. तिनं मला स्टेशनवर उभ्या असलेल्या रेल्वेच्या डब्यात जाऊन बसण्यास सांगितलं, तेव्हा मला चांगलाच धक्का बसला. मी मुळूमुळू रडू लागले.' मी आजवरच्या आयुष्यात रेल्वे स्टेशनवरही कधी आलेली नव्हते; मग रेल्वेत बसणं तर सोडाच. सीमानं व तिच्या नवऱ्यानं मला हलकेच धमकावलं. मी सारखा घरी जाण्याचा ध्यास घेतला, तेव्हा मात्र ते माझ्या अंगावर धावून आले. गाडीतील प्रवाश्यांना हे सगळं काय चाललंय, याची काहीच कल्पना नव्हती; कारण मला काही व्यवस्थित हिंदी बोलता येत नसे. मी फक्त बंगालीतच बोलू शकत होते. मी रडत राहिले. गाडी सुटली व आपल्या मार्गावर धावू लागली.

मी अशा रीतीने दिल्लीला येऊन पोचले. दिल्ली म्हणजे स्वप्ननगरी; त्यामुळे मी एका परीनं तशी खूश होते. दुष्ट सावत्र आई आणि बेपर्वा वडील, या दोघांचंही तोंड बघावं लागणार नव्हतं. माझ्या मैत्रिणीनं व तिच्या नवऱ्यानं काही काळ मला त्यांच्या झोपडीत ठेवून घेतलं. त्यांना सलीम नावाच्या एका माणसाने आगावू पैसे दिले होते. या सलीमला लग्न करायचं होतं व गावाकडची मुलगी हवी होती. हा सौदा दोन हजार रुपयांना पक्का झाला होता. पण मी या लग्नाला साफ विरोध केला, ते पाहून सलीमचं सीमाशी व तिच्या नवऱ्याशी भांडण जुंपलं. त्याला आपले पैसे परत हवे होते. त्यावर त्या दोघांनी मला धमक्या द्यायला सुरवात केली. 'तुला दिल्ली शहरात एकटं सोडून देऊ', असं ते म्हणू लागले. त्या धमकीला घाबरून अखेर मी लग्नाला तयार झाले. नंतर कळले, की सीमा व तिच्या नवऱ्याचा हाच धंदा होता.

मी माझ्या नशिबापुढे हार पत्करली. दुसरं काहीही करणं माझ्या हातात नव्हतं. प्रतिकार करण्याची तर माझ्यामध्ये ताकदच नव्हती. सलीम स्वत: मादक द्रव्यांच्या आहारी गेलेला होता. तो स्वत:सुद्धा मादक द्रव्यांची विक्री करत असे. तो मला अत्यंत वाईट वागवायचा. मारहाण तर सदाचीच ठरलेली होती. पोटाची खळगी

भरण्यासाठी मी धुणं-भांड्याची कामे करू लागले. घरची चूल पेटती ठेवण्यासाठी पैसे तर हवेत. सलीम मला खर्चासाठी फुटकी कवडीसुद्धा देत नसे. मी तशीच दोन वर्षे त्याच्याजवळ राहिले. मला एक मुलगीही झाली. पण ती सहा महिन्यांची असताना आजारी पडली आणि औषधपाण्याअभावी वारली. मला त्या गोष्टीचा इतका संताप आला की मी सलीमला सोडलं. मी जवळपासच्या शेजाऱ्यांकडून चार पैसे उसने घेतले आणि त्याच वस्तीत स्वतःचं लहानसं खोपटं उभारलं. धुणं-भांड्यांची कामं करत एकटी राहू लागले.

एक वर्षानंतर मी आमच्या जवळचा स्कूटर मेकॅनिक पप्पू याच्याशी दुसरं लग्न केलं. त्यानं मला धुणं-भांड्याची कामं सोडायला लावली. त्याच्या रूपानं आयुष्यात पहिल्यांदाच सुख आलं. पण ते जास्त काळ टिकायचं नव्हतं. आम्हाला एक मुलगी झाली. नंतर मला परत दिवस राहिले. आता या खेपेला पप्पूला मुलगा हवा होता. पण तसं होणं आमच्या नशिबात नव्हतं. त्यानंतर पप्पूला दारूचं व्यसन लागलं आणि थोड्याच दिवसात तो दारूच्या पूर्णपणे आहारी गेला. त्यानं कामधंदा करणं सोडून दिलं आणि तो घरी राहू लागला. मला वारंवार मारहाण करू लागला. एकदा तर त्याने भांडणात हातातील दारूची बाटली मला फेकून मारली. त्याचा व्रण अजूनही माझ्या चेहऱ्यावर आहे. आता मी कामं परत धरावी, पैसे मिळवावे व त्याच्या दारुसाठी पैसा पुरवावा अशी त्याची मागणी होती. त्याने पैशासाठी मला बेकायदेशीर दारू विक्रीचा धंदा करणाऱ्या लोकांकडे नेलं व तेथे नोकरीला ठेवलं. घरात मी व माझी मुलं अन्नावाचून मरत होतो, त्यामुळे मीही ती नोकरी पत्करली. गावठी दारूची एक थैली विकली, की मला त्याचे दोन रुपये मिळत. मोठमोठ्या खोक्यांमध्ये दारुच्या थैल्या भरून त्या मी डोक्यावरून इकडून तिकडे पोचवत असे. आजकाल पप्पूचं दारू-पिण्याचं प्रमाण हाताबाहेर गेलं होतं. त्याचं यकृत पूर्णपणे खराब झालं होतं. 'आता एक थेंब जरी दारू घेतलीस, तरी प्राणाशी गाठ आहे,' असं डॉक्टरांनी त्याला बजावलं होतं. याला कोणीही फुकट अथवा विकत दारू देऊ नका, असं मी आजूबाजूच्या शेजाऱ्यांना सांगून ठेवलं होतं. एक दिवस मी काम संपवून घरी आले तर पप्पूची प्रकृती अतिशय बिघडली होती. तो अखेरच्या घटका मोजत होता. त्यानं आमची सहा वर्षांची मुलगी लक्ष्मी हिला पाठवून तिच्याकरवी दारू आणून घेतली होती. मी जोराजोरात रडू लागले. ज्या लोकांनी त्याला दारू पुरवली त्यांच्या नावाने बोटं मोडून त्यांना शिव्याशाप देऊ लागले. लक्ष्मीवर ओरडले. पण कशाचाही उपयोग झाला नाही. पप्पू वारला, तेव्हा मला सात महिने झाले होते.

पप्पूच्या मृत्यूनंतर थोड्याच दिवसात पोलिसांनी मला मुद्दे मालासहित पकडले; पण नंतर त्यांनी माझी जामिनीवर सुटका केली. मी हा धंदा कायमचा सोडून द्यायचा असं ठरवलं. आमचं आयुष्य फार खडतर होतं. मी गर्भारशी असल्यामुळे जास्त भारी

काम करू शकत नव्हते. मग माझ्या ओळखीच्या माणसांनी मला स्मॅक (ऊर्फ हेरॉईन) चा साठा करून तो चोरून विकण्याचं काम दिलं. पण तो धंदा सुरू करायचा तर त्यासाठी पुरेसे पैसे हवेत. मग त्यांनी मला ४००० रूपये कर्जाऊ दिले. दरमहा वीस टक्के व्याजाने ते पैसे मी अजून फेडते आहे.

मी ज्या दिवशी कर्ज काढून हेरॉईन विकत घेतलं. त्याच दिवशी मला पकडण्यात आलं. माझी रवानगी तुरुंगात करण्यात आली; परंतु चौदा महिन्यानंतर मला जामीनावर मुक्त करण्यात आलं. माझी केस लढवण्यासाठी कोर्टानंच मला वकील पुरवला होता. त्यानंच माझी केस लढवली. माझ्या शेजाऱ्यांनी या काळात लक्ष्मीचा सांभाळ केला. माझी झोपडी भाड्यानं दिली होती व त्यातून मिळणाऱ्या पैशातून तिचा खर्च भागत होता. माझी दुसरी मुलगी सरस्वती माझ्यासोबत जेलमध्येच राहत होती. माझा मुलगा प्रकाश याचा तर जन्मच जेलमध्ये झाला. तुरुंगातच मी लिहायला वाचायला शिकले. हातमागावर कापड विणण्यास शिकले. पाळणाघर चालवण्याचा अभ्यासक्रम पूर्ण केला. तुरुंगात फारच चांगले उपक्रम चालत. त्यात भाग घेतल्याने माझ्या व्यक्तिमत्त्वाचा विकास घडून आला. माझी सुटका झाल्यावर ताबडतोब मला 'नवज्योती' या संस्थेत नोकरी मिळाली. या संस्थेमार्फतच तुरुंगात पाळणाघर चालवण्याचे प्रशिक्षण दिले जात होते. मी पाळणाघरात काम करून लहान मुलांना सांभाळत होते व त्यांना शिकवत होते. 'इंडिया व्हिजन फौंडेशन' या दुसऱ्या संस्थेने माझ्या मुलींच्या शिक्षणाची जबाबदारी उचलली. गुन्हेगारांसाठी चालवलेल्या एका उपक्रमांतर्गत माझ्या मुलींना शाळेत जाण्याची संधी मिळाली. आता मी माझ्या पायावर उभी असलेली एक सक्षम स्त्री आहे.

कुठं चुकलं?

- आई-वडिलांपैकी कोणी जर दुसरं लग्न केलं तर कधीतरी मुलांना या गोष्टीची फार मोठी किंमत मोजावी लागते.
- असहिष्णू आणि क्रूर सावत्र आईमुळे मुले घराबाहेर पडून देशोधडीला लागतात.
- शिक्षणाचा व साक्षरतेचा अभावच मुलींच्या पिळवणुकीस कारणीभूत ठरतो.
- झोपडपट्टीत सर्व प्रकारच्या गुन्ह्यांच्या सुळसुळाट असतो. आज खरं तर झोपडपट्ट्यांवर जास्त लक्ष केंद्रित करण्याची गरज आहे, पण प्रत्यक्षात त्यांच्याकडे दुर्लक्षच होताना दिसतं.

आतंकवादाचा बळी

माझं नाव सीमा. मी सदतीस वर्षांची असून चार मुलांची आई आहे– दोन मुलगे व दोन मुली. एके काळी माझ्यासाठी व माझ्या मुलांसाठी घरात नोकर-चाकर होते. पण ते दिवस आता गेले. पंजाबातील आमचं लहानसं खेडेगाव सोडून पळ काढायला, आम्हाला भाग पाडलं, ते अतिरेक्यांनी! आम्ही त्यावेळी जर पळालो नसतो, तर त्यांनी माझ्या नवऱ्याचा बळी घेतला असता. अतिरेक्यांनी त्याच्या दोन भावांची आधीच कत्तल केली होती, त्यामुळे एका रात्रीत आम्ही पळ काढला, जेवढं जमेल तेवढं सामान बरोबर घेतलं होतं. आम्ही व आमच्या सारखी पंचवीस कुटुंबे अक्षरशः जीव मुठीत धरून दिल्लीच्या रस्त्यावर येऊन दाखल झालो. सरकारने निर्वासितांसाठी तात्पुरत्या छावण्या उभ्या केल्या होत्या, त्यापैकी एका छावणीत आम्ही आश्रय घेतला. आम्ही लहानपणी आमच्या आजी-आजोबांकडून फाळणीच्या व निर्वासितांच्या कथा ऐकल्या होत्या. पण कधी काळी आमची स्वतःचीच गणना निर्वासितांमध्ये होईल असं मला कधी स्वप्नात सुद्धा वाटलं नव्हतं. आपल्या स्वतःच्याच देशात आपण निर्वासित– विश्वासही बसत नाही ना? पण आम्ही तसेच आहोत. आमचा दोष एवढाच की आम्ही स्वतः हिंदू असूनही शीख समाजात राहत होतो.

माझ्या आई-वडिलांची पंजाबात फार मोठी जमीन होती. माझ्या लहानपणी घरात कुठल्याही, अगदी लहान-सहान गोष्टीची सुद्धा ददात असल्याचं मला आठवत नाही. वयाच्या सोळाव्या वर्षी पंजाबातील एका तहसीलदाराच्या सर्वात धाकट्या मुलाशी माझं लग्न झालं. आयुष्यात याहून जास्त काय हवं? मी व माझे पती, आम्ही दोघेही फारसे शिकलेले नव्हतो. पण एकमेकांच्या सहवासात आम्ही अत्यंत सुखी होतो. उज्ज्वल भविष्याची स्वप्ने आम्ही रंगवत होतो. अमृतसर शहरात माझ्या पतीच्या मालकीच्या अनेक मोटारगाड्या होत्या व त्या भाड्याने देण्याचा त्याचा व्यवसाय होता. आमची शेतेसुद्धा होती. माझा नवरा कधी काळी

स्वत: एखादं वाहन चालवत असे, कारण त्याला वाहन चालवण्याची फार आवड होती. रोज संध्याकाळी तो नियमितपणे दारू पीत असे, पण आमच्या आजूबाजूचे सगळेच तसे होते. प्रत्येकास स्वत:ची मर्यादा माहीत होती व तिचे उल्लंघन कोणीही करत नसे. दारु पिणं ही गोष्ट निदान आमच्या कुटुंबात तरी समस्या बनलेली नव्हती. खरं तर आम्ही ज्या गावात राहायचो, ते गाव एखाद्या मोठ्या कुटुंबासारखंच होतं. आम्ही नेहमी एकमेकांच्या दु:खात सहभागी होत असू. आमच्यात शीख होते, हिंदू होते आणि मुस्लिम सुद्धा होते. आम्ही सर्वजण गुण्यागोविंदाने एकत्र राहत होतो. पण नेमकं तेच नियतीला बघवलं नाही.

१९८२-८३ साली पंजाबात दहशतवादी कारवायांना जोर चढला. काही कट्टर पंथीयांनी निष्पाप कुटुंबांना आपलं लक्ष्य बनवलं. दहशतवादाचा जसा अतिरेक झाला तसे आर्मीकडून अत्याचार सुरू झाले. पोलिसांनी कधीही कोणाला गोळी घातली, की हे दहशतवादी त्याला तातडीने हुतात्मा म्हणून जाहीर करीत. मग तो बिचारा नुसता बघ्यांच्या गर्दीत उभं राहून कुतूहलाने काय चाललंय, ते बघणारा माणूस असला, तरीसुद्धा! दहशतवादी लगेच त्याला 'आमचाच माणूस' म्हणून घोषित करीत आणि 'आता आम्ही या गोष्टीचा बदला घेणार,' अशा धमक्या देत हिंडत. कधी कधी तर हे दहशतवादी पोलिसांवरचा राग निरपराध माणसांवर काढायचे आणि त्यांना विनाकारण मारून टाकायचे. 'विश्वासघातकी लोकांना अशीच शिक्षा होणार,' असंही म्हणायचे. त्यामुळे कधीही दंगा, खून, मारामाऱ्या झाल्या की नेहमी निरपराध लोकांनाच त्याची शिक्षा होत असे. अशा निरपराध लोकांपैकीच मी एक आहे. माझ्यासारखे असे लक्षावधी लोक आहेत, त्यांचं पुढे काय झालं, ते काही माहीत नाही. मला सर्वांत मोठी काळजी होती, ती माझ्या कुटुंबियांची, नातलगांची आणि अजूनही वाटते. बारा वर्षांपूर्वी आम्ही पंजाबातील आमचं ऊबदार घरकुल सोडून दिल्लीला आलो, येथे तरी निदान निवारा मिळेल, म्हणून!

पण प्रत्यक्षात मात्र पदरात पडलं ते अमाप दु:ख, वेदना व त्या मात्र दिवसें-दिवस वाढतच चालल्या आहेत.

आम्ही दिल्लीला आलो, तेव्हा जहांगीरपुरीच्या गल्ल्यांमध्ये उभारलेल्या तात्पुरत्या छावण्यांमध्ये आमची सोय करण्यात आली. आम्ही येताना आमच्याबरोबर फारच मोजकं सामान आणलं होतं. ते असं कितीसं पुरणार? पंजाबमध्ये आमची जी काही मालमत्ता होती, ती अत्यंत घाईघाईनं, अगदी मातीमोलानं विकून, हाती आलेले पैसे गाठीला बांधून आम्ही येथे आलो होतो. सरकारनं प्रत्येक चार माणसांच्या कुटुंबाला एक हजार रुपये अनुदान दिलं होतं. त्यावर आम्ही कसंबसं जगत होतो. त्यात मी गर्भारशी. दिवसादिवसाला माझा अशक्तपणा वाढतच होता. आम्ही मूळचे सधन घराण्यातील होतो, त्यामुळे माझा नवरा कुणाच्या दारात काम मागायला जाईना, आम्ही

दोघेही फारसे शिकलेले नव्हतो, स्वतंत्रपणे विचार करण्याची आमची कुवतही नव्हती. इतर लोक जे काही करत, त्याचंच अनुकरण आम्ही करत असू. सारं काही ठीक होईल, काहीतरी चमत्कार घडेल अशी आम्ही नुसतीच वाट बघायचो. पण तसं घडलं नाही.

माझे दिवस अगदी भरत आले होते. आमच्या निर्वासितांच्या छावण्यांचा जो प्रमुख होता, त्याला माझी दया आली. तो वरिष्ठांना जाऊन भेटला व त्याने आम्हाला सरकारने नव्याने निर्वासितांसाठी बांधलेल्या वसाहतीत एक पक्की खोली मिळवून दिली. आम्ही तिथे राहायला गेलो. आता निदान राहायला बरं घर होतं. वादळ-वाऱ्यापासून, पावसापासून संरक्षण मिळणार होतं. पण तरीही भूक आणि दारिद्र्याने मात्र आमचा पिच्छा काही सोडला नव्हता. अजूनही सोडलेला नाही.

माझ्या नवऱ्याला काही दिवसांनी जवळच्या भाजी मंडईत ड्रायव्हरची नोकरी मिळाली. पगार जेमतेमच होता, पण निदान घरात रोजची चूल पेटत होती. माझ्या नवऱ्याची आता जवळपासच्या लोकांशी दोस्ती झाली होती. त्यांच्यापैकी काही बरे होते, तर काही निव्वळ संधीसाधू होते. ते सगळेच बेरोजगार होते. नुसतं दिवसभर इकडे-तिकडे भटकायचं, पत्ते खेळायचे आणि सायंकाळी जमून दारू प्यायची एवढाच त्यांचा उद्योग असे. माझा नवरा प्रकृतीने चांगला दणकट होता, म्हणून त्यांना त्याची सोबत हवी असे. तो असला की त्यांना सुरक्षित वाटत असावं. ते त्याचा किरकोळ खर्च भागवायचे. माझा नवरा स्वतःच्या पगारातील एक दिडकी सुद्धा स्वतःवर खर्च करत नसे. सगळाच्या सगळा पगार मला आणून देत असे– निदान असं मला तरी वाटतं. अर्थात ते लोक त्याच्याकडून नक्कीच काही ना काहीतरी वसूल करत असणारच. फक्त काय ते मला नक्की माहीत नाही.

माझी मुलं मोठी होत होती. त्यांच्या गरजा वाढत होत्या. घरात येणारा पैसा मात्र तेवढाच होता, तो वाढत नव्हता. मुलांना शिक्षण देणं किती महत्त्वाचं आहे, याची जाणीव आम्हाला होती. पण त्या गोष्टीला सध्या तरी आम्ही प्राधान्य देऊ शकत नव्हतो. आमच्या दृष्टीनं जगण्याची धडपड करणं हे सर्वात महत्त्वाचं होतं. मी कामाला बाहेर पडू शकत नव्हते, कारण माझा स्वाभिमान आडवा येत होता. आम्ही निर्वासित, त्यामुळे आम्ही जिथे जाऊ, तिथे आम्हाला वाईट वागणूक मिळायची– मग ते माझ्या नवऱ्याच्या नोकरीचं ठिकाण असो, नाहीतर शेजारी-पाजारी असोत, नाहीतर मुलांच्या शाळा असोत. तशी माझी मुलं शाळेत जात होती. पण शिक्षणात फारसा कुणी रस घेत नसे. त्यांचे शिक्षकही त्यांच्याकडे दुर्लक्षच करीत, त्यांना कधीच उत्तेजन देत नसत.

आयुष्य हे असंच चाललं होतं. माझ्या नवऱ्याच्या त्या मित्रांची संगतच त्याला आणि आम्हाला भोवली. एक दिवस संध्याकाळी घरी परतल्यावर त्यानं आम्हाला सांगितलं– त्याची कोणाशीतरी मारामारी झाली होती. त्यात पोलिस मध्ये पडल्यावर

माझ्या नवऱ्यानं त्यांच्यावरही हात टाकला होता. मी माझ्या नवऱ्याला चांगला ओळखते. तो काही असा सहजासहजी डोक्यात राख घालणारा माणूस नव्हे. म्हणजेच याचा अर्थ असा की त्यानं आपल्या एखाद्या मित्राला वाचवण्यासाठी, पाठीशी घालण्यासाठी ही मारामारी केली असणार. तो असा सहजपणे कुणाच्या धमकावणीला भीक घालणारा माणूसच नव्हे. लोक त्याच्याविषयी काहीही म्हणोत. माझा माझ्या नवऱ्यावर पूर्ण विश्वास आहे. त्याच्या म्हणण्याप्रमाणे पोलिसांनी त्याला विनाकारण मारहाण केली, शिवीगाळ केली व त्यामुळे चिडून जाऊन त्याने त्यांना प्रत्युत्तर केले. खरं सांगायचं, तर नक्की काय घडलं, आधी काय झालं, नंतर काय झालं हे आता मला कधीच कळू शकणार नाही. पण दुसऱ्याच दिवशी पोलिस घरी आले आणि त्यांनी त्याला दरोडेखोरीच्या आरोपाखाली अटक केली. माझं जग जणू काही निश्चल होऊन थांबलं.

मी त्याच्या सुटकेसाठी वणवण भटकले. पण त्याची सुटका होणं आमच्या नशिबात नव्हतं. पोलिस माझ्या नवऱ्याच्या विरोधात होते. त्यांनी त्याच्याविरुद्ध भक्कम केस उभी केली होती. आपला या भानगडीशी खरोखर काही संबंध नसल्याचं तो वारंवार सांगत होता. पोलिसांनी मुद्दाम आपल्याला यात गोवलं असल्याचं ही तो पुन:पुन्हा सांगत होता, पण त्याचं कुणीच ऐकून घेतलं नाही. त्याची रवानगी तिहारला करण्यात आली. या अनुभवामुळे त्याच्या मनात प्रचंड कटुता निर्माण झाली. आमच्यापुढे तर आता जगायचं कसं, हा मोठा प्रश्न होता.

मी वृथा अभिमान बाजूला सारला आणि घराबाहेर पडले. एकीकडे नवऱ्याला कोर्टात केस लढवण्यासाठी साथ द्यायची तर दुसरीकडे चार भुकेल्या पोरांची पोटं भरायची. मी आजवर कधीच दुसऱ्याचं काम केलं नव्हतं. आता ते नव्यानं कसं सुरू करायचं, तेच मला कळेना. मग मी बाजूच्या चार बायकांना भेटले आणि त्यांच्याच मदतीने घरगुती वापराच्या वस्तू दारोदार जाऊन विकण्यास सुरुवात केली. उत्पन्न तर अगदीच तुटपुंजं मिळत होतं, पण त्यातूनच कसातरी आमचा उदरनिर्वाह चालला होता. माझ्या नवऱ्याचा खटला वर्षभर चालला आणि अखेर कोर्टानं त्याला निर्दोष सोडलं. पण तोपर्यंत आयुष्यात सगळीच उलथापालथ होऊन बसलेली होती.

मुळातच आम्ही निर्वासित. त्यात घरातील पुरुष तुरुंगवासाची शिक्षा भोगून आलेला. सगळी परिस्थितीच आमच्या विरुद्ध होती. तो कुठेही नोकरी मागायला गेला की पदरी निराशाच येई. आज एवढे दिवस त्याचे ते मित्र कुठे तरी गायब होते, ते मात्र आता बरोबर उगवले. माझा नवराही आलेल्या कटू अनुभवांमुळे दुखावलेला होता. तो त्यांच्या परत नादी लागला.

'इंडिया व्हिजन फौंडेशन' ही संस्था तुरुंगातील कैद्यांच्या कुटुंबियांच्या मदतीसाठी बरेच उपक्रम राबवत असते. अशाच एका उपक्रमाच्या वेळी त्यांना आमचा पत्ता कळला. त्यांनी माझ्या मुलांना निवासी शाळेत भरती केलं. माझ्या मुलींना नेहमीच्या

शाळेत पाठवलं. त्याच शाळेत मला शिपाईण म्हणून नोकरी दिली. शाळेतील शिक्षक व इतर कर्मचाऱ्यांच्या घरचं थोडं फार काम करून मला आणखी थोडे पैसे मिळतात. एकंदर सगळं मिळून महिना १५०० रुपये हातात मिळतात. त्याच पैशातून मी घर चालवते व प्रत्येकाच्या पोटाला अन्न घालते. माझी मुलं मोकळ्या वेळात दारोदार हिंडून साबण, तेलं, फिनेल इत्यादी विकून संसाराला हातभार लावतात. त्यांना तसं कामाला लावणं मला खरं तर बरं वाटत नाही. पण मी तरी घरखर्च कुठून भागवणार? दरम्यानच्या काळात गावाकडे जे काही थोडं फार शिल्लक होतं, तेही विकून झालं.

माझ्या नवऱ्याची सुटका होऊन आता दोन वर्षे होऊन गेली. त्याला अजूनही नोकरी मिळालेली नाही. त्याने पुरेसे प्रयत्न तरी केले आहेत की नाही, हे काही मला सांगता येणार नाही. तो अजूनही कामाच्या शोधात रोज घराबाहेर पडतो. कधी कधी दारू पिऊन घरी येतो. तो फारसं बोलत नाही. दिवसभर तो काय करतो ते काही मला माहीत नाही. कधीतरी मी त्याच्या हातावर खर्चासाठी चार पैसे ठेवते. ते मात्र तो कधीही उडवत नाही. उलट खर्चाचा हिशोब कसा ठेवावा हे तोच मला आणि मुलांना शिकवतो. माझ्या नवऱ्याला लवकरच कामधंदा मिळवून देऊन आमच्या भविष्याची थोडी-फार तरतूद करण्याचं वचन इंडिया व्हिजन फौंडेशनने दिलं आहे. आमच्या आयुष्यात आता तेवढीच एक आशा आहे.

माझी मोठी मुलगी आता अठरा वर्षांची आहे. मला तिच्या भविष्याची काळजी आहे. मला माझ्या बाकीच्या मुलांची सुद्धा तितकीच काळजी आहे. मला माझ्या नवऱ्याची काळजी आहे. मला माझी स्वत:ची सुद्धा काळजी आहे. माझ्या या काळज्या संपणार तरी कधी? एके काळी पंजाबमध्ये राहात असताना माझं आयुष्य जसं सुरळीत चाललं होतं, तसं कधी होणार? माझं ते आयुष्य मला कधी परत मिळेल?

कुठं चुकलं?

- दहशतवादामुळे कुटुंबे उद्ध्वस्त होतात, देशोधडीला लागतात.
- पुरेशा सामाजिक सुरक्षेची तरतूद नसल्यामुळे अनेक कुटुंबावर दुर्धर अवस्थेत राहण्याची पाळी येते.
- उदासीन पोलिसांची माणुसकीशून्य वागणूक मनाला चटका लावते.

भामट्यांपासून सावध राहा

मी एक ३५ वर्षांचा विधुर असून, मला दोन मुलं आहेत. मी माझ्या मुलांना लहानाचं मोठं करण्यात बरचसं आयुष्य घालवलं. माझे निकटवर्तीय मला एक सश्रद्ध माणूस म्हणून ओळखतात. सहा महिन्यांपूर्वीपर्यंत माझं आयुष्य अत्यंत सुरळीत चाललं होतं. त्यानंतर एक दिवस माझ्या मुलांच्या शाळेत शिक्षक म्हणून काम करणारा एक माणूस मला भेटला. काही दिवसांतच आमची चांगली मैत्री झाली आणि तो माझ्या घरी भाडेकरू म्हणून राहू लागला. मी माझ्या मनातली गुपितं त्याला सांगू लागलो आणि माझ्या आयुष्यातल्या एकटेपणाविषयीसुद्धा त्याच्यापाशी मन मोकळं करू लागलो.

त्याच्या घरी आणखी एक माणूस नियमितपणे त्याला भेटायला यायचा. एक दिवस माझ्या मित्राने मला तातडीने स्वत:च्या घरी बोलावून घेतलं. त्याच्या म्हणण्याप्रमाणे त्याला मला काहीतरी अत्यंत महत्त्वाचं सांगायचं होतं. मी त्याच्या घरी गेलो तर तिथे तो दुसरा माणूससुद्धा बसलेला होता. त्या दोघांनी मला त्यांच्यासोबत चलण्यास सांगितलं. आम्ही तिघं एका ऑटोरिक्षाने निघालो. आम्ही थोडंसंच अंतर गेलो असू. त्यानंतर माझ्या मित्राने अचानक रिक्षाचालकाला रिक्षा थांबवण्यास सांगितलं. त्याला बरं वाटत नसून त्याला घरी जायचं होतं, असं तो आम्हाला म्हणाला. त्यावर मी त्याच्यासोबत घरी जाण्याची तयारी दाखवली. त्यावर त्या दुसऱ्या माणसाने मला त्याच्यासोबत येण्याची विनंती केली. मग मी माझ्या मित्राला एकट्याला घरी जाऊ दिलं. त्यानंतर आम्ही एका घरात गेलो. तिथे एका खोलीत एक स्त्री वाट पाहात थांबली होती. तो माणूस मला त्या स्त्रीपाशी सोडून निघून गेला. त्या स्त्रीने जरा वेळाने मला मोहात पाडण्यासाठी स्वत:चे कपडे काढले आणि मलाही तसंच करायला सांगितलं. आम्ही परस्परांचा उपभोग घेतला आणि जरा वेळाने ती निघून गेली. त्या माणसाने तिला पैसे देताना मी पाहिलं. माझ्या हातून भावनेच्या भरात घडून

गेलेल्या या कृत्याचा मला नंतर पश्चात्ताप होऊ लागला, कारण माझं आजवरचं आयुष्य अत्यंत सरळ, साधं गेलं होतं. मी घरी परत येऊन माझ्या मित्राला जाब विचारला. भविष्यात त्या दोन्ही माणसांना टाळायचं, असं मी ठरवलं. दुसऱ्या दिवशी सकाळी उठून पाहतो तर माझा मित्र मला काहीही न सांगता घर खाली करून निघून गेला होता. त्यानंतर एक आठवडा गेला. माझं आयुष्य पुन्हा पूर्वीसारखं सुरळीत चालू झालं.

त्यानंतर अचानक एक दिवस पहाटे साडेचारच्या सुमाराला मला माझ्या त्या मित्राच्या मित्राचा फोन आला. त्याच्या सांगण्याप्रमाणे मी ज्या स्त्रीला भेटलो होतो, ती माझी चौकशी करत होती. मला असल्या गोष्टींमध्ये काहीही रस नसल्याचं मी त्याला सांगितलं; पण तो मात्र मी त्या स्त्रीची किमान एकदा तरी भेट घ्यावी असा हट्टच धरून बसला. जर मी तिला भेटलो नाही, तर ती उगाच एकाचं दोन करून लोकांना माझ्याविषयी काही बाही सांगेल, असं त्याचं म्हणणं होतं. मी त्या गोष्टीला तयार झालो. तो मला न्यायला आला. रस्त्यात थांबून त्यानं एक फोन केला आणि परत मला त्याच घरात घेऊन गेला. तिथे गेल्यावर मला एका खोलीत सोडून तो अलगद सटकला. मग दोन माणसं चेहऱ्यावर रुमाल बांधून तिथे आली. त्यांच्या हातात पिस्तुलं होती. आधी त्यांनी मला धक्काबुक्की केली. त्यानंतर त्यांनी मला एक व्हिडिओटेप दाखवली. त्यात माझ्या आणि त्या स्त्रीच्या प्रणयक्रीडांचं चित्रण होतं. मला प्रचंड धक्का बसला. माझ्या तोंडातून आवाजसुद्धा फुटेना. जरा वेळानं मला सोडून गेलेला माणूस परत तिथे आला. त्याच्याबरोबर ती स्त्रीसुद्धा होती. ते मला दुसऱ्या एका घरात घेऊन गेले आणि त्यांनी मला धमकी देऊन पैशांची मागणी सुरू केली. मी नकार देताच त्यांनी काही कागदपत्रांवर माझ्या बळजबरीने सह्या घेतल्या. माझं घर विकण्यासाठी ते त्याचा वापर करणार होते.

मी घरी परतल्यावर या गोष्टीवर दोन दिवस खूप विचार केला. त्यानंतर मी पोलिसात तक्रार नोंदवण्याचा निर्णय घेतला; पण पोलिसांनी माझ्या तक्रारीची काही दखल घेतली नाही. अशा बाबतीत नक्की काय करायचं हे त्यांनासुद्धा माहीत नव्हतं. अचानक मला कराला माजरी येथील नवज्योती कौटुंबिक सल्ला केंद्राची आठवण झाली. तेथील समुपदेशकांनी विशेष लक्ष घालून या प्रकरणी पोलिसांचा पाठपुरावा केला. आता या प्रकरणाची माझ्यातर्फे तेच हाताळणी करत आहेत.

कुठं चुकलं?

- कधीकधी अति साधेपणा, भोळेपणा हा मूर्खपणा ठरतो.
- जर पोलिसांनी नागरिकांच्या तक्रारींची दखल घेतली नाही तर त्याबद्दल त्यांना जाब विचारणारं कुणीच नसतं.
- 'ब्लॅकमेल'ला बळी पडणाऱ्यावर कधीकधी जीव गमावण्याची वेळ येऊ शकते.

कर्जाच्या जाळ्यात

मी एक चाळीस वर्षांचा माणूस असून, हरियाणाचा आहे. मी आठ वर्षांचा असतानाच आमचं कुटुंब दिल्लीला येऊन स्थायिक झालं. मी अकराव्या इयत्तेत शिकत असताना माझ्या वडिलांचं निधन झालं आणि माझ्या आईचा सांभाळ करण्यासाठी माझ्यावर नोकरी करण्याची वेळ आली. माझ्या वडील भावांची लग्नं झालेली होती आणि त्यांनी आईचा सांभाळ करण्यास नकार दिला होता. मी संध्याकाळच्या कॉलेजमध्ये शिकून पदवीपर्यंतच शिक्षण घेतलं. त्यानंतर मी कायद्याचा अभ्यास करून कायद्याची पदवी घेतली. त्यानंतर मी बँकेत कारकुनाची नोकरी धरली.

माझं आयुष्य सुरळीत चाललं होतं. आम्ही फार गरिबीत किंवा फार श्रीमंतीत राहत नव्हतो; पण खाऊन-पिऊन सुखी होतो, समाधानी होतो. माझ्या वडिलांच्या निधनानंतर माझ्या आईनं अंथरुण धरलं होतं; त्यामुळे मी मिळणारी बढती नाकारली, कारण माझी दिल्लीला बदली होणार होती. दरम्यान, माझं लग्न झालं आणि काही वर्षांत आम्हाला दोन मुली आणि एक मुलगा झाला.

त्यानंतर मी माझा एक भाऊ आणि त्या भावाच्या बायकोचा एक नातेवाईक यांच्यासोबत भागीदारीत कॉल सेंटर सुरू करायचं ठरवलं आणि त्यासाठी बँकेकडून कर्ज घेण्याचं ठरवलं. काही महिने आम्ही खूप परिश्रम केले. आमच्या भारतातील कन्सल्टंटमार्फत आम्ही आमच्या अमेरिकेतील क्लाएंटला २७ लाख रुपयांचं बिल पाठवलं. परंतु तो क्लाएंट मात्र आम्हाला आम्ही केलेल्या कामाचे फक्त ३ लाख रुपये द्यायला तयार होता. शिवाय ते तीन लाख रुपयेसुद्धा वेळेत द्यायला ते लोक तयार नव्हते. मग मी थेट त्या अमेरिकेतील क्लाएंटशीच संपर्क साधल्यावर मला एक धक्कादायक वृत्त समजलं. ते तीन लाखच काय पण बाकीचे २४ लाख रुपयेसुद्धा त्या क्लाएंटने केव्हाच आमच्या भारतीय कन्सल्टंटच्या खात्यात जमा केले होते. परकीय चलनाच्या बाबतीत अकाउंटिंग करण्याची पद्धत काय असते

याचं ज्ञान नसल्यामुळे मला मोठाच फटका बसला होता. तरीही मला पुन्हा त्याच क्लाएंटसोबत काम करण्यावाचून दुसरा पर्यायच नव्हता. त्याने माझा आणखी फायदा करून देण्याची आशा दाखवून मला त्याच्या एका ओळखीच्या माणसाकडून आणखी कर्ज घेण्यास भाग पाडलं. मी वेळोवेळी विविध व्यक्ती आणि संस्थांकडून कर्ज घेत राहिलो. लवकरच मला प्रचंड फायदा होऊन मी ते सगळं कर्ज परत फेडीन असा मला विश्वास वाटत होता. मी पुरता जाळ्यात अडकलो होतो. हळूहळू माझ्या डोक्यावर पन्नास लाख रुपयांचं कर्ज झालं. कन्सल्टंट्सना माझ्या एजंटकडून मिळालेले पैसे मला द्यायला ते तयार नव्हते; पण त्यांच्याविरुद्ध खटला करणं मला शक्य नव्हतं कारण तो खर्च मला परवडलाच नसता. आता आयुष्य संपवण्याखेरीज दुसरा काही उपाय मला सुचत नव्हता, कारण माझी संकटं संपायलाच तयार नव्हती. नशिबाने मला प्रसारमाध्यमांमार्फत नवज्योतीविषयी समजलं. आता मी कराला माजरी येथील नवज्योतीच्या कौटुंबिक सल्ला केंद्राकडे मदतीसाठी धाव घेतली आहे. माझ्यासमोर तेवढाच एक अखेरचा उपाय उरला आहे.

कुठं चुकलं?

- लालसा आणि मोह यांना मर्यादा नसते.
- कर्ज घेणं खूप सोपं असतं; पण त्याची परतफेड करणं फार कठीण असतं.
- माणसाने समाधानी राहायला शिकलं पाहिजे. समाधान ही देवाची देणगी आहे.

बॉर्न फ्री

लहान मुलं रस्त्यावरून हिंडताना आपण पाहतो. अंगात धड कपडा नाही, पायांत चपला नाहीत, अस्ताव्यस्त आणि दुर्लक्षित. भारताच्या राजधानीत हिंडत असणारी ही मुलं खरंच कोण असतील–असा विचार कधी मनात आला आहे आपल्या? ही मुलं काय करत असतील? कुठे राहत असतील? रोजचा दिवस कसा घालवत असतील ती? त्यांचे मित्र तरी कोण असतील? त्यांचे आईवडील कशा प्रकारचे असतील? त्या मुलांचं पुढे काय होणार? ते पुढील आयुष्यात काय करणार? आज मी 'व्हॉट वेंट रॉंग' या सदरात ज्या मुलांविषयी सांगणार आहे ती सगळी १२ वर्षांच्या खालची मुलं आहेत. अशा मुलांच्या एकूण दोन गटांचा रिचा गुप्ता हिला शोध लागला. माझ्या नवज्योती प्रोजेक्ट डायरेक्टर शकीरा एन्. स्कॉट यांनी या मुलांशी माझी ओळख करून दिली. यमुना पुष्टा झोपडपट्टीमध्ये एकंदर १७० गल्लीतील शाळा चालवण्यात येतात. यांना एन्.ओ.आर्.ए.डी. तर्फे मदत देण्यात येतं. हा संपूर्ण उपक्रम त्याच चालवतात. या प्रदेशातील एकूण सहा हजार मुलांपर्यंत नवज्योतीची मदत जाऊन पोचली आहे. त्यांच्या शिक्षणाची तसेच आरोग्याची देखभाल 'नवज्योती'तर्फे करण्यात येते. परंतु अजून हजारो मुलं या सुविधांपासून वंचित आहेत.

या लहानशा, निष्पाप तरीही उत्साही मुलांशी माझी जी प्रश्नोत्तरं झाली, तीच मी येथे देत आहे.

* तुमची नावं काय आणि तुमचं वय काय?

– अझर वय वर्षं आठ, सलमान बारा, अली बारा, बिहारी अकरा, इकबाल बारा, मुस्तफाक अकरा, मुन्नाभाई बारा, असद अकरा, अख्तार अकरा आणि फारूक दहा.

* तुम्ही शाळेत जाता?

– मी कुराण शरीफ शिकण्यासाठी मदरसामध्ये जात होतो. पण मी ते

अर्ध्यातच सोडून दिलं. (मुस्तफाक)

– मी शाळेत जात होतो पण मी शाळा सोडली कारण माझे शिक्षक मला मारायचे. (अझर)

– नाही, कारण माझी आई मला सांगते–'जा आणि पैसे मिळवून आण.'(अख्तर)

∗ तुमचे आईवडील काय करतात?

– माझे वडील रिक्षा चालवतात. पण ते घरीच नसतात. (अख्तर)

– माझे वडील चिंध्या गोळा करतात. (सलमान)

– माझी आई भीक मागायला जाते. (इकबाल)

– माझे वडील फूटपाथवर बसून भाजी विकतात, पण ते घरी येत नाहीत. (अझर)

∗ तुमचे आईवडील तुम्हाला काय सांगतात?

– काहीच नाही. (मुन्नाभाई)

– पैसे मिळवून आणायला सांगतात, कारण माझ्या आईला झोपडीचे चार हजार रुपये भरावे लागतात. (बिहारी)

∗ तुम्ही दिवसभर काय करता?

– आम्ही भीक मागतो. (सगळे)

– आम्ही चिंध्या गोळा करतो. (सगळे)

– आम्ही भुरट्या चोऱ्या करतो (सगळे)

– मी घरफोड्या करतो. (असद)

– आम्ही दिल्लीतील यमुना आणि हरिद्वारच्या गंगा नदीच्या पात्रात बुड्या मारून लोकांनी टाकलेले पैसे आणि इतर महागामोलाच्या वस्तू मिळवतो. (मुस्तफाक व फारूक)

∗ आजपर्यंत तुमच्यामधील कोणाला कधी पोलिसानं किंवा आणखी कुणी पकडलं आहे का? आणि पकडल्यावर काय घडलं?

– हो. (असद आणि बिहारी)

– मला मारहाण केली आणि माझा मुर्गा केला. (असद)

– मी काही काळ बालसुधारगृहात होतो. त्यांनी माझा फोटो काढला. माझी सुटका करण्यासाठी माझ्या आईला दोन हजार रुपये मोजावे लागले. (बिहारी)

∗ तुम्ही चोऱ्या कशा करता?

– आम्ही रात्रीच्या वेळी रिक्षानं सदरबझारला जातो. माझा मित्र माझ्यापेक्षा मोठा आहे. (पंधरा वर्षांचा), तोच रिक्षा चालवतो. आम्ही दुकानाच्या शटर्सची कुलपं तोडून आत शिरतो आणि काही माल लांबवतो. रस्त्यात जर कुणी पोलिसाने

हटकलंच तर आम्ही सांगतो–'आम्ही माल पोचवायला चाललो आहोत.' (बिहारी)

* तुम्ही अजून कोणत्या चोऱ्या करता?

– तांब्याचे नळ, लोखंडी स्पेअर पार्टस्, घरगुती वापराच्या गोष्टी, रस्त्यावर पडलेल्या गोष्टी, बगीचे व रेल्वेच्या प्लॅटफॉर्मवर सापडलेल्या गोष्टी आम्ही उचलतो आणि त्या भंगारवाल्याला नेऊन विकतो. (सगळे)

* मिळालेल्या पैशांचं तुम्ही काय करता?

– तो दारू पितो. (सलमान अलीकडे बोट दाखवत म्हणतो. अली ते खरं असल्याचं कबूल करतो.)

– मी सगळे पैसे आईला देतो. फक्त दहा रुपये स्वत:जवळ ठेवतो–गुटका खाण्यासाठी! (इकबाल) त्याने येताना बरोबर बरीच गुटक्याची पाकिटे आणली होती, ती खिशातून काढून दाखवली. लगेच त्याच्या मित्रांनी त्यातील एकेक उचललं.

– मी जुगार खेळतो. मी काही पैसे आईला देतो व उरलेल्या पैशातून मी चॉकलेट खातो किंवा मित्रांबरोबर कोका कोला पितो. (अझर)

* तुम्ही आणखी काय काय करता?

– आम्ही औषधं हुंगतो. आम्ही त्याचं पाकीट विकत घेतो. आम्ही सर्वांनी तासभर ते हुंगल्यानंतर पूर्वी आमचं डोकं चक्रावल्यासारखं होत असे. आता आम्हाला त्याच व्यसन जडलं आहे. (असद)

* तुमचे आईवडील तुमच्यावर नजर ठेवत नाहीत?

– माझे वडील दारूडे आहेत. (इकबाल) माझे वडील मादक द्रव्याच्या व्यसनाच्या पुरते आहारी गेले आहेत.(अली). माझे वडील तर घरीच येत नाहीत. (मुन्ना भाई) मला वडीलच नाहीत. (फारूक). माझी आई एका दुसऱ्या माणसाबरोबर राहते (असद).

* तुम्ही शाळेत जावं, शिकावं असं तुमचे आईवडील तुम्हाला सांगत नाहीत?

– नाही. ते म्हणतात, आम्ही दहावीपर्यंत शिकून काय मिळवलं? इथे अशिक्षित लोक मुख्यमंत्री होतात. तुम्ही जा आणि राजकारणाता शिरा, नेते व्हा, नाहीतर दरोडेखोर व्हा. त्यातून तरी पैसे मिळवून आणा. (मुस्तफाक)

कुठं चुकलं?

- जन्माला येणारं प्रत्येक मूल ही समाजावर पडलेली जबाबदारी असून त्याला समाज आणि राष्ट्रासाठी विधायकपणे घडवणं हे आपलंच कर्तव्य आहे. परंतु प्रत्यक्षात या संभाषणातून जे सत्य बाहेर आलं ते असं की गरिबी, दुर्लक्ष, अज्ञान आणि चुकीची शासनपद्धती यातून आपण फार महाभयंकर श्वापदं निर्माण करत आहोत.

परिशिष्ट १

इंडिया व्हिजन फौंडेशन

(वेबसाईट *http ://www.indiavisionfoundation.org*)

१९९४ साली मी तिहार जेलची इन्स्पेक्टर जनरल ऑफ प्रिझन्स म्हणून काम करत असताना मला जो रेमन मॅगसेसे पुरस्कार मिळाला, त्यातूनच इंडिया व्हिजन फाउंडेशनचा जन्म झाला. ही एक ना-नफा तत्त्वावर चालणारी, बिनसरकारी, स्वयंसेवी संस्था आहे. तुरुंगसुधार, तुरुंगातील कैद्यांच्या मुलांचे शिक्षण आणि पुनर्वसन, त्याचप्रमाणे ज्या वस्तीत गुन्हे घडण्याचे प्रमाण फार जास्त आहे अशा वस्तीत कार्य अशा अनेक क्षेत्रांमध्ये काम करण्याच्या हेतूने ही संस्था स्थापन करण्यात आली. झोपडपट्ट्या व ग्रामीण भागाची सुधारणा, स्त्रियांची उन्नती आणि रस्त्यावर वाढलेले गरीब बालकामगार यांच्या शिक्षणाची व आरोग्याची काळजी घेण्याच्या कामीसुद्धा फाउंडेशन आज कार्यरत आहे.

ज्या कुटुंबातील किमान एक पालक तुरुंगात आहे, त्या कुटुंबात सर्वात जास्त आबाळ जर कुणाची होत असेल तर ती मुलांची. शाळा शिक्षण आणि सुरक्षितता या दोन्ही बाबतींत त्यांची हेळसांड होते. प्रथम फाउंडेशन अशा मुलांचा पत्ता शोधून काढते व त्यांच्या शिक्षणाची व्यवस्था करते. त्याचप्रमाणे 'क्राइम होम चिल्ड्रन प्रोजेक्ट' या उपक्रमांतर्गत जशी गरज पडेल त्याप्रमाणे या मुलांना आर्थिक मदतही देण्यात येते. सध्या दिल्लीच्या विविध शाळांमध्ये अशी १५० मुले शिक्षण घेत आहेत. त्यांच्यासाठी एका स्थानिक पालकाची नियुक्ती करण्यात आली असून, ते स्वत: वेळोवेळी या मुलांच्या घरी जाऊन त्यांच्या शारीरिक रक्षणाची जबाबदारी घेतात. फाउंडेशनचे समुपदेशक त्यांच्या शाळेत जाऊन शिक्षकांची भेट घेतात, तसेच त्या मुलांचे कोणी नातेवाईक असतील तर त्यांचीही भेट घेतात. जर एखादे मूल बेघर असेल तर निवासी शाळेत त्याची सोय करण्यात येते आणि त्या मुलाच्या शिक्षणाची व संरक्षणाची सोय तसेच काळजी घेण्यात येते.

दिल्लीच्या सर्वात मोठ्या झोपडपट्टीत फाउंडेशनने 'गली स्कूल प्रोजेक्ट'

नामक उपक्रम सुरू केला आहे. या उपक्रमाद्वारे भिकारी, चिंध्या गोळा करणाऱ्या आणि मादक द्रव्यांची विक्री करणाऱ्या मुलांच्या थेट दारात शिक्षण नेले जाते. ही अनौपचारिक स्वरूपाची शैक्षणिक केंद्रे झोपडपट्टीच्या रस्त्यांवर उघडण्यात आली आहेत. येथील शिक्षक त्याच वस्तीच्या आसपास राहतात. अनेक वेळा काही विद्यार्थीच या ठिकाणी शिक्षकाचे काम करतात. त्या कामाचे त्यांना मानधनसुद्धा देण्यात येते आणि त्यातून त्यांच्या पुढील शिक्षणाची तरतूद होते. गेली दोन वर्षे फाउंडेशनद्वारा झोपडपट्टीतील मुलांच्या शिक्षणाची सोय झाल्यापासून त्या शिक्षणाचा लाभ घेणाऱ्या मुलांपैकी ८० टक्के मुलांनी बालकामगार म्हणून काम करणे बंद केले आहे. शिवाय या उपक्रमासाठी तेथील वस्तीचा सहभाग व पाठिंबासुद्धा मिळू लागला आहे. सध्या अशा एकंदर १६० गल्लीतील शाळा असून, चार हजार मुले त्याद्वारे शिक्षणाचा लाभ घेत आहेत.

फाउंडेशनतर्फे कौटुंबिक सल्ला केंद्रे तसेच व्यवसाय प्रशिक्षण केंद्रे चालविण्यात येतात. त्यात कॉम्प्युटरच्या अभ्यासक्रमाचाही समावेश आहे. दिल्लीच्या दक्षिण भागातील उच्चभ्रू वस्तीत फॅमिली हेल्पलाईन प्रोजेक्ट चालवण्यात येतो. त्याच्या अंतर्गत हे उपक्रम चालतात. लवकरच येथे 'डिझॅस्टर मॅनेजमेंट ट्रेनिंग' किंवा आणीबाणीची परिस्थिती हाताळण्याचे प्रशिक्षणसुद्धा सुरू करण्यात येणार आहे.

दिल्लीच्या तिहार जेलमधील स्त्रियांच्या विभागात फाउंडेशनतर्फे दोन उपक्रम चालवण्यात येत आहेत. काही कैदी स्त्रियांची मुले तुरुंगात त्यांच्यासोबत राहतात. अशा मुलांचे शिक्षण, आरोग्य संवर्धन व पालनपोषणासाठी तुरुंगाच्या आत पाळणाघर चालवण्यात येते. दुसरा उपक्रम म्हणजे 'वीव्हिंग बिहाइंड द बार्स प्रोजेक्ट' (गजाआडचे विणकर) या उपक्रमांतर्गत तुरुंगातील स्त्री कैद्यांना गालीचे विणण्याचे प्रशिक्षण दिले जाते. त्याद्वारे जेलमधून सुटका झाल्यानंतर या स्त्रियांना उपजीविकेचा मार्ग खुला करून देण्यात येतो. याच उपक्रमाची एक शाखा पुरुष कैद्यांच्या विभागातही सुरू करण्यात आली आहे.

दिल्लीच्या परिसरातील ग्रामीण भागात फाउंडेशनचा 'रुरल डेव्हलपमेंट प्रोजेक्ट' राबविण्यात येतो. यात स्त्रिया व मुलांसाठी शिक्षण, व्यवसाय प्रशिक्षण व कॉम्प्युटर अभ्यासक्रम, कौटुंबिक सल्ला केंद्रे, आरोग्यविषयक सुविधा, शारीरिक व मानसिक अपंगत्वासाठी विशेष सेवा इत्यादी विविध सेवा या भागातील पंचवीस खेड्यांमध्ये पुरवण्यात येतात. लवकरच फाउंडेशनतर्फे एक 'मल्टिपर्पज रुरल डेव्हलपमेंट प्रोजेक्ट' सुरू करण्यात येत असून, त्यात वर वर्णन केलेल्या सर्व सेवा एकाच छताखाली उपलब्ध करून दिल्या जाणार आहेत. परिसरातील सर्वच्या सर्व खेड्यांना याचा लाभ घेता यावा अशा ठिकाणी याची उभारणी करण्यात येणार आहे.

तिहार जेलमधील तुरुंगातील कैद्यांना स्वयंपूर्ण होता यावे म्हणून फाउंडेशनने

जेलच्या आत ब्रेड उत्पादनाचे युनिट सुरू केले व त्यातूनच या संकल्पनेचा जन्म झाला. तिहार तुरुंगाच्या आतील परिसरात एका पॉलिग्रीन हाउसची निर्मिती करण्यात आली असून, तेथे अत्यंत दुर्मीळ रोपट्यांची लागवड करण्यात येते. यातून मिळणारे उत्पन्न कैदी कल्याण निधीमध्ये जमा करण्यात येते.

दिल्लीच्या तिहार तुरुंगामध्ये ज्या काही सुधारणा करण्यात आल्या आहेत, त्याची एक व्हिडिओ चित्रफीत फाउंडेशनने बनवली आहे; त्यामुळे जनजागरण शक्य झाले आहे. या बारा मिनिटांच्या व्हिडिओ फिल्ममध्ये तिहारमधील सुधारणा आणि त्या सुधारणांद्वारे सुरू करण्यात आलेल्या विविध उपक्रमांचे चित्रण केले आहे. तिहार तुरुंग जगातील सर्वात जास्त जनसंख्या असलेला तुरुंग आहे.

'इट्स ऑलवेज पॉसिबल' या माझ्या पुस्तकासोबत हेच शीर्षक असलेला सीडी रॉम (कॉम्पॅक्ट डिस्क) सुद्धा पुरवण्यात येतो. १९९८ साली फाउंडेशनने या सीडी रॉमची निर्मिती केली. जगातील सर्वात मोठ्या तुरुंगापैकी एक अशा तिहार जेलमध्ये माझ्या टीमने ज्या काही सुधारणा घडवून आणल्या, त्या सुधारणांची ओळख जगाला व्हावी, हाच यामागचा हेतू होता. या पुस्तकाच्या त्याचप्रमाणे त्या सीडी रॉमच्या विक्रीतून जमा होणारे सर्वच्या सर्व उत्पन्न इंडिया व्हिजन फाउंडेशनकडे जमा करण्यात येते आणि त्यातून अशा काही कायमस्वरूपी उपक्रमांचा खर्च भागवण्यात येतो.

फाउंडेशनचे बरेचसे उपक्रम माझी दुसरी संस्था 'नवज्योती'बरोबर संयुक्तपणे राबवण्यात येतात. 'नवज्योती' ही संस्था 'दिल्ली पोलीस फाउंडेशन'तर्फे स्थापन करण्यात आली आहे. संस्थेचा सर्व खर्च देणग्यांवर चालतो. संस्थेला कोणत्याही प्रकारचे सरकारी अनुदान नाही; परंतु कधी सहाय्य मिळालेच तर ते उपक्रमांच्या किंवा साधनसामग्रीच्या स्वरूपात मिळते.

❑

परिशिष्ट २

नवज्योती : सुधार, व्यसनमुक्ती व पुनर्वसनासाठी दिल्ली पोलिस फौंडेशन

(वेबसाईट : http : //www.drughelpline.org)

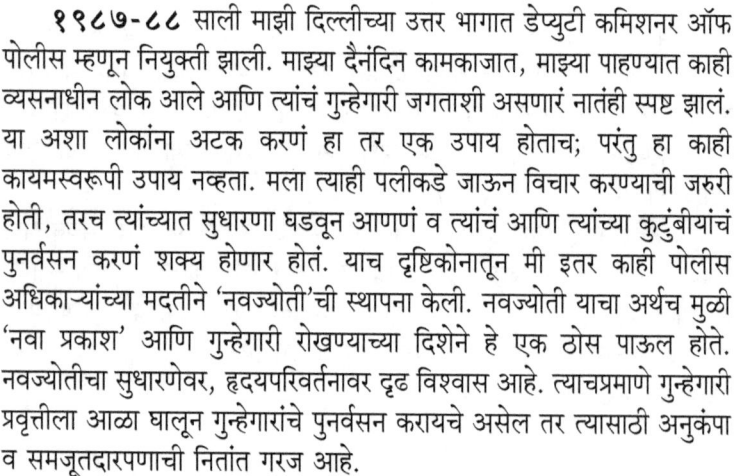

१९८७-८८ साली माझी दिल्लीच्या उत्तर भागात डेप्युटी कमिशनर ऑफ पोलीस म्हणून नियुक्ती झाली. माझ्या दैनंदिन कामकाजात, माझ्या पाहण्यात काही व्यसनाधीन लोक आले आणि त्यांचं गुन्हेगारी जगताशी असणारं नातंही स्पष्ट झालं. या अशा लोकांना अटक करणं हा तर एक उपाय होताच; परंतु हा काही कायमस्वरूपी उपाय नव्हता. मला त्याही पलीकडे जाऊन विचार करण्याची जरुरी होती, तरच त्यांच्यात सुधारणा घडवून आणणं व त्यांचं आणि त्यांच्या कुटुंबीयांचं पुनर्वसन करणं शक्य होणार होतं. याच दृष्टिकोनातून मी इतर काही पोलीस अधिकाऱ्यांच्या मदतीने 'नवज्योती'ची स्थापना केली. नवज्योती याचा अर्थच मुळी 'नवा प्रकाश' आणि गुन्हेगारी रोखण्याच्या दिशेने हे एक ठोस पाऊल होते. नवज्योतीचा सुधारणेवर, हृदयपरिवर्तनावर दृढ विश्वास आहे. त्याचप्रमाणे गुन्हेगारी प्रवृत्तीला आळा घालून गुन्हेगारांचे पुनर्वसन करायचे असेल तर त्यासाठी अनुकंपा व समजूतदारपणाची नितांत गरज आहे.

नवज्योती ही एक बिनसरकारी ना-नफा तत्त्वावर चालणारी स्वयंसेवी संस्था असून, येथे व्यसनमुक्ती, शिक्षण, रस्त्यावर राहणाऱ्या मुलांसाठी तसेच बालकामगारांसाठी विशेष उपक्रम, स्त्रियांचे सबलीकरण, ग्रामसुधार इत्यादी कार्यक्रम राबविले जातात. युनायटेड नेशन्सच्या आर्थिक व सामाजिक काउन्सिलच्या सल्लागार समितीत 'नवज्योती'ला महत्त्वपूर्ण स्थान असून संस्थेला अनेक राष्ट्रीय व आंतरराष्ट्रीय पुरस्कार प्राप्त झालेले आहेत.

व्यसनमुक्ती व पुनर्वसन केंद्राचं काम दिल्लीच्या पोलीस ठाण्याने हाती घेतलं आहे आणि आजपर्यंत सुमारे १३,००० व्यक्तींना यामुळे व्यसनमुक्त होता आलं आहे. या अभिनव उपक्रमाचा सन १९९३ मध्ये युनायटेड नेशन्सने सर्ज सॉट्रॉफ

पुरस्कार देऊन गौरव केला आणि त्याला सर्वोत्तम, आदर्श व्यसनमुक्ती कार्यक्रम म्हणून संबोधण्यात आले. येथील व्यसनमुक्तीच्या उपचारांमध्ये होमिओपॅथी, योग आणि निसर्गोपचार अशा वैकल्पिक उपचार पद्धतींचा समावेश केलेला आहे. या उपचारांमध्ये कोणत्याही रासायनिक औषधांवर अवलंबून राहावे लागत नाही.

किंबहुना अशा प्रकारची आदर्श उपचार पद्धती चिकित्सक समुदाय त्याचप्रमाणे आध्यात्मिकता यावर आधारित असते. दिल्लीतील सर्वात मोठी झोपडपट्टी यमुना पुश्ता तसेच आशियातील सर्वात मोठी पुनर्वसन कॉलनी जहांगीरपुरी येथे संयुक्त सामुदायिक विकास परियोजना राबविण्यात येत आहेत. या भागांमध्ये गुन्हेगारीचे प्रमाण जास्त असून, अशा प्रकारच्या वस्त्यांमध्ये जेव्हा कधी परिवर्तन करण्याचे पाऊल उचलले जाते तेव्हा तेथील रहिवाशांकडून त्याला प्रचंड विरोध होतो. या क्षेत्रात फाउंडेशनला प्रचंड मोठा अनुभव असल्यामुळे एक गोष्ट येथे स्पष्टच झालेली आहे की, जर कोणत्याही प्रकारची सुधारणा घडवून आणायची असेल तर त्यासाठी शिक्षण हेच एकमेव साधन आहे. याच मुद्द्यावर आपले लक्ष केंद्रित करून 'नवज्योती'ने या भागात औपचारिक तसेच अनौपचारिक शिक्षणाची सुविधा उपलब्ध करून दिली आहे. हा उपक्रम दररोज सुमारे पाचशे मुलांपर्यंत जाऊन पोहोचतो. अन्यथा ही मुले रिकामा वेळ घालवीत राहिली असती नाहीतर कोणत्यातरी गुन्ह्यामध्ये तरी अडकली असती. भविष्यकाळात त्यांचे पाऊल निश्चितपणे गुन्हेगारी जगताकडे वळले असते.

'नवज्योती'ने आपल्या प्राथमिक शाळेची स्थापना १९८७ रोजी केली. आज सुमारे पाचशेहून अधिक मुलांना पाचव्या इयत्तेपर्यंतचे शिक्षण येथे दिले जाते. त्यापुढील शिक्षण विद्यार्थ्यांनी नेहमीच्या माध्यमिक शाळेतून घ्यावे यासाठी त्यांना प्रोत्साहन दिले जाते. जी मुले अजिबात शाळेची पायरीसुद्धा चढलेली नाहीत अशा मुलांना प्राथमिक गरजेपुरते शिक्षण देण्याची सुविधा या अनौपचारिक शिक्षण केंद्रांमधून पुरवण्यात येते. त्या मुलांच्या दारात जाऊन त्यांना शिक्षण दिले जाते. या शाळांमधून शिकणारी मुलेच पुढे आपापल्या घरांमधून परिवर्तनाचे दूत म्हणून काम करतात.

आमच्या शाळांमधून शिक्षण घेऊन पुढे आलेले काही विद्यार्थी आता या शाळांसाठी अध्यापनाचे काम करत आहेत. त्यांच्यामुळे इतरांनाही प्रेरणा मिळत आहे. या शाळेच्या विद्यार्थ्यांबरोबरच त्या वस्तीत राहणाऱ्या इतर लोकांनाही आरोग्यविषयक सुविधा आज पुरविण्यात येत आहेत. व्यवसाय प्रशिक्षण, विशेषत: मुलांसाठी व स्त्रियांसाठी वेगवेगळे धंदेशिक्षण आज दिले जात आहे. एका भक्कम, आरोग्यपूर्ण समाजाची बांधणी करण्यासाठी नवज्योतीचे स्वयंसेवक घरोघरी जाऊन, लोकांच्या भेटी घेऊन सामाजिक सहभाग वाढवीत आहेत.

जहांगीरपुरी येथे कौटुंबिक सल्ला केंद्रे चालवण्यात येतात. कारण येथे फार

मोठ्या संख्येने तक्रारी नोंदविल्या जातात. या तक्रारी दारूचे व्यसन, कौटुंबिक कलह, घरातील हिंसा, मालमत्तेच्या वाटणीवरून उपस्थित होणारे वैमनस्य इत्यादी संदर्भात असतात. जहांगीरपुरीमध्ये रोज ज्या प्रकारच्या तक्रारी नोंदविल्या जातात त्याहून अतिशय भिन्न प्रकारच्या समस्या यमुना पुश्ता येथील वस्तीत चालवलेल्या केंद्रापुढे येतात. परंतु स्त्रियांवर होणाऱ्या अत्याचारांचे स्वरूप मात्र या दोन्ही ठिकाणी कमालीचे सारखे असते.

'नवज्योती'च्या गाठीशी आज या क्षेत्रातील सुमारे चौदा वर्षांचा अनुभव आहे. अशा समृद्ध अनुभवांचा नवज्योतीकडे एक मोठा खजिनाच आहे. आज अनेक लोकांना नवज्योतीच्या माध्यमातून पुनर्जीवन मिळालेले आहे. नवज्योतीने ज्या ज्या लोकांचे पुनर्वसन केले, त्यातील बरेचसे आजही नवज्योतीच्या संपर्कात आहेत. जिथे शक्य असेल तिथे हे लोक नवज्योतीचाच एक भाग म्हणून कार्यरत आहेत. हे लोक म्हणजे एक चालतेबोलते अनुभवविश्वच आहे. नवज्योतीने त्यांच्या आयुष्यात जो काही बदल घडवून आणला, त्याविषयी आजही ते भरभरून बोलतात.

नवज्योती आणि तिचे ३०० हून अधिक कर्मचारी यांच्या कार्याला आज एखाद्या चळवळीचे स्वरूप आले आहे. सरकारने नवज्योतीच्या काही उपक्रमांना आर्थिक पाठिंबा दिला आहे. उरलेला निधी देणग्यांमधून उभारला जातो.

❑

www.ingramcontent.com/pod-product-compliance
Lightning Source LLC
Chambersburg PA
CBHW070803030726
47504CB00003B/670